दलित स्त्रियांच्या मुक्तीचा प्रश्न

प्रा. संजयकुमार कांबळे

डायमंड पब्लिकेशन्स

दलित स्त्रियांच्या मुक्तीचा प्रश्न
प्रा. संजयकुमार कांबळे

Dalit Striyanchya Mukticha Prashna
Prof. Sanjaykumar Kamble

प्रथम आवृत्ती : ऑगस्ट, २०१६

ISBN : 978-81-8483-690-5

मुखपृष्ठ
शाम भालेकर

अक्षरजुळणी
संध्या कामत

प्रकाशक
डायमंड पब्लिकेशन्स
२६४/३ शनिवार पेठ, ३०२ अनुग्रह अपार्टमेंट
ओंकारेश्वर मंदिराजवळ, पुणे-४११ ०३०
☎ ०२०-२४४५२३८७, २४४६६६४२
info@diamondbookspune.com

प्रमुख वितरक
डायमंड बुक डेपो
६६१ नारायण पेठ, अप्पा बळवंत चौक
पुणे-४११ ०३० ☎ ०२०-२४४८०६७७

प्रा. डॉ. शर्मिला रेगे आणि प्रा. डॉ. गोपाळ गुरु, प्रा. डॉ. गेल ऑम्व्हेट यांच्या विचार, कार्य आणि संशोधनासोबत जगभरातील विधवा आणि परित्यक्त्या स्त्रियांना मन:पूर्वक अर्पण!

सावित्रीबाई फुले पुणे विद्यापीठ

गणेशखिंड, पुणे-४११००७.

Savitribai Phule Pune University

Ganeshkhind, Pune-411007.

डॉ. वासुदेव गाडे
कुलगुरू

Dr. Wasudeo Gade
Vice-Chancellor

दूरध्वनी : (कार्यालय) ०२०-२५६९३८६८
Telephone : 020-25693868
Fax : 020-25693233
E-mail : puvc@unipune.ac.in

व्हिसी/ ११९ दि. १३/०५/२०१६

संजयकुमार कांबळे यांच्या 'दलित स्त्रियांच्या मुक्तीचा प्रश्न' या लेखसंग्रहावरचा अभिप्राय

समाजाची प्रगती ही जशी त्याची आर्थिक वाढ, जागतिक संबंधांमधील स्थान, बौद्धिक वा शैक्षणिक झेप यांवरून ओळखली जाते, तशीच ती सामाजिक न्यायाच्या परिस्थितीवरूनही ठरत असते. आज २१ व्या शतकात आल्यावर भारत विकासाच्या मार्गावर जोरकसपणे पुढे जाताना दिसतो. मात्र त्याचबरोबर समता आणि लोकशाहीच्या मुद्यांवर वास्तव काय आहे याचा विचार करण्याची गरज आहे. स्त्री पुरुष समतेचा विचार केला तर आज भारतामध्ये स्त्रिया पुरुषांच्या बरोबरीने विविध क्षेत्रांमध्ये समाजाच्या वाटचालीत योगदान देत आहेत, राजकारण, कामाची वेगवेगळी क्षेत्रे यापासून ते क्रीडा क्षेत्रापर्यंत बदल दिसत आहेत. परंतु हे चित्र प्रातिनिधिक नव्हे. समाजातील वेगवेगळ्या जातीधर्मवर्ग गटातील स्त्रियांचे वास्तव बघितले तर त्यात कमालीची तफावत असलेली दिसते. अगदी उच्च शिक्षणाच्या क्षेत्रात बघितले तरी एकूण स्त्री पुरुषांमधली दरी कमी होत असली, तरी ग्रामीण भागातील दलित आदिवासी मुस्लिम मुलींसाठी उच्च शिक्षण हा आजही कठीण संघर्षाचा मार्ग आहे. ही तफावत आपल्याला का दिसते? जातीचे वास्तव, त्यातही दलित स्त्रियांचे वास्तव काय आहे? त्यात काय बदल झाले आणि काय टिकून राहिले? या शोषणातून मार्ग काय असणार आहे? अशा प्रश्नांवर परीक्षण करण्याची गरज आहे.

आज समाज मुलभूत बदलांना सामोरा जात आहे. हे बदल, त्याची आव्हाने समजून घेण्यासाठी सखोल आणि चिकित्सक संशोधनाची गरज आहे. संशोधकांनी जगभर चाललेल्या उत्कृष्ट संशोधनाशी होड घेऊन काटेकोरपणे आणि शिस्तबद्ध पद्धतीने नवनवे प्रश्न विचारून, नव्या सिद्धांतांचा आधार घेऊन नवे ज्ञान पुढे आणले पहिजे. संशोधनाशिवाय शिकणं- शिकवणं अपुरे आहे. सामाजिक शास्त्रातील असो वा नैसर्गिक शास्त्रातील, नवे धारदार ज्ञानच आताच्या आव्हानांना सामोरे जाण्यास बळ देणार आहे. सावित्रीबाई फुले पुणे विद्यापीठ अशा नव्या संशोधनाला नेहमीच प्रोत्साहन देत आहे.

विद्यापीठातील स्त्री अभ्यास केंद्राने संशोधन आणि अध्यापनामध्ये आपला ठसा उमटवला आहे. या केंद्राच्या शर्मिला रेगे आज आपल्यामध्ये नाहीत, पण त्यांनी उच्च शिक्षणाच्या क्षेत्रात लोकशाहीवादी बदल आणण्याच्या दृष्टीने स्त्री आणि जात प्रश्नावर मूलगामी संशोधन आणि काम केले आहे, याच केंद्रातील त्यांचे विद्यार्थी तरुण प्राध्यापक संजयकुमार कांबळे यांचे 'दलित स्त्रियांच्या मुक्तीचा प्रश्न' हे लिखाण त्यामुळे आशा निर्माण करणारे आहे. संजयकुमार कांबळे यांनी अभ्यासू वृत्तीने वेगवेगळ्या वृत्तपत्रीय आणि समाजशास्त्रीय लिखाणांचा संदर्भ घेऊन आजच्या काळातील महत्वाच्या प्रश्नांना हात घालण्याचा प्रयत्न केला आहे, बदलती कुटुंब व्यवस्था, लैंगिक अत्याचार व हिंसा, विषम स्त्री-पुरुष प्रमाण, राजकारणातील सहभाग, दलित स्त्रियांच्या चळवळी आणि दलित स्त्रीवादी मांडणी अशा विविध विषयांचा वेध या लेखसंग्रहात घेतला आहे, त्यांच्या संशोधनाच्या पुढच्या वाटचालीस शुभेच्छा.

डॉ. वासुदेव गाडे
कुलगुरू

प्रस्तावना

आजच्या काळात मराठी साहित्यात वैचारिक साहित्यनिर्मितीला आहोटी लागलेली असताना प्रा. संजयकुमार कांबळे हे तरुण अभ्यासक वैचारिक लेखन करत आहेत. ही भविष्याच्या दृष्टीने आश्वासक अशी बाब आहे, म्हणून त्यांचे हार्दिक अभिनंदन!

त्यांनी **'दलित स्त्रियांच्या मुक्तीचा प्रश्न'** या लेखसंग्रहात अनेक समकालीन महत्त्वाचे प्रश्न ऐरणीवर आणले आहेत आणि त्यांची कठोर चिकित्सा विस्ताराने केली आहे. त्यात उच्च शिक्षण; भारतीय समाजातील जात, वर्ण, पितृसत्ताक प्रभुत्व; समकालीन समाजातील जातीय संघर्ष आणि हिंसाचार यांचे समाजशास्त्रीय परिप्रेक्ष्यातून केलेले विश्लेषण; आदिवासी समाजाच्या मानवशास्त्रीय अभ्यासाच्या सैद्धान्तिक भूमिकेची समाजशास्त्रीय चिकित्सा आणि स्त्रीवादी भूमिकेचे जागतिकीकरण, सेवाक्षेत्र आणि स्त्रिया यांबद्दलचे केलेले विश्लेषण या अतिशय महत्त्वाच्या विषयांचा समावेश आहे.

प्रा. संजयकुमार कांबळे समाजशास्त्रातील 'जात आणि लिंगभाव आणि हिंसाचार' या विषयाचे विशेष अभ्यासक आहेत. प्रा. डॉ. शर्मिला रेगे यांच्यासारख्या साक्षेपी विचारवंत लेखिकेकडून त्यांना मार्गदर्शन लाभले. शर्मिलाच्या अकाली जाण्याने समाजशास्त्राच्या अभ्यासात विद्यार्थ्यांच्या बाबतीत जी पोकळी निर्माण झालेली आहे, ती भरून निघण्यासारखी नाही. प्रा. कांबळे यांनी जात आणि लिंगभाव यांचा जो बारकाईने अभ्यास केला आहे आणि त्याला वास्तवाची जोड देऊन आकडेवारीच्या आधाराने आपले मत मांडले आहे, ते त्यांच्या या विषयावरील अभ्यासाचे फळ निश्चितच आहे.

भारतात जात आणि स्त्री यांचे अतूट संबंध आहेत. भारतात जातीची निर्मितीच मुळी भारतातील वैशिष्ट्यपूर्ण विवाहसंस्थेने केलेली आहे. मानवी समाज विकासक्रमात खासगी मालमत्तेच्या उदयानंतर तिच्या संरक्षणासाठी दोन प्रमुख संस्था उगम पावल्या. त्यांपैकी एक राज्यसंस्था (State) आणि दुसरी विवाहसंस्था. भारतात एक काळ असा होता की, विवाहसंस्था समाज गटबाह्य (endogamy) वर बळजबरीने कृत्रिमरीत्या उभी केली गेली. तेव्हापासून जाती निर्माण झाल्या. डॉ. बाबासाहेब आंबेडकरांनी असे लिहून

ठेवले आहे की, जगाचा इतिहास हा वर्ग समाजाचा इतिहास आहे. भारतही त्याला अपवाद नव्हता. परंतु आपला सामाजिक वर्ग बंदिस्त करण्यासाठी वर्गांतर्गत विवाहपद्धती कृत्रिमपणे रूढ करून त्यासाठी स्त्रियांना एक साधन मानून त्यांचा अतिशय क्रूरपणे उपयोग करून घेतला. विवाहसंस्था जेव्हा वर्गांतर्गत (endogomous) बनते, तेव्हा वर्ग बंदिस्त बनतो आणि त्या वर्गाचे रूपांतर जातीत होते; म्हणूनच जातीची व्याख्या करताना 'enclosed class is a caste' असे बाबासाहेबांचे मत होते. ही विवाहसंस्था रूढ झाल्यानंतर पुरुषप्रधान समाजव्यवस्थेला अधिक बळकटी मिळाली. आपला वर्ग बंदिस्त राहण्यासाठी वैधव्य प्राप्त झालेल्या स्त्रियांना सती जाणे भाग पाडले किंवा जन्मभर वैधव्य स्वीकारून जीवन कुढत जगणे भाग पाडले. विधुर पुरुषांनाही त्यामुळे आपल्या वयाच्या स्त्रिया विवाहासाठी उपलब्ध नसल्याने ते लहान मुलींशी विवाह करू लागले. त्या वेळेपासून पुढे बाला-जरठ विवाहाची पद्धती रूढ झाली. त्यामुळे स्त्री ही पुरुषाची मालमत्ता बनली. तिला माणूस म्हणून स्वतंत्र व्यक्तिमत्त्वच नाकारले गेले. ‘मनुस्मृती’सारख्या धर्मग्रंथाने मुलीला लहानपणी बापाच्या, तरुणपणी नवऱ्याच्या आणि म्हातारपणी मुलाच्या आज्ञेप्रमाणे जीवन जगण्याचा आदेश दऊन ‘न स्त्री स्वातत्र्यम् अर्हति’ असा सिद्धान्त मांडला.

मनुस्मृतीने त्याही पुढे जाऊन स्त्रियांना एक दुष्ट शाप दिला. ‘स्त्रीमध्ये नेहमी कामवासना तीव्र असते. तिने पुरुष बघितला की मग तो म्हातारा असो, कुरूप असो किंवा रोगी असो; ती त्याला वश केल्याशिवाय राहत नाही. हा तिचा जन्मजात स्वभाव आहे.’ यामुळेच स्त्री ही पुरुषाच्या मार्गातील धोंड बनली. ती अविश्वासार्ह आणि कुटिल बनली. ब्रिटिश साम्राज्यशाहीच्या आगमनापर्यंत आणि राजा राममोहन रॉय व म. जोतिराव फुले यांच्या उदयापर्यंत भारतीय स्त्रियांना याच विवंचनेत जीवन जगणे भाग पडले. योनिशुचिता हा स्त्रियांवर, त्यांच्या स्वतंत्र व्यक्तिमत्त्वावर घातलेला एक मोठा अभद्र विचार आहे. ‘मनुस्मृती’ हा ग्रंथ अनेक अंतर्विरोधांनी भरलेला आहे. स्त्रियांबद्दल इतके दुष्ट विचार असलेल्या मनूच्या मताप्रमाणे आई असलेल्या स्त्रियांनाही मान खाली घालावी लागते. मनूच्या मताप्रमाणे, स्त्री ही भ्रष्ट आणि अपवित्र असली, तरी तिला मासिक पाळी येऊन गेल्यानंतर ती पवित्र होते आणि पुरुषाने तिचा उपभोग घेण्यासाठी ती योग्य बनते. अशा स्त्रिया पुरुषाने बिनधास्तपणे उपभोगाव्यात. परंतु त्यातही एक मेख आहे. ती अशी की, फक्त वरिष्ठ वर्णांच्या पुरुषांनीच त्यांच्या खालच्या वर्णांतील स्त्रियांशी असा व्यवहार करावा. कनिष्ठ जातींच्या पुरुषांनी मात्र वरिष्ठ जातींच्या स्त्रियांशी असा व्यवहार करणे दंडनीय ठरवले. त्यामुळे भारतातील जातिअंताची चळवळ आणि स्त्रीमुक्ती चळवळ या चळवळी हातात हात घालूनच पुढे गेल्या पाहिजेत. जात हे भारतीय स्त्रीच्या गुलामीचे प्रतीक आहे. ती नष्ट झाल्याशिवाय स्त्रीस्वातंत्र्य अस्तित्वात येऊ शकणार नाही.

प्रा. संजयकुमार कांबळे यांनी या लेखसंग्रहात लैंगिकतेबद्दलचे आणि स्त्री-पुरुष संबंधांबद्दलचे अनेक महत्त्वाचे प्रश्न उभे केले आहेत. विशेषत: समागमासंबंधीचे (sex) प्रश्न तर फारच महत्त्वाचे आहेत. सर्वसामान्यपणे 'संभोग' हा शब्द उच्चारणेही काही लोक अनैतिक मानतात, म्हणून या प्रश्नाचेही विवेचन केले पाहिजे. जगात अस्तित्वात असणाऱ्या कोणत्याही प्राण्याच्या तीन प्रमुख गरजा असतात, हे सिग्मन्ड फ्रॉइड यांच्यापासून कार्ल मार्क्स यांच्यापर्यंतच्या सर्वच विचारवंतांनी मान्य केले आहे. त्यांपैकी पहिली गरज ही भूक शमवण्याची असते. दुसरी गरज ही कामेच्छा (sex) पूर्ण करण्याची, तर तिसरी गरज ही स्वसंरक्षणाची असते. या तीनही गरजा प्राणिसृष्टीच्या नैसर्गिक प्रेरणा (Natural Instinct) असतात. त्यांची परिपूर्ती झाल्याशिवाय प्राणी जगूच शकत नाही. माणूस म्हणजे स्त्रिया आणि पुरुष हेसुद्धा प्राणीच आहेत, म्हणून ज्या प्रमाणात ते प्राणी आहेत त्या प्रमाणात त्यांना या नैसर्गिक गरजा भागवाव्याच लागतात. माणूसप्राण्याचा माणूस बनल्यानंतर त्याने त्याच्या विकासक्रमात संस्कृतीला जन्माला घातले आणि माणूस होण्याच्या प्रक्रियेत तो खऱ्या अर्थाने सामील झाला. त्यामुळे त्याला जैविकदृष्ट्या (Biologically) असलेल्या नैसर्गिक आणि मूलभूत गरजांचे शमन जसे करावे लागते, तशाच त्याला सांस्कृतिक गरजाही पूर्ण कराव्या लागतात. त्याशिवाय तो खऱ्या अर्थाने 'माणूस' बनत नसतो. ही मूलभूत गोष्ट समजून घेतल्याशिवाय स्त्री-पुरुषांतील समागमाची (sex) चर्चा करणे व्यर्थ आहे. संस्कृतीच्या जन्मानंतर धर्म आणि धर्मशास्त्रे निर्माण झाली. त्यांनी स्त्री-पुरुष समागमावर काही बंधने घातली. परंतु ही बंधने पुरुषावर कमी आणि स्त्रियांवर अधिक होती. वर्णव्यवस्थेत ब्राह्मण पुरुष खालील तीनही वर्णांच्या स्त्रिया उपभोगत होता. क्षत्रिय पुरुष वैश्य आणि शूद्र स्त्रियांचा उपभोग घेत असे. कृष्णाने अपहरण केलेल्या विवाहित स्त्रियांची संख्या सोळा हजारांवर होती आणि कृष्णाच्या मृत्यूनंतर त्या सर्व स्त्रिया सैरावैरा पळत होत्या असे महाभारतकारांनी नोंदवून ठेवलेले आहे. त्यामुळे धर्मांनी निर्माण केलेली नीतीची संकल्पना ही पुरुषप्रधान व्यवस्थेचा पुरस्कार करणारी होती हे स्पष्ट आहे, म्हणून मुळात नीती म्हणजे काय आणि तिचा स्त्री-पुरुष समागमाशी संबंध का आणि कसा जोडला गेला हे नीट समजून घेतले पाहिजे. पुरुषाने कितीही स्त्रिया भोगल्या, तरी तो केवळ पुरुष आहे म्हणून त्याला निर्दोष मानणे आणि स्त्रीने आपल्यावर प्रेम करणाऱ्या आपल्या आवडीच्या पुरुषाशी संबंध ठेवले, तर ते अनैतिक ठरवणे हे नैतिकतेचा मूर्खासारखा अर्थ लावण्यासारखे आहे. या गोष्टी टाळता येतील.

मुळात 'एक पुरुष एक स्त्री' ही विवाहपद्धती अगदी अलीकडची आहे. निसर्गावस्थेत सरमिसळ लैंगिक संबंध होते. त्यामुळे प्राचीन महापुरुषांनासुद्धा त्यांच्या आईच्या नावानेच ओळखले जात होते. महाभारतातील अर्जुनाला त्याची आई कुंती

हिच्या नावानेच 'कौंतेय' म्हणून ओळखले जात होते, तर कर्णाला 'राधेय' असेच संबोधले जात होते. निसर्गव्यवस्थेतील कामवासनेच्या तृप्तीबद्दलची नीती ही निसर्गनियमांनुसार होती. कुटुंबसंस्था आणि पुरुषांनी निर्माण केलेल्या कृत्रिम संस्था आहेत. त्यामुळे या संस्थांनी निर्माण केलेले कायदे आणि नीतिनियम यासुद्धा कृत्रिम आहेत. कुटुंबसंस्थेनी माणसांना संरक्षण दिले, परंतु त्यांचे निसर्गावस्थेतील स्वातंत्र्य आणि समता मात्र हिरावून घेतली. विवाहसंस्थेने स्त्रीला संरक्षण दिले, परंतु तिचे स्वातंत्र्य आणि तिची समता हिरावून घेऊन तिला पुरुषाची दासी बनवले आणि ती पुरुषाच्या उपभोगाचे एक साधन बनली. पश्चिमेकडे मध्ययुगात झालेल्या प्रबोधन चळवळीपासून स्त्री स्वतःच्या पायांवर उभी राहून सक्षम बनू लागली. तिला केवळ स्वसंरक्षणासाठी आपल्या स्वातंत्र्याचा आणि माणूसपणाचा त्याग करणे तिला पसंत पडेनासे झाले. त्यामुळे स्त्रीला एक अबला म्हणून ज्या कुटुंबसंस्था आणि विवाहसंस्था सुरक्षितता देत होत्या, त्यांचा पायाच उखडून गेला. कारण स्त्री स्वतःचे संरक्षण करण्याइतपत आर्थिकदृष्ट्या सक्षम आणि शैक्षणिकदृष्ट्या विचारी बनत चाललेली होती. केवळ सुरक्षिततेसाठी तिला हजारो वर्षे गमवावे लागलेले माणूसपण ती पुन्हा प्राप्त करू इच्छित होती. एक माणूस म्हणून तिने तिच्या स्वतंत्र व्यक्तिमत्त्वाचा विकास करणे, तिच्यातील सर्व सुप्त शक्तींचे प्रकटीकरण करून तिने स्वतःच्या जीवनाला सार्थ बनवणे आणि आपल्यातील सर्व भावभावनांना अभिव्यक्त करून जीवन सुंदर करणे हे तिचे जीवनध्येय बनले. तिच्यासाठी त्या जीवनध्येयाची प्राप्ती हीच नीती बनली. त्यामुळे जगातील साऱ्या संस्कृती हादरून गेल्या. सिग्मन्ड फ्रॉइडसारखे मानसशास्त्रज्ञ संस्कृतीला माणसाचा शत्रू मानू लागले. पारंपरिक कृत्रिम नीतिनियम स्त्री-पुरुषांतील नैसर्गिक संबंधांना लावणे याइतकी अनैतिक गोष्ट अन्य कुठलीच असू शकत नाही. त्यांनी धर्माला मृगजळ मानले आणि 'Future of Illusion' या नावाचा ग्रंथ लिहिला. संस्कृतीच्या बंधनांनी माणसाच्या म्हणजेच स्त्री-पुरुषांच्या कामवासनेचे दमन केले. त्यामुळे स्त्री-पुरुष मनोरुग्ण बनले. कामवासनेच्या तृप्तीसाठी अनैसर्गिक मार्गांचा उपयोग केला जाऊ लागला. धर्मगुरू समसंभोगी बनले. स्त्रियांमध्येही या विकृतीची साथ पसरली. हे सारे अनर्थ संस्कृतीने दिलेल्या कृत्रिम नीतीने केलेले आहेत. हे नीट समजून घेण्यासाठी नीती आणि कामवासना यांचे संबंध समजून घेतले पाहिजेत.

मुळात नीती ही मानवनिर्मित आहे, तर कामवासना ही माणसाची म्हणजे स्त्री-पुरुषांची नैसर्गिक प्रेरणा आहे. त्यामुळे ती मानवी निसर्गनियमाप्रमाणे तृप्त केली जाते. तिला समाजनिर्मित नियम लागू करणे अन्यायकारक आहे. कारण नीतिनियम हे समाज विकासक्रमात सामाजिक संबंध निश्चित करण्यासाठी निर्माण केलेले असतात. समाज ज्याप्रमाणे बदलत असतो, त्याप्रमाणे नीतिनियमांतही बदल करावे लागतात. तसे बदल

केले गेले नाहीत, तर समाज नीतिनियमांना मोडून टाकत असतो. अगदी अलीकडच्या काळात बाबासाहेब आंबेडकरांनी त्यांच्या 'भगवान बुद्ध आणि त्यांचा धम्म' या ग्रंथात 'नीती म्हणजेच धम्म आणि धम्म म्हणजेच नीती' असे म्हटलेले आहे. परंतु त्यांनीही नीतिनियमांची चर्चा करताना नियम (rule) आणि तत्त्व (principle) यांत फरक केलेला आहे. म्हणून पंचशीलाची चर्चा करताना त्यांनी पंचशीले 'नियम' किंवा 'आज्ञा' आज्ञा मानलेल्या नाहीत, तर त्यांना तत्त्वे मानलेले आहे. आवश्यकतेप्रमाणे ही तत्त्वे माणसे बदलू शकतात. त्याचे उदाहरण देताना त्यांनी जर्मन बौद्ध संघाचे उदाहरण दिलेले आहे. त्याने पंचशीलातील एक शील 'प्राणिहत्या करणार नाही.' हे तत्त्व वगळून चारच शीलांचा स्वीकार केलेला आहे. म्हणूनच नीतीकडे आज्ञा किंवा कडक नियम म्हणून न बघता तिच्याकडे तत्त्व म्हणून पाहिले पाहिजे.

त्यामुळे स्त्री-पुरुषांच्या लैंगिक संबंधांकडे नीतीच्या दृष्टीकोनातून न पाहता त्याकडे जीवन-अस्तित्वाच्या (human existence) दृष्टीकोनातून पाहिले पाहिजे. भांडवलशाहीतील स्त्री-पुरुषांचे लैंगिक संबंध हे मालकी हक्काच्या तत्त्वाप्रमाणे ठरलेले असतात. पुरुष ज्याप्रमाणे त्याच्या संपत्तीवर हक्क सांगत असतो, तसाच तो स्त्रीला मालमत्ता मानून तिच्यावर लैंगिक शोषण लादत असतो. विवाहसंस्थेने पुरुषाला स्त्रीची मालकी बहाल केल्याने तिच्यावर तो मनाप्रमाणे हक्क गाजवू शकतो. वास्तविक पाहता स्त्री-पुरुष संबंध हे सर्वश्रेष्ठ नैसर्गिक संबंध असतात. ते माणसाचे माणसाशी असलेले संबंध असतात. ही गोष्ट आपल्याला हेच दर्शवत असते की, माणसाची नैसर्गिक वर्तणूक (natural behaviour) किती प्रमाणात मानवी (human) बनलेली असते आणि त्याचा मानवी स्वभाव (human essence) किती प्रमाणात त्याच्यासाठी नैसर्गिक (natural) बनलेला असतो. त्यामुळेच माणसाच्या गरजा या 'मानवी गरजा' (human needs) बनतात आणि इतर माणसे ही त्याची एक गरज बनते. अशा वेळी माणूस एक व्यक्ती म्हणून आणि सामाजिक प्राणी म्हणून आकार घेत असतो.

माणसाची असलेली ही मानवी दृष्टीच त्याला नैसर्गिक बनवत असते आणि त्यामुळे त्याचा स्त्रीकडे बघण्याचा दृष्टीकोनही मानवी बनतो. ज्याला आपण व्यभिचार समजतो, तो एकतर मालकी हक्काच्या अहंकारातून उत्पन्न होत असतो किंवा माणसाच्या मनोविकृतीतून निर्माण होत असतो. त्यात माणसात वसत असलेल्या प्रेमभावनेचे अस्तित्व अजिबात नसते. स्त्री-पुरुषांतील संबंध जेव्हा प्रेमभावनेवर उभे असतात, तेव्हा त्यांत कोणत्याही विकृतीला थारा राहत नाही. अशा वेळी स्त्री-पुरुषांचे मिलन, त्यांचे अस्तित्व एकमेकांत विलीन करत असते आणि या प्रकारचे मिलनच स्त्री-पुरुषांना एक स्वर्गीय आनंद देऊन जगण्याची प्रेरणा देत असते. स्त्री-पुरुषांतील हेच संबंध माणूस किती प्रमाणात प्राणीपातळीवर आहे आणि किती प्रमाणात तो मानवी बनलेला आहे हे ठरवणारी फूटपट्टी

असते. प्रेमावर आधारित स्त्री-पुरुष मिलनात पुरुष हा उपभोक्ता आणि स्त्री हे उपभोगाचे साधन राहत नसते. पुरुष हा वासनेने वखवखलेला नराधम राहत नसतो आणि स्त्री त्याची गुलाम किंवा दासी राहत नसते. हे मिलन त्यांच्यातील उच्चनीचतेच्या भावना गळून पाडते. त्यात पुरुष हा पुरुष नसतो आणि स्त्री ही स्त्री नसते. ते दोन्हीही एकमेकांत एकजीव होऊन केवळ 'माणूस' म्हणून उरतात. त्यात 'तू' आणि 'मी' यांचे अस्तित्व लोप पावलेले असते. 'तू' मी होतो आणि 'मी' तू होतो. ते दोन्ही या अनंत, अगाध, अमर्याद विश्वातील मानवी अंश बनतात. कामवासनेकडे आणि स्त्री-पुरुष संबंधाकडे जेव्हा माणूस आणि निसर्ग यांच्यातील परस्परसंबंधांची सळमिसळ होत असलेल्या दृष्टीकोनातून पाहिले जाईल, तेव्हाच स्त्री-पुरुष समता निर्माण होईल आणि कामवासनेतील विकृती नष्ट होईल. त्यासाठी माणसाला - स्त्री-पुरुषांना त्यांच्यात असलेली प्रेमऊर्जा (eros) स्वप्रयत्नांनी जागृत करून तिचे प्रकटीकरण करावे लागेल. त्या प्रेमऊर्जेचा जेव्हा कामऊर्जेशी (libido) संयोग होतो तेव्हाच जगणे सुंदर होत असते.

प्रा. संजयकुमार कांबळे यांनी या विषयावर अधिक संशोधन करावे अशी मनापासून इच्छा आहे. कारण त्यांच्यात ती क्षमता आहे. त्यांच्या पुढील लेखनासाठी त्यांना हार्दिक शुभेच्छा !

डॉ. रावसाहेब कसबे

ऋणनिर्देश

पुस्तक लिहिणे हे मूलत: एक जटिल काम आहे. समाजात अनेक घटना घडत असतात. त्यांना प्रतिसाद देणे काही वेळा आवश्यकच असते. आपल्या कार्यविश्वातील घडामोडींमधून एखादा महत्त्वाचा प्रश्न उफाळी मारून वर येतो आणि त्याच्या सैद्धान्तिक समाधानाशिवाय पुढची कृती असयुक्तिक वाटायला लागते. असेच या प्रश्नासंदर्भातसुद्धा झाले. मागच्या २० वर्षांचा विचार केला, तर असे दिसते की, ब्राह्मण वादाने आणि भांडवलवादाने 'तुमच्या गुलामीतच तुमची मुक्ती आहे.' हा विचार पुढे आणला आहे. आता गोमाता, भारतमाता आणि भूमाता या मुद्यांद्वारे भारतीय जनमानस ढवळून निघाले आहे. यामधून वैचारिक संभ्रम निर्माण केला जात आहे. प्रस्तुत लिखाण हे समकालीन जनसंघर्षांना संभ्रमित करणाऱ्या विचारकृतींविरुद्धच्या संघर्षाचा भाग आहे.

लेखनाची आवड असण्याचा सर्वांत मोठा फायदा म्हणजे तुम्हांला माणसांच्या परस्पर संबंधांकडे बघण्याची एक दृष्टी मिळते. विविध दर्जा आणि भूमिका असलेल्या व्यक्तींच्या आंतरसंबंधांतून निर्माण होणारी मानवी जीवनाची रुपे अनंत आहेत. याबाबतीत कितीही लिहिले तरी कमीच. आपला समाज विषमतेने पोखरलेला आहे. ही विषमता मिटावी आणि सर्व लोकांना समान, समृद्ध जीवनाची प्राप्ती व्हावी हा दलित चळवळीचा प्रमुख सामाजिक विचार राहिलेला आहे

१९९०च्या दशकामध्ये स्वतंत्र दलित स्त्रीसंघटनांचा उदय झाला आणि त्यांची ठाम मांडणी करण्याचा प्रयत्न झाला. १९९५ साली दलित महिला फोरम आणि 'नॅशनल फेडरेशन ऑफ दलित वीमेन' या संघटनांची स्थापना राष्ट्रीय पातळीवर झाली. महाराष्ट्रातील भारिप-बहुजन महासंघ यांनी आपापल्या महिला आघाड्या अधिक बळकट केल्या. त्यांनी १९९४ साली बहुजन महिला परिषद संघटित केली. चंद्रपूर येथे १९९६च्या डिसेंबरमध्ये डॉ. प्रमिला लीला संपत यांनी 'विकास वंचित दलित महिला परिषद' आयोजित केली. या परिषदेत २५ डिसेंबर हा 'मनुस्मृती दहना'चे स्मरण ठेवून भारतीय स्त्रीमुक्ती दिन म्हणून साजरा करण्याविषयी प्रस्ताव मांडला गेला. १९९७ साली दलित ख्रिस्ती स्त्रियांनी 'ख्रिस्ती महिला संघर्ष संघटने'ची स्थापना केली. हा इतिहास

अशासाठी मांडला की, ह्या घडामोडींकडे कधी थोडे स्वागत, कधी चिकित्सा असे बघितले गेले; तर कधी आता दलित स्त्रियांनी पुढे येऊन त्यांचे प्रश्न सोडवावेत, आम्ही पाठीशी आहोत.' अशा तऱ्हेच्या काहीशा भूमिकाही स्त्रीसंघटनांकडून घेतल्या गेल्या. पूर्वी स्त्रियांचा केवळ समावेशासाठी समावेश करण्याचा प्रघात पडला. त्यांचा आशयपूर्ण समावेश करण्यात येत नव्हता. दलित स्त्रियांच्या संघटना राजकीय–सांस्कृतिक विश्वामधून वगळले जाण्याविरुद्ध आवाज उठवत आहेत असे प्रा. गोपाळ गुरूंसारख्या अभ्यासकाने मांडले. मध्यमवर्गीय स्त्रीचळवळ, दलित पुरुषांची चळवळ, आणि शेतकरी चळवळ या तिन्हींमध्ये दलित स्त्रीचा आवाज गोठवला जात आहे हा महत्त्वाचा मुद्दा त्यांच्या मांडणीमधून पुढे आला. स्त्रीवादी अभ्यासकांनी 'स्त्रिया' नावाचा एकसाची कोटीक्रम नसतो, तर स्त्रियांमध्ये भिन्नता असते आणि त्यांचे नाते जातींच्या उतरंडीशी, विषमतेशी असते हे अधोरेखित केले. यामुळे स्त्रीवाद नव्या प्रकाशात, नव्या परिमाणात समजून घेणे कसे शक्य होईल हे सांगितले.

आज मात्र जरी महाराष्ट्रामध्ये आंबेडकरवादी, दलित व बहुजनवादी, सत्यशोधक आणि सत्यशोधक मार्क्सवादी स्त्रीवादी असे भिन्न प्रवाह दिसत असले; तरी एकूण स्त्री–चळवळ आणि दलित स्त्रीसंघटना यांच्यामधील, आणि एकूणच ह्या विषयावरील चर्चा, वादविवाद थंडावलेले दिसतात. पण देशभरातील विद्यापीठांतून विशेषत: महाराष्ट्रातील विद्यापीठांमधून दलित स्त्रियांच्या आणि स्त्रीवादाच्या संदर्भात चर्चासत्रे, पुस्तके, संशोधने इत्यादींद्वारे सातत्याने चर्चा सुरू आहे. नोव्हेंबर २०१५मध्ये मुंबई विद्यापीठात या विषयावर राष्ट्रीय कार्यशाळेचे आयोजन करण्यात आले. त्यानंतरही पुणे विद्यापीठाच्या इंग्रजी विभागात 'दलित साहित्यातील जात आणि लिंगभावा'च्या संदर्भात दोन दिवसीय कार्यशाळेचे आयोजन १४ आणि १५ डिसेंबर २०१५ या दिवशी करण्यात आले.

उच्चजातीय बुद्धिजीवींनी मांडलेल्या सिद्धान्तांची विरचना करणे हे दलित स्त्रीवाद्यांपुढचे आव्हान आहे. कोणताही सिद्धान्त हा त्यांच्याशी किंवा त्यांच्या वास्तवाशी जुळणारा आहे किंवा नाही हे सतत तपासून पाहणे गरजेचे आहे. यामध्ये उच्चजातीयांनी निर्माण केलेल्या पद्धतिशास्त्राच्या संपूर्ण विच्छेदनाचा समावेश आहे. दलित स्त्रीवादाच्या अनेक वैशिष्ट्यांपैकी एक प्रमुख वैशिष्ट्य म्हणजे दलित स्त्रीवाद स्वत:चे असे सैद्धान्तिक विश्व निर्माण करण्याचा प्रयत्न करत आहे. यांतूनच दलित स्त्रीवादी दृष्टीकोन हा प्रमुख प्रवाही स्त्रीवादापेक्षा किंवा दलित पुरुषांच्या सिद्धान्तांपेक्षा अधिक सर्वसमावेशक होईल. परिणामी, दलित स्त्रीवादामध्ये सर्वाधिक एकात्म असे पर्यायी प्रमाणशास्त्र होण्याची क्षमता आहे.

वास्तवाच्या उपलब्ध आकलनाहून वेगळा दृष्टीकोन अंतर्भूत असलेली स्वत:ची

अशी भूमिदृष्टी विकसित करण्याचा प्रयत्न दलित स्त्रिया करत आहेत. व्यक्तिनिष्ठा, कर्तेपणा अशा संकल्पनांचा पुनर्विचार ह्या भूमिदृष्टीमुळे होईल. दलित स्त्रीवादी पद्धतिशास्त्रानुसार कोणतेही सैद्धान्तिक संशोधनमूल्य वा भूमिका निरपेक्ष नसते, म्हणजेच दलित स्त्रीप्रश्न अभ्यासकांना विद्याशाखीय क्षेत्रात फार मोठी कामगिरी बजावावी लागेल.

आंतरिक जीवन आणि बाह्यजीवन यांची सरमिसळ लेखकात असली पाहिजे असे मी मानतो. त्यातूनच आपण निश्चित, नि:संदिग्ध विधान करू शकतो. नामदेव ढसाळांच्या कविता, मंटोच्या कथा यांचे आंतरिक जीवन आणि बाह्यजीवन यांची सरमिसळ झालेली दिसते. कुठलीही घटना घडली, तरी तिला आवतीभोवती अनेक पदर असतात. ते आपल्याला कळत नाहीत. त्यामुळे अधिकार वाणीने मत व्यक्त करणे लोक टाळतात. स्वत:चा अभ्यास करताना इतरांनाही त्याचा फायदा व्हावा आणि विचारांची दिशा स्वातंत्र्य, समता आणि मैत्रभावाच्या दिशेने जावी हा हेतू ठेवून या पुस्तकातील लिखाण करण्यात आले आहे. यामागे प्रसिद्धीचा हेतू नव्हता आणि नसणार आहे. कारण प्रसिद्धी किती दिवस टिकते हाच प्रश्न असतो. प्रस्तुतचे लिखाण प्रासंगिक आहे. गरजेनुसार लोक अंक काढत गेले; परिषदा, चर्चासत्रे, कार्यशाळा घेत गेले आणि त्यात लिहिण्याबोलण्याविषयी मला सांगत गेले. त्यांच्या आग्रहाखातर काही लिखाण करण्यात आले आहे. पुणे विद्यापीठाच्या ॲकॅडमिक स्टाफ कॉलेजमध्ये बोलण्यासाठी प्रा. डॉ. प्रकाश गंभीर सरांकडून बऱ्याच वेळा निमंत्रित करण्यात आले. त्यामधून अधिक वाचन करण्याची संधी मिळाली.

कोणतेही लेखन करताना ज्ञान हे समाजात अगोदरच अस्तित्वात असते, त्याला लेखक केवळ शब्दांकित करतो असा माझा विश्वास आहे. आजपर्यंत मी ज्यांच्या साहित्याचे वाचन केले, त्यांचाही यात सहभाग आहे. त्यामुळे या लेखनासाठी प्रत्यक्ष–अप्रत्यक्षरीतत्या अनेकांच्या साहित्याचा, ज्ञानाचा आणि चर्चेचा उपयोग झाला आहे. ह्या सर्वांचे आभार मानणे मी माझे कर्तव्य समजतो. विद्यापीठातील वेगवेगळ्या विभागांतील आणि माझ्या विभागातील मित्र, विद्यार्थी आणि सहकारी यांनी वेळोवेळी केलेल्या चर्चांचा आणि सूचनांचा मला खूप फायदा झाला. त्या सर्वांच्या प्रति मी कृतज्ञता व्यक्त करतो.

हे पुस्तक प्रकाशित होताना प्रा. राम बापट, प्रा. राजेंद्र व्होरा, प्रा. यशवंत सुमंत, प्रा. शर्मिला रेगे, प्रा. संजय तांबागडे हे नाहीत याचे अतिशय दु:ख होत आहे. पुणे विद्यापीठाचा समाजशास्त्र विभाग, स्त्री–अभ्यास केंद्र आणि राज्यशास्त्र विभाग यांचा माझ्या वैचारिक जडणघडणीत मोठा वाटा असल्यामुळे त्यांचे ऋण व्यक्त करणे हे मी माझे कर्तव्य समजतो.

सावित्रीबाई फुले पुणे विद्यापीठातील समाजशास्त्र विभागप्रमुख प्रा.स्वाती शिरवाडकर, प्रा.श्रुती तांबे, प्रा.संजय कोळेकर, प्रा.अनुरेखा चारी; तसेच राज्यशास्त्र विभागातील आमचे सर प्रा.सुहास पळशीकर, प्रा.हर्ष जगताप, प्रा.राजेश्वरी देशपांडे तर आमच्या विभागातील प्रा.अनघा तांबे, प्रा.स्वाती देहाडराय, प्रा.स्नेहा गोळे, प्रा.दीपा टाक हे माझ्यासाठी नियमितपणे आधार राहिलेले आहेत.

ज्यांच्यामुळे मला ऊर्जा प्राप्त होते, मानसिक बळकटी येते; त्यांमध्ये प्रा.गोपाळ गुरू, प्रा.सुखदेव थोरात, प्रा.नरेंद्र जाधव, प्रा.कल्पना कन्नाबिरण, प्रा.विवेक कुमार, प्रा. उमा चक्रवर्ती, प्रा.व्ही. गीथा, कॉ.किरण मोघे, प्रा.कुमार अनिल, प्रा.विजय खरे, कॉ.अजित अभ्यंकर, प्रा.नारायण भोसले, प्रा.रमेश कांबळे, प्रा.अभिनया कांबळे, प्रा.धनंजय लोखंडे, प्रा.विलास आढाव, प्रा.अनिल जायभाये, मयुरी सामंत, ज्येष्ठ लेखिका ऊर्मिला पवार, प्रा.माधव गायकवाड, प्रा.दिलीप चव्हाण, प्रा.नारायण कांबळे, गौतम कांबळे, प्रा.उमेश बगाडे, प्रा.सचिन गरुड, दीपक कसाळे, राजू जाधव, प्रा.अमोल वाघमारे, प्रा.संदेश वाघ, परमेश्वर जाधव, प्रा.नितीश नवसागरे, केशव वाघमारे, प्रियदर्शी तेलंग, कॉ.विलास सोनावणे, प्रा.गीताली वि. म., प्रा.मनोहर जाधव, प्रा.सुलभा पाटोळे, विद्या बाळ, प्रा.वंदना भागवत, संघरत्न सोनावणे, प्रा.विजय भांजे, विवेक घोटाळे, प्रा.नागनाथ शेळके, प्रा.जगन कराडे, प्रा.पुष्पेशकुमार, प्रा.राजा दीक्षित, प्रा.विनायक लष्कर, लता प्र. म. इत्यादींचा माझ्या वैचारिक जडणघडणीत मोठा सहभाग राहिला आहे.

क्रांतिज्योती सावित्रीबाई फुले स्त्री-अभ्यास केंद्राच्या माजी संचालक प्रा.विद्युत भागवत आणि प्रा.शर्मिला रेगे यांनी मागच्या दहा वर्षांतील बराच काळ वाचन आणि लेखन करण्यासाठी प्रोत्साहन दिले, तर समाजशास्त्र विभागातील माजी विभागप्रमुख प्रा. दहिवले सर नियमितपणे मला पुस्तके आणि नियतकालिके भेट देतानाच माझ्या संकल्पना आणि दृष्टीकोन आत्तासुद्धा स्पष्ट करण्याचा प्रयत्न करत असतात. त्याबद्दल त्यांचेही आभार मानतो. वास्तविक समाजशास्त्रीय लेखन कसे केले पाहिजे ते प्रा.डी.एन. धनागरे सरांच्या लेखनामुळे पाहता आले.

प्रस्तुत पुस्तकासाठी महाराष्ट्रातील ज्येष्ठ विचारवंत प्रा.रावसाहेब कसबे यांनी सखोल प्रस्तावना लिहून अनेक गोष्टी स्पष्ट केल्या. कसबे सरांनी कायमस्वरूपी मार्गदर्शकाची भूमिका केली आहे. त्यांना भेटल्यानंतर प्रत्येक वेळी विश्लेषणाला आणि सिद्धान्ताला तत्त्वज्ञानाचा पाया देण्याचा आणि प्रश्न अधिकाधिक सखोलतेकडे नेण्याचा प्रयत्न कसा झाला पाहिजे ते सांगतात. त्याबद्दल सरांचे मन:पूर्वक आभार.

प्रस्तुत पुस्तक डायमंड पब्लिकेशन्स, पुणे प्रकाशित करत आहे. डायमंड हे ज्ञाननिर्मितीसाठी अहोरात्र प्रयत्न करणारे प्रकाशनगृह आहे. मागच्या अनेक वर्षांपासून

या प्रकाशनाशी माझा जवळचा संबंध आहे. पाष्टे सरांच्या प्रोत्साहनाशिवाय हे पुस्तक होऊ शकले नसते. प्रकाशित होणारे पुस्तक अतिशय दर्जेदार आणि वैचारिक प्रबोधन करणारे असावे अशी सूचना त्यांनी केली होती. त्याबद्दल त्यांचे आणि प्रकाशनातील इतर सर्व कर्मचाऱ्यांचेही आभार.

उपरोक्त सर्वांसोबत माझ्या कुटुंबीयांचेही सहकार्य मला मिळाले. माझी पत्नी शिल्पा कांबळे, माझी मुलगी परिणीती कांबळे आणि माझी आई कलावती कांबळे यांचेही आभार. एका सामान्य कुटुंबातली असूनसुद्धा उच्च शिक्षण घेऊन गटविकास अधिकारी होऊन 'सर्वोत्कृष्ट प्रशासकीय अधिकाऱ्याच्या राष्ट्रपती पुरस्कारा'पर्यंतचा माझ्या आईने केलेला प्रवास ही मोठी अचिव्हमेंट आहे. त्यांच्यामुळे आणि इतर दलित, आदिवासी आणि भटक्याविमुक्त स्त्रियांचे जीवन आणि अनुभव यांतून या पुस्तकाचे लेखन झाले. दलित स्त्रीवादी विचारांचे आकलन होण्यास आणि चिकित्सक दृष्टीकोन तयार होण्यास त्यांची मदत झाली.

अनवधनाने कोणाचा उल्लेख करणे राहिले असल्यास मी दिलगिरी व्यक्त करतो आणि त्या सर्वांच्या ऋणातच राहणे पसंत करतो.

जय भीम!

प्रा. संजयकुमार कांबळे
सावित्रीबाई फुले पुणे विद्यापीठ,
पुणे - ७

अनुक्रम

१ पुरुषप्रधान व्यवस्था : संरचना व स्वरूप

प्रस्तावना

पाश्चिमात्य देशांत १९६० सालानंतर उदयाला आलेल्या स्त्रीमुक्तिवादी चळवळीने 'पितृप्रधान' वा 'पुरुषप्रधान' किंवा 'पितृसत्ताक' समाजव्यवस्था या शब्दप्रयोगाला नवा अर्थ दिला. तत्पूर्वी सरंजामशाहीपूर्व व सरंजामशाही समाजातील पुरुषांच्या परंपराप्राप्त, श्रेणीबद्ध व कुटुंबप्रमुख वा पिता या नात्याने असलेल्या प्रभुत्वाला 'पितृप्रधान' समाजव्यवस्था असे नाव मिळाले होते. अशा समाजातील राजकीय व आर्थिक रचना पुरुषा-पुरुषांमधील संबंधांतून निश्चित होत असे; परंतु १९६० सालानंतर विशेषत: जहाल स्त्रीवाद्यांनी, जगातील सर्व ऐतिहासिक समाजव्यवस्था पुरुषशाही स्वरूपाच्याच आहेत अशी मांडणी केली. त्यांच्या मते, आजचे सर्व समाज - मग ते सरंजामशाही, भांडवलशाही अथवा टोळ्यांच्या अवस्थेत असले, तरी पुरुष प्रभुत्वात्मक असतात.

पितृसत्तेचा शब्दश: अर्थ म्हणजे वडिलांची किंवा 'कर्त्या पुरुषाची' सत्ता; स्त्रिया, तरुण पुरुष, मुले, गुलाम, नोकर इत्यादी माणसे असलेल्या मोठ्या कुटुंबामध्ये सर्व सत्ता मुख्य कर्त्या पुरुषाच्या हातात एकवटलेली असते. मुख्य पुरुषाच्या वर्चस्वाखाली चालणाऱ्या अशा कुटुंबांचे वर्णन करण्यासाठी हा शब्द मुळात वापरला गेला. आता मात्र हा शब्द साधारणपणे पुरुषी वर्चस्व किंवा स्त्रियांना पुरुषी वर्चस्वाखाली ठेवणारे सत्तासंबंध अशा अर्थी वापरला जातो. अनेक प्रकारांनी स्त्रीला कायम दुय्यम स्थान देणारी जी रचना आहे, तिचे लक्षण सांगणारा योग्य शब्द म्हणूनही ही संकल्पना प्रचारात आहे. दक्षिण आशियाचा विचार करता, हिंदीत यालाच पितृसत्ता, उर्दूत पितरशाही आणि बंगाली भाषेत पितृतंत्र असे प्रतिशब्द आहेत. इंग्रजी भाषेत या संकल्पनेस पॅट्रिआर्की असे म्हणतात.

'पुरुषसत्ता म्हणजे कुटुंबसंस्थेत, समाजात आणि उत्पादनव्यवस्थेत यात पुरुषांना

सत्तेचे आणि शोषणाचे स्थान देणारी व्यवस्था.'

– सरोज कांबळे / प्रतिमा परदेशी

पित्याला आणि कुटुंबातील पुरुषांना स्त्रियांच्या तुलनेने अधिक स्वायत्तता असते, म्हणून या कुटुंबव्यवस्थेला आपण पुरुषप्रधान असे म्हणतो. पुरुषप्रधान या शब्दापेक्षा पितृसत्ताक ही संज्ञा वापरणे विश्लेषणाच्या दृष्टीने जास्त योग्य वाटते. आपण जेव्हा व्यापक सामाजिक प्रश्नांचा विचार करू तेव्हा पितृसत्ता या संज्ञेमुळे सामाजिक मूल्यांचे आणि विचारांचे, सत्तेचे आणि तत्त्वांचे मूळ कसे कुटुंबात असते, याची आपल्याला आठवण होत राहील.

– वंदना सोनाळकर

पितृसत्ता ही पुरुषाचे वर्चस्व मानणारी स्वायत्त आणि स्वतंत्र समाजरचना आहे. सर्वसामान्य अशी पितृसत्तेची व्याख्या म्हणजे पितृसत्ता. ती स्त्रियांच्या लैंगिकतेवर, प्रजननावर आणि श्रमशक्तीवर टप्प्याटप्प्याने पुरुषांचे नियंत्रण आणते.

– गेल ऑम्व्हेट

पुरुषांचे स्त्रियांवर असणारे लैंगिक वर्चस्व हीच सर्वांत प्रभावी विचारसरणी आधुनिक संस्कृतीत दिसते व पाश्चात्त्य समाजातील सत्तेची पायाभूत संरचना पुरुषी वर्चस्वाची आहे असे तिने मांडले. यालाच तिने Patriarchy म्हणजे पुरुषशाही व्यवस्था असे म्हटले आहे.

– सिमॉन दि बुव्हॉ

'पितृसत्ता म्हणजे पुरुषांमधील परस्पर सामाजिक संबंधांची एक मांडणी.' अशी पितृसत्तेची एक उपयुक्त व्याख्या आपल्याला बनवता येईल. या मांडणीला एक भौतिक/जडवादी आधार/बैठक आहे आणि या व्यवस्थेत उतरंड व्यवस्था/श्रेणीव्यवस्था जरी असली तरी शेवटी त्यामधून स्त्रियांवर वर्चस्व गाजवण्याचे फायदे प्रस्थापित किंवा निर्माण केले जातात. ज्या भौतिक आधारावर पितृसत्ता उभी असते तोच मुळात स्त्रियांच्या श्रमशक्तीवर असलेल्या पुरुषी नियंत्रणात समाविष्ट असतो.

– (हायडी हार्टमन, १९७९:११)

हार्टमनच्या दृष्टीकोनात एक असा ठाम विश्वास दिसतो की, केंद्रीय महत्त्व प्राप्त होण्यासाठी पितृसत्तेला केवळ लैंगिकता किंवा विचारप्रणाली यांचा संदर्भ देऊन भागत नाही, तर भौतिक/जड संबंधांच्या म्हणजेच उत्पादन संबंधांच्या संदर्भात या संकल्पनेचा विचार करणे आवश्यक आहे.

थोडक्यात, कुठल्याही वर्गाच्या-जातीच्या स्त्रिया असल्या, तरी दैनंदिन आयुष्यात त्यांना दुय्यमतेचा अनुभव सतत येत असतो. ही दुय्यमता वेगवेगळ्या स्वरूपांत प्रत्यक्षात उतरते. भेदभावाची व दूजाभावाची वर्तणूक, अनादर, अपमान, सर्व

प्रकारची बंधने व नियंत्रणे, शोषण, दमन समाजाकडून किंवा कुटुंबामध्ये व कामाच्या जागी केला जाणारा हिंसाचार असे दुय्यमतेचे वेगवेगळे प्रकार आहेत. तपशील वेगळे असतील; पण या सर्वांच्या मागे सूत्र मात्र समान आहे.

पुढील मांडणीत अधिक स्पष्टतेसाठी पुरुषप्रधानता हा शब्द वापरला आहे. विशिष्ट ऐतिहासिक कालखंड सोडल्यास, स्त्रियांना दुय्यम स्थान देऊन दडपून ठेवणाऱ्या समाजरचनेच्या वर्णनासाठी हा शब्द मराठीत जास्त उपयोगी व योग्य आहे.

आपल्या सभोवती सतत दिसणाऱ्या सर्व प्रकारच्या पुरुषी वर्चस्वाचे सार म्हणजे पुरुषप्रधानता! 'पुरुषप्रधानता' हा नुसता शब्द नव्हे, ही एक संकल्पना आहे व स्त्रीवादी त्याचा उपयोग संकल्पना म्हणूनच करतात. एक स्त्रीवादी मानसशास्त्रज्ञ ज्युलिएट मिचेल पुरुषांमध्ये स्त्रियांची देवाणघेवाण घडवून आणणारी भावकी आणि अशा गोतांमध्ये पुरुषांचे असलेले प्रतीकात्मक वर्चस्व यांचे वर्णन करण्यासाठी या संकल्पनेचा उपयोग करते. ती म्हणजे देवाणघेवाण करण्याच्या या अधिकाराचा परिणाम म्हणून स्त्रियांमध्ये स्वत:ला कनिष्ठ मानणारी मानसिकता उत्पन्न होते. सिल्व्हिया वॉल्बी तिच्या 'थिअराइजिंग पॅट्रीआर्की' या पुस्तकात या संकल्पनेस 'सामाजिक रचनांची व रूढींची अशी व्यवस्था जिच्याद्वारे पुरुष वर्चस्व गाजवतात. स्त्रियांचे शोषण, दमन करतात.' असे म्हणते.

सिल्व्हिया वॉल्बीच्या मांडणीनुसार, पुरुषप्रधानतेस एक सामाजिक व्यवस्था म्हणून समजून घेणे आपल्या दृष्टीने फार महत्त्वाचे आहे. त्यामुळे जीवशास्त्रीय नियतवाद (Biological determinism - तुमची विशिष्ट शारीरिक रचना हीच तुमची नियती असे मानणे) नाकारण्यास आपणास चांगला आधार मिळेल. (जीवशास्त्रीय नियतवाद असे मांडतो की, पुरुष व स्त्री यांच्यात निसर्गत:च फरक आहे. हा फरक शारीरिक वा जीवशास्त्रीय आहे आणि म्हणून त्यांच्या सामाजिक भूमिकाही वेगवेगळ्या आहेत.) त्याचप्रमाणे व्यक्तिगत पातळीवर प्रत्येक पुरुष वर्चस्व गाजवू शकण्याच्या परिस्थितीत व प्रत्येक स्त्री कनिष्ठ श्रेणीतच असते असे मानणेही चुकीचे आहे, हेही आपल्या लक्षात येईल.

या सामाजिक व्यवस्थेत जोडूनच येणारी तत्त्वप्रणाली (ideology) म्हणजे पुरुष हे स्त्रियांपेक्षा श्रेष्ठ आहेत, (म्हणून) स्त्रियांचे जीवन पुरुषांकडून नियंत्रित केले जाते व तसे नियंत्रण आवश्यकच आहे. त्याचप्रमाणे स्त्रिया या पुरुषांच्या मालकीच्या वस्तू आहेत. या कल्पना 'नवरा' या शब्दास आपल्याकडे धनी, कारभारी, स्वामी, पती, मालक हे प्रतिशब्द आहेत. नवरा म्हणजे स्वामी किंवा मालक आहे असेच या शब्दांच्या अर्थावरून लक्षात येते.

थोडक्यात, पुरुषप्रधान व्यवस्था ही नैसर्गिक नसून सामाजिक व्यवस्था आहे. ही

गोष्ट अधोरेखित करणे गरजेचे आहे. स्त्रियांच्या वेगळ्या शरीररचनेमुळे (जैविक भिन्नतेमुळे) स्त्रियांना दुय्यम स्थान मिळते, असा जो गैरसमज आहे; त्याचा पुरुषप्रधान व्यवस्थेने प्रचार केलेला आहे.

पुरुषप्रधान व्यवस्था ही केवळ खासगी जीवनात किंवा कुटुंबाअंतर्गत असते. असा आपला एक गैरसमज आहे. पण पुरुषप्रधान व्यवस्था ही केवळ कुटुंबापुरतीच मर्यादित नसून ती समाजातील इतर सार्वजनिक संस्थांमधूनदेखील कार्यरत असते. धर्मसंस्था, अर्थसंस्था, राज्यसंस्था, कायदाव्यवस्था यांमध्येदेखील आपल्याला पुरुषप्रधान व्यवस्था दिसून येते.

पुरुषप्रधान व्यवस्था साधारणत: पुढील प्रक्रियांमार्फत कार्यरत असलेली दिसते व पुढील घटकांमध्ये त्या व्यवस्थेचा ठोस भौतिक पाया सापडतो.

१. स्त्रियांच्या श्रमशक्तीवर व उत्पादनक्षमतेवर नियंत्रण

हे नियंत्रण पुरुषप्रधान व्यवस्थेमार्फत स्त्रियांच्या घरातील व घराबाहेरील उत्पादनशक्तीवर बंधने घालून ठेवले जाते. स्त्रियांना कोणत्याही मोबदल्याशिवाय घरातील कामे करावी लागतात. स्त्रीजन्माचे सार्थक कुटुंबासाठी राबण्यात आहे, असा विचार समाजात रूढ असल्याने ही श्रमविभागणी नैसर्गिकच आहे, असा गैरसमज निर्माण होतो. याउपर या श्रमाला 'काम' समजले जात नाही.

स्त्रीची घराबाहेरील उत्पादकताही पुरुष वेगवेगळ्या प्रकारांनी नियंत्रित करत असतात. कधी ते तिला घराबाहेर जाऊन नोकरी करायला भाग पाडतात, तर कधी नोकरी करण्यावर बंदी आणतात. काम कोणते करावे, केव्हा करावे हे सर्व ठरवण्याचा अधिकारही घरच्या पुरुषाचाच असतो. स्त्रीची कमाईही ते बळकावतात.

स्त्रीच्या श्रमांच्या अशा नियंत्रणाचा व शोषणाचा स्पष्ट गाभा म्हणजे पुरुषप्रधानतेतून होणारा पुरुषांचा भौतिक फायदा. त्यांना स्त्रियांच्या दुय्यमतेमुळे ठोस आर्थिक लाभ होतो, म्हणजेच पुरुषप्रधान समाजरचनेला भौतिक पाया आहे.

२. स्त्रियांची पुनरुत्पादक शक्ती

पुरुषप्रधान व्यवस्थेमार्फत स्त्रियांच्या प्रजोत्पादन शक्तीवर संपूर्ण नियंत्रण ठेवले जाते. मुले केव्हा पाहिजेत, किती पाहिजेत, किंवा हवीतच का, यांबाबतचे निर्णय स्त्रियांच्या हातात कधीच नसतात. विवाहबाह्य संबंधातून जन्माला येणाऱ्या संततीला अनौरस ठरवून त्या स्त्रीला कुलटा ठरवले जाते, म्हणजेच बापाचे नाव असल्याशिवाय स्त्रीने जन्माला घातलेली संतती 'औरस' ठरत नाही.

पुरुषप्रधान समाजामध्ये लैंगिकतेच्या बाबतीत दुहेरी नीतिमूल्ये असल्याचे आपल्याला दिसून येते. पुरुषांच्या स्वैराचाराकडे दुर्लक्ष केले जाते. स्त्रियांच्या

लैंगिकतेशी मात्र संपूर्ण कुटुंबाची, जातीजमातीची किंवा समुदायाची इज्जत जोडली जाते.

सर्वसाधारणपणे सांपत्तिक व इतर उत्पादक साधनसामग्रीवर पुरुषांचा अधिकार असतो. कायद्याने स्त्रियांना संपत्तिविषयक अधिकार दिलेले असतील; तरीही वास्तवात मात्र अनेक सांस्कृतिक, भावनिक कारणांमुळे स्त्रियांचे संपत्तीवर किंवा उत्पादक सामग्रीवर नियंत्रण नसते; त्यामुळे त्यांना कायमच परावलंबित्व स्वीकारावे लागते.

३. स्त्रियांच्या संचारस्वातंत्र्यावर बंधन

स्त्रीच्या लैंगिकतेवर, उत्पादनक्षमतेवर, पुनरुत्पादनावर नियंत्रण आणायचे असेल; तर स्त्रीच्या संचारस्वातंत्र्यावर बंधन आणणे गरजेचे ठरते. पडदापद्धत, घराबाहेर पडण्यावर बंधने, वैयक्तिक बाबी व सामाजिकता यांची फारकत, पुरुषांबरोबर मिसळण्यावर बंधने अशा तऱ्हेच्या कितीतरी बंधनांची यादी करता येईल की, ज्यायोगे स्त्रीच्या संचारस्वातंत्र्यावर गदा येते. अनेक गोष्टी पुरुष मोकळेपणाने करू शकतात व फक्त स्त्रियांना मात्र त्या करण्याची मोकळीक नसते.

४. मालमत्ता व इतर आर्थिक साधनसामग्री :

बहुतेक मालमत्ता व उत्पन्न देणारी संसाधने पुरुषांच्या अखत्यारीत असतात व पुरुषांकडून पुरुषांकडेच त्यांचा अधिकार जातो, म्हणजे वडिलांनंतर मुलगाच सर्व मालमत्तेवर मालकी हक्क सांगतो. बहुतेक बाबतींत वैयक्तिक कायदे (Personel Law) स्त्रियांच्या वारसा हक्कांवर गदा आणणारे आहेत.

सारांश, समाजातल्या मुख्य संस्थांचे विश्लेषण केल्यास, या सर्व संस्थांचे पुरुषप्रधानत्व लक्षात येते. पुरुषप्रधान समाजव्यवस्थेचे व रचनेचे कुटुंब, धर्म, प्रसारमाध्यमे व कायदे हे प्रमुख आधारस्तंभ आहेत. खूप खोलवर रुजलेल्या व सुविहित गुंफणीमुळे पुरुषप्रधान व्यवस्था ही एक अढळ व्यवस्था बनतेच. शिवाय हीच समाजरचना नैसर्गिक आहे, असा आभासही निर्माण होतो.

ज्ञानव्यवस्था आणि पुरुषकेंद्रितता

लिंगाधिष्ठित विषमता ज्ञानक्षेत्रामध्ये येते, तेव्हा पुरुषांना अधिक वाव निर्माण केला जातो आणि स्त्रियांना वंचित ठेवले जाते. भिन्न ज्ञानाच्या क्षेत्रातील गृहीते, वादविवाद, आग्रह, ज्ञाननिर्मितीच्या पद्धती या सर्वांमधून सहजपणे स्त्रियांना वगळणे; त्यांच्याकडे दुर्लक्ष करणे किंवा खुलेपणाने त्यांचे अधिक्षेप करणे असे केले जाते. स्त्रियांना आणि त्यांच्या विश्वाला अर्थपूर्ण संशोधनाचा एक विषय म्हणून स्थान नाकारले जाते.

पुरुषसत्ताक ज्ञानक्षेत्रे मात्र अधिक व्यवस्थात्मक पातळीवर स्त्रियांची दडपणूक

करतात आणि स्त्रियांना गिळून टाकतात. थोडक्यात, समजा, लैंगिक विषमतेच्या बाह्य आविष्कारावर बंदी आली आणि जरी स्त्री व पुरुष एकसारखे एक समान पद्धतीने वागू लागले, तरीसुद्धा त्यांच्या वागणुकीला समान अर्थ आणि मूल्य प्राप्त होत नाही. विवेक, ज्ञान, सत्य अशा शब्दांना जो अर्थ पुरुषसत्ताक दडपणुकीच्या संरचनेतून प्राप्त होतो; तो शब्दातीत असतो.

पुरुषकेंद्रितता या संकल्पनेमध्ये पाश्चात्त्य देशात उपलब्ध असणारी सिद्धांकनाची प्रारूपे आणि आदर्श मूल्ये यातून प्रातिनिधिक सहमती निर्माण करून स्त्रियांची दडपणूक घडवली जाते. पुरुषकेंद्रिततेमधून दोन स्वायत्त स्त्री-पुरुष म्हणवून घेणारी माणसे आता 'वैश्विक प्रारूपा'मध्ये परावर्तीत होतात. आणि त्यात उरते-ते फक्त पुरुषत्व, मानवी, माणूस या तथाकथित व्यापक प्रारूपामध्ये स्त्रियांच्या वा स्त्रीत्वाच्या ठोस विशिष्टत्वाला अथवा सुप्त स्वत्वाला आच्छादित केले जाते. अशा चौकटीमध्ये स्त्रियांच्या स्वायत्ततेला वा आत्मभानाला वावच राहत नाही आणि माणूस म्हणून जगण्याचे सर्व पर्याय दडवून ठेवले जातात. अशी व्यापक वैश्विक गृहीते एखाद्या प्राचीन कातळासारखी घट्ट रुजलेली असतात आणि त्याविषयी वेगळे काही बोलणे किंवा त्यातील दडपणूक ओळखणे जवळजवळ अशक्यच असते.

थोडक्यात, पुरुषांनी सर्व विश्वाच्या निर्मितीचा अर्थ आपल्याच शर्ती/सोयीनुसार लावला आणि सर्व महत्त्वाच्या प्रश्नांची मांडणी अशी केली की, ज्यायोगे पुरुषच त्या मांडणीच्या केंद्रभागी राहतील. गटबाजी, भेदभाव, विरोधाभास, आपपरभाव हीच पुरुषप्रधान विचाराची व ज्ञानाची मुख्य लक्षणे आहेत, असे काही स्त्रीवादी मानतात.

पुरुषी वर्चस्व असलेल्या ज्ञानाने व शिक्षणाने पुरुषप्रधानतेची तत्त्वे तयार केली व त्यांचे सातत्यही राखले यालाच सिल्व्हिया वॉल्बी 'वस्तुनिष्ठतेचे लिंगसापेक्ष विविध प्रकार' असे म्हणते. पुरुष व स्त्रिया यांच्या वागण्यात, विचारांत, आकांक्षांत फरक पडतो. कारण पुरुषीपणा व बायकीपणा याबाबत विशिष्ट प्रकारे विचार करण्याचे संस्कार त्यांच्यावर केले जातात.

पुरुषप्रधान व्यवस्थेतील स्त्रियांचा सहभाग

पुरुषप्रधान समाजात महत्त्वाच्या सर्व संस्थांची सत्ता पुरुषांच्या हातात असते, हे सर्वसाधारण सत्य असले; तरी याचा अर्थ पुरुषप्रधान समाजात स्त्रियांना अजिबात सत्ता नसते, काहीच अधिकार नसतात, त्यांचा काहीच प्रभाव नसतो, त्यांच्या हातात काहीच संसाधने नसतात असा मात्र अजिबात नाही. खरी गोष्ट अशी आहे की, विषमतेची कोणतीच व्यवस्था शोषितांच्या सहभागाशिवाय व या सहभागामुळे निदान काही शोषितांना फायदा झाल्याशिवाय चालूच शकत नाही. त्यामुळे पुरुषप्रधानतेच्या बाबतीतही हीच गोष्ट लागू पडते. समाजात पुरुषप्रधान विचारप्रणालीने इतकी खोलवर

मुळे घटलेली आहेत, की ती मूल्ये स्त्रियाही आत्मसात करतात आणि त्यासुद्धा त्या व्यवस्थेचा एक भाग बनून जातात.

छोट्या, मोठ्या स्वरूपांचे सत्तेचे फायदेही काही स्त्रिया मिळवतात आणि असे झाले तरी एकूण व्यवस्था मात्र पुरुषप्रधानच आहे, या वस्तुस्थितीत तसूभरही फरक पडत नाही. पुरुषी वर्चस्व अबाधितच राहते. स्त्रिया फक्त या-ना-त्या मार्गाने सामावून घेतल्या जातात. समांतर उदाहरण बघायचे झाले, तर भांडवलशाहीमध्ये कामगार महत्त्वाची भूमिका बजावत असतात. काही वेळा ते व्यवस्थापनातसुद्धा काही मर्यादेपर्यंत सहभागी होतात; पण तरीही त्याचा अर्थ कामगारांचे राज्य आले, असा कधीच होत नाही.

पुरुषसत्ता आणि भांडवल

भांडवलशाहीमध्ये पुरुष व स्त्रिया यांच्यातील संबंधांची एक व्यवस्था म्हणून पुरुषसत्ता नांदते आणि त्यायोगे भांडवल व पुरुषसत्ता यांच्यात एक दणकट भागीदारी असते. जर आपण पुरुषसत्तेची संकल्पना आणि भांडवलशाही उत्पादनपद्धत या बिंदूपासून विचार करू लागलो, तर पुरुषसत्ता आणि भांडवल यांची भागीदारी अपरिहार्य नाही हे लगेच जाणवेल. पुरुष आणि भांडवलशाही यांचे हितसंबंध विरोधात्मक असतात. विशेषत: स्त्रियांची श्रमशक्ती कशी वापरायची, याविषयी त्यांच्यात दुमत असते. उदाहरणार्थ, बहुसंख्य पुरुषांना आपल्या घरच्या बायकांनी आपली व्यक्तिगत सेवाच करत राहावे असे वाटत राहील. पण काही मूठभर भांडवलाशाही पुरुषांना मात्र (आपली स्वत:ची बायको वगळून) बाकीच्या बहुसंख्य बायकांनी श्रमाच्या बाजारपेठेत मोलमजुरी करावी, असे वाटेल. स्त्रियांच्या श्रमशक्तीच्या संदर्भात पुरुषांमध्ये विरोधात्मक हितसंबंधांमुळे जे ताण निर्माण होतात, त्यांचे ऐतिहासिक परीक्षण झाले पाहिजे. त्यामुळे आपल्याला भांडवलशाही समाजातील पुरुषसत्तेचा भौतिक पाया ओळखता येईल. या दोघांच्या भागीदारीचे स्वरूपही तेव्हाच स्पष्ट होईल.

पुरुषप्रधानतेमुळे भांडवलशाही नियंत्रणाला बळकटी येते. याउलट कल्याण म्हणजे काय याची आजच्या काळातील पुरुषप्रधानतेची व्याख्या भांडवलशाही मूल्ये ठरवतात.

परावलंबन आणि वर्चस्व यांच्या परस्परसंबंधांतून काय घडते, याची नेमकी उदाहरणे शुलामिथ फायरस्टोनने मांडलेल्या मानसशास्त्रीय अनुभवांत सापडतात. पुरुषांना काही सामाजिक सत्ता व अधिकार असतात आणि स्त्रियांना ते नाकारले जातात या वस्तुस्थितीतून वर्चस्व आणि परावलंबन यांचा जन्म होतो. त्यांचे रूप भांडवलशाहीमुळे निश्चित होते. पुरुषांची काही वैशिष्ट्यपूर्ण लक्षणे जहाल स्त्रीवाद्यांनी सांगितली आहेत. त्यांच्या मते, पुरुष स्पर्धा करणारे, बुद्धिप्रामाण्यवादी; वर्चस्व

गाजवणारे असतात. भांडवलशाही समाजातील प्रभावी मूल्याचे वर्णन नेमके याच शब्दांत केले जाते.

जहाल स्त्रीवाद आणि पुरुषसत्ता

'जे खासगी असते-ते राजकीयच असते.' या घोषणेचा अर्थ स्पष्ट करण्यावर जहाल स्त्रीवादी लिखाणाचा अधिकाधिक रोख आहे. आजच्या सामाजिक संरचनेत स्त्रियांवर अतिशय पद्धतशीरपणे वर्चस्व गाजवले जाते, त्यांचे शोषण केले जाते, त्यांची दडपणूक केली जाते. अशा समाजरचनेविरुद्ध उमटलेली 'जहाल स्त्रीवाद' ही एक तीव्र प्रतिक्रिया आहे. जहाल स्त्रीवादी लिखाणाने प्रगत भांडवलाशाही समाजातील स्त्रियांच्या जीवनाच्या प्रत्येक अंगाचे संशोधन व विश्लेषण केले आहे. बाजारपेठेत स्त्रियांचे श्रम दुय्यम दर्जाचे ठरतात. मध्यमवर्गीय विवाहाची पुरुषकेंद्रित घडण असते. जाहिरातक्षेत्रात स्त्रियांचा वस्तू म्हणून वापर केला जातो, तसेच विद्यापीठीय व वैद्यकीय शास्त्राने लोकप्रिय करून ठेवलेले 'स्त्रियांचे मानस मुळातच विकृतच (न्यूरॉटिक) असते.' असे विश्लेषण इत्यादी.

इतिहासाची कारक शक्ती पुरुषांनी स्त्रियांवर सत्ता प्रस्थापित करण्यासाठी व वर्चस्व गाजवण्यासाठी केलेली धडपड हीच आहे. जहाल स्त्रीवाद्यांच्या 'जे खासगी ते राजकीयच असते.' या घोषणेचा खरा अर्थ 'द्वंद्वात्मक लिंगवाद' असा आहे; म्हणूनच मुले-मुली, स्त्रिया-पुरुष कसे बनतात; हे होताना सत्ता कोणाकडे का व कशी जाते; याची मीमांसा करण्यासाठी फायरस्टोनने फ्रॉइडचे पुनर्लेखन केले आहे. 'बायकी', 'पुरुषी' स्वभाव वैशिष्ट्ये काय असतात, याविषयी तिने केलेली वर्णने म्हणजे जहाल स्त्रीवादी लेखनाचा प्रातिनिधिक नमुना आहेत. पुरुषसत्ता आणि वर्चस्वाच्या मागे असणारे पुरुष आत्मकेंद्रित, व्यक्तिवादी, स्पर्धाबाज व व्यवहारी असतात. फायरस्टोनच्या मते, 'तंत्रवैज्ञानिक जीवनशैली' बायकी असते. स्त्री ही संगोपक, कलात्मक व तत्त्वचिंतक असते. 'सौंदर्यवादी जीवनशैली बायकी असते.' या विधानाने प्राचीन ग्रीकांना धक्काच बसला असता. खरोखरी जहाल स्त्रीवादी लेखनाची येथेच चूक होते. आजच्या काळातील पुरुषी आणि बायकी स्वभाववैशिष्ट्ये इतिहासातील सर्व कालखंडांना सरसकट लावण्याची गल्लत स्त्रीवाद्यांचा 'द्वंद्वात्मक लिंगवाद' करतो. वर्तमानाची समज ही जहाल स्त्रीवादी विश्लेषणाची सर्वांत मोठी ताकद आहे.

सामाजिक संघटनेची महावस्ताद व लवचीक पद्धत म्हणजे पुरुषप्रभुत्ववादी पद्धत. विशेषत: स्त्रियांच्या लैंगिक व्यवहारावर ही सत्ता असते आणि ही व्यवस्था इतिहासात वर्गभेदांच्या आधीपासून व अधिक मूलभूत स्वरूपाची असते. पितृसत्ता या संज्ञेची मिलेटने बनवलेली व्याख्या या संज्ञेचा सर्वव्यापी वापर दर्शवते -

‘आपला समाज पितृसत्ताक आहे...
लष्कर, उद्योगधंदे, तंत्रज्ञान, विद्यापीठे,
शास्त्रे, राजकीय अधिकारपदे, अर्थव्यवस्था
थोडक्यात, पोलिसदलासारख्या जुलमी
व्यवस्थेसकट सत्तेचे सर्व मार्ग
पुरुषांच्या हातात आहेत हे लक्षात
घेतल्यास आपल्याला (वरील विधानातील)
वस्तुस्थिती स्पष्टपणे दिसेल.’ (मिलेट; १९७०)

पुरुषसत्तेचे अस्तित्व समाजव्यवस्थेच्या उगमाइतके प्राचीन आहे. अशासारखे तत्कालीन मानव्यविद्याशाखांनी मांडलेले विचार मूलग्राही किंवा जहाल स्त्रीवादाने स्वीकारले आहेत.

जहाल स्त्रीवाद्यांनी केलेली पुरुषशाहीची व्याख्या कुठलाही बदल न करता आपल्या सर्व ओळखीच्या समाजांना समर्पकपणे लावता येईल; पण जहाल स्त्रीवादी इतिहासाचा वापर मात्र सर्व काळात व सर्व ठिकाणी जिथे-तिथे पुरुषशाही होतीच हे सिद्ध करण्यासाठी उदाहरणे शोधण्यापुरताच करतात. स्त्रीवादी चळवळ सुरू होण्याआधीच्या काळात मार्क्सवादी आणि इतर रूढ समाजशास्त्रज्ञ पुरुषसत्ताक व्यवस्थेचा अर्थ कसा लावत, हे पाहणे महत्त्वाचे आहे. त्यांच्या मते, पूर्वसरंजामशाही व सरंजामशाही समाजातील श्रेणीबद्ध रचना परंपरागत असते. अशा समाजातील राजकीय आणि आर्थिक रूपरेषा निश्चित करणारी पुरुषांमधील संबंधांची व्यवस्था म्हणजे पुरुषसत्ताक व्यवस्था असा अर्थ ते लावतात. भांडवलशाही (किंवा बूर्ज्वा) समाजशास्त्रज्ञांच्या मते, भांडवलशाही समाज हे गुणांना वाव देणारे, नोकरशाहीची रचना असलेले आणि व्यक्तिनिरपेक्ष असतात; तर याउलट मार्क्सवादी समाजशास्त्रज्ञांच्या मते, भांडवलशाही समाज म्हणजे वर्गवर्चस्ववादी व्यवस्था होय. इतिहासकाळातील पुरुषसत्ताक समाज किंवा वर्तमानकाळातील पाश्चात्त्य भांडवलशाही समाज यांपैकी कोणत्याही समाजव्यवस्थेचा विचार वर उल्लेखिलेले दोन्ही प्रकारचे समाजशास्त्रज्ञ स्त्री-पुरुष नात्याच्या संबंधात करत नाहीत. ‘स्त्रियांवर वर्चस्व गाजवण्याकरिता उपयुक्त ठरेल अशी पुरुषापुरुषांमधील संबंधांनी बनवलेली व्यवस्था’ अशी व्याख्या आजवर कोणीही केलेली नाही.

पुरुषसत्ता आणि जातिव्यवस्था व अब्राह्मणी स्त्रीवादी

अब्राह्मणी स्त्रीवादाने पितृसत्ता किंवा पुरुषप्रधानता यांऐवजी पुरुषसत्ता ही संकल्पना अंगीकारली. कारण पितृसत्ता या शब्दातून केवळ पित्याची सत्ता असा

अर्थबोध होतो आणि पिता ही संकल्पना नसणाऱ्या समाजात जणू स्त्रियांचे शोषण होत नव्हते असे मानण्यासारखे होईल. पुरुषप्रधानतेतही स्त्रियांच्या शोषणावर भर देण्यापेक्षा केवळ पुरुषांची प्रधानता आहे, असा अर्थ स्पष्ट होतो; शोषणाकडे दुर्लक्ष होते; म्हणून त्याऐवजी पर्यायी संकल्पना म्हणून पुरुषसत्ता वापरली पाहिजे. या संकल्पनेतून पुरुषांच्या सत्तेची सामूहिकता आणि सार्वत्रिकता अधोरेखित होते, असे अब्राह्मणी स्त्रीवाद्यांना वाटते.

अब्राह्मणी स्त्रीवादी पुरुषसत्तेचा उदय, विकासाचा ऐतिहासिक वेध घेतो; म्हणून पुरुषसत्ताक शोषणाचा अंत करण्याच्या मार्गांचाही ऊहापोह या प्रवासात शक्य होतो. पुरुषसत्ताक समाजाचा उदय स्त्रीसत्तेचा नाश करण्यातून झाला. त्याची सुरुवात रामायण कालखंडात झाली. याच कालखंडात पुरुषसत्तेची मुहूर्तमेढ रोवणाऱ्या रामाने त्राटिकेला मारले, 'स्त्रीहत्या अधर्म आहे.' हा कायदा कालबाह्य ठरवला गेला. लक्ष्मणाने शूर्पणखेला विद्रूप केले. महाभारत कालखंडातही द्रौपदीला 'पणाला' लावले गेले आणि पितृवांक समाजाचे नंतर पुरुषसत्ताक अराजक संघगण अस्तित्वात आले. या संघगणांवर गौतमबुद्धांनी हल्ला चढवला आणि वर्णान्ताची सामाजिक क्रांती केली. जातिव्यवस्थेच्या उदयाच्या कालखंडातच तिला विरोध केला. पुढे जातिव्यवस्था आणि पुरुषसत्ता या परस्परपूरक व्यवस्थांची एकजूट स्त्रीशोषण तीव्र करताना दिसते आणि ब्रिटिश आगमनानंतर पुरुषसत्ता, जातिव्यवस्था आणि वर्गव्यवस्था यांची हातमिळवणी होऊन स्त्रीशोषण अधिकच गुंतागुंतीचे बनले. जातींच्या पोटातच वर्गव्यवस्था उदयाला आली. अशा जात-वर्गीय-पुरुषसत्ताक समाजात काही जातिवर्गांतील स्त्रियांना वेगवेगळा अवकाश उपलब्ध होणे, तर काही स्त्रियांना अजिबातच अवकाश उपलब्ध नसणे अशी स्थिती निर्माण झाली.

तिहेरी शोषण

वासाहतिक जातवर्गीय समाजात विविध जातींतील स्त्रियांवर वेगवेगळा परिणाम झाला. विविध स्तरांवरील स्त्रियांना वेगवेगळा अवकाश उपलब्ध होणे अथवा कोणताही अवकाश उपलब्ध नसणे अशी स्थिती निर्माण झाली. जातवर्गीय समाजात स्त्रियांचे शोषण तिहेरी स्वरूपाचे बनले. या समाजात स्त्रियांच्या शोषणाबद्दल म.फुले ठामपणे विरोधात उभे राहिले. उत्पादक श्रम करणाऱ्या ब्राह्मणेत्तर स्त्रियांबद्दल फुले त्यांच्या एका अखंडात म्हणतात,

'सुर्य प्रकाशात भाकरीस थापी ।। अवलास सोपी । कालवण ।।१।।
स्वयंपाक होता पाटीमध्ये भरी ।। घेई डोईवरी ।। शेती जाई ।।२।।
सर्वांसंगे काम करु लागे ।। खाई ना ती मागे ।। घरी घास ।।३।।
भिकारी ब्राम्हण धान्य ती वाटती ।। भूदेवा पोशिती ।। जोती म्हणे ।।४।।

नांगराच्या मागे भटीण फिरेना ।। काशा उपशीना ।। लागोपाठात ।।१।।
टीण फोडीना शेती ढेकळांना ।। खतास घालीना ।। डोईवर ।।२।।
खुर्पून टाकीना बैलांपुढे चारा ।। नेईना बाजारा ।। विकावया ।।३।।
भटीण शेतात धंदा नच करी ।। चाळे चाळे करी ।। जोती म्हणे' ।।४।।

(म.फुले समग्र वाङ्मय)

येथे फुल्यांनी ब्राह्मण व कुणबी स्त्रियांच्या श्रमांतील फरक दाखवून दिला आहे. ब्राह्मण स्त्रीला केवळ गृहश्रम, तर शेतकरी स्त्रियांना गृहश्रमाबरोबरच घराबाहेरही श्रम करावे लागतात हे स्पष्ट केले आहे. तसेच त्यांनी सर्वच स्त्रिया सारख्या प्रमाणात शोषित असतात असे न मानता जातीव्यवस्थाक पुरुषसत्तेतून होणारे स्त्रियांचे शोषण जातींप्रमाणे कमीजास्त असते हे स्पष्टपणे दाखवले आहे. तर 'स्त्री-पुरुष तुलनाकार' ताराबाई शिंदे ब्राह्मणीकरणातून बहुजन पुरुषांनी स्त्रियांसमोर उभे केलेले शोषण स्पष्ट करतात. वासाहतिक कालखंडातच भारतीय स्त्रियांच्या मुक्तीच्या दोन वाटा निश्चित झाल्या. पहिली, उच्चजातीय पुरुषी परिघातील, तर दुसरी अब्राह्मणी मुक्तिदायी.

भगिनीभावाची अब्राह्मणी मांडणी

'सर्व स्त्रिया पुरुषप्रधानतेच्या बळी असतात.' म्हणजे स्त्रियांची होणारी दडपणूक ही भगिनीभावाचा पाया असल्याचे स्त्रीवादी सांगतात; परंतु भगिनीभावाचा तपशील, त्याची चिकित्सा भारतासारख्या पुरुषसत्ताक जातवर्गीय समाजात कशी केली जाऊ शकते, याबद्दल अब्राह्मणी स्त्रीवादी प्रवाहानेच मांडणी केली व स्त्री-अस्मितेचा ऐतिहासिक संदर्भही स्पष्ट केला आहे.

बहुविध पुरुषसत्ता

कन्नाबिरन आणि कन्नाबिरन (१९९१) यांच्या जातीय तणावांच्या अभ्यासातून शेतमजूर स्त्रियांनी 'क्षत्रिय आणि दलित पुरुषांमध्ये चांगलं राहण्यावरून निर्माण झालेला ताण दोन्ही गटांतील पुरुषांनी घेतलेल्या निर्णयामुळे कसा सुटला?' हे स्पष्टपणे पुढे आले आहे. दोन्ही गटांतील पुरुषांनी आपल्या समूहांतील स्त्रिया दुसऱ्या समूहाच्या क्षेत्रात प्रवेश करणार नाहीत, अशी हमी दिल्यावरच वाद मिटला. परिणामी, दोन्ही गटांतील स्त्रियांवर त्यांच्या समूहाचे असलेले पुरुषसत्ताक नियंत्रण वाढले.

गेल्या तीन दशकांच्या प्रवासाचे चिकित्सात्मक विश्लेषण करून लिंगभावआधारित राजकारणाला वैयक्तिक वृत्तान्ताकडून सामूहिक संघर्षाच्या दिशेने नेण्यासाठी जातीच्या आणि लिंगभावाच्या गुंतागुंतीकडे गांभीर्याने पाहावे लागेल. जातिआधारित समाजव्यवस्थेत वेगवेगळ्या जातिसमूहाच्या बहुविध पुरुषसत्ता (multiple patriarchies) अस्तित्वात असतात हे खरे असले, तरी या विविध

पुरुषसत्तांचे आयोजन आणि नियंत्रण ब्राह्मणी व्यवस्थेमार्फत केले जाते हे लक्षात घेणे गरजेचे आहे; म्हणजे लिंगभावाच्या आणि जातीच्या गुंतागुंतीमुळे समाजात एकसमान पुरुषसत्ता राबवण्यास ब्राह्मण्यवादाचा नकार असतो. (संगारी, १९९५). उच्चजातीय, वर्गीय स्त्रियांनी ब्राह्मणी व्यवस्थेला दिलेल्या संमतीच्या बदल्यात त्यांना जातीय/वर्गीय फायदे मिळतात आणि त्या अर्थाने या व्यवस्थेला नाकारले नाही, तर स्त्रिया विभागलेल्याच राहतात.

जातिव्यवस्था आणि स्त्रीशोषण

सामंत प्रथेच्या काळात कुटुंबसंस्था सार्वत्रिक होऊ लागली. कारण या काळात जातिव्यवस्थेचा उदय झाला आहे. जातिव्यवस्था ही कुटुंबसंस्थेला भक्कम आधार प्राप्त करून देते आणि कुटुंब हे स्त्रियांच्या लैंगिक, आर्थिक शोषणावर उभे राहते. कुटुंबात स्त्रीला कोणत्याही प्रकारचे स्थान नाही. ती अपत्य जन्माला घालणारी, घरातील मुख्यत: पुरुषांचा 'सांभाळ' करणारी, मातृत्वाची सुलभ भावना असणारी, कुटुंबाला 'आवश्यक' असेल तर अर्थार्जन करणारी अशी तिची प्रतिमा उभी करण्यात आली; आणि जात, वर्ग, पुरुषसत्ता यांच्या कौटुंबिक चौकटीत तिला बंदिस्त करण्यात आले. तिच्या लैंगिकतेवर, तिच्या स्वातंत्र्यावर कुटुंबसंस्थेने बंधने आणली.

स्त्रीला दास्यात ढकलल्यानंतर स्त्री-पुरुष संबंधांचे नैतिक दंडक बनले. (शरद पाटील, दासशूद्रांची गुलामगिरी खंड-१ भाग-१, पृ. १११) स्त्रियांवर एकपतित्व लादूनच सतीची प्रथा अस्तित्वात आणली गेली, तर दुसरीकडे स्त्रीजातीच्या एका विभागाला वेश्याव्यवसाय करण्यास भाग पाडण्यात आले. रामाने सीतेचा त्याग हा योनिशुचितेच्या मूल्यातून केला, ही पुरुषसत्तेची प्रस्थापना होती. याअगोदर योनिशुचितेची कल्पना समाजात प्रचलित झाली नव्हती. नंतर अराजक संघगणात शूद्र स्त्रियांवर वरिष्ठवर्णीय स्वामी त्यांच्या कामवासना शमवण्यासाठी बळजबरी करू शकत होता. (पाटील भाग/खंड-१, पृ. १८२)

सामंत प्रथेत खालून सामंत प्रथेच्या काळात जसजशी जातिव्यवस्था अवरुद्ध, चिवट बनत गेली; तसतशी स्त्रियांवर शुद्धीच्या कल्पना, पावित्र्याच्या कल्पना लादण्यास सुरुवात झाली. किंबहुना जातिव्यवस्थेच्या लक्षणांपैकी सर्वांत महत्त्वाचे लक्षण म्हणजे बेटीबंदी, विवाहबंदी हे होते. कारण आपल्या जातीतील मुलगी परजातीत देणे म्हणजे योनिशुचितेचा भंग करणे, असे जातिसमाजात मानले गेले. असे करणे म्हणजे अब्रह्मण्यम्! पाप !! असे मानले गेले होते. जातिव्यवस्था घट्ट करण्याकरिता विधवांना पुनर्विवाहाचा अधिकारही नाकारला गेला.

डॉ.आंबेडकरांनी सतीप्रथेसंदर्भात केलेले विश्लेषण आपल्याला समजून घेतले पाहिजे. 'भारतातील जाती' या निबंधात ते सांगतात, भारतात स्त्रियांवर बंधने लादून,

त्यांच्यावर अत्याचार करून, त्यांची हिंसा करून जातिव्यवस्था घट्ट करण्यात आली आहे. जाती बंदिस्त करण्यासाठी सतीप्रथा, सक्तीचे वैधव्य, अल्पवयीन मुलींशी विवाह या प्रथा उदयाला आल्या. मूलत: या रूढी वाढीव अतिरिक्त (surplus) स्त्रियांचा व पुरुषांचा प्रश्न सोडवण्याच्या हेतूने आणि अंतर्गत विवाहाची रूढी शाबूत ठेवण्याच्या उद्देशाने अस्तित्वात आल्या. या चारही बंधनांबाबत डॉ.आंबेडकर असे विश्लेषण करतात की, स्त्रीवर परंपरेने चालत आलेल्या या वरचष्म्यामुळे पुरुषांच्या इच्छा-आकांक्षा नेहमी विचारात घेतल्या जातात. याउलट, स्त्री ही नेहमीच धार्मिक, सामाजिक किंवा आर्थिक बाबतींत सर्व तऱ्हेच्या अन्यायकारक नियमांना बळी पडत आलेली आहे; परंतु पुरुषाची भूमिका नियम तयार करण्याची असल्यामुळे तो नियमांच्या पलीकडे असतो. 'स्त्रिया या जातिव्यवस्थेच्या प्रवेशद्वार आहेत.' असा महत्त्वाचा सिद्धान्त त्यांच्या विश्लेषणातून पुढे येतो. एकीकडे बाबासाहेबांनी स्त्रीदास्याचा ऐतिहासिक वेध घेतला आणि ब्राह्मणी संस्कृतीच स्त्रीदास्यास जबाबदार असल्याचे आपल्या 'हिंदू स्त्रियांची उन्नती आणि अवनती' या निबंधातून स्पष्ट केले.

याच वैचारिक वारशातून अब्राह्मणी स्त्रीवादाने जातिसमाजात भांडवली वर्ग समाजाच्या तुलनेने स्त्रीच्या लैंगिक श्रमविभागणीची वैशिष्ट्यपूर्णता स्पष्ट केली आहेत.

१. जातिसमाज जन्माधिष्ठित असल्यामुळे स्त्रीचे पत्नी-पती, स्त्री-समाज व स्त्री-कुटुंब या सर्व संदर्भांतील स्थान प्रत्येक जातीने निर्धारित केलेल्या कसोट्यांवर बदलत असते. जात ही जन्माधिष्ठित असल्यामुळे वर्गसमाजाच्या तुलनेने बंदिस्त व्यवस्था असते. परिणामी, पुरुषसत्ता स्त्रीच्या स्थाननिश्चितीत अधिक कठोर नियंत्रण जातीद्वारे करू शकते.

२. जातिसमाज स्त्रीच्या श्रमकार्याचे गृहिणीकरण करण्यासाठी जातीय रूढी, दंडक, जात-बहिष्कार या हत्यांराचा उपयोग करतो. जात-पंचायतीसारख्या यंत्रणाही यासाठी वापरल्या जातात. वर्गसमाजात अशा यंत्रणांचे स्वरूप संस्थात्मक नसते.

३. आदिवासी, भटक्या जमाती किंवा दलित स्त्रिया सामाजिक श्रमकार्यात सहभागी होतात. परंतु पुरुषसत्ताक कुटुंबपद्धती, नातेगोते संबंधांची सत्तारचना, जातजमातीय रचना या स्त्री-श्रमांच्या मिळकतीचे अपहरण करण्यात पुरुषांना मदत करतात. त्यासाठी अधिक दंडात्मक व प्रसंगी, अत्याचाराच्या स्वरूपात कार्य करू शकतात. वर्गसमाजात कुटुंबव्यवस्था पुरुषप्रधान जरी असली, तरी नातीगोतीसंबंधांची बंदिस्त जन्माधिष्ठित यंत्रणा नसते.

४. जातिव्यवस्था केवळ पुरुषांच्याच श्रमांचे विभाजन करत नाही; तर स्त्री-श्रमिकांच्या श्रमांचेही करते. भंगी स्त्री, झाडू कामगार स्त्री, कागद वेचणारी स्त्री, शेतमजूर स्त्री ते बुद्धिजीवी नोकरदार स्त्री यांचा सामाजिक पाया मोठ्या

प्रमाणावर आजही जातीय असतो. स्त्री-श्रमाचा मोफत वापर करण्याची संस्थात्मक मुभा जातिसमाजात असते.

थोडक्यात, पुरुषप्रधान व्यवस्थेचे असे अब्राह्मणी विश्लेषण प्रामुख्याने शरद पाटील, डॉ. गेल ऑम्व्हेट आणि उमा चक्रवर्ती यांनी केले आहे.

कॉ. शरद पाटील यांच्या मते, जातिव्यवस्थेविरुद्ध लढा व स्त्रीमुक्तीचा लढा यांमध्ये सांगड घातली पाहिजे.

डॉ. गेल ऑम्व्हेट यांच्या मते, भारतातील स्त्रियांच्या मुक्तीसाठीच्या कार्यक्रमात पुरुषसत्ता आणि तिच्या जातीशी व वर्गाशी होत असलेल्या परस्परक्रियेचा ऊहापोह असलेले पृथक्करण हवे. त्यात शरद पाटील यांनी दिलेल्या पृथक्करणापेक्षाही खोल असे जातीचे आणि वर्गाचे पृथक्करण हवे; म्हणजेच हा कार्यक्रम मोठ्या प्रमाणावर फुले आणि आंबेडकर यांच्या जातीच्या अभ्याससमीक्षेवर आधारित हवा; केवळ समाजाशास्त्रातील पारंपरिक व्याख्यांवर नव्हे.

प्रा. उमा चक्रवर्ती जातिवर्गानुसार पुरुषप्रधानतेचे स्वरूप कसे बदलते याचे स्पष्टीकरणही देतात व जातिधिष्ठित पुरुषप्रधान समाजात उच्चजातीय स्त्रियांनी जातिव्यवस्थेशी केलेल्या हातमिळवणीसंबंधी भाष्य करतात.

त्या सर्व सिद्धान्तावरून स्पष्ट होते की, जातिव्यवस्था व स्त्रीदास्य-उगम आणि सातत्याचा परस्परसंबंध आहे. त्यामुळे फक्त भांडवलशाही व्यवस्था नाहीशी झाल्यामुळे स्त्रीदास्याचा आपोआपच अंत होणार नाही. त्याचप्रमाणे स्त्रीमुक्ती जातिव्यवस्थेच्या अंताच्या लढ्याचा लढा हा अविभाज्य भाग आहे. त्यामुळे एकाचा दुसऱ्याशिवाय विचार करता येणार नाही किंवा त्यामध्ये अग्रक्रमही लावणे शक्य नाही.

थोडक्यात, पुरुषप्रधानतेच्या मुक्तिवादी चिकित्सेकरिता पुढील काही मुद्दे महत्त्वाचे ठरतात. ते असे-

१. जातिआधारित श्रमविभागणी आणि लिंगआधारित श्रमविभागणी यांच्यातील परस्परसंबंध तपासणे.
२. लिंगभावआधारित विचारप्रणाली केवळ पुरुषप्रधान व्यवस्थेलाच अधिष्ठान देते असे नाही, तर ती जातिव्यवस्थेच्या संरचनेलाही अधिष्ठान देते.
३. डॉ. आंबेडकरांच्या जातिसिद्धान्तानुसार, जातिआधारित विवाहबंधन हे स्त्रियांच्या लैंगिक शोषणाचे आणि स्त्रियांच्या लैंगिकतेच्या सामाजिक संरचनांचे मूलाधार आहे.
४. म्हणजे श्रमविभागणी, लैंगिकता आणि लैंगिक श्रम यांचे स्वरूप जातिव्यवस्था आणि लिंगभाव यांच्या परस्परसंबंधांतून ठरते.
५. म्हणूनच अब्राह्मणी स्त्रीवादी इतिहासलेखनामध्ये कोणत्याही एका एकसंध

पुरुषप्रधानतेचा इतिहास लिहिता येत नाही. अनेक पुरुषप्रधानता एकाच वेळी कार्यरत असतात. ऐतिहासिक संदर्भात त्यांच्यामधील पूरक आणि परस्पर गुंतवणूक तपासणे महत्त्वाचे आहे.

खरे पाहता, ब्राह्मणीकरणाच्या प्रक्रियेमध्येच दोन उपप्रक्रिया आढळतात. विसंस्कृतीकरण आणि समावेशीकरण आणि म्हणूनच एकच अशी ब्राह्मणी पुरुषप्रधानता आढळत नाही; म्हणूनच जात्यधिष्ठित आणि परस्परांमध्ये गुंतलेल्या पुरुषप्रधानतेचा विचार करणे आवश्यक आहे.

(प्रस्तुत लेखासाठी प्रतिमा परदेशी, कॉम्रेड शरद पाटील आणि डॉ. शर्मिला रेगे यांच्या साहित्याचा उपयोग झाला, त्याबद्दल आभारी आहे.)

संदर्भसूची

१) भिर्डीकर उर्मिला (भाषां.) 'पितृसत्ता' स्त्रीवादी विचार-भाषांतरित लेखसंग्रह आलोचना, पुणे.
२) सोनाळकर वंदना, शर्मिला रेगे, 'पितृसत्ता आणि स्त्रीमुक्ती' क्रांतिसिंह नाना पाटील अकादमी.
३) भागवत विद्युत, 'स्त्रीवादी सामाजिक विचार' सहा महत्त्वाच्या विचारवंत स्त्रियांचा परिचय, डायमंड प्रब्लिकेशन्स, पुणे.
४) दुबे अभयकुमार, मार्क्सवाद और नारी-मुक्ती, 'हंस' जनवरी-फरवरी, २०००, पृ. १५४-१६३
5) Veronica Beechey, 'On Partriarchy Source : Feminist Review,' No. 3, (1979), PP. 66-82 Published by - Palgrave Macmillion Journals Stable URL - http:\www.jstor.org/stable/1394710
6) Bhasin Kamala, 'What is partriarchy? Kali for Women,' 1993, New Delhi.
7) Chakravarti Uma, 'Conceptualizing Brahmanical Patriarchy in Early India : Gender, Caste, Class and State' in Manoranjan Mohanty, (ed.) Class, Caste, Gender, 2004, Sage Publications, New Delhi.
8) Sangari, Kumkum, 'Politics of Diversity' - Religious Communities and Multiple Patriarchies Economic and Political Weekly, Dec.23, 1995 (P. 3287-3388)

२ दलित स्त्रीवादी आकलनाच्या दिशेने

प्रस्तुत पुस्तकात जात, वर्ग आणि लिंगभाव यांतील आंतरछेद लक्षात घेण्याचा प्रयत्न करण्यात आला आहे. तसेच सामाजिक परिवर्तनाचा विचार करताना मानसिक परिवर्तनापेक्षा सामाजिक व्यवस्थात्मक परिवर्तनाला अधिक महत्त्व देण्यात आले आहे. व्यक्तीची मानसिकता ही सामाजिक व्यवस्थेचा परिपाक असते.

एखाद्या गोष्टीचा जातीवर आणि लिंगभावावर काय परिणाम होतो याचा विचार केला जातो, पण ही व्यवस्था जात्यधिष्ठित आणि लिंगभावाधिष्ठित कशी घडवली जाते याचा विचार केला जात नाही. भारतातील सामाजिक शोषणाचा विचार न करता केवळ आरक्षणाला विरोध करण्याची भूमिका घेण्यात येते. लेखक पेरूमल मुरुगन यांच्या निमित्ताने प्रस्तुत विषयाची चर्चा सुरू करणे उचित ठरेल.

लेखक पेरुमल मुरुगन मरण पावला आहे.

'लेखक पेरुमल मुरुगन मरण पावला आहे. तो काही देव नाही, त्यामुळे पुन्हा अवतार वगैरे होणार नाही. पुनर्जन्मावरही त्याचा विश्वास नाही. आता यापुढे तो पी.मुरुगन नावाचा सामान्य शिक्षक म्हणून जगेल...' ही पोस्ट आहे तामिळनाडूतील वादग्रस्त लेखक पेरुमल मुरुगन यांची.

लिहिणाऱ्या प्रत्येक माणसाने सुतक धरावे असे काहीतरी घडले होते. खरे तर फार वेगळे अपवादात्मक कारण होते असे नाही. तुम्ही धर्माचा, आपल्या संस्कृतीचा अपमान केला आहे; आमच्या भावना दुखावल्या आहेत असे त्यांच्यावर टीका करणाऱ्यांचे म्हणणे होते. तामिळनाडूतील नमक्कल जिल्ह्यातील तिरुचेंगोडु या गावचे रहिवासी असलेले मुरुगन पेशाने प्राध्यापक आहेत. चार वर्षांपूर्वी त्यांनी 'मधोरुबागन' (अर्धनारीश्वर) या नावाची एक कादंबरी लिहिली, तेव्हा तामिळनाडूतील समीक्षकांनी खरे तर या कादंबरीचे चांगले स्वागत केले होते. पण या कादंबरीचा 'वन पार्ट वुमन' या नावाचा अनुवाद नुकताच प्रसिद्ध झाला आणि सगळे बिघडले. ही कादंबरी त्या जातीचा

आणि एकूण हिंदू धर्माचा अपमान करणारी आहे, असा प्रचार तामिळनाडूच्या पश्चिम भागात प्रबळ असलेल्या वेल्लाळ गौंडूर या जातीतील काही जणांनी सुरू केला. आणि मुरुगन अडचणीत सापडले. पेरुमल मुरुगनच्या कादंबरीच्या प्रती जाळण्याची पहिली कृती गौंडर समाजाने नव्हे, तर भारतीय जनता युवा मोर्चाच्या कार्यकर्त्यांनी केली. समाजाला नंतर चिथावले गेले.

स्त्री-पुरुष संबंधांतील रूढ रितीरिवाजांना फाटा देणाऱ्या आणि अब्रह्मण्यम या सदरात मोडणाऱ्या अनेक गोष्टी या कादंबरीत होत्या. मुळात हा अर्धनारीश्वर म्हणजे मुरुगन यांच्याच गावाचा देव. स्वतः मुरुगनही वेल्लाळ गौंडूर याच जातीचे. पण या जातीत काही वर्षांपूर्वी रूढ असलेल्या एका विलक्षण परंपरेचा उल्लेख त्यांनी आपल्या कादंबरीत केला आणि सगळा गोंधळ झाला. ही परंपरा होती काहीशी नियोग विधीची. ज्या जोडप्यांना अपत्यप्राप्ती होत नसे, अशी जोडपी अर्धनारीश्वराच्या यात्रेत चालणाऱ्या एका उत्सवात येत. तिथे स्त्री आपल्या आवडीच्या पुरुषासोबत संग करू शके आणि त्यातून देवाने दिलेले मूल जन्माला घालू शकत असे. या रूढीच्या पार्श्वभूमीवर मुरुगन यांनी आपल्या कादंबरीत एका विनापत्य जोडप्याची कहाणी रंगवली. अशा रूढी, परंपरा आपल्याकडे पूर्वीच्या काळी सररास प्रचलित होत्या. तेव्हाच्या समाजाने कधी नाइलाजाने, कधी सोय म्हणून त्या स्वीकारल्या असतील. तेव्हाही हा सर्व प्रकार 'झाकली मूठ' या न्यायानेच चालत असणार. अशा पद्धती समाजात रूढ होण्यामागे असलेल्या दाहक वास्तवाचा, स्त्रीविषयीच्या भेदभावाचा कानोसा घेण्याची प्रेरणा लेखक म्हणून मुरुगन यांना झाली, यात चूक काहीच नव्हती. चूक एकच होती की, स्त्री-पुरुष संबंधांविषयी आपल्या समाजाने वर्षानुवर्षे जोपासलेल्या दांभिकतेचा अंदाज त्यांना आला नाही. स्त्री-पुरुषांच्या लैंगिक संबंधांविषयी या समाजाचे प्रचलित नीतिनियम आणि बंधने, आणि ते तोडणाऱ्यांच्या शिक्षा हे एवढे स्पष्ट आहे की, त्याला छेद देणारे कुणी काहीही लिहिले, बोलले; तर ते ब्रह्महत्येचेच पातक मानले जाते. ही कादंबरी लिहून त्यांनी कुठल्या विनापत्य स्त्रीची वेदना मांडली, याला फारशी किंमत नसून तिने कुठल्याशा रात्री पतीखेरीज अन्य पुरुषासोबत शय्यासोबत केली यालाच सर्वाधिक महत्त्व आहे.

पुरोगामित्वाच्या वारशाचा सातबारा पिढीजात आपल्याच नावावर आहे, अशा थाटात वावरणारे तामिळनाडूतील आणि देशभरातील पक्ष, संघटना हे या प्रकरणात मूग गिळून गप्प बसले, तेव्हा नमक्कल जिल्ह्यातील गौंडूर जातीच्या लोकांना आणि तेथील स्थानिक हिंदू संघटनांना पेरुमल यांच्या विरोधात रान उठवायला मोकळीकच मिळाली. २७ डिसेंबर २०१४ रोजी सुरू झालेले हे आंदोलन एवढे तीव्र झाले की, १३ जानेवारीला नामक्कल जिल्हा प्रशासनाने एक बैठक बोलावली. तिथे हजर होण्याचे समन्स

मिळालेल्या मुरुगनना या बैठकीत सर्वांची सपशेल लेखी माफी मागावी लागली. या पुस्तकाच्या न खपलेल्या प्रती यापुढे विकणार नाही, असे त्यांना कबूल करावे लागले. शिवाय त्या प्रतींचा खर्च प्रकाशकाला भरून देण्याचेही मान्य करावे लागले. मुरुगन एवढ्यावरच थांबले नाहीत, तर त्यांनी गेल्या १७ वर्षांपासून त्यांची पुस्तके प्रकाशित करत असलेल्या सर्व प्रकाशकांना आपली आधीची पुस्तकेही यापुढे विकू नका, असे सांगितले आहे. त्यांना त्याची भरपाई देऊ असे त्यांनी स्पष्ट केले आहे. वाचकांनी त्यांच्या घरी असलेल्या आपल्या पुस्तकांच्या प्रती जाळून नष्ट कराव्यात; त्यांनाही आपण भरपाई देऊ, असे आवाहन मुरुगन यांनी केले आहे. या सर्वच प्रकारामुळे मुरुगन किती अस्वस्थ, किती व्यथित झाले आहेत याची कल्पना येऊ शकेल. अभिव्यक्ती-स्वातंत्र्य नावाची गोष्टही आपल्याकडे 'अटी लागू' याच नियमाखाली मिळते हेच अधोरेखित करणारी ही गोष्ट.

भारतात स्त्रीप्रश्न हा सुट्या पद्धतीने पाहता येत नाही.

स्त्रीमुक्तीचा विचार मांडताना प्रथम स्त्रियांचे शोषण करणाऱ्या व्यवस्थेचा नेमकेपणाने विचार करावा लागतो. अन्यथा, प्रश्नच नेमका कळला नाही, तर त्याची सोडवणूक करता येत नाही. स्त्रियांचे शोषण हे जात, वर्ग, पुरुषसत्ता यांच्या आंतरछेदीततेतून होते. स्त्रीवादी चळवळीने मुख्यत: १९७५नंतर स्त्रीप्रश्नाची जी मांडणी केली, आंदोलने केली; त्यात स्त्रियांचे जात-वर्ग-व्यवस्थेने केलेले शोषण लक्षात घेतले गेले नाही. पितृसत्ता, पुरुषप्रधान संस्कृतीने किंवा व्यवस्थेने केलेले शोषण अधोरेखित केले गेले. ही बाब महत्त्वाची होतीच; मात्र पितृसत्तेचे भौतिक आधार लक्षात घेतले गेले नाहीत. पुरुषसत्ता, जातिव्यवस्था यांची हातमिळवणी दुर्लक्षिल्यामुळे आरक्षणाअंतर्गत आरक्षणाच्या निमित्ताने स्त्रीवादाने मांडलेल्या 'भगिनीभावा'चे तीन तेरा वाजले.

स्त्रीमुक्ती चळवळीने (स्वायत्त गटांसह सर्व) हुंडा, जळीत स्त्रियांचे प्रश्न, काम करणाऱ्या स्त्रियांसाठी पाळणाघरे, निवारा, कौटुंबिक सल्ला केंद्रे, पोलिसांकडून होणारा लैंगिक अत्याचार, रुपकंवर केसच्या निमित्ताने सतीप्रथेला केलेला विरोध, एकट्या स्त्रियांचे प्रश्न, कुटुंब नावाच्या पुरुषी संस्थेत होणारे मध्यमवर्गीय शहरी स्त्रियांचे शोषण इत्यादी प्रश्नांवर महत्त्वपूर्ण काम केले आहेच. परंतु तरीही ह्या स्त्रीदास्यमूलक व जातिप्रधान समाजव्यवस्थेत स्त्रीवादी चळवळीची कोंडी का झाली, याचीही चर्चा तितकीच प्रस्तुत आहे.

जातिव्यवस्था ही श्रेणीबद्ध विषमता आहे. सत्तात्मक श्रेणीबद्धतेमुळे बहुस्तरीय पुरुषसत्ता कार्य करत असते. शेतमजूर स्त्रियांना कुटुंबाअंतर्गत आणि कुटुंबाबाहेरील सार्वजनिक पुरुषसत्ता अशा दुहेरी पुरुषसत्तेला सामोरे जावे लागते. मात्र जमीनदार स्त्रियांना समाजात वावरताना त्यांच्या जातिवर्गाचे एक तथाकथित संरक्षक कवच प्राप्त

होते, म्हणूनच दोन्ही समूहांतील स्त्रियांचे शोषण एकसारखे नाही. शेतमजूर स्त्रिया अधिक शोषित असतात. अधिक शोषण कुणाचे होते हे लक्षात घेणे म्हणजे निरर्थक अनावश्यक बाब नाही. महात्मा फुले यांनी 'कुळंबीण' या अखंडातून हे वास्तव सामोरे आणले होते. डॉ.बाबासाहेब आंबेडकरांनी याच परिप्रेक्ष्यातून 'स्त्रिया जातिव्यवस्थेच्या प्रवेशद्वार असतात' अशी मांडणी केली होती. या समाजात शेतमजुरीत कनिष्ठ जातीतील स्त्रिया असतात, तर जमीनदार स्त्रिया ह्या उच्चजातीय स्त्रिया असतात, याकडे डोळेझाक करून चालत नाही.

मंडल आयोगाला विरोध करताना अनेक वर्चस्ववादी जातींतील तरुणींनी गळ्यात पाट्या अडकवून आता आम्हांला सुशिक्षित चांगले नवरे कुठून मिळणार, अशी भूमिका घेतली. सामाजिक शास्त्रांच्या अभ्यासकांनीही मंडलनंतर जातविरोधी, जातलक्ष्यी व जात्यंतक अभ्यासाला कमी लेखले. जातिआधारित जनगणनेला विरोध हे त्याचेच पुढचे सूत्र आहे.

आपण संस्थात्मक अन्यायाविषयी ज्या वेळी बोलतो, त्या वेळी स्थलकालसापेक्षत: एका घटकावर अधिक अन्याय होत असतो आणि दुसरा जो घटक आहे, त्यावर कमी अन्याय होत असतो. ज्या घटकावर अन्याय होतो आहे; त्या गटाने अन्यायाची झळ पोहोचल्यामुळे पुढाकार घेणे, स्वयंशिक्षण करणे याला महत्त्व आहे. आपण सामाजिक विकासाची प्रक्रिया पाहिली, तर ज्यांच्यावर अन्याय होतो आहे त्यांच्या मनात असंतोष, खदखद निर्माण होऊन अशा अन्यायाला वाचा फुटली की प्रश्न निर्माण होतो. वाचा फुटणे याचा दोन पातळ्यांवर विचार होऊ शकतो. एक म्हणजे या अन्यायाविरुद्ध बंडखोरी करणे; दुसरे खोलात जाऊन अन्यायाची कारणमीमांसा करणे, म्हणजे अन्यायाचे घटक दूर करण्यासाठी वैचारिक, बौद्धिक मांडणी करणे.

ज्यांच्यावर तुलनेने कमी अन्याय होतो किंवा ज्यांना विषमतेचे फायदे मिळतात, ते या बाबतीत उदास असण्याचाच संभव आहे. विषमतेचा प्रश्न कळलेला आहे, अशा पुरुषांनी विशेषत: पुरुषांच्या जागृतीचे काम करणे व स्त्रियांना मदत करणे ही जबाबदारी घेतली पाहिजे.

स्त्री-पुरुष समाजनिर्मित भेदभाव व त्यानुसार घडवलेले नैसर्गिक, सामाजिक संसाधनाचे वाटप स्त्रियांच्या तुलनेत पुरुषांच्या हिताचे आहे. स्त्रियांचे शोषण, दडपशाही या सर्वच घटकांचा या विषमता शब्दात मी समावेश करतो. आपण हेही लक्षात घेतले पाहिजे की, या विषमतेला पोषक, साहाय्यभूत होणारी मानसिकता, समाज दोन्ही घटकांत निर्माण करत असतो. ही विषमतेला पूरक मानसिकता आज स्त्रियांमध्ये आणि पुरुषांमध्येही आहे. ज्या घटकावर जास्त अन्याय होतो; तो घटक अन्याय म्हणजे काय, शोषण म्हणजे नेमके काय हे तुलनेने चटकन समजून घेण्याचा संभव असतो. अस्तित्व

टिकवण्याच्या पातळीवर थोडी मोकळीक मिळावी म्हणून हा घटक लवकर संघटित होण्याची शक्यता असते.

स्त्रीचळवळीने समतेसंदर्भात मोठी कामगिरी केली, म्हणजे तिने हा प्रश्न किती खोल आहे व तो सर्व क्षेत्रांना कसा व्यापून टाकणारा आहे याची जाण वैचारिक व मूल्यात्मक पातळीवर निर्माण करून दिली. प्रश्न प्रगत वैचारिक क्षेत्रांमध्ये पोहोचवणे हे योगदान मोठे आहे.

दलित चळवळीच्या संदर्भात विचार करताना हा प्रश्न वास्तवात अप्रस्तुत होतो आहे. याविषयी अवास्तव काथ्याकूट न करता त्यातून वाट कशी काढायची हा चळवळीपुढचा प्रश्न आहे. दलित चळवळीने स्त्रीचळवळीचे नेतृत्व मान्य करण्यात त्यांचे पुरोगामित्व आहे किंवा उलट म्हणजे, असल्या भूमिका हिरिरीच्या दृष्टीने योग्य भासल्या, तरी यामागच्या तर्कशास्त्राचा फेरविचार होणे गरजेचे आहे. परिवर्तनवादी भूमिका न सोडता भारतातील दलित चळवळीचे आणि स्त्रीचळवळीचे नाते अन्योन्य आहे, याचा अर्थ दुहेरी आहे. स्त्रीचळवळीलाही जातिप्रश्नाचे भान येणे गरजेचे आहे व दलित चळवळीलाही हा प्रश्न अब्राह्मण दास्याचा नसून ब्राह्मणत्वाने ग्रस्त स्त्रीदास्याचाही आहे हे भान येणे गरजेचे आहे.

प्रस्तुत साहित्याचे वाचन करताना दुसऱ्या एका मुद्द्याचा विचार करावा लागतो. तो म्हणजे-जे-जे सामाजिक असते, ते-ते बदलणार असते. हे बदलणारे वास्तव कसे आहे हे जो सामाजिक सिद्धान्त सांगतो, तो सिद्धान्त सरस असतो. १९५०-६०च्या दशकात सी. राइट मिल्स या अमेरिकी समाजशास्त्रज्ञाच्या मते, जे-जे म्हणून वैयक्तिक वाटते, म्हणजे ज्या-ज्या वैयक्तिक समस्या वाटतात, त्या तशा नसून सार्वजनिकच असतात, हे कळणे म्हणजे सामाजिक सिद्धान्त रचणे.

प्रत्येक समाजसिद्धान्त हा अटळपणे सत्तासिद्धान्त असतो. सत्तासिद्धान्त हा शब्द अधिक लोकप्रिय होण्याचे कारण म्हणजे ब्लॅक चळवळ, स्त्रीवाद, सबाल्टर्न सिद्धान्त वगैरे चळवळी होत. सर्व संबंध हे सत्तासंबंध असतात हे स्त्रीवादी चळवळीने फार चांगले सांगितले आहे. उदाहरणार्थ, पारंपरिक कुटंबात हे प्रकर्षाने जाणवते. त्यामुळे जीवनाच्या प्रत्येक क्षेत्रातील सत्तासंबंध कसे असतात, कोणाला ते गुलाम बनवतात याचा उलगडा सामाजिक सिद्धान्त करतात.

जातिविषयक चर्चाविश्वाचा ऐतिहासिक आढावा

शर्मिला रेगे म्हणतात, १९व्या शतकातील नव्याने उगम पावत असलेल्या मराठी सार्वजनिक अवकाशावर त्या काळातील ब्राह्मणांच्या विद्याक्षेत्रातील एकाधिकारशाहीचे प्रत्यक्ष व अप्रत्यक्ष ठसे उमटलेले दिसतात. स्त्रीप्रश्न व जातिव्यवस्थेबाबत झालेला विचार, वादविवाद व व्यवहारही याला अपवाद नाही. जातिव्यवस्थेबाबत मांडणी

करताना सुधारणावाद्यांनी केवळ अस्पृश्यतेचा मुद्दा पुढे आणला, तर राष्ट्रवाद्यांनी ऐक्याकरिता धार्मिक व सामाजिक प्रश्न बाजूला ठेवण्याचे आवाहन केले. या भूमिकांकडे केवळ ब्राह्मणांचा दुटप्पीपणा किंवा राजकीय दुतोंडेपणा म्हणून पाहून चालणार नाही. यापुढे जाऊन त्या काळातील नवा मध्यमवर्ग ज्या सार्वजनिक क्षेत्रातील वादविवादातून घडवला जात होता, त्या क्षेत्राची व वर्गाची आधुनिकता ही भंग पावलेली आधुनिकता कशी होती हे पाहणे गरजेचे आहे.

वरच्या जातिगटांमधून आकार घेत असलेला नवा मध्यमवर्ग स्वत:चे स्थान व स्वत:ची अस्मिता सक्षम करताना समाजातील उच्च व निम्न स्तरांपासूनचे स्वत:चे वेगळेपण अधोरेखीत करताना दिसतो. स्वत:ची आधुनिकता रचताना या वर्गाने परंपरागत सत्तेचा व विशेष अधिकारांचा (जातिआधारित) तसेच नव्या सामाजिक व राजकीय विचारांचा साधन म्हणून वापर केलेला दिसतो. म्हणूनच मध्यमवर्गाची आधुनिकता ही सामाजिक, राजकीय व सांस्कृतिक बाबतींमध्ये परस्परविरोधी भूमिका घेणारी म्हणजेच भंग पावलेली (Fractured) आधुनिकता होती. मग कधी जातिअंतर्गत विवाहाच्या जुन्या वर्णाश्रम धर्माच्या तत्त्वज्ञानावर आधुनिक श्रमविभागणी तत्त्वाचे ठिगळ लावले गेले. राष्ट्राची आधुनिक कल्पना मांडताना जातिव्यवस्थेला खासगी, सामाजिक किंवा धार्मिक ठरवून तिच्या सुधारणेचे ब्राह्मणी कार्यक्रम मांडण्यात आले. या जातिविषयक चर्चाविश्वात जातिव्यवस्थेवर आधारलेल्या शोषण-शासनाबाबत वाच्यता केलेली दिसत नाही. या प्रकारच्या जातिविषयक विवेचनाला दलित-बहुजन विचारवंतांनी आव्हान देऊन आधुनिकतेला आधुनिक पुरोगामी व मुक्तिदायी अर्थ दिला.

एकोणिसाव्या शतकात उगम पावलेल्या सार्वजनिक क्षेत्रातील जातिव्यवस्थेबाबतच्या चर्चाविश्वाचा आढावा घेतल्यास प्रामुख्याने दोन प्रवाह पुढे येताना दिसतात. पहिल्या प्रवाहात मोडणारी राष्ट्रवादी व सुधारणावादी जातिविषयक चर्चा करताना खुद्द जातिव्यवस्थेचे विश्लेषण न करता दुसऱ्या साधनांमार्फत जातिव्यवस्थेविषयी भाष्य करतात. मग जातिव्यवस्थेवर आधारित शोषणापेक्षा समाजहितासाठी, राष्ट्रहितासाठी काय गरजेचे आहे यावर अधिक भाष्य केलेले दिसते. जातीच्या व स्त्रियांच्या प्रश्नाला सांस्कृतिक ठरवून स्त्रियांना व दलित-बहुजनांना पूर्ण नागरिकत्वच नाकारले गेले. याउलट दुसऱ्या विचारप्रवाहाने या दलित-बहुजनांना व स्त्रियांना वगळणाऱ्या युक्तिवादाला शह देताना शोषण शासनाची एक व्यवस्था म्हणून जातिव्यवस्थेचे विश्लेषण केलेले दिसते. म.फुले, शाहू महाराज, ब्राह्मणेतर चळवळ व डॉ.बाबासाहेब आंबेडकर यांनी एक राजकीय प्रश्न म्हणून जातीच्या प्रश्नाची मांडणी केलेली दिसते.

आपण वसाहतोत्तर काळाकडे वळलो, तर आपल्या लक्षात येईल की,

साधारणपणे सार्वजनिक क्षेत्र हे धर्मनिरपेक्ष घटकांचे (Secular Categories) क्षेत्र आहे असे गृहीत धरल्याने जात ही फक्त खासगी क्षेत्रात कार्यरत असते व सार्वजनिक क्षेत्रात मात्र फक्त वर्गीय अस्मिता असतात असे गृहीत धरण्यात आले. आम्ही जात मानत नाही असे म्हणणाऱ्या सवर्ण, उच्चभ्रू वर्गाने स्वत: आधुनिक धर्मनिरपेक्ष असल्याचा दावा केला. याची उलटतपासणी मग युवक क्रांती दल, सत्यशोधक, मार्क्सवादी, श्रमिक मुक्ती दल, दलित पँथर व दलित आदिवासी, विद्रोही, सांस्कृतिक चळवळीने घेतलेली दिसते. १९६०नंतर मार्क्सवादी कोटिक्रमाच्या (Categories) यांत्रिक मांडणीवर वादविवाद सुरू झाले. वर्गाला फक्त जातीची जोड देऊन का चालणार नाही, याची व्यापक मांडणी कॉ.शरद पाटील व गेल ऑम्व्हेट यांसारख्या विचारवंतांनी केली. ब्राह्मणी व अब्राह्मणी या संकल्पनांवर महाराष्ट्रात बराच वादविवाद झाला व प्रस्तुतच्या राजकारणावरच्या (Politics of representation) चर्चेची द्वारे खुली झाली. विद्युत भागवत व प्रतिमा परदेशी यांनी संपादित केलेल्या लेखसंग्रहातून वसाहतकालीन महाराष्ट्राच्या इतिहासलेखनाच्या अब्राह्मणी स्त्रीवादी दिशा दर्शवल्या गेल्या.

भारतातील एकोणिसाव्या शतकातील स्त्रीसुधारणा चळवळीवर उदारमतवादी स्त्रीवादाचा प्रभाव पडलेला दिसून येतो. एकोणिसाव्या शतकातील स्त्रीप्रश्नांची जडणघडण आधुनिकतेच्या आणि राजकीय सत्तेच्या संदर्भात झालेली दिसते. साम्राज्यवादी, राष्ट्रवादी विचारसरणीतील परस्परसंघर्ष स्त्रियांच्या प्रश्नाच्या आधारे उभारला गेला. ब्रिटिशांनी स्त्रीविषयक सुधारणा केल्या, पण त्या स्वत:चे श्रेष्ठत्व व स्वामित्व सिद्ध करण्यासाठी होत्या. दुसरीकडे नव्याने उदयास आलेल्या अभिजन वर्गातील पुरोगामी नेत्यांनी स्त्रीसुधारणा चळवळ हाती घेतली, पण त्यातही स्त्रियांच्या दर्जापेक्षा आधुनिकता सिद्ध करण्याचाच प्रयत्न अधिक होता. या काळात स्त्रियांचे शोषण करणाऱ्या मूलभूत संरचनांना आव्हान दिले गेले नाही. शर्मिला रेगेंच्या मते, एकोणिसाव्या शतकातील सुधारणावादी चळवळींनी प्रारंभी केशवपन, विधवा विवाहबंदी, बालविवाह व सतीप्रथा यांसारखे सामाजिक प्रश्न हाती घेतले. या सर्व प्रथांची बळी उच्चजातीय स्त्रीच होती. कारण या प्रथा केवळ उच्च जातींमध्येच रूढ होत्या, म्हणजेच भारतीय स्त्रियांच्या प्रश्नांची कक्षा त्यांनी उच्च जातीतील स्त्रीपुरतीच मर्यादित ठेवली. या प्रश्नावर उदारमतवादी दृष्टीकोनाचा प्रभाव असल्याने या समस्यांवर कायदेआधारित तोडगा शोधण्याचा प्रयत्न झाला. त्यातूनच सतीविरोधी कायदा, विधवाविवाह संमती व बालविवाह प्रतिबंधक कायदा हे कायदे संमत झाले. वरील विचारांचा विचार केल्यास एकोणिसाव्या शतकातील स्त्रीसुधारणावाद्यांनी केवळ उच्च जातींच्या स्त्रियांचेच प्रश्न हाताळले होते असे दिसून येते.

विसाव्या शतकाच्या पहिल्या दोन दशकांत स्त्रियांनी आपल्या हक्कांसाठी

राजकीय पातळीवर प्रयत्न करण्याचा व घटनात्मक संरक्षण मिळवण्याचा विचार मांडला असला, तरी त्यांनीही समान हक्क दृष्टीकोनाचाच आग्रह धरला होता. सहशिक्षणाचा हक्क, घटस्फोटाचा आणि संपत्तीचा हक्क, विधवांसाठी निवृत्तीवेतन, पतीच्या उत्पन्नात हक्क, त्याचबरोबर गर्भपाताचा हक्क इत्यादींचा विचार केला. पण या मागण्यांसाठीचे नेतृत्व मात्र उच्चजातीय स्त्रियांकडेच होते. महात्मा गांधींच्या चळवळीत अनेक स्त्रियांनी सहभाग घेतला होता, पण गांधीजींच्या विचारांवर उदारमतवादी किंवा सुधारणावादी दृष्टीकोनाचा प्रभाव होता. स्त्रियांच्या भूमिकेबद्दलच्या त्यांच्या विचारांचे मूळ हिंदू पुरुषप्रधानतेतच होते. घराचे घरपण टिकवणाऱ्या या प्रतिमेतून गांधीजींनी स्त्रियांकडे पाहिले होते. आर्थिक क्षेत्रात जाऊ नये असाच सल्ला गांधीजींनी स्त्रियांना दिला होता. सुजाता पटेल यांनी म्हटले आहे की, गांधींच्या चळवळीत स्त्रियांचा सहभाग वाढला, पण त्यांनी मध्यमवर्गीय सुधारकांच्या स्त्रीविषयक गृहितांमध्ये मूलगामी परिवर्तन घडवून आणले नाही. स्त्रीवादी अभ्यासकांच्या मते, नेहरुवादी धोरणामुळे समानता आणि सामाजिक न्याय हे मुद्दे विचारात घेतले गेले नाहीत. या काळात कुटुंब, जातिव्यवस्था राज्यशासनाच्या हस्तक्षेपापासून दूर ठेवले गेले. त्यामुळे लिंगभाव विषमता घट्ट झाली. डॉ. वीणा मुझुमदार म्हणतात, "सर्व जाती, वर्ग, धर्म यांतील स्त्रियांसाठी लिंगभाव समानता निर्माण करण्याच्या कृतीचा राजकीय अर्थ भारतीय राष्ट्रवाद्यांना मग ते उजवे, मधले, डावे किंवा स्त्रिया, पुरुष कोणालाच कळला नाही. नव्याने स्वतंत्र झालेल्या भारत देशात सुरक्षितता, स्थिरता देण्याच्या प्रयत्नांत 'स्त्री-प्रश्न' सार्वजनिक आणि राजकीय क्षेत्रांतून १९७५ सालापर्यंत अदृश्य राहिला." भारतातील डाव्या दृष्टीकोनाने भारतीय समाजरचनेचा पाया वर्ग मानून पाया ढासाळला की जात, लिंग, विषमता अधिसंरचनेचा भाग असल्याने आपोआप नष्ट होतील आणि व्यवस्थेने लादलेले स्त्रियांचे दुय्यमत्व नष्ट होईल असा आशावाद बाळगला होता.

दलित स्त्रीवादाच्या दिशेने :

शरद पाटील स्त्रीदास्य अंताचा विचार मांडण्यासाठी भारताच्या इतिहासाचे भौतिकवादी द्वंद्वात्मक आकलन करतात. 'स्त्रीदास्या'च्या प्रश्नांचे सैद्धान्तिकरण त्यांनी केले आहे. त्यांच्या मते, भारतात स्त्रीदास्याची समस्या वासाहतिक समाजापासून वर्णव्यवस्थेशी निगडित होण्यापूर्वी वर्णजातिव्यवस्थेमध्ये तिचा जन्म व विकास झाला होता. हिंदू स्त्री-मजूर म्हणून भांडवलदार-जमीनदार वर्गाची गुलाम, स्त्री म्हणून पुरुषांची गुलाम व दलित आदिवासींमध्ये शरीरविक्रयाचे जास्त प्रमाण याला कारण आर्थिक दुबळेपणा नाही, तर जातिव्यवस्था आहे. शरद पाटलांनी दलित स्त्रियांवरील अत्याचारास कारणीभूत असणाऱ्या जातिव्यवस्थेचा व पुरुषसत्तेबरोबरच वर्गव्यवस्थेचाही विचार केला आहे. दलित स्त्रिया अत्याचाराला अधिक प्रमाणात बळी

पडतात हे सत्य अधोरेखित केले असून याचे कारण जातिव्यवस्थाच आहे हे स्पष्ट केले आहे.

अलीकडच्या काळात गेल ऑम्व्हेट आणि उमा चक्रवर्तींनीही दलित स्त्रीवादाची मांडणी केलेली दिसून येते. गेल ऑम्व्हेटच्या मते जाति-वर्गाधिष्ठित समाज उदयाला आल्यानंतर स्त्रीदास्याचा उदय झाला आणि स्त्रियांच्या प्रजननशक्तीवर, लैंगिकतेवर व श्रमशक्तीवर अनेक बंधने लादली गेली; तर उमा चक्रवर्ती यांच्या मते, खासगी संपत्ती आणि जातींची बंदिस्ती टिकवून ठेवण्यासाठी स्त्रीदास्याचा उदय झाला. ब्राह्मणी कायद्यांचा व प्रथांचा उपयोग स्त्रियांवर नियंत्रण ठेवण्यासाठी करण्यात येतो. उमा चक्रवर्तींनी जातीनुसार व वर्गानुसार पुरुषसत्तेचे स्वरूप कसे बदलले आहे याचेही स्पष्टीकरण दिले आहे. जातिबद्ध पुरुषसत्ताक समाजात उच्च जातींच्या स्त्रियांनी जातिव्यवस्थेशी केलेल्या हातमिळवणीची चर्चा त्यांनी केलेली आहे.

गेल ऑम्व्हेट (१९७९, ९३, ९४), शरद पाटील (१९९२) या अभ्यासकांनी इतिहासलेखनशास्त्राची अब्राह्मणी पुनर्रचना केली? याचा उल्लेख वर आलाच आहे. बहुजनांच्या सामूहिक महत्त्वाकांक्षा अभिव्यक्त करणाऱ्या लोकशाहीवादी चळवळींचा समावेश वसाहतवादविरोधी राष्ट्रवादाच्या इतिहासात केला गेलेला नाही. प्रत्यक्षात या चळवळीवर ब्रिटिशधार्जिणेपणाचा खोटा शिक्काही मारला गेला हे त्यांनी नमूद केले. काही अपवाद वगळता, स्त्रीवादी अभ्यासकांनी जातिविरोधी चळवळींना अस्मितावादी ठरवल्यामुळे जातिअंताच्या लोकशाही चळवळीतील स्त्रियांच्या सहभागाकडे दुर्लक्ष केले गेले.

मराठवाडा विद्यापीठाच्या नामांतराच्या चळवळीत दलित स्त्रियांचा लक्षणीय सहभाग होता. त्यापूर्वीही कर्मवीर दादासाहेब गायकवाडांच्या 'भूमी बळकाओ' आंदोलनातही दलित स्त्रियांनी सत्याग्रह करून तुरुंगवास पत्करला होता, याची नोंद व्हायला हवी. या वेळी स्त्रियांवर झालेल्या लैंगिक अत्याचाराकडे स्त्रीचळवळीने पुरेसे लक्ष दिलेले नाही.

भारिप बहुजन महासंघाची निर्मिती हा आंबेडकरी चळवळीच्या राजकारणातील एक महत्त्वाचा टप्पा आहे. स्त्रियांना राजकीय कृतिकार्यक्रमात सहभागी करून राजकारणाचे नवे मॉडेल उभे करण्याचा प्रयत्न यात होता. भारिप बहुजन महासंघात महिला आघाडी सदस्यांची संख्या सुमारे ६०,००० आहे; तर क्रियाशील महिला पदाधिकारी ४००० आहेत हे लक्षणीय आहे.

स्त्रीवाद ही स्त्रियांच्या दु:खाची गाऱ्हाणी गाणारी विचारपद्धती नाही. ती जगाची व्यवस्था बदलणारी परिदृष्टी आहे. तिच्या पोटात मैत्र आहे. स्त्रियांच्या समस्या आणि स्त्रीप्रश्न या वेगळ्या गोष्टी आहेत. राज्य, अर्थ, धर्म, विधी, कुटुंब, संस्कृती, शिक्षण या

सर्व सरंचनांतून स्त्रीप्रश्न घडतो, म्हणून स्त्रीच्या व्यक्तिगत समस्यांविरुद्ध लढत असतानाच व्यवस्थात्मक संघर्षाचा विचार करणे अपरिहार्य आहे.

स्त्रियांच्या माणूसपणापेक्षा त्यांची योनिशूचिता, पवित्रता, त्यांचा धर्म यांचे महत्त्व स्त्री-पुरुषांच्या मनावर ठसवून स्त्रियांना ज्ञाननिर्मितीपासून वंचित ठेवले जाते. त्यापेक्षा कुटुंब धरून राहणे व टिकवणे हा त्यांचा धर्म असल्याचे सांगून कुटुंबसंरचनेशी स्त्रीचे नाते घट्ट करण्यात येते. नव्या गृहिणीला गृहोपयोगी ज्ञान देणे हेच तिचे शिक्षण मानले गेले. यांतून खासगी व सार्वजनिक क्षेत्राची विभागणी समाजमान्य होत गेली. ब्रिटिशांनीही सुधारणा करताना जुन्या परंपरांचे पुर्नसाचिकरण केले. त्यामुळे भारत स्वतंत्र झाला; तरी प्रत्येक धर्म, जाती यांचे स्वतंत्र अस्तित्व, त्यांनी ठरवलेल्या स्त्रियांच्या स्थानाचे दुय्यमत्व अबाधित राहिले हे वास्तव लक्षात घ्यायला हवे.

सर्व स्त्रिया अबला व पुरुष दमनकारी असे एकसाचीकरण योग्य नाही. स्त्री जेव्हा विशिष्ट वर्चस्ववादी गटाची असते, तेव्हा तीही दमनकारी होते. भारतामध्ये परंपरेने अस्पृश्य मानल्या गेलेल्या जातीतील स्त्री ही जात आणि वर्ग ह्या दोन्ही पातळ्यांवर समाजाच्या तळाच्या स्तरावर असल्याने तिची दलित म्हणून आणि स्त्री म्हणून हरतऱ्हेने विटंबना व पिळवणूक होते. तिच्यावर अत्याचार होतात. दलित स्त्रीच्या मुक्तीचा प्रश्न हा समाजपरिवर्तनाच्या व्यापक लढ्याशी गुंतलेला आहे. तरीही अनेक स्त्रियांना आणि स्त्रीवाद्यांना जातिव्यवस्था व लिंगभाव यांचा नेमका अर्थ लक्षात येणे कठीण जाते. त्यामुळे स्त्रियांच्या व्यापक प्रश्नांची आणि स्त्रीमुक्तीसाठी चाललेल्या प्रश्नांची दिशा व स्वरूप समजून घेऊन त्यात योगदान करण्याची आवश्यकता आहे.

शेतीप्रधान अर्थव्यवस्थेत वरच्या दोन वर्णांचा जमिनीवर प्रत्यक्ष अधिकार नव्हता. त्यांचे वर्चस्व जातीच्या पवित्रअपवित्रतेच्या कल्पनांवर अवलंबून होते. त्याचबरोबर स्त्रियांमुळे जातीची चौकट मोडू शकते, म्हणून उच्चजातीय स्त्रियांच्या संदर्भात शुद्धतेच्या आणि पावित्र्याच्या कल्पनांना अवास्तव महत्त्व देण्यात आले. ब्राह्मण समाजात जातीची शुद्धता राखण्याबाबत असलेल्या असुरक्षिततेच्या भावनेमुळे बालविवाह, सती, विधवा पुनर्विवाहाला बंदी यांसारखी बंधने घातली गेली. ब्राह्मणी समाजाने कनिष्ठ जातींतील स्त्रियांच्या श्रमाचा आणि लैंगिकतेचा वापर तर करून घेतलाच, त्याचबरोबर घराबाहेर पडणाऱ्या स्त्रियांवर अनैतिकतेचा शिक्का मारला; म्हणूनच स्त्रियांचे दुय्यमत्व आणि जातींचे दुय्यमत्व या दोन गोष्टींमध्ये अत्यंत गुंतागुंतीचा संबंध आहे. या ब्राह्मणी श्रेणीव्यवस्थेला बौद्ध, भक्ती किंवा तंत्रमार्ग यांच्याकडून अनेकविरोध झाल्याचे दिसून येते. या विरोधातून स्त्रियांना आणि शूद्रांना नवीन मार्ग आणि संधी उपलब्ध करून दिल्या होत्या. तरी जातीवर आधारित अशी श्रमविभागणी अबाधितच राहिली.

व्यक्तिस्वातंत्र्य, व्यक्तिप्रतिष्ठा व समता या मूल्यत्रयींचा पुरस्कार करून उदारमतवादाने युरोपीय समाजात मोठीच क्रांती घडवून आणली. कालबाह्य धर्मश्रद्धा, जाचक रूढी व प्रथा, पुरोहितशाहीचे वर्चस्व व त्याद्वारे होणारे शोषण, राज्यसंस्थेची निरंकुश सत्ता, विचारस्वातंत्र्याची व पर्यायाने सर्जनशीलतेची गळचेपी करणारे ग्रंथ व शब्दप्रामाण्य यांविरुद्ध उदारमतवादाने बंड पुकारले. मानवतावादाचा, विवेकनिष्ठतेचा व नैतिकतेचा पुरस्कार करून व्यक्तीची प्रतिष्ठा उंचावली व तिच्या सर्जनशीलतेचा आदर केला. तात्पर्य, निरंकुश राजसत्ता, अविवेकी व उर्मट धर्मसंस्था आणि जाचक सामाजिक प्रथा यांपासून उदारमतवादाने माणसाला मुक्त केले; व त्याला माणूस म्हणून सर्वोच्च प्रतिष्ठा दिली.

माणसाचे स्वातंत्र्य व माणसामाणसांतील समता ही मूल्ये ग्राह्य मानली जाताच हे स्वातंत्र्य स्त्रीला का नाही, असा प्रश्न उदारमतवादी स्त्री-पुरुष विचारवंतांनी उपस्थित केला आणि सामाजिक दास्यातून स्त्रियांची मुक्तता झाली पाहिजे, तिला पुरुषाप्रमाणेच स्वातंत्र्याचा व विकासाचा अधिकार मिळाला पाहिजे व स्त्री-पुरुष असा भेदभाव केलाच जाऊ नये, असा विचार जगभरच्या सर्व उदारमतवाद्यांनी हिरिरीने मांडला स्त्रीच्या व्यक्तिस्वातंत्र्याचा विचार ही स्त्रीमुक्तीच्या विचाराची पहाट होती.

इ. स. १७९२मध्ये मेरी वोल्स्टनक्राफ्टने 'ए विंडिकेशन ऑफ दि राइट्स ऑफ वुमन' हा ग्रंथ प्रसिद्ध करून स्त्रीस्वातंत्र्याची नांदी गायली. तत्कालीन स्त्रीत्व हे गुलामगिरीचेच दुसरे रूप असून या गुलामगिरीतून स्वतंत्र होण्याची गरज *वोल्स्टनक्राफ्ट*ने प्रतिपादली. पुरुष हा विचारप्रधान तर स्त्री ही भावनाप्रधान; पुरुष हा मर्दानी, तर स्त्री ही नाजूक; पुरुष हा विवेकी, तर स्त्री ही विकासी यांसारख्या स्त्रीविषयीच्या साचेबंद, पारंपरिक कल्पना वोल्स्टनक्राफ्टने नाकारल्या व पुरुषांप्रमाणेच स्त्री हा विचारक्षम आणि विवेकी जीव असून ज्या विचारक्षमतेच्या आधारावर हक्कांचे समर्थन होऊन ते अधिकार पुरुषांना दिले जातात, त्याच आधारे स्त्रियांनाही नागरिकत्वाचे सर्व अधिकार मिळाले पाहिजेत असे तिने सांगितले. स्त्रीच्या दास्यत्वाची मुळे ही तिच्या शिक्षणाच्या अभावात असल्याने स्त्रीला पुरुषाप्रमाणेच शिक्षण मिळाले पाहिजे असा विचार वोल्स्टनक्राफ्टने हिरिरीने मांडला. स्त्रीस्वभावातील तथाकथित दोष हे पुरुषांच्या जुलूमशाहीमुळेच निर्माण झाले असून स्त्रीला शिक्षणाची, आत्माविष्काराची, समाजसन्मुख होण्याची, विकासाची संधी उपलब्ध होईल; तसतसे तिच्यातील तथाकथित दोष उदाहरणार्थ, मत्सर, भितरेपणा, भाबडेपणा, विचारशून्यता, सौंदर्यालाच सर्वस्व मानण्याची प्रवृत्ती इत्यादी नष्ट होऊन पुरुषांच्या बरोबरीनेच ती नागरी जीवनात आत्मविश्वासाने सहभागी होईल. आपली समाजदत्त कर्तव्ये ती अधिक सुबद्धपणे व जबाबदारीच्या जाणिवेतून पार पाडेल, अशा आशयाचे प्रतिपादन वोल्स्टनक्राफ्टने केले.

व्यक्तिस्वातंत्र्याचा खंदा पुरस्कर्ता जॉन स्टुअर्ट मिल यानेही इ. स. १८६९मध्ये 'सब्जुगेशन ऑफ वीमेन' पुस्तक प्रसिद्ध करून स्त्रीस्वातंत्र्याच्या चर्चाविश्वात भर घातली. व्हिक्टोरियाकालीन इंग्लंडने विवाहसंस्थेचे; कुटुंबसंस्थेचे; व माता, गृहिणी, पत्नी या स्त्रीच्या पारंपरिक भूमिकांचे खूपच उदात्तीकरण केले होते. मिलने या उदात्तीकरणाच्या विरोधी सूर लावून विवाहसंस्था ही स्त्रीच्या व्यक्तिविकासास आणि स्वातंत्र्यास कशी बाधा पोचवते हे स्पष्ट केले. तत्कालीन विवाहसंस्था ही गुलामगिरीचेच रूप असून स्त्रीच्या व्यक्तिमत्त्वाकडे त्यामुळे अक्षम्य दुर्लक्ष केले जाते. माणूस म्हणून असणाऱ्या स्त्रीच्या सर्व क्षमतांची उपेक्षा होऊन विवाह हेच तिचे एकमेव भागधेय बनते या वस्तुस्थितीकडे मिलने सर्वांचे लक्ष वेधले.

अर्थात मिलचा स्त्रीप्रश्नाचा विचार हा मुख्यत्वे विवाहसंस्थेतील आणि कुटुंबसंस्थेतील प्रश्नांपुरताच मर्यादित राहिला. पित्याच्या छत्राखाली एकाकीपणे राहणाऱ्या एकट्यादुकट्या स्त्रीजीवनाचा किंवा मुली, बहिणी या विविध भूमिकांमध्ये वावरणाऱ्या स्त्रीजीवनाचा विचार मिलने केला नाही.

तत्कालीन ब्रिटनमध्ये उच्चभ्रू वर्गातील स्त्रिया बऱ्याचदा स्वत:ला धर्मादाय कार्यास वाहून घेण्यात धन्यता मानत असत. मिलला अशा प्रकारच्या धर्मादाय कार्याबाबत शंका होत्या. त्यांच्या मते, गरिबांनाही स्वातंत्र्याचे खूपच मोल वाटते, हे स्वत: स्वतंत्र न झालेल्या या स्त्रियांना समजू शकत नव्हते. परिणामत: भूतदयेपोटी धर्मादाय काम करणाऱ्या उच्चभ्रू वर्गातील स्त्रिया एका परीने गरिबांच्या नैतिक खच्चीकरणास हातभारच लावत होत्या. मिलचे हे सडेतोड विचार व्हिक्टोरियाकालीन स्त्रीविषयक आदर्शांना धक्के देणारे असेच होते.

प्रा. डॉ. यशवंत सुमंत म्हणतात, ''फुले–आगरकरांनी एकोणिसाव्या शतकाच्या संदर्भात स्त्रीप्रश्नांच्या ज्या खोल जाणिवेतून, गांभीर्याने व सम्यकपणे विचार केला; तो भारतातीलच नव्हे, तर युरोपातील तत्कालीन उदारमतवाद्यांपेक्षाही खूपच पुढे जाणारा होता हे मानावेच लागेल. ज्या सहजतेने जॉन स्टुअर्ट मिलसारख्या उदारमतवादी विचारवंताची उपेक्षा आजचे स्त्रीवादी करू शकतात, तितकी ते फुल्यांची करू शकणार नाहीत. ही फुले यांच्या विचारांची ताकद आहे. या दृष्टीने पाहता एकोणिसाव्या शतकातील भारतातील समाजसुधारणावादाने व उदारमतवादाने स्त्रीस्वातंत्र्याचा विचार हा नुसताच सामाजिक चर्चेच्या ऐरणीवर आणला असे नसून त्याविषयीचे काही मौलिक विचारमंथनही घडवून आणले. या एकूण विचारमंथनाला काही मर्यादाही होत्या. त्यानुसार स्त्रीस्वातंत्र्याचा विचार हा कधी राष्ट्रवादी विचाराच्या आहारी जाऊन निवळ राष्ट्रवादी चर्चाविश्वाचे भाग बनला, तर कधी तो हिंदुत्ववादी किंवा जमातवादी चर्चाविश्वाचाही भाग बनल्याचे दिसते. परिणामत: पंडिता रमाबाईंकडे 'स्त्री' म्हणून न

पाहिले जाता 'ख्रिश्चन' म्हणून पाहिले गेले. मुसलमान, पारशी, जैन इत्यादी हिंद्वीतर समाजघटकांतील सुधारणावादी स्त्री-चिंतन हे 'त्यांच्या त्यांच्या' जमातीचे प्रश्न म्हणून पाहिले गेले.'' सुमंत यशवंत, 'स्त्रीमुक्तीची पहाट', 'स्त्रीवादाची ओळख', मराठी वाचनसाहित्य मालिका क्र. ६, प्रकाशक - प्रगत अध्ययन केंद्र राज्यशास्त्र व लोकप्रशासन विभाग, पुणे विद्यापीठ, पुणे - ७.

जगातल्या सर्वच स्त्रिया सारख्याच आहेत असे नाही. त्यांचे संबंध वंश, जात, वर्ग आणि लिंगभाव व राष्ट्र यांनी निश्चित केलेले असतात. सध्या अस्तित्वात असलेल्या सामाजिक संरचनांमध्ये कुणीही मुक्ती मिळवू शकत नाही. विषम मानवी संबंधांची पुनर्रचना झाली पाहिजे. आणि हे केवळ स्त्रियांच्या संदर्भातच नव्हे, तर एकूण शोषित मानवी समुदायाच्या बाबतीत व्हायला हवे, या धारणांमुळे दलित स्त्रीवादी दृष्टीकोन इतर स्त्रीवादी दृष्टीकोनांहून निराळा आहे. दलित स्त्रीवाद पुरुषविरोधी नसून पुरुषसत्ताकविरोधी आहे.

इतिहासात स्त्री कधी शोषित आहे तर कधी शोषक आहे, ती कधी प्रतिकारहीन आहे तर कधी विध्वंसक आहे आणि भक्षक आहे, त्या कधी एकमेकींच्या आणि पुरुषांच्या मित्र आहेत तर कधी शत्रू आहेत या प्रकारच्या विश्लेषणाची अपेक्षा धरून विचार, भाषा आणि साहित्य आणि एकूण व्यवहार तपासला पाहिजे. या प्रकारच्या विश्लेषणातून सोपी उत्तरे निघणार नाहीत; परंतु त्यातल्या विसंगतीसह संस्कृतीकडे आणि समाजाकडे पाहण्याचा हा समीक्षात्मक दृष्टीकोन महत्त्वाचा आहे.

भारतीय समाज हा विविध जातीजमातींनी बनलेला समाज आहे. निरनिराळे धर्म आणि उपासनापंथ या समाजात आहेत. फार मोठा समाज ग्रामीण भागात वस्ती करून आहे. सरंजामशाही, भांडवलशाही आणि ब्राह्मणीकरण यांचे चमत्कारिक मिश्रण असलेली इथली अर्थव्यवस्था, राज्यव्यवस्था आहे. पाश्चात्त्य वसाहतवादी धारणांतून शिक्षित समाजाची मुक्तता झालेली नाही. पितृसत्तेच्या किंवा पुरुषसत्तेच्या पकडीत असलेला हा समाज आहे. त्यामुळे स्त्रीच्या स्थितीतच नव्हे, तर स्त्रीसंकल्पनेतही विविधता आहे. सवर्ण स्त्री आणि सवर्णेतर स्त्री यांच्या प्रतिष्ठेतच नव्हे, तर सामाजिक दर्जांमध्ये आणि भूमिकांमध्येच तफावत आहे. याला दलित स्त्रीवाद विरोध करतो.

जात, वर्ग, स्त्रिया यांचा एकत्रित विचार आणि अभ्यास केल्यास भारतीय परंपरेने बंदिस्त केलेले, जखडलेले व्यक्तिजीवन आणि समाजजीवन लक्षात येते. परंपरा आणि आधुनिकता यांच्यातील मूल्यसंघर्षाचा विचार करताना समग्र मानवी जीवनाचा साकल्याने वेध घेतला पाहिजे. स्त्री-पुरुष यांच्या नात्यांमधील मनोव्यापाराचा, त्याच्या परस्परांच्या आचरणावर होणाऱ्या परिणामांचा आणि या साऱ्या मूर्त-अमूर्त घडामोडींमधून आकाराला येणाऱ्या व्यक्तीच्या भावविश्वाचा, नात्यांतील भावबंधांचा

तिच्या भावविश्वावर कोणता परिणाम होतो याचा विचार करताना समाजव्यवस्थेचा आणि सामाजिक श्रेणीरचनेचा कोणता परिणाम होतो तेसुद्धा पाहावे लागते.

आधुनिकतावादाने बुद्धिवाद आणि व्यक्तिस्वातंत्र्य ही दोन जीवनमूल्ये समाजमनात रुजवली. ही मूल्ये व्यक्तीचे स्वतंत्र अस्तित्व आणि तिचे स्वतंत्र विचार, तिच्या भावना, तिच्या जाणिवा अधोरेखित करतात. या नव्या विचारांचा व्यक्तिजीवनात प्रवेश झाल्यामुळे मानवी नातेसंबंधांची रचना समतेवर आणि न्यायावर व्हायला पाहिजे होती. पण जातिधर्माच्या चौकटीच्या परिणामी त्यात म्हणावा तसा बदल भारतात झाला नाही.

दलित स्त्रियांना जगण्याच्या रेट्यामध्ये समोर आलेल्या परिस्थितीचे आव्हान स्वीकारताना सत्त्व सापडत जाते. अनेकदा कुटुंबात लादलेल्या परिस्थितीत जगणे क्रमप्राप्त झाल्यावर वेदनेच्या आणि स्वावलंबनाच्या वाटेवरून चालताना या स्त्रियांना स्वसामर्थ्याची जाणीव होते. अशिक्षित, कष्टकरी स्तरापासून मध्यमवर्गीय सुशिक्षित गृहिणी ते स्वत:च्या कार्यक्षेत्रामध्ये स्वतंत्र ओळख निर्माण करणारी स्त्री अशा सर्व सामाजिक स्तरांमधील दलित स्त्रीने शोधलेला आपला अवकाश लक्षात घेतला पाहिजे.

साहित्य, समीक्षा, सिद्धान्त आणि व्यवहार यासंदर्भातसुद्धा स्त्री, स्त्रीप्रश्न, स्त्रीवाद आणि विशेषत: दलित स्त्रीवाद्यांचे लेखन यांचा विचार करणे गरजेचे आहे. यामधून दलित स्त्रीवादाची दिशा शोधण्याचा प्रयत्न झाला पाहिजे.

स्त्रीवादी समीक्षा

१९६० ते १९७० या काळात पाश्चात्त्य जगातील स्त्रियांच्या चळवळींनी स्त्रीअभ्यासाला गती दिली आणि त्यातूनच स्त्रीवादी साहित्यसमीक्षेचा उदय झाला. सिमॉन द बुढा यांचा 'द सेकंड सेक्स' (१९४९), केट मिलेट यांचा 'सेक्शुअल पॉलिटिक्स' (१९७०), बेटी फ्रीडन यांचा 'द फेमिनिन मिस्टिक' (१९६३), जर्मेन ग्रीअर यांचा 'द फिल यूनक' इत्यादी ग्रंथ आरंभीच्या स्त्रीवादी विचारांचे होते. 'द सेकंड सेक्स'मध्ये 'लिंग' (sex) आणि 'लिंगभाव' (Gender) यांत फरक मानला आहे.

एलेन शोवॉल्हर यांनी स्त्रीवादी समीक्षेचे दोन प्रकारांमध्ये विभाजन केलेले आहे. एक प्रकार वाचक (वूमन अॅज रीडर) म्हणून स्त्रीचा विचार करणारा आहे. 'स्त्रीवादी मीमांसा' (फेमिनिस्ट क्रिटिक) असे नाव या प्रकाराला त्यांनी दिलेले असून वाङ्मयीन घटितातील विचारावर आधारित गृहीतके शोधणे हे या मीमांसेचे कार्य आहे. साहित्यात प्रतिबिंबित झालेल्या स्त्रीच्या प्रतिमा, स्त्रीचित्रणातील सांकेतिकता, समीक्षाव्यवहारात स्त्रियांचे अनुल्लेख आणि त्यांच्याविषयीच्या चुकीच्या समजुती आणि पुरुषरचित वाङ्मयीन इतिहासातील दरी हे या मीमांसेचे विषय असतील.

स्त्रीवादी समीक्षेच्या दुसऱ्या प्रकारात लेखक म्हणून स्त्रीचा विचार (वीमेन ॲज रायटर) गृहीत आहे. इतिहास, आशयसूत्रे, वाङ्‌मयप्रकार आणि वाङ्‌मयाच्या संरचनांच्या संदर्भात संहितात्मक अर्थाची निर्मिती करणारी या दृष्टीने स्त्रीचा विचार अभिप्रेत आहे.

स्त्रियांचे लेखन कोणत्या बाबतीत वेगळे आहे; हा वेगळेपणा शैलीशी, वाङ्‌मयप्रकाराशी की अनुभवाशी निगडित आहे की तो वाचनप्रक्रियेत निर्माण होतो हे आजच्या स्त्रीवादी समीक्षेविषयी लिहिताना *ॲन रोझलिन्ड जोन्स* यांनी म्हटले आहे. स्त्रीचे शरीर हा स्त्रीलेखनाचा मूलस्रोत आहे. शरीरातून लिहिणे म्हणजे जगाची पुनर्निर्मिती करणे. शरीर हे आत्मज्ञानाचे साधन असू शकते का, स्त्रीची लिंगविशिष्टता सामाजिक अनुभवाच्या आधी आणि त्याशिवाय अस्तित्वात असते का, स्त्रिया आपल्या शरीराचा केवळ अनुभव घेत असतात का, असे काही सैद्धान्तिक प्रश्न येथे निर्माण होतात. लिंगविशिष्टता ही स्त्री किंवा पुरुष यांच्यातील अंगभूत गुणवत्ता नसते. ती कुटुंबात वावरत असताना व्यक्तीच्या मनात विकसित होत जाते. लिंगविशिष्टतेचे भान हे संपूर्णपणे एकांतवासात अथवा केवळ शारीरिक संदर्भात होतच असते, असा *जोन्स* यांचा निष्कर्ष आहे.

जॅनेट वुल्फ यांच्या मते, समाजशास्त्रीय दृष्टीकोनाची जोड दिल्याशिवाय स्त्रीवादी समीक्षेला संहिता आणि संस्था यांचा शोध घेता येणार नाही. समाजातील लैंगिक विभाजन, सांस्कृतिक निर्मितीचे सामाजिक संबंध, संहितात्मकता, लिंगभाव आणि सामाजिक संरचना यांच्यातील नाते यांचे पद्धतशीर विश्लेषण केल्याशिवाय स्त्रीवादी साहित्यसमीक्षा परिपूर्ण होऊ शकत नाही.

समकालीन दलित स्त्रियांच्या लेखनाचा आढावा

स्वभान, दुय्यमत्वाची जाणीव, पुरुषप्रधान व्यवस्थेचे राजकारण, दुटप्पी मूल्यव्यवस्था यांविषयीची सजगता जशी निर्माण झाली, तशी स्त्रीच्या म्हणून मानल्या गेलेल्या पारंपरिक भूमिकांना नकार देणे, लिंगभेदावर आधारित व्यापक विषमतेला आव्हान देणे, स्त्री म्हणून होणाऱ्या अन्यायाला वाचा फोडणे, आत्मनिर्भर असणे, आत्मसन्मानाची जपणूक करणे, स्त्री–पुरुषांमधील समताधिष्ठित नात्याचा आग्रह धरणे यासंदर्भात काम करण्याचा प्रयत्न भारतातील स्त्रीवाद्यांनी केला आहे. तसेच 'स्त्रीच स्त्रीचा शत्रू असते.' हे पुरुषप्रधान व्यवस्थेने रुजवलेले गृहीतक स्त्रीवाद्यांनी नाकारले.

१९७५नंतर केवळ मध्यमवर्गीय शहरी स्त्रीच्याच जीवनशैलीत बदल झाला असे नव्हे, तर स्त्रीच्याही जगण्यावागण्यात सूक्ष्मपणे, संथपणे; पण निश्चित परिवर्तन घडू लागले. त्यामुळे स्त्रियांच्या काही जातवर्गविषयक जाणिवांचेही दर्शन घडू लागले. स्त्रीशिक्षणाच्या सोयींमुळे आणि सवलतींमुळे ग्रामीण भागातील स्त्री शिकू लागली.

पंचायत, नगरपालिका, जिल्हा परिषदा यांमध्ये स्त्रियांसाठीच्या राखीव जागांच्या धोरणाने काही अंशी तिचा राजकारणातही प्रवेश झाला. अशा परिवर्तनाच्या वाटेवरच्या स्त्रीचे प्रश्न, तिचे जगणे आणि तिचा संघर्ष लक्षात घेतला पाहिजे.

पुरुषसत्ताक व्यवस्थेचे स्वरूप आर्थिक हितसंबंधांच्या बरोबरीने धर्मजातवर्गानुसार बदलते. तसेच पुरुषसत्तेचे नियम सर्व स्त्रियांसाठी समान नसतात. कनिष्ठ जातीतली स्त्री शोषणाची सर्वाधिक बळी ठरते. याचा दलित स्त्रियांच्या साहित्याच्या संदर्भातदेखील शोध घेता येईल. ऊर्मिला पवार यांचे 'सहावं बोट' नंतरचे 'चौथी भिंत' आणि 'हातचा एक' हे कथासंग्रह २००१नंतर येतात. ऊर्मिला पवार यांच्या 'चौथी भिंत', 'वर्तुळ', 'आये' इत्यादी कथा महत्त्वाच्या आहेत. कनिष्ठ जातवर्गातील पात्रे कल्पून त्यांनी जातवास्तवाचे आजचे स्वरूप उघड केले आहे. बाह्यसुधारणा एका बाजूला आणि जात, धर्म, गोत्र इत्यादी जपणारी मानसिकता एका बाजूला आणि दुसऱ्या बाजूला यातील ताणाचा निर्देश त्यांची 'वर्तुळ' कथा करते. जातीयतेचे 'वर्तुळ' जगाच्या पाठीवर कुठेही पाठ सोडत नाही हे कटू वास्तव त्या दाखवतात. दलित नोकर आणि दलितेतर नोकर यांच्यात जातीच्या आधारावर छुपी श्रेणीव्यवस्था कशी तयार होते हे त्या 'बस्ता' कथेतून स्पष्ट करतात. घरातून, कुटुंबातून एका अर्थी बहिष्कृत होऊन वृद्धाश्रमात राहणाऱ्या व्यक्ती जातीयतेच्या आधारावर दुसऱ्या जातीतील व्यक्तीला कशा बहिष्कृत करतात हे त्यांनी 'चौथी भिंत' कथेतून व्यक्त केले आहे.

जातवास्तव आणि स्त्रीचे जगणे एकमेकांत गुंतून पडल्यामुळे निर्माण होणाऱ्या विचित्र कोंडीचे अपरिहार्य पर्यवसान शोकांतिकेत कसे होते याचे दर्शन प्रतिमा जोशींनी 'धानाधिस्पट' (जहन्नम, २००९) या कथेतून घडवले आहे. जातींचे झालेले ध्रुवीकरण आणि त्यांच्या राजकीय महत्त्वाकांक्षा यांत सर्वसामान्य माणसाच्या पदरात अखेरीस काय पडते याचे अस्वस्थ करणारे चित्र या कथेतून उमटते.

मुंबईसारख्या महानगरात वास्तव्य करणाऱ्या सुशिक्षित, सुस्थापित माणसांतही जातजाणीव किती खोलवर रुजली आहे हे प्रज्ञा दया पवार यांच्या 'पेडिक्युअर', 'तिघाडा', 'एक्झिट' इत्यादी कथांतून (अफवा खरी ठरावी म्हणून, २०१०) दिसते. यामधून बाहेर पडायचे तर आंतरिक संघर्ष अटळ असतो. अजूनही जातजाणीव आपल्यात आहे, याचे भान ही या संघर्षाची सुरुवात असते. असा आशय कथेतून मांडला जातो.

१९६०नंतर दलित साहित्याचा नवा जोमदार प्रवाह सुरू झाला. स्त्रीशिक्षणाच्या सोयीसवलतींमुळे दलित समाजातील स्त्री शिकू लागली, अर्थार्जन करू लागली आणि लिहूही लागली. मुख्यत: दलित स्त्रीचे जगणे, तिचा दुहेरी शोषणाचा अनुभव दलित लेखिका व्यक्त करू लागल्या.

१९३६च्या निर्भीड या नियतकालिकात *कु. ज. ल. मोरे* हिने लिहिलेली 'धर्मांतर प्रेमी' ही कथा प्रसिद्ध झाली. दलित कथावाङ्‌मयातील ही पहिली कथा सापडते. त्यानंतर ताराबाई डोंगरे 'माहेरचा प्रवास' (१९३९) कु.अनसूया केदार 'क्रांतिदीप' (१९५३) कथा लिहू लागल्या.

दलित समाजातील अज्ञान, पराकोटीचे दारिद्र्य, दलित स्त्रीचा भोगवटा, शिकलेल्या दलित स्त्रीला येणारा जातीय विषमतेचा अनुभव हा दलित लेखिकांच्या अनुभवविश्वाचा गाभा आहे. वेदनेला विद्रोहाची जोड लाभलेल्या दलितांच्या जीवनसंघर्षाचा विचार दलित स्त्रियांच्या साहित्यातून दिसतो.

दलित जीवनातील अनुभव व्यक्त करणारी आत्मकथने वाचली, तर 'माझी मी' (२००७) हे यशोधरा गायकवाड, प्रियकला मेश्राम यांचे 'हरलेला डाव' (२००१), ऊर्मिला पवार यांचे 'आयदान' (२००९), सुशिला पेटकर यांचे 'फरफट' (२००४), सुनिता अरळीकर यांचे 'हिरकणीचे बिऱ्हाड' (२०१०) इत्यादी आत्मकथांतून मध्यमवर्गीय अनुभवविश्वाच्या कक्षा ओलांडून दलित समाजातील स्त्रीचे जिणे, त्यातले दाहक वास्तव या सर्व आत्मकथनांतून वाचकांसमोर येते. अजूनही समाजात माणूस म्हणून स्त्री स्वतंत्रपणे कशी जगू शकत नाही, तिला दडपणूक कशी अनुभवावी लागत आहे, या आधुनिक जगातही कुटुंबाच्या संरचनेत विवाहित स्त्रियांना कोंडीच कशी अनुभवावी लागते, हेही या आत्मकथांमधून लेखिका सांगतात. धर्मांतरामुळे दलित स्त्रियांच्या स्वत:च्या मानसिकतेमध्येही परिवर्तन झालेले दिसून येते. या स्त्रिया स्वजाणिवांशी प्रामाणिक राहून दडपणूक आणि कोंडी यांच्यातून बाहेर पडण्याची संघर्षशील जाणीव प्रकट करतात.

गेल्या दशकात दलित कादंबरीची दखल स्त्रीअभ्यासकांनी घेतली आहे. 'मराठी दलित कादंबरीची अभिनव वाटचाल' या डॉ.सुशिला ढगे यांच्या ग्रंथामध्ये दलित कादंबरीची वैशिष्ट्यपूर्णता स्पष्ट करण्यावर अधिक भर दिलेला आहे. दलित कादंबरीकारांसाठी कादंबरी हे जीवनदर्शन घडवणारे साधनरूप आहे या दृष्टीकोनातून कादंबरीलेखन केले आहे.

या कादंबरीतून व्यक्त होणाऱ्या सामाजिक जाणिवेच्या चित्रणात प्रामाणिकपणा हा गुण दिसून येतो. समाजव्यवस्थेशी संघर्ष करणाऱ्या पात्रांच्या झगड्यामधून कादंबरीतील सामाजिक जाणीव व्यक्त होते. परिस्थितीवर मात करून स्वत:चे भविष्य घडवू पाहणारी पात्रे, विशेषत: स्त्रीव्यक्तिरेखा या कादंबरीतून चित्रित झालेल्या दिसतात. कादंबरीतील सर्वच पात्रे पराभूत होत नाहीत. नवीन जीवनजाणिवांचे चित्रण दलित कादंबरीतून झाल्याचे आढळते.

डॉ.नंदा मेश्राम यांनी आशयावरून आणि अभिव्यक्तीवरून दलित कादंबरीचे

वर्गीकरण करून 'दलित कादंबरी : स्वरूप व समीक्षा' (२००६) हा ग्रंथ सिद्ध केला आहे. दलित कादंबरीतून व्यक्त होणाऱ्या सामाजिक आशयामधून तिची बलस्थाने पुढे येतात. शोषित जीवनानुभवांचे वास्तवदर्शी चित्रण आणि अन्वयन ही दलित कादंबरीची बलस्थाने आहेत, याची नोंद लेखिका घेते. दलित कादंबरीतून व्यक्त होणाऱ्या अनुभवांचे तडकाफडकी नामांकन करून तिला निकालात काढण्यापूर्वी समाजात आढळणारे आंतरिक पोटभेद आणि त्यातून वाट्याला येणारी उपेक्षेची सल एकजातीय आणि एकसंघ असणार नाही, याचे भान ठेवून दलित कादंबरीवर भाष्य केले पाहिजे असे डॉ.नंदा मेश्राम यांना वाटते.

दलित कादंबरीतील स्त्रीचित्रण या पैलूचा स्वतंत्रपणे विचार करून त्यावर डॉ.ज्योती लांजेवार यांनी समीक्षाग्रंथ लिहिलेला आहे. इ. स. १९४७ ते १९७७ या कालखंडात प्रसिद्ध झालेल्या कादंबऱ्यांचा विचार लेखिकेने 'मराठी दलित कादंबरीतील स्त्रीचित्रण, (२००८) या ग्रंथासाठी केलेला आहे. या कालखंडातील दलित कादंबरीची वाटचाल कधी मार्क्सवादाच्या वाटेने, तर कधी जीवनवादाच्या दिशेने झालेली दिसते. तरीही या कालखंडातील दलित कादंबरीतील स्त्रीचित्रणामध्ये आंबेडकरी निष्ठेची जपणूक आणि स्त्रीचा दुर्दम्य आशावाद ही दोन मूल्ये व्यक्त झाल्याचे दिसते. या कादंबरीतील स्त्रिया अन्यायाविरुद्ध लढतात, हतबल होऊन दु:ख उगाळत बसण्यापेक्षा प्रतिकूल परिस्थितीचा सामना करतात. इथल्या मुख्य व्यवस्थेशी, इतकेच नाही तर प्रसंगी निसर्गाशी संघर्ष करून स्वत:चे 'स्त्रीपण' उंचावणाऱ्या स्त्रीव्यक्तिरेखा दलित कादंबरीमध्ये चितारलेल्या दिसतात. दलित कादंबरीने भविष्यकाळात कोणते विषय हाताळले पाहिजेत याचे सूचन करताना लेखिका दलित कादंबरीच्या मर्यादांवर चाणाक्षपणे बोट ठेवते. सामूहिक हत्याकांडे, दलित स्त्रियांची जाहीर विटंबना, सक्तीची धर्मांतरे, नामांतर चळवळ आणि आंदोलने हे विषय दलित कादंबरीच्या कक्षेत यावेत अशी अपेक्षा डॉ.ज्योती लांजेवर करतात. (संदर्भ - शिंदे रूपाली 'समीक्षा', स्त्रीसाहित्याचा मागोवा, खंड - ४) लोकसाहित्याचा विचार करता, आशालता कांबळे यांनी 'समर्थ स्त्रियांचा इतिहास' हे पुस्तक लिहिले. हे पुस्तक बौद्ध काळातील थेरी (भिक्षुकी) यांच्या मनोबलाचा शोध घेणारे आहे. स्त्रीच्या विराटपणाचा, तिच्या नैसर्गिक स्वातंत्र्याचा आणि तिच्या जैविकतेचा शोध या पुस्तकातून व्यक्त होतो.

समीक्षेचा विचार करताना 'केंद्र आणि परीघ' हे प्रज्ञा दया पवार यांचे छोटे पुस्तक स्त्री-पुरुष विषमतेचा सांस्कृतिक इतिहास मांडते. जनाबाईच्या अभंगातील विठू, तस्लिमा नसरीनने धर्माचरणाविरुद्ध घेतलेली भूमिका, नृत्यांगना प्रोतिमा बेदी यांच्या आत्मरित्रातील दिवसागणिक उलगडत जाणारा बाईपणाचा अर्थ इत्यादी विविध विषयांवरील लेख या पुस्तकात आलेले आहेत.

स्वत:च्या अनुभवविश्वाशी, जगण्याशी जोडलेले अभ्यासविषय निवडून दलित स्त्रियांनी ग्रंथलेखन केले आहे. स्त्रियांनी लिहिलेल्या समीक्षाग्रंथांमधून सामाजिक, सांस्कृतिक जीवनाचे अंग स्पष्ट होते. स्त्रीलिखित साहित्यसमीक्षा प्रामुख्याने आशयप्रधान आहेत. साहित्यकृतीच्या आशयातून व्यक्त होणारे मानवी अनुभवविश्व, माणसाचे आंतरिक जीवन आदी जाणून घेण्यात स्त्रियांना अधिक रुची वाटते. बाह्यजगाचे साद-पडसाद टिपणारे, त्यांचा अर्थ लावणारे माणसाचे अंतरंग अभ्यासणे हे स्त्रियांना महत्त्वाचे वाटते.

एकूण दलित स्त्रियांच्या साहित्यातून दलित स्त्रीचे बदलते संदर्भविश्व, त्यातून आकाराला येणारे विचारविश्व आणि त्यामुळे घडत जाणारा तिचा संवेदन-स्वभाव यांचे प्रातिनिधिक दर्शन ठळकपणे घडते. तसेच समकालीन समाजभानाबरोबरच आजच्या दलित स्त्रीसाहित्यात गतकालाचे नवे भानही आढळते. आमच्याच विभागातर्फे प्रकाशित झालेले 'दलित लेखिका आणि त्यांचे साहित्य' हे ऊर्मिला पवार यांचे पुस्तक दलित स्त्रियांच्या लेखनाचा आशय दाखवते.

दलित स्त्रियांच्या साहित्यातील आशयसूत्र

अपमानास्पद शेरेबाजी आणि दडपणूक या जणू दलित स्त्रीलेखिकांच्या दैनंदिन जीवनाच्या अविभाज्य बाबी आहेत. क्वचित प्रसंगी या लेखिकांच्या योग्यतेची दखल घेतली जाते ती नाखुशीनेच! सातत्याने कातरी लावून त्यांच्या लेखनावर नियंत्रण ठेवले जाते आणि ते दडपले जाते. दलित स्त्रियांची अस्तित्वहीनता किंवा अदृश्यात्मकता केवळ साहित्य क्षेत्रापुरतीच मर्यादित नाही. राष्ट्रीय चळवळीत, समाजसुधारणेच्या चळवळीत सक्रिय असलेल्या अनेक दलित स्त्रिया आहेत. एवढेच नव्हे तर दलित स्त्रियांमध्ये डॉक्टरेट संपादन केलेल्या, सर्जनशील लेखिका, शिक्षक म्हणून कार्य करणाऱ्या, उत्तम वक्त्या, वकील, कलाकार, समीक्षक आहेत. साम्यवादी, क्रांतिकारी विचारांच्या आणि राजकीय पक्षांत, सामाजिक संघटनांत व चळवळींत सक्रिय कार्य करणाऱ्या पुष्कळ स्त्रिया आहेत. त्यांनी आपल्या सेवेद्वारे समाजाला मोठे योगदान दिलेले आहे. परंतु त्यांचे उल्लेख कुठेही आढळत नाहीत. ना स्वातंत्र्यलढ्याच्या इतिहासात, ना सुधारणा चळवळीत, ना इतर कोणत्याही प्रकारच्या इतिहासात. एवढेच नव्हे, तर साम्यवादी लढ्याच्या इतिहासातदेखील त्या अदृश्यच असतात. याबाबत आपण काय म्हणायचे? शिवाय उच्चजातीय पुरुषसत्ता त्यांच्या सहभागाचे धागेदोरेच नष्ट करत असते. वर्षानुवर्षे वाट्याला आलेल्या वंचिततेवर आणि शोषिततेवर मात करण्यात अपयश येत असताना त्यांना आजही नवनव्या प्रकारच्या भेदभावांस सामोरे जावे लागत आहे. तथापि दलित स्त्रिया 'नवी सुरुवात' करण्याचा प्रयत्न सातत्याने करत आहेत.

सर्वच बाबतींत होणारे शोषण एकसारखे असत नाही. हे वास्तव उच्चवर्गीय स्त्रियादेखील मान्य करतात. मात्र त्यांच्या प्रकल्प आणि कार्यशाळा व चर्चासत्रे आणि अभ्यासवर्ग यांतून दलित स्त्रियांच्या यातनादायी समस्या उपस्थित करण्यात त्या अपयशी ठरतात. दुसरीकडे स्त्रियांच्या स्थितीबाबत बोलताना उच्चजातीय स्त्रियांना पुरुषसत्ताक व्यवस्थेत क्रौर्य, दडपशाही सहन करावी लागते हे दलित संघटना मान्य करतात. परंतु कनिष्ठजातीय स्त्रियांबाबत बोलताना मात्र 'त्यांची परिस्थिती इतर जातींच्या तुलनेत उत्तम आहे अथवा दलित स्त्रियांचे शोषण होत असले, तरी ते इतर जातीय स्त्रियांसारखे तीव्र नाही असे मत मांडतात.

'मुख्य प्रवाहातील साहित्यविश्वात अनेक महत्त्वपूर्ण बदल झाले असले, तरी दलित स्त्रियांचे अनुभव, त्यांच्या वेदनांचे आविष्कार क्षुल्लक मानले जातात. कारण त्यामुळे स्त्रीवादाचे महत्त्व कमी होते ही सबब पुढे केली जाते. स्त्रीवाद म्हणजे उच्चवर्गीय स्त्रियांच्या समस्या असेच समीकरण बनले आहे. या देशात जातीयवादी पुरुषसत्ताक व्यवस्था स्त्रियांच्या एकतेविरुद्ध कार्यरत असते. उच्चजातीय स्त्रियांना देवता म्हणून पूजनीय ठरवले, तरी त्यांना घरातच बंदिस्त केले जाते. एका विशिष्ट प्रकारच्या भेदभावास तिला सामारे जावे लागते; दलित स्त्रीला शेतावर किंवा इतर अंगमेहनतीच्या कामांसाठी पाठवले जाते, तेव्हा तिला एका दुसऱ्याच प्रकारच्या भेदभावास तोंड द्यावे लागते.

प्रभुत्वशाली जातीच्या स्त्रियांना सभ्य व उच्च स्वरूपाची वाटणारी दडपशाही सहन करावी लागते, तर दारिद्र्याच्या व उपासमारीच्या परिस्थितीतून दलित स्त्रीचे शोषण सुरू होते. त्यामुळे स्त्रियांनी या दोन प्रकारांच्या दृष्टीकोनांतील भेदांचे राजकीय महत्त्व ओळखण्याची गरज आहे. म्हणून सामाजिक संबंधांना लोकशाही आशय देण्याची जबाबदारी आपल्यावरच आहे.

बदलत्या काळानुसार स्त्रीने स्वतःत बदल केले, पण पुरुषी मानसिकतेचा प्रभाव असलेला भोवतालचा समाज मात्र बदलायला आणि स्त्रीमध्ये झालेले बदल स्वीकारायला तयार नाही. त्यामुळे अंतर्बाह्य संघर्षाला सामोरे जात स्त्रीची 'स्वतंत्र' बनण्याची वाटचाल सुरू आहे.

दलित स्त्रीवादी जाणिवांचा आढळ दलित लेखिकांच्या साहित्यातून होतो. स्वभान, दुय्यमत्वाची जाणीव, पुरुषप्रधान व्यवस्थेचे राजकारण, दुटप्पी मूल्यव्यवस्था यांविषयीची सजगता जशी निर्माण झाली, तशी दलित स्त्रीच्या म्हणून मानल्या गेलेल्या पारंपरिक भूमिकांना नकार देणे, लिंगभेदावर आधारित व्यापक विषमतेला आव्हान देणे, स्त्री म्हणून होणाऱ्या अन्यायाला वाचा फोडणे, आत्मनिर्भर असणे, आत्मसन्मानाची जपणूक करणे, स्त्री-पुरुषांमधील समताधिष्ठित नात्याचा आग्रह धरणे अशा काही

स्त्रीवादी आशयसूत्रांचा आविष्कार दलित स्त्रियांच्या लिखाणातून दिसून येतो.

ज्याप्रमाणे सत्तरनंतरच्या दलित साहित्यात विद्रोहाचा आणि वेदनेचा आवाज उमटला, त्याचप्रमाणे समकालीन म्हणजे २००१नंतरच्या साहित्यातून नवीन समस्यांची आणि प्रश्नांची मोडणी होऊ लागली आहे. एकविसाव्या शतकाला जागतिकीकरणाचा भक्कम पाया मिळाला. तंत्रज्ञानाने अफाट प्रगती केली; त्यामुळे माणसांची एकूणच जीवनशैली बदलली. चालत आलेल्या परंपरेला जागतिकीकरणाने धक्का दिला. महानगरीय संवेदना फोफावली. चंगळवाद, जातीयवाद, भ्रष्टाचार यांना नवे कंगोरे फुटले. त्यामुळे या दशकातील जगण्यात या अनुषंगाने येणाऱ्या प्रश्नांचे मोहोळ उठले. हे प्रश्न, त्यांमागची कारणे, त्यांच्या परीने शोधलेली त्यांवरची उत्तरे साहित्यातून दिसतात. दलित स्त्रीचे स्वत:चे अस्तित्व आणि दलित स्त्री स्वत:साठी शोधत असलेला अवकाश ह्या जाणिवा खूप तीव्र दिसतात.

दलित स्त्रियांच्या कार्यक्षेत्राचा परीघ काहीसा रुंदावला आहे. घरातील कुटुंबातील, नातेवाइकांमधील येणाऱ्या अनुभवांबरोबरच ज्या ठिकाणी ती काम करते; तेथील अनुभवही तिच्यावर नकळत परिणाम करतात. या साऱ्या अनुभवांवर विचार करून, त्यांच्या मुळाशी जाऊन त्याचा अन्वयार्थ लावून दलित स्त्री स्वत:ची बांधिलकी ठरवते. त्यामुळे कधी दुरावा, कधी तटस्थता, कधी इगो प्रॉब्लेम, कधी एकाकीपणा, तर कधी परात्मताही तिच्या वाट्याला येते. याचे चित्रण दलित स्त्रियांच्या लिखाणातून येते. नव्यानव्या वाटा शोधण्याचा दलित स्त्रीचा चाललेला मन:पूर्वक प्रयत्न, बहुपदरी अनुभवांचे संचित, आलेल्या अनुभवाचा जाणीवनेणिवेच्या पातळीवर घेतलेला शोध, त्याची स्वत:ला सापडलेली उत्तरे हे तिच्या लेखनातून देण्याचा प्रयत्न ती करत आहे.

दलित स्त्रियांच्या दैनंदिन जीवनातील असुरक्षिततेची भावना, तसेच सततच्या पिळवणुकीचे चित्र उभे राहते. त्याचबरोबर पुरुषसत्तेविरुद्ध आणि शोषणाविरुद्ध त्यांनी उभ्या केलेल्या आव्हानाची माहितीही मिळते. त्यांच्या काही आविष्कारांतून अपार यातना आणि विजिगिषु वृत्ती असे दोहोंचे पुरावे पाहायला मिळतात.

वरिष्ठ जातींच्या पुरुषसत्ताक व्यवस्थेद्वारे दलितांना कलेच्या, विज्ञानाच्या आणि साहित्याच्या क्षेत्रांत भोगावा लागणारा सामाजिक बहिष्कार ही राजकीय दडपशाही आहे; म्हणूनच त्यांच्या विचारांना भक्कम पाया पुरवण्यासाठी आणि त्यांच्या कार्यास अधिमान्यता प्राप्त करून देण्यासाठी दलित स्त्रियांचे कार्य पुढे आणण्याची गरज आहे.

साहित्याचा स्त्रीवादी अभ्यास म्हणजे केवळ स्त्रियांच्या साहित्याचे वाचन करणे नव्हे किंवा साहित्यातील स्त्रियांच्या साचेबंद प्रतिमांची जंत्री बनवणेही नव्हे, लेखिका त्या त्या काळातील विचारप्रणालींमध्ये गुंतलेल्या असतात. त्यामुळे स्त्रियांनी लिहिलेले, स्त्रियांबाबतचे साहित्य हे आपसूकच स्त्रीवादी नसते. तसेच स्त्री-पुरुष विषमतेला

उलथवून टाकू पाहणारे साहित्य जात, वर्ग, धर्म यांच्या चौकटी बळकट करणारे असू शकते हे स्पष्ट होते; म्हणून या पार्श्वभूमीवर दलित स्त्रियांच्या साहित्यातील आशयसूत्र लक्षात घेतल्यास दलित स्त्रीवादाची मांडणी या साहित्याच्या आधारावर निर्माण होण्याच्या शक्यता अधिक दिसून येतात. अशा प्रकारे दलित स्त्रियांचे साहित्य हे प्रस्थापित ब्राह्मणी स्त्रियांच्या लेखनापेक्षा अधिक वेगळे ठरते.

अनुभवाधारित साहित्याकडून सिद्धान्ताकडे

महाराष्ट्राचा विचार करता, स्त्रियांच्या बाजूने पुरुषसत्तेविरुद्ध लढा देण्याची भाषा आता राज्यच बोलत आहे. यातून पुरोगामित्वाचा भ्रम पसरवला जातो आहे. परंतु पुरुषसत्ताक विचारसरणीशी जुळवून घेऊन, तिला किंचितसे आपलेसे करून घेऊन राज्यातील राज्यकर्त्या वर्गाला जाचणाऱ्या क्रांतिकारी वैचारिक कंगोऱ्यांना मोडून स्त्रीचळवळीचा विरोध निष्प्रभ करण्याचा प्रयत्न राज्य करत आहे.

दुसऱ्या बाजूला भारतीय समाजाचा विचार करताना गोपाळ गुरू म्हणतात की, गेल्या ५० वर्षांच्या अनुभवांवरून असे म्हणावे लागते की, देशात बहुजनांना आधुनिक वैश्विक अस्मितेचा अनुभव अजून घेता आलेला नाही. त्यांच्यावर पुन्हापुन्हा आधुनिकपूर्व किंवा जात्यधिष्ठित कलंकित ठरवलेल्या अस्मिता लादण्याचा प्रयत्न काही हितसंबंधीयांकडून नागरी समाजाच्या प्रांतात होताना दिसतो. उदाहरणार्थ, अल्पसंख्याकांना दुय्यम नागरिक समजणे, नागरिकांना मिळणारी सामाजिक प्रतिष्ठा दलित स्त्रियांना नाकारणे इत्यादी गोष्टी अजूनही घडतात. विशिष्टतेकडून वैश्विकतेकडे जाण्याचे दलितांचे दावे, थोडक्यात त्यांचे आधुनिकतेचे दावे नाकारले जाण्याची परंपरा तशी जुनीच आहे.

तर शासन, नागरी समाज आणि सामाजिकशास्त्रज्ञ यांचा प्रमुख अजेंडा हा कधीच जातिअंत राहिला नसल्याचे दिसते. जात आणि स्त्रीप्रश्न यांचा विशेषत: दलित स्त्रीप्रश्नाचा विचार क्वचितच झाल्याचे दिसते. जेव्हा दलित स्त्रियांवर सामुदायिक स्वरूपाचे अत्याचार होतात, तेव्हा अशा 'सामुदायिक पितृसत्तेचा', 'सामुदायिक हिंसाचाराचा' जास्तीतजास्त तोंडी लावण्यापुरता विचार केला जातो.

बारामतीतल्या भवानीनगरमधील रेश्मा पाटोळेचे उदाहरण या संदर्भात महत्त्वाचे आहे. श्रीमंतांची मुले एका मुलीवर अतिप्रसंग करण्याचा प्रयत्न करतात. मुलगी याविरुद्ध कोर्टात जाते, वडील नाहीत म्हणून आईच्या सोबतीने न्यायाची मागणी करते. पण पोलिसांच्या मते, श्रीमंतांच्या मुलांनी गरिबाच्या मुलीला पळवणे यात काहीच गैर नाही, उलट अशा मुलींनी जायला पाहिजे असे ते सुचवतात. रेश्मा पाटोळे प्रकरणात पोलिसांच्या वक्तव्याची लाज येते.

बरेचदा असे दिसून येते की, दलित अशा प्रकारच्या भौतिक सत्तेला बळी पडतात की, जी त्यांना सिद्धान्तनाच्या व्यवहारापासून दूर नेते, परंतु एका प्रकारची सवंग गतिमानता देते. अशा प्रकारच्या भौतिक सत्तेची गरज ही पूर्णपणे वैचारिक जाणिवेला गुलाम बनवते. तेव्हा खऱ्या अर्थाने दलित सिद्धान्तनापासून दूर लोटले जातात. व्यावहारिक गोष्टी सैद्धान्तिक गोष्टींपेक्षा जास्त महत्त्वाच्या बनतात. राज्य संस्थेबरोबर बिगरशासकीय संस्थांमधील अनेक दलित नेतेही अशा व्यावहारिक बाबींचा अधिक पुरस्कार करतात. कारण अशा संशोधनातून बाहेर आलेली माहिती अर्थसाहाय्य पुरवणाऱ्या आंतरराष्ट्रीय संस्थांना हवी असते. याबरोबर दलितांमधले औपचारिक विद्वान हे दलितांवरच्या अत्याचारांच्या आकडेवारीला घोषवाक्यांमध्ये रूपांतरित करून ती राष्ट्रीय-आंतरराष्ट्रीय अधिवेशनांमध्ये मांडताना दिसतात. यामध्ये अनेकदा भावना मिसळून या घोषवाक्यांना अधिक रोचक बनवले जाते. दलितांमधल्या आणि इतरसुद्धा औपचारिक विद्वानांना दलितांची सिद्धान्तन करण्याची सामूहिक अक्षमता टिकवून ठेवण्यात रस असतो. परंतु अनुभवाधारित संशोधनापासून सिद्धान्तनापर्यंतचा प्रवास करणे ही दलित ओबीसींची, आदिवासींची सामाजिक गरज आहे.

दलित स्त्रीवादाचा विचार करताना प्रस्थापित ज्ञानाची किंवा दृष्टीकोनांची चिकित्सा करण्याचा प्रयत्न या पुस्तकात करण्यात आला आहे. प्रा.गोपाळ गुरू म्हणतात त्याप्रमाणे आजही दलित बहुजनांच्या प्रगतीचा व प्रबोधनाचा मार्ग हा लोकशाहीपासून सुरू होतो, नंतर तो आधुनिकतेकडे जातो. दलित-बहुजनांचा दृष्टीकोन म्हणूनच लोकशाही मूल्यव्यवस्था व आधुनिकता या दोन्ही संकल्पना समृद्ध करणारा आहे; तो उच्चवर्गींयासारखा एकतर्फी नाही. कारण उच्चभ्रू समाजाची लोकशाही आधुनिकतेला समृद्ध करत असेल, तर ती केवळ अभिजनांची लोकशाही बनून राहते. याची कल्पना फुले-आंबेडकरांना असल्यामुळे त्यांनी प्रथम लोकशाही व नंतर आधुनिकता असा क्रम लावला. दलित बहुजनांनी लोकशाही ते आधुनिकता हा प्रवास पूर्ण करणे क्रमप्राप्त आहे; नव्हे, हे दलित-बहुजनांच्या हिताचे आहे. दलित बहुजनांच्या मुक्तीची पूर्वअट लोकशाही ही आहे. परंतु तिला आधुनिकतेची जोड देणे आवश्यक आहे. फुलेआंबेडकर विचारांचे सूत्र हेच आहे.

अस्मितेच्या आणि अस्तित्वाच्या शोधात दलित स्त्री

दलित स्त्रीची अस्मिता नेहमीच संघर्षातून आकार घेणारी. त्यामुळे दलित स्त्री जास्त आर्टिक्यूलेट आहे. तिची भाषा ठसठशीत आहे. कोणत्याही दलित वस्तीत जाऊन समाजकार्य करणाऱ्या स्त्रियांना याचा अनुभव असेल की, एकदा विश्वास निर्माण झाला की त्या धिटाईने, हुशारीने आपले विचार मांडतात.

दलित स्त्रियांची बौद्धिक आणि भाषिक जाणीव त्यांच्या पुरुषांच्या बरोबरीची

आहे. (डॉ.बाबासाहेब आंबेडकर ज्या-ज्या घरात पोहोचले, त्यांत स्त्रियाही होत्याच. स्त्रियांनी 'भीमा'ला स्वतंत्रपणे स्वीकारले.) दलित स्त्रियांना सुरुवातीपासूनच स्वतंत्रपणे पोटासाठी राबावे लागतेच. बसून खाणारी दलित बाई अस्तित्वातच नाही. शिवाय ती संरक्षितही नाही. तिच्या मदतीला वडील, भाऊ किंवा नवरा, पुत्र हे 'मनुस्मृती'तले धोंडे नाहीतच. तिच्या पायातली चप्पल, कंबरेचा विळा आणि तिची तिखट जीभ ही तिची संरक्षक कवचकुंडले. या बाबतीत तिचे साम्य अमेरिकेच्या दक्षिणेकडील संस्थानातून पूर्वी गुलाम म्हणून राबणाऱ्या निग्रो स्त्रियांशी आहे. कित्येकदा घराचा भावनिक आधारस्तंभ ती स्वत:च आहे. आणि पुरुष हा कुटुंबाचा महत्त्वाचा घटक असला, तरी निर्वाणीच्या वेळी ती त्याच्यावरही अवलंबून नाही. मानसिकदृष्ट्या ती एकटीच आहे. तिला सोबत आहे तिच्यासारख्या इतर स्त्रियांचीच.

आजची दलित स्त्री सजग, स्वाभिमानी आणि अन्यायाचा प्रतिकार करण्यासाठी सज्ज झालेली दिसते. आज दलित स्त्रियांमध्ये शिक्षणाचे प्रमाण वाढले आहे. पण गेल्या काही वर्षांत एक चित्र दिसते, शिकलेल्या अनेक स्त्रियांमध्ये एक नवा गंड निर्माण होऊ पाहत आहे. देवाच्या व दैववादाच्या आहारी जाऊन 'सवर्णसदृशता' प्रक्षेपित करण्याचा प्रकार दिसू लागला आहे. अनुकरणप्रियता सामाजिक व सांस्कृतिक संदर्भांत गंडप्रदर्शन करते, संघर्षोन्मुखता नष्ट करते. ही प्रवृत्ती काही शिक्षित दलित स्त्रियांत बळावत असली, तरी फार मोठा इतर वर्ण परिवर्तनाचा झेंडा खांद्यावर घेऊन वाटचाल करत आहे. मात्र महाराष्ट्रातील अशिक्षित व रांगडी दलित स्त्री ही अधिक क्रांतिसन्मुख व नव्याचे स्वागत करणारी आहे हे चित्र आजही आशादायी आहे. ती अधिक मुक्त आणि आंबेडकरी विचाराला कृतिप्रवणतेचा स्पर्श होण्यासाठी सतत उद्युक्त आहे, ही फार मोठी जमेची बाजू आहे.

डॉ.आंबेडकरांनी स्त्रियांना उद्देशून केलेली भाषणे दलित स्त्रीच्या उत्थानाचा जाहीरनामा आहेत. यातून दलित स्त्रीचे मानसिक परिवर्तन घडवण्याचा प्रयत्न होता आणि हा प्रयत्न यशस्वी झाला. डॉ.आंबेडकरांना नवी दलित स्त्री अपेक्षित होती म्हणूनच दलित स्त्रियांच्या मनातून सर्वप्रथम न्यूनगंड निपटून टाकून त्यांना स्वत:च्या उन्नतीची, आत्मोद्धाराची जाणीव करून देणे; स्वसामर्थ्याची जाणीव करून देऊन अन्याय-अत्याचाराविरुद्धच्या, दास्यमुक्तीच्या लढ्यास प्रवृत्त करणे; असे कार्य डॉ.आंबेडकरांनी आपल्या भाषणांतून केले. स्त्रियांनी जुन्या व गलिच्छ चालीरिती सोडल्या पाहिजेत असाही आग्रह त्यांनी धरला. कारण सवर्णांनी त्या चालीरिती आपल्यावर सक्तीने लादलेल्या होत्या. सक्ती नाकारण्याचे बळ स्त्रियांत निर्माण व्हायला पाहिजे ही त्यामागची महत्त्वाची प्रेरणा होती. डॉ.आंबेडकरांनी स्त्रियांना मानसिक परिवर्तनाचा पाठ दिला. आणि दलित स्त्रीमुक्तीची आणि समाजपरिवर्तनाच्या लढ्याची

ही प्रभात ठरली होती. दलित स्त्री ही पुरुषांच्या बरोबरीने दलित संघर्षलढ्यात सामील झाली आणि ती खऱ्या अर्थाने उंबरठ्याबाहेर आली. दलित स्त्रियांनी स्वतंत्रपणे स्त्रीसंघटना, स्त्रीसंस्था निर्माण करून सभासंमेलनांत भाषण देऊन दलित सुधारणेस सुरुवात केली.

'दलित स्त्रीअस्मितेचा आविष्कार व दिशा' या विषयावर पुण्यातील आलोचना या संस्थेने जून १९९६मध्ये दोन दिवसांचे चर्चासत्र घेतले होते. स्त्रीचळवळीला अनुभव या पद्धतीनेच आला. तसेच दलित चळवळीतही अनुभव म्हणजे दलित पुरुषांचेच अनुभव केंद्रस्थानी मानले गेले. त्यामुळे या दोन्ही चळवळींतून दलित स्त्रियांचे अनुभव वगळले गेले. त्यामुळे दुर्लक्षित आणि व्यथित झालेल्या दलित स्त्रियांनी आपल्या वेगळ्या स्वायत्त संघटना स्थापन केल्या. लिंगाधारित शोषण सर्वच स्त्रियांचे होते. पण लैंगिक अत्याचारासंदर्भात जात हा घटक लक्षात घ्यावाच लागतो. त्यामुळे लिंगाधारित शोषणाला वेगळी धार येते. त्याची तीव्रता वाढते. अनेक राज्यांमध्ये दलित स्त्रीची काढली जाणारी नग्न धिंड, अजूनही नववधूची डोली प्रथम जमीनदाराकडे नेण्याची बिहारमधली प्रथा, यल्लमाला वाहिल्या जाणाऱ्या मुलींमध्ये मोठ्या प्रमाणात असणाऱ्या दलित मुली ही याची काही ठळक उदाहरणे झाली; म्हणून दलित स्त्रियांच्या दु:खाचे सामाजिकीकरण झाले पाहिजे.

दलित संघटनांमध्ये, पक्ष संघटनांमध्ये पुरुषसत्तेमुळे दलित स्त्रियांचे शोषण होते. तेथेही दलित स्त्रिया दुय्यमच असतात. या पुरुषप्रधान समाजातील शोषणाचा उच्चार सार्वत्रिक झाला पाहिजे. दलित स्त्रियांमध्येही या शोषणाचे सहज स्वीकारलेपण आढळते, म्हणून त्यांनाही त्यांच्या शोषणाची जाणीव करून द्यायला हवी. या प्रश्नांची मांडणी भावनिकतेच्या पलीकडे जाऊन तार्किक व वैचारिक पद्धतीने झाली पाहिजे. चळवळीला वैचारिक अधिष्ठान नसेल, तर प्रश्न सुटल्यावर चळवळ थांबते. या सर्व विचारांतून दलित स्त्रीसंघटनेच्या स्वतंत्र स्वायत्त स्थापनेचा विचार झाला होता.

प्रश्नांची नड ज्यांना आहे तेच प्रश्न चांगल्या प्रकारे हाताळू शकतात, हे तर खरेच आहे. पण त्याच वेळी कोणतीही चळवळ संपूर्णपणे स्वायत्त, इतरांपासून वेगळी असू शकत नाही, हे लक्षात घेऊन आपल्या ध्येयधोरणांना साथ देणाऱ्या इतर चळवळींतील प्रवाहांना बरोबर घेऊन पुढे गेले पाहिजे. दलितेत्तरांमधरील खऱ्या मैत्रीचा हात जरूर स्वीकारला पाहिजे.

एक काळ असा होता की, अनेक जण असे मानायचे की, स्त्रीचळवळ आणि दलित चळवळ या एकाच नाण्याच्या दोन बाजू आहेत. स्त्रियांची आणि दलितांची अवस्था यांचे मूळ मनुस्मृतीत आहे. दलितांना निदान वर्ण तरी होता. स्त्रियांना तर तोही नव्हता. स्त्रिया घरातच, पण स्त्रिया आणि दलित यांतले नाते दिसत होते. पुढे चळवळीत

एका टप्प्यावर दलित स्त्रिया म्हणायला लागल्या आणि ते खरेही होते की, स्त्रीचळवळ ही प्रामुख्याने मध्यमवर्गीय आणि ब्राह्मणी राहिली. हुंडा, बलात्कार या प्रश्नांकडे जेवढे बघितले गेले, तेवढा जातीय हिंसाचाराचा विचार स्त्रीचळवळीने केला नाही. त्यातून ब्राह्मणी स्त्रीवाद हा शब्द पुढे आला, पण स्त्रीवादाने ब्राह्मणी चौकटीला प्रश्न केले आहेत.

पूर्वी एका टप्प्यावर असेही म्हटले होते की, सर्वच स्त्रिया दलित; पण मला वाटते की, हे दलित ही संज्ञा करून टाकण्यासारखे आहे. दलितत्वाच्या वेदना वेगळ्या आहेत हे मान्य करायला हवे.

शहरात औद्योगिक संस्कृतीने स्त्रीवाद पळवून नेला आहे. औद्योगिक संस्कृतीची गरज म्हणून जो अवकाश स्त्रीला दिला जात आहे, ती म्हणजे स्त्रीमुक्ती का, की त्यात स्त्रियांचा अधिकच जास्त कोंडमारा होतो आहे याचा विचार केला पाहिजे. शिवाय आता स्त्रियांना जो अवकाश मिळतो आहे, त्याचे थोडे श्रेय स्त्रीचळवळीलाही जाते हे मान्य करायला हवे.

ग्रामीण भागात तर स्त्रीवादाचे स्वरूप आणखी वेगळेच आहे. पंचायत समित्या, ग्रामपंचायती वगैरेंमधून स्त्रिया दिसतात, पण ते म्हणजे स्त्रीमुक्ती म्हणायचे का? ग्रामीण भागातील राजकारण उभारणाऱ्या दलित अस्मितांना ठेचण्याचेही राजकारण आहे. खैरलांजीतले खरे वास्तव हेच आहे. स्त्रीप्रश्न त्या मानाने दुय्यम आहे. त्यामुळे स्त्रीवादाचे फार अपील मग तिथे राहत नाही. दलितांची भाषा आक्रमक होत आहे असे म्हटले जाणे, हा याच राजकारणाचा भाग आहे. आपण दलित चळवळीतील संक्रमणाचा हा काळ समजून घ्यायला हवा असे मला वाटते.

दलित समाज वेगाने पुढे येताना दिसतो आहे. त्यांच्याबद्दलची चीड, असूया काही काळ तरी इतर सत्ताधारी जातीजमातींमध्ये जागृत होण्याची शक्यता आहे. दलित स्त्रीवादी कार्यकर्ता दलित तरुणींना किती आकर्षित करतो व आपली मोर्चेबांधणी किती चांगल्या पद्धतीने करतो, यांवर दलित स्त्रीवादी चळवळ किती सशक्त होते हे अवलंबून राहील.

स्वाभिमानाने उभे राहू बघणाऱ्या दलित स्त्रीचे व तिच्या नवऱ्याचे खच्चीकरण करण्यासाठी स्त्रीवरील बलात्कार हे हत्यार आजही वापरले जात आहे. याचा अजून एक ढळढळीत पुरावा म्हणजे २००६मध्ये खैरलांजी येथे घडलेले हत्याकांड. जातिपुरुषसत्तेविरुद्ध लढणाऱ्या सुरेखा भोतमांगे या दलित स्त्रीच्या स्वाभिमानाच्या आणि कर्तेपणाच्या संघर्षमय वाटचालीचा अंत अखेरीस तीन मुलांसह तिच्या हत्येत झाला. जातीय, लैंगिक अत्याचाराचे भीषण गांभीर्य कमी करण्यासाठी सुरेखाला वेळोवेळी साहाय्य करणाऱ्या सिद्धार्थ गजभिये या तिच्या चुलतभावाशी तिचे अनैतिक संबंध

असल्याच्या गावगप्पा पसरवण्यात आल्या. काही वृत्तपत्रांनीपण असे वृत्तान्त छापले की, जणू हा जातीय लैंगिक अत्याचार नसून एका स्त्रीच्या अनैतिक संबंधाच्या विरोधात चिडून जाऊन गावकऱ्यांनी असे सामूहिक हिंस्र कृत्य केले. या प्रकारची पीत पत्रकारिता जातपितृसत्ताक मनोरचनेला, जाणिवेला बळ पुरवते. जातपितृसत्ताक मनोरचना असलेल्या समाजात दलित-दलितेतर जातीय वैमनस्य आणि दलित स्त्रीच्या बदनामीचा गैरप्रकार यांचे 'व्यवस्थेविरुद्धचे राजकारण' उभे राहते. स्त्रीच्या, तेही दलित स्त्रीच्या चारित्र्यहननाचे, तिच्याविषयीच्या गैरप्रकारांचे, बाजारगप्पांचे जातिसंलग्न पितृसत्तेच्या व्यवस्थेतील राजकीय व्यूहनीतीमध्ये दलितविरोधी, स्त्रीविरोधी साधन बनले. स्त्रीप्रश्नाच्या गाभ्यापाशी पोहोचण्यासाठी हे समजून घेणे, खूप गरजेचे आहे.

एकविसाव्या शतकात जातदांडग्या झुंडीने सुरेखा व प्रियंका या मायलेकींना मारहाण करत त्यांची नग्न धिंड काढल्यानंतर क्रौर्यपूर्ण, हिंस्र उन्मादात झुंडीच्या नैतिक जाणिवेचा ऱ्हास झाला. झुंडीने प्रियंकेशी तिच्या भावाला रोशनला लैंगिक संभोग करण्यास जबरदस्ती केली व त्याने नकार देताच त्याचे लिंग मारेकऱ्यांनी ठेचून छिन्नविच्छिन्न केले, असे हत्याकांडाचे विवरण देणाऱ्या अनेक अहवालांत नोंदवले आहे. (Caste Atrocity in Khairlanji Manuski Advocacy Centre, Pune, P.2)

दलित स्त्रीच्या अनैतिक संबंधाचा मिथ्या प्रचार करणाऱ्या व त्याची नैतिक चाड असल्याचा पवित्रा घेणाऱ्या झुंडीने अशा प्रकारच्या मानखंडनेचे आणि बीभत्स, अश्लील व अत्यंत अनैतिक स्तराइतपत लैंगिक अवमूल्यनाचे उन्मादी, हिंस्र कामूक वर्तन केले. जाति-पितृसत्तेमुळे स्त्रीविरोधी, दलितविरोधी जाणीवनेणिवेत भिनलेले विषमतेचे विष यातून प्रकट झाले. या विकृतीच्या स्फोटामागील समूहमानसशास्त्रीय अभ्यास होणे खूप गरजेचे वाटते.

स्त्रीचे शरीर हे जात, जमात, वंश इत्यादींच्या पुनरुत्पादनाचे, शुद्धतेचे वाहक असल्यामुळे स्त्रियांवरील सामुदायिक बलात्काराला आणि लैंगिक अत्याचाराला जात, जमात, वर्ग, पुरुषसत्ता यांचे अविभाज्य संदर्भ असतात हे लक्षात घ्यायला हवे. स्त्रियांवरील बलात्कार, लैंगिक अत्याचार केवळ शरीर संबंधात्मक क्रूर वर्तन म्हणून पाहता येत नाहीत. स्त्रीवरील बलात्काराचा अर्थ हिंसेने पुरुषी वर्चस्व लादणे, तिला आतंकित करून पुरुषावलंबी ठेवणे, अद्दल घडवणे इतकाच पितृसत्ताक केंद्री नसतो; तर जात-जमातीय सामूहिक बलात्कार, लैंगिक अत्याराने जात-जमातीय पितृसत्ता लादण्याचा महत्त्वपूर्ण भाग त्यात अंतर्भूत असतो. निम्नजातीय स्त्रियांवर होणारे सामूहिक बलात्कार, लैंगिक अत्याचार हे त्या जातीला तिचा सामाजिक हीन दर्जा दाखवण्याच्या हेतूने असतात. जातीय उत्पादनसंबंधांच्या भौतिक पायावर पुरुषी सर्वस्व उभे

असल्यामुळेच वरचढ जातीय पुरुषवर्चस्ववाद कनिष्ठ जातीजमातींच्या स्त्रियांवर लादत असतात. वरचढ जातीय सधन वर्गातील पुरुषांच्या अत्याचारांच्या बळी प्रामुख्याने दलित-आदिवासी स्त्रियाच असतात. जाती-पितृसत्ताक वर्चस्व व नियंत्रण ठेवण्यासाठी जातदांडगे व धनदांडगे जी जातीय हिंसा करत असतात, त्यात दलित आदिवासी स्त्रियांवरील लैंगिक हिंसेचे प्रमाण उत्तर प्रदेश, बिहार, राजस्थान यांसारख्या जातीसामंती किल्ले बळकट असणाऱ्या राज्यांत अधिक आहे. मात्र महाराष्ट्रातही खेड्यापाड्यांत दलित स्त्रिया अजूनही या प्रकारच्या लैंगिक अत्याचाराच्या बळी ठरत आहेत, हे खैरलांजी हत्याकांडाने पुन्हा एकदा दाखवून दिले.

भांडवलशाहीच्या, जागतिकीकरणाच्या बदलत्या काळात शोषित जातिवर्गांच्या व स्त्रीदेहाच्या वस्तुकरणाचे, शोषणाचे स्वरूप तीव्रतर झाल्याने स्त्री-अत्याचारांमध्ये वाढ होऊन त्यांची तीव्रता वाढली आहे. राजस्थानचे डायरेक्टर जनरल ऑफ पोलीस के.एस. गिल स्त्रियांवरील अत्याचाराच्या बदलत्या बाजू स्पष्ट करताना सांगतात की, बलात्काराचे स्वरूप बदलले आहे. आता अधिक तरुण, कोवळ्या मुली हिंस्र बलात्काराच्या लक्ष्य ठरत आहेत. (इंडिया टुडे, मार्च २००७, पृ.४८) त्यातील बहुसंख्य मुली गरीब कुटुंबातल्या असतात असे गिल म्हणतात. सामुदायिक बलात्कार आणि त्यांना असणारे जातीय परिमाण त्यांच्या निरीक्षणातून स्पष्ट होत नाही; परंतु ह्या बहुसंख्य गरीब मुली मागास जातिवर्गातील असतात हे समाजवास्तव स्पष्ट आहे. (बायजा, जाने-फेब्रु. २००८, जातवर्गीय-लैंगिक शोषण-शासनाचा अन्वयार्थ; -प्रा. सचीन गरुड). खैरलांजी हत्याकांड हे फक्त कुणा एका विकृत, क्रूर जनसमूहानी केलेले फक्त दुष्कर्म नाही, तर त्याला विषमताधिष्ठित जातिव्यवस्थेचा भक्कम पाया आहे.

दलित स्त्रियांप्रमाणेच शोषित असणाऱ्या भटक्या विमुक्त स्त्रिया, आदिवासी स्त्रिया, कष्टकरी, बहुजन स्त्रिया यांना दलित स्त्रीचळवळीने सामावून घेतले पाहिजे. फुले-आंबेडकरवादाने पुढे आणलेले विवाह, घटस्फोट, योनिशुचिता, वारसा इत्यादी प्रश्न आजच्या संदर्भात जातिव्यवस्था अंताचा कृतिकार्यक्रम म्हणून पुढे घेऊन गेले पाहिजे. यासाठी दलित स्त्रीवादी चर्चाविश्व पुढे नेण्याची गरज आहे. स्त्रियांचा कोणताही राजकीय पक्ष नसल्याने किंवा मोठी औपचारिक संघटना नसल्याने स्त्रीप्रश्नासंदर्भातले वादविवाद स्त्रियांच्या लेखनातून व आपापल्या विचारपीठावरून केले जातात. स्त्रीचळवळीने सक्रिय राजकारणाचा फारसा विचार केला नसल्याने व्यूहरचना, रणनीती वगैरे राजकीय संकल्पना न वापरता केवळ जाणीवजागृती व काही वेळा विशिष्ट मागणीसाठी आंदोलन असे तुकड्या-तुकड्याचे राजकारण करण्यातच स्त्रियांचे गट धन्यता मानत आहेत.

दलित स्त्रियांची चळवळ ही समग्र दलित चळवळीच्या अंतर्गत राहिलेली आहे.

प्रत्यक्ष जीवनात ती पुरुषांच्या बरोबरीने आर्थिक वाटा उचलण्यात सहभागी झाली. शारीरिक कष्टाची कामे आणि नंतर बदलत्या काळाप्रमाणे शिक्षणाच्या उंबरठ्यावर ती उभी राहिली. विसाव्या शतकाच्या अगदी पहिल्यादुसऱ्या दशकात जातपंचायतीने तिला काही अधिकार दिले. इतर स्पृश्य स्त्रियांच्या तुलनेत तिचे कौटुंबिक स्थान नगण्य नव्हते.

दलित स्त्रीसंबंधाने पुरुष कार्यकर्त्यांनी तिच्या स्वतंत्र अस्तित्वासंबंधी विचार करणे, तिला विचारप्रवृत्त करणे हा भागही चळवळीच्या दृष्टीने महत्त्वाचा होता. पण त्याहीपेक्षा महत्त्वाचा भाग प्रत्यक्ष स्त्रीने चळवळीत सहभागी होणे हा होता. दलित स्त्रीचळवळीचा एक अत्यंत महत्त्वाचा टप्पा म्हणजे या स्त्रियांनी स्वत:च निर्माण केलेल्या संस्था. १९२७नंतर महाराष्ट्रभर ह्या संस्था जन्माला आलेल्या दिसून येतात. सामाजिक व सांस्कृतिक क्षेत्रांतील लढ्यांत तिने केलेला प्रवेश असा आत्मजागृतीचा होता.

निर्भयता, आत्मप्रतिष्ठा आणि प्रतिपक्षाशी सामूहिकरित्या झुंज देण्याची ईर्ष्या आता दलित स्त्रीत प्रकर्षाने निर्माण होऊ लागली आहे. बौद्धिक पातळीवरचे हे तिचे दर्शन म्हणजे नव्या वैचारिक नेतृत्वाची चाहूल आहे.

दलितेतर स्त्रियांना दिसणारी दलित स्त्री एकतर घरापलीकडे ठेवण्याची, तिचे कष्ट शेतात घेतले तरी तिला शिवायचे नाही. रोज पाणी तिला वरून द्यायचे. ती तिरस्करणीय. तिच्याबद्दल ती इमानाने कष्ट करणारी असली तरच ममता, नाहीतर लगेच ती माजलेली, अशीच तिची प्रतिमा दिसते.

दलित स्त्रीच्या विश्वाचा अर्थ हाच आहे की, तिला माणूसपण नाकारले गेले आहे. कुटुंबीयांकडून दु:खाबरोबर जे सुख मिळते, त्यातून ती जगण्यासाठी शक्ती शोधते. तिच्या विश्वातील प्रश्नांनी केवळ दलित पुरुषाला आरोपीच्या पिंजऱ्यात उभे केलेले नाही, तर समाजव्यवस्थेला आरोपी बनवले आहे. ही दु:खे त्यांची नसून आपल्या समाजाची आहेत. आज स्त्री जेव्हा भविष्याचे आकाश आपल्या हातात घेण्याचा प्रयत्न करते, तेव्हा तिच्या हातामागे दलित स्त्रीच्या आणि पुरुषांच्या अनुभवांचा अर्थ उभा आहे. तो अर्थ असे विचारतो आहे की, मानवमुक्तीच्या कोणत्या विश्वात उभे राहून आपण हे प्रयत्न करत आहोत? आपल्या समाजात प्रत्येक जातीचा, वर्गाचा बंदिस्त कोश आहे, विश्व आहे. त्या विश्वाची दारे, त्याच्या भिंती चिरेबंदी आहेत. या भिंती आम्ही कशा तोडणार आणि वेगवेगळ्या विश्वांत पूल कसे उभारणार? संवाद कसा साधणार? दलितांनी प्रश्न विचारला आहे की, आमच्याच वाट्याला हे का? आम्ही ते नाकारणार. तसाच प्रश्न स्त्रियांनी विचारला आहे की, आम्ही आमचे जग मोठे करायला निघालो आहोत; माणसाच्या मुक्तीसाठी आमचा लढा आहे, प्रयत्न आहे; त्या जगाच्या कक्षा विस्तारण्यासाठी कोंबडा आरवण्याची वाट का म्हणून पाहावी? आम्ही अगोदरच बरीच वर्षे सुप्तावस्थेत, थंडपणे काढली. आता अजून थांबणे शक्य

नाही, म्हणूनच दलित स्त्रीचे विश्व शोधणे, समजून घेणे ही गरजेची गोष्ट आहे.

जागतिकीकरणाच्या काळात जात्यधिष्ठित आणि लिंगाधिष्ठित शोषण

वैज्ञानिक प्रगतीमुळे माणसाच्या उन्नतीची, सुखाची आणि कल्याणाची स्वप्ने पूर्ण होऊ शकली नाहीत; तर प्रौद्योगिकी आणि तांत्रिक परिवर्तनामुळे मानवी समाज पाहता-पाहता 'मीडिया समाज' किंवा 'तमाशा समाज' (Spectacle society) यात बदलत गेला. नव्या व्यावसायिक कार्यपद्धतीमुळे उपभोक्तावादाच्या अशा रूपांना जन्मास घातले, ज्यांची कल्पनादेखील आधी कोणी केलेली नव्हती. याच प्रकारे संगणक बुद्धीने ज्ञानाच्या स्वरूपास आणि त्यांच्या गरजेस बदलून टाकले आणि ज्ञानाच्या संचयनाच्या आणि उपलब्धीच्या नवीनच समस्या उभ्या केल्या.

धर्मव्यवस्था राजकारणाला नियंत्रित करते, तेव्हा ती व्यक्तीच्या नैसर्गिक आत्मभानाऐवजी तिच्या पारलौकिक अदृश्य स्वार्थाला महत्त्व देते. आणि जागतिक साम्राज्यवाद जेव्हा एखाद्या देशाच्या राजकारणाला नियंत्रित करतो; तेव्हा त्या देशातील सामाजिक न्याय, अभिव्यक्तिस्वातंत्र्य, समतेचे मूल्य या साऱ्या गोष्टी विकलांग होतात. त्यातून एक नवा सांस्कृतिक साम्राज्यवाद उभा राहतो.

जागतिकीकरणाच्या युगातही जातीय शोषण प्रधान शोषण म्हणून होताना दिसत आहे. जागतिकीकरण ते वित्त भांडवलशाहीच्या काळात स्त्रियांवरील हिंसाचारात प्रचंड भर पडत आहे. लिंगनिवड चाचण्यांतून मुलींचे गर्भ मारून टाकणे, तथाकथित एकतर्फी प्रेमाच्या नावाखाली तरुणींचे खून होणे, जातीच्या तथाकथित इज्जतीसाठी आणि इभ्रतीसाठी केले जाणारे ऑनर किलिंग, सामूहिक बलात्कार, अल्पवयीन मुलींवर होणारे लैंगिक अत्याचार अशा प्रकारच्या हिंसाचारात भरच पडत चालली आहे. स्त्री विरुद्ध पुरुष असे द्वंद्व उभे करून ह्या हिंसाचारातील पुरुषसत्ताक जातिवर्गव्यवस्थेच्या भौतिक शोषणाला दडपू पाहत आहेत.

संपत्तीचे आणि प्रतिष्ठेचे कमालीचे ध्रुवीकरण, केंद्रीकरण एकीकडे; आणि दुसरीकडे रोजगार, बेकारी, सामाजिक अपमान, दुय्यमत्व यांतील दरी वाढतच चालली आहे. त्याचप्रमाणे आंतरजातीय विवाहांना होणारा संघटित विरोध आणि त्यातून होणारा हिंसाचार, स्त्रियांवरील वाढते हिंसाचार, पुरुषसत्ताक मूल्यसंस्कृतीला मिळवून घेतली जाणारी अधिमान्यता आणि तिच्यासाठी केला जाणारा जातसंरचनेचा वापर लक्षात घ्यायला हवा.

आजही स्वभांडवलाची सुरक्षितता स्वजातीतच शोधली जात आहे. सत्ता, संपत्ती, प्रतिष्ठा आणि ज्ञान यांच्यावर जातिवर्चस्व आहे. नवउदारमतवादी जगात स्त्रियांच्या शोषणाला विविध आयाम प्राप्त होत आहेत. या युगात सामाजिक चळवळीपुढे मोठी आव्हाने उभी ठाकली आहेत. जागतिकीकरणाच्या युगात झालेल्या

बदलांचा परामर्श कोणते वास्तव पुढे आणतो? नवउदारमतवादी विचारविश्वाने भ्रांत विचारप्रणाली पुढे आणली आहे. जगाचे, समाज समजून घेण्याचे एक परिमाण त्यांनी पुढे आणले, अर्थात ते पद्धतशीरपणे. यात मोलाची भर टाकली एनजीओंच्या जाळ्याने. शोषण, समता, भांडवलशाही, जातिअंत, वर्गसंघर्ष, स्त्रीदास्य या संकल्पनांचा लोकांना विसर पडावा या हेतूने प्रश्नांची मांडणीच पद्धतशीरपणे व्यवस्थासमर्थक पोषण, शरण करण्याची एक पद्धत रूढ करण्यात आली. अन्यायाचे, शोषणाचे नैसर्गिकीकरण करणे हा मुख्य हेतू यात आहे. भारतासारख्या जातिस्त्रीदास्यक समाजात ह्या भांडवली बाजाराधिष्ठित विचारविश्वाला ब्राह्मणवादाचा चेहरा मिळाला की समता नव्हे समरसता, आदिवासी नव्हे वनवासी, स्त्रीमुक्ती नव्हे महिलामुक्ती अशी परिभाषा येते. नुसतीच येत नाही तर तिला अधिकृत, सर्वसमावेशी मानले जाते. अशा प्रकारे एकदा मांडणीला सुरुवात झाली की वर्गसंघर्ष काय किंवा जातिअंतक चळवळ काय किंवा स्त्रीमुक्तीचे लढे काय असे लढे करणे गैरलागू ठरते. उलट गुलामीतच तुमची मुक्ती आहे ह्या विचाराला अधिमान्यता मिळवली जाते.

लेखक हा अर्थ देणारा सर्वोच्च पंच नसतो. संहिता पूर्ण लिहून झाल्यानंतर लेखक हा संहितेपासून वेगळा होतो आणि संहितेच्या अर्थग्रहणाचा क्रम चालतच असतो. संहितेचे अर्थ अंतर्निहित असतात. वाचकच या अर्थास उपस्थित करत असतो. अर्थ काढण्याच्या प्रक्रियेत संहिता, वाचक आणि वाचनप्रक्रिया या तिन्हींचे महत्त्व असते. कलाकृतीचे कोणतेही वाचन किंवा तिची व्याख्या ह्या शेवटच्या किंवा अंतिम अशा कधीच नसतात. त्यामुळे ऐतिहासिकतेस नाकारता येत नाही. तसेच लेखक आणि वाचक दोघेही संवादाची (Discourse) विमर्श निर्मिती आहेत. साहित्यातील कोणतीही बाब विचारसरणीरहित असूच शकत नाही. अर्थनिष्पत्ती ही वाचकांवर होणाऱ्या प्रभावाशी संलग्न असते, त्यामुळे साहित्याची राजकीय बाजू नाकारता येत नाही.

(प्रस्तुत लेखनासाठी प्रा.गोपाळ गुरू, प्रा.वंदना भागवत, प्रा.प्रतिमा परदेशी, प्रा.मनोहर जाधव, प्रा.गीताली वि.म., प्रा.यशवंत सुमंत सचिन गरुड, प्रवीण चव्हाण, ह्यांच्या लेखनाचा उपयोग झाला. त्याचप्रमाणे अनेक वृत्तपत्रांतील बातम्यांचाही उपयोग झाला. या सर्वांचे आभार.)

३ दलित स्त्रिया आणि स्त्रीवादाचे आकलन

जे विचारदर्शन माणसा-माणसांतील परस्परसंबंधांना, त्यांतील ताण्याबाण्यांना स्पर्श करते-ते सर्वतोपरी समजून घेतले पाहिजे. विचारदर्शन हे तुम्हां-आम्हां सर्वांच्या अनुभवांचे एक तर्कशुद्ध सार असते. जगण्याशिवाय अनुभवांना सामोरे जाता येत नाही. अनुभवाशिवाय जगणे उमगत नाही. जगणे, अनुभवणे आणि विचार हे असे अन्योन्याश्रयी आहेत.

स्त्रीवाद काय किंवा आधुनिक विचारदर्शनांची ओळख का करून घ्यायची, तर आपल्या जगण्याचे संदर्भ आपल्याला लक्षात यावेत म्हणून. विचाराचे जगण्याशी असलेले नाते-ते हेच. हे नाते जे नाकारतात, ते एका परीने जीवनच नाकारत असतात.

स्त्रीवादाची ओळख करून घेण्यामागे आपला मुख्य हेतू आहे तो आपल्याच जगण्याचे गुंतागुंतीचे संदर्भ समजून घेण्याचा. इतर विचारदर्शनांनीही व्यक्ती-व्यक्तींतील परस्परसंबंधांचाच विचार केला. पण स्त्रीवादाचे वैशिष्ट्य हे आहे की, या दर्शनाने स्त्री-पुरुष या व्यक्ती-व्यक्तींतील आद्य नात्यापासून मानवी संबंधांबाबत प्रश्न विचारण्यास सुरुवात केली व त्या प्रवासात विद्यमान विचारसरणी, समाजव्यवस्था, मानवी नाती व संस्था या सर्वांनाच आव्हान दिले.

प्रस्तुत लेखात स्त्रीप्रश्नाचा विशेषतः दलित स्त्रीप्रश्नाचा वेध घेऊन दलित स्त्रीवादाची दिशा स्पष्ट करण्याचा प्रयत्न करण्यात आला आहे. स्त्रीवादातील वेगवेगळे प्रवाह आणि दलित स्त्रीवादी विचार यांत कोणता महत्त्वाचा फरक आहे, दलित स्त्रीवादी विचाराने कोणते महत्त्वाचे प्रश्न उपस्थित केले, त्याचे महत्त्वाचे योगदान कोणते राहिले आहे यांचा विचार करण्यात आला आहे. अनुभवाच्या आणि सिद्धान्तनाच्या संदर्भात जी चर्चा चालू आहे, ती दलित स्त्रीवादासंदर्भात महत्त्वाची चर्चा आहे. कारण ज्ञानाचा विषय आणि ज्ञान निर्माण करणारी व्यक्ती यांमध्ये स्त्रीवादी सिद्धान्तनाने एक सातत्य आणि जोडलेपण मानले आहे. तसेच भिन्न ज्ञान विषयांतून भिन्न प्रकारे ज्ञाननिर्मिती होऊ

शकते हे स्वीकारण्यास स्त्रीवादी अभ्यासाला काही अडचण वाटत नाही. आपण पुरुष वा स्त्री असल्यामुळे त्यातून घडणाऱ्या भूमिकांमधून आपली चर्चाविश्वे निर्माण झाली असू शकतील, हेही अशा अभ्यासातून स्वीकारले जाते.

शर्मिला रेगे म्हणतात, "गेल्या दोन दशकांत विद्याशाखीय क्षेत्रात, स्त्रीअभ्यासाबाबत झालेले काही बदल बघणे गरजेचे वाटते. १९८०च्या दशकात आणि अगदी १९९०च्या सुरुवातीपर्यंतसुद्धा सामाजिक शास्त्रांच्या अभ्यासकांमध्ये भारतीय समाजाविषयी शिकताना 'स्त्रियांच्या समस्या' किंवा '१९व्या शतकातील स्त्रीविषयक सुधारणा' असेच विषय शिकवले जात. साधारणपणे 'सती', 'हुंडा', 'बालविवाह' यांसारख्या समस्यांबद्दल अतिशय एकरेषी (unilinear) पद्धतीने विचार मांडले जात असत; म्हणजेच वैदिक सुवर्णयुग, अंधारे मध्ययुग व आधुनिक सुधारणायुग अशा पूर्वग्रहदूषित कप्प्यांमध्ये भारतातील स्त्रीप्रश्न कोंबला जात असे. भारतातील स्त्रियांच्या समस्यांचे मूळ कारण हे या ठिकाणच्या प्रथा-परंपराच आहेत व आधुनिकीकरणामुळे, विकासामुळे व सुधारणावादी कायदे झाल्याने या समस्यांचे निर्मूलन होईल अशी एकरेषीय विचारांची चौकट सर्व सामाजिक शास्त्रांमधून रूढ झालेली आहे. या काळातील साहित्य विभागांच्या अभ्यासक्रमातून तर 'स्त्रिया' अदृश्यच होत्या असे म्हटले तर अतिशयोक्ती होणार नाही.

स्वातंत्र्योत्तर भारतातील स्त्रियांच्या सामाजिक, राजकीय, आर्थिक दर्जाचा आढावा घेणारा 'समतेच्या दिशेने' हा अहवाल १९७५मध्ये प्रकाशित झाला. या अहवालाने स्वातंत्र्योत्तर भारतातील स्त्रियांच्या तथाकथित 'सुधारलेल्या दर्जा'च्या अनेक मिथकांना छेद दिला आणि स्त्रीविषयक संशोधनाची आणि अध्ययनाची गरज अधोरेखित केली. स्त्रीअभ्यास हा एक नवा अभ्यासविषय म्हणून विकसित करताना इतर ज्ञानशाखांमधील पुरुषकेंद्री, लिंगभाव-आधारित भेद करणाऱ्या दृष्टीकोनांची चिकित्सा करून, प्रत्येक विषयात स्त्रीअभ्यास दृष्टीकोन रुजवला जावा असा आग्रह धोरणात्मक पातळीवर तरी धरला जाऊ लागला; पण व्यवहाराच्या पातळीवर म्हणजे अभ्यासक्रमांमध्ये नेमके काय बदल झाले याचा आढावा घेतला, तर अनेक विद्यापीठांमधून जुन्या अभ्यासक्रमातच स्त्रियांचे समाजशास्त्र, स्त्रिया व राजकारण, साहित्यातील स्त्रियांच्या प्रतिमा यांसारख्या विषयांची केवळ 'जोड' दिली जाऊ लागली. या विषयांची अशी नाममात्र जोड ज्ञानक्षेत्रातील स्त्रीअभ्यासाच्या क्रांतिकारी शक्यतांना मर्यादा घालणारी होती, ते लक्षात घेणे गरजेचे आहे. १९७०नंतरच्या दलित व स्त्रीवादी चळवळींनी अनुभव किंवा सिद्धान्त, भावना किंवा विवेक, सिद्धान्त किंवा कृती, श्रम किंवा ज्ञान यांसारख्या गृहीत धरलेल्या विभेदनांना शह देऊन नवी प्रमाणशास्त्रीय तत्त्वे विकसित केलेली होती. या प्रमाणशास्त्रीय तत्त्वांना बगल देऊन

प्रस्थापित वैचारिक चौकटीतच 'स्त्रियांचा ही' फक्त समावेश केला जाऊ लागला व 'स्त्रिया' या विषयावर भरपूर लिखाण प्रकाशित होऊ लागले व हे साहित्य 'स्त्रीअभ्यास विषयातीलच आहे.' अशी गल्लतही केली जाऊ लागली. स्त्रीअभ्यास किंवा स्त्रीवाद किंवा लिंगभाव या संकल्पनांचा घोषवाक्य स्वरूपी उच्चार वाढला, पण अभ्यासक्षेत्रातील अपेक्षित क्रांतिकारी शक्यता अधिकच रिचवल्या गेल्या.

आता दलित स्त्रीवादी विचाराच्या विकासाची व त्यावर आधारित चळवळीची जोड देणे गरजेचे आहे. तरच लोकांच्या प्रश्नांशी त्यांचा काही संबंध उरणार आहे. केवळ विचारप्रणालीची लढाई असता कामा नये. असे झाले तरच 'दलित स्त्री'ला केंद्रस्थानी ठेवून स्त्रीप्रश्नाची नवी मांडणी होईल. आणि सर्व माणसांच्या मुक्तीसाठीचा खरा संघर्ष उभा राहील.

मंडलविरोधी आंदोलनाने, डरबन परिषदेने आणि दलित स्त्रीवादाने स्त्रीअभ्यासावर व चळवळीवर केलेल्या टीकेनंतरही भारतातील स्त्रीअभ्यासाने 'जात व लिंगभाव' यांकडे गांभीर्याने बघितले नाही. स्त्रीअभ्यासाच्या वर्गांमधून होणाऱ्या चर्चांमध्येही जातिविषयक अनुभव वगळले जातात. पारंपरिकता आणि आधुनिकता, खासगी आणि सार्वजनिक यांतील द्वैत गृहीत धरणाऱ्या पारंपरिक समाजशास्त्रीय चौकटीला स्त्रीवादी अभ्यासाने जातीचे आकलन करून घेताना आव्हान दिले. आजसुद्धा अभ्यासवर्ग, संशोधन पद्धती आणि स्त्रीवादी गट यांसारख्या अवकाशांमधून होणाऱ्या जातीच्या पुनरुत्पादनाला आव्हान दिले पाहिजे.

आजपर्यंतच्या दलित स्त्रीवादी अभ्यासकांनी आपल्या सैद्धान्तिक चिकित्सेतून जातिविषयक आकलन लिंगभाव संवेदनक्षम केले किंवा फक्त 'भिन्नत्व' अधोरेखित केले असे नाही, तर अधिक सार्वत्रिक अशा स्त्रीवादी राजकारणाच्या आणि अभ्यासाच्या दिशा सुचवल्या. भारतातील स्त्रीअभ्यासातून दलित-बहुजन स्त्रियांच्या लढ्यांचा, प्रतिकारांचा दलित स्त्रीवादी प्रकल्पांनी जतन केलेला इतिहास पुढे आणला नाही. आजसुद्धा भारतातील स्त्रीअभ्यास केंद्रांत किती प्रमाणात दलित स्त्री-पुरुष आहेत? त्या ठिकाणी दलित स्त्रिया विभागप्रमुख आहेत? स्त्रीअभ्यासातील लोकांच्या लिखाणाचे विषय कोणते आहेत? स्त्रीअभ्यासात दलितांना तुमच्याकडे सामाजिक-सांस्कृतिक भांडवल नाही असे म्हणून न्यूनगंडात ढकलले जाते का? दलित अभ्यासकांना ब्राह्मण गल्लीतील कोपऱ्यात बसवले जाते का? भारतातील सामाजिक शास्त्राचा विचार केला, तर विद्यापीठीय पातळीवर उजव्या विचारसरणीच्या लोकांचेच प्रतिनिधित्व बसलेले दिसून येते. स्त्रीअभ्यासाच्या संदर्भात या प्रश्नाची स्थिती काय आहे याचा विचार केला पाहिजे. स्त्रीवादाप्रमाणेच स्त्रीअभ्यास हासुद्धा खासगी मालमत्तेप्रमाणेच वापरला जातो आहे काय? दलित मुलामुलींनी जमा केलेल्या तथ्य-संकलनावर हात फिरवून अद्यापही

स्वत:च्या नावावर संशोधने खपवली जात आहेत काय? या संदर्भात सखोल अभ्यास केला पाहिजे.

आंबेडकरी चळवळीतील आणि एकूण दलित स्त्रियांचे योगदान हे मौखिक साहित्याच्या संग्रहातून जतन करता येईल. परंतु जेव्हा हिंदुत्ववादाची लाट अनेक गोष्टींबरोबरच दलित स्त्रियांचे योगदानही पुसून टाकण्याचा प्रयत्न करत आहे, अशा वेळी या मुद्द्यांचा विचार गांभीर्याने होणे गरजेचे आहे.

साधारणत: भारतातील स्त्रीअभ्यास तीन महत्त्वाच्या सैद्धान्तिक टप्प्यांतून विकसित झाला किंवा होत आहे, असे अभ्यासक मानतात. पहिल्या टप्प्यात इतिहास किंवा समाजजीवन, राजकारण यांविषयी नोंद करताना सर्व विषयांतील अभ्यासकांनी 'पुरुष' नायक गृहीत धरल्यामुळे स्त्रियांना या नोंदींमधून अदृश्य ठेवले गेल्याचे नेमके दावे अभ्यासकांनी केले. दुसऱ्या टप्प्यातील संशोधनात इतिहासातील, अर्थकारणातील चळवळीमधील स्त्रियांचे योगदान; कर्तेपण अधोरेखित करणारे अभ्यास पुढे आले, तर तिसऱ्या टप्प्यावर संशोधनातील 'लिंगभाव' या संकल्पनेचे महत्त्व स्पष्ट करणारे प्रकल्प पुढे आले. जात, वर्ग, वंश याप्रमाणेच लिंगभाव हा संशोधनातील 'विश्लेषणात्मक कोटिक्रम' (analytical category) आहे हे अधोरेखित केले गेले.

'संदर्भासहित स्त्रीवाद' या संपादित ग्रंथाच्या प्रस्तावनेत भारतातील स्त्रीवादांच्या संदर्भात प्रा.वंदना भागवत यांनी काही महत्त्वाचे प्रश्न उपस्थित केले आहेत. त्या विचारतात आपल्याकडे स्त्रीवाद नावाचे कणखर तत्त्वज्ञान उभे राहिले आहे का, याचे उत्तर नकारार्थी द्यावे लागेल. पाश्चात्त्य स्त्रीवादाने मांडलेले विचारव्यूह अभ्यासून त्यातून काही एक स्त्रीवादी जीवनदृष्टी मांडण्याचा प्रयत्न ७०च्या दशकापासून सुरू आहे. तसे स्त्रीप्रश्नाला राजकीय विचारसरणीत आणण्याचे काम आपल्याकडे स्वातंत्र्यपूर्व काळापासून सुरू झाले. म.फुले हे स्वयंभू क्रांतिदर्शी स्त्रीवादी होते. त्यांचे स्त्रीप्रश्नांचे भान हे काळाच्या फारच पुढचे होत आणि त्यांची कृती कमालीची मूलगामी होती. ती ब्रिटिश साम्राज्यवादाला प्रतिक्रिया स्वरूपात नव्हती.

कोणतेही सिद्धान्तन उभे राहताना त्यांतील अनुभवांचे स्थान आणि त्याने स्वीकारलेली चिकित्सापद्धती या दोन्हीही गोष्टी महत्त्वाच्या असतात. स्त्रीवादाने त्याचे सिद्धान्तन स्त्रीच्या स्थानावर उभे करताना प्रस्थापित चिकित्सापद्धतींना काही प्रश्न केले. याचे कारण तोवरचे विविध क्षेत्रांतले सिद्धान्तन पुरुषांच्या स्थानांवरून झालेले असल्याने त्याच्या चिकित्सापद्धतींनाही त्या स्थानावरून बघण्याचे आयाम होते.

स्त्रीवादी समीक्षेने स्त्रीसाहित्याच्या संदर्भात स्त्रीविशिष्ट अनुभव, स्त्रीकेंद्री अनुभव आणि स्त्रीवादी अनुभव या संज्ञा रूढ करून साहित्यातील अनुभवविश्वाचे तीन गटांत वर्गीकरण केले. स्त्रीवादी समीक्षेने स्त्रीवादी वाचन आणि जैववाचने या संहिता

वाचनपद्धती स्वीकारल्या आहेत. स्त्रियांनी अथवा पुरुषांनी लिहिलेल्या साहित्याचे स्त्रीकेंद्री व स्त्रीलक्ष्यी वाचन, अर्थविवरण व मूल्यमापन केले जाते. गायनोक्रिटिसिझममध्ये स्त्रीलेखिकांनी निर्माण केलेल्या कलाकृतींचे वाचन करत असताना ह्या लेखिकांच्या बाईपणावर लक्ष केंद्रित केलेले असते.

कुमार अनिल म्हणतात, ''स्त्रीवाद आणि दलित साहित्य या भूमिकांचा परस्परसंबंध पाहताना स्त्रीवाद माणसाला स्त्री आणि पुरुष या दोन भिन्न मितींमध्ये पाहतो. पुरुषप्रधान व्यवस्थेने स्त्रीला आपली अंकित केली असून ही व्यवस्था स्त्रीचे शोषण करते हे गृहीत सूत्र स्त्रीवादामध्ये पाहावयास मिळते, तर दलित साहित्य हे स्त्रियांना आणि पुरुषांना विषम सामाजिक व्यवस्थेचे बळी मानते. ही विषम सामाजिक व्यवस्था जातिव्यवस्थेद्वारे माणसाचे शोषण करते. असे दलित साहित्य गृहीतसूत्र स्वीकारते. स्त्रीवादी साहित्यामध्ये पुरुषांच्या शोषणाधिष्ठित राजकारणाला नकार दिलेला पाहावयास मिळतो आणि या नकारातूनच निर्माण होणाऱ्या सामाजिक चळवळी समाजपरिवर्तनाची भूमिका स्वीकारतात. त्यामध्ये स्त्रियांच्या व्यक्तिस्वातंत्र्याबरोबर स्त्रीसमूहाचा घटक महत्त्वाचा असतो. दलित साहित्य हे दलित चळवळीच्या अनुषंगाने विकसत जाणारे, तसेच समष्टीच्या शोषणाविरुद्ध नकार देणारा घटक प्रधान मानणारे आहे. (कुमार अनिल उपरोक्त, पृ.२८)

आज भारताच्या संदर्भात स्त्रीवादाची प्रस्तुतता काय? ते केवळ पाश्चात्त्य सिद्धान्तन म्हणून टाकून द्यावे का? (दुर्लक्षित करावे का?) आता लोकसंख्येची अनुभवांची, सांस्कृतिक प्रारूपांची आणि सिद्धान्तनांची देवाणघेवाण वेगाने होण्याच्या जमान्यात शुद्ध भूमिवादी सिद्धान्तन उभे राहू शकते काय? आणि ते असावे काय? मुळात निखळ ओळखी शिल्लक राहणे अवघड आहे असे आपण आज मानतो. जसे अनुभव बदलतात तसे सिद्धान्तनही व्यामिश्र होत जाते. स्त्रीवाद अशी काही विचारधारेची मांडणी पाश्चात्त्य संदर्भात झाली. आपल्याकडेही राजकीय भानातून स्त्रीप्रश्न वापरला, मांडला गेला. सिद्धान्तनाची आवश्यकता परिवर्तनासाठी असते, पण त्याच जोडीने अनुभवांचीही छाननी सतत घडत राहावी लागते. त्याला गोपाळ गुरू म्हणतात, तसा कमालीचा नैतिक दमसास (Moral Stamina) असावा लागतो. स्त्रियांचे अनुभव आज अनेक स्थानांवरून समोर येत आहेत. त्याचे सिद्धान्तन आपण करणे गरजेचे आहे. (भागवत वंदना, पृ.२१)

अनुभव आणि सिद्धान्तन यांत नाते काय, सामाजिक चिकित्सा करून मग काही निष्कर्ष काढायचे असतील, तर अनुभवांचे स्थान चिकित्सक सिद्धान्तनासाठी मोलाचे आहे का, त्यांतून ज्ञाननिर्मिती होऊ शकते असे म्हणायचे का, एकूणच सामाजिक आव्हानांची समज त्यातून वाढते का, मांडले गेलेले अनुभव सगळ्यांना समजतात का,

अनुभव न घेता मांडता येतात का, उदाहरणार्थ, स्त्री नसताना स्त्रीचे अनुभव समजतात का आणि ते मांडता येतात का, हे प्रश्न ८०च्या दशकात वेगाने पसरलेल्या अस्मितांच्या राजकारणाने निर्माण केले आहेत. अस्मितांचे राजकारण हे एका टप्प्यावर अन्याय मुखर करण्याचे साधन म्हणून मान्यता पावेल.

प्रा. वंदना भागवत म्हणतात, अस्मितांना व्यापक सामाजिक संदर्भांशी जोडून घ्यायचे झाले व त्यांना चिकित्सेसाठी सांभाळायचे झाले, तर संस्थात्मकता स्वीकारावी लागते. आपण स्वीकारलेल्या लोकशाहीचा पाया प्रगल्भ आणि सर्जक संस्थात्मकतेतून उभा करण्याचे आव्हान अस्मितांच्या राजकारणानेही लक्षात घेणे गरजेचे आहे. पण आज त्या अस्मिता केवळ विखंडित होत जखमी संताप कुरवाळत बसल्या आहेत का; त्या अनुभवांना क्रयवस्तू बनवत आहेत काय; वसाहतोत्तर कालखंडात आपण ज्या आदर्शांना कोसळताना पाहिले, त्याने घाबरून जात परत एकदा असंवेदनशील सामूहिकतेकडे जाऊ लागलो आहोत का; याचे कारण व्यक्ती कणखरपणे ज्ञानशोधाला सामोरी जायच्या आधीच अस्मितांच्या राजकारणाची पाचर मारली गेली असे आहे का; हे प्रश्न आज समोर उभे आहेत. अनुभवांचे सिद्धान्तन समग्रतेकडे न्यायचे कसे हा पेच आज उभा राहिला आहे.

स्त्रीवादासमोरही आव्हाने आहेत. आहेत्या व्यवस्थेअंतर्गतच स्त्रियांचे अनुभव पाहायचे की व्यवस्था बदलणारे म्हणून पाहायचे; त्या अनुभवांना सिद्धान्तनाची जोड देण्याची गरज असते का; विशिष्ट अनुभवाला समग्रतेचे परिमाण असते का; देता येते का; की समग्रतेचे सिद्धान्तन केवळ संकल्पनात्मकच असते; असावे लागते; तरच ते समग्रता कवेत घेऊ शकते; अनुभवांना स्वतःला काही म्हणायचे असते आणि त्यातूनच समस्यांना उत्तरे मिळू शकतात की अनुभव म्हणजे केवळ सिद्धान्तनासाठी उपलब्ध नमुने असतात; ते सैद्धान्तिक चौकटीत बसवता आले, तर उचलले जातात. अन्यथा, अवैध आणि मनोभंगाचे नमुने म्हणून बाजूला टाकून दिले जातात; विशिष्ट अनुभव संपूर्ण सामजिक परिस्थितीचा परिणाम म्हणून सामाजिक मनात केव्हा झिरपतात? तसे ते झिरपले तरच परिवर्तनाच्या शक्यता निर्माण होतात. ही जबाबदारी सिद्धान्तन उचलू शकते का? अनुभवांना एक भावनिक आणि स्थानिक परिमाण असते. पण त्या भावनांचे विश्लेषण करताना त्याला बुद्धिवादाचे परिमाण मिळते. केवळ सुट्या अनुभवांतून समग्र आकलन होऊ शकत नाही आणि समग्रतेच्या दाव्यांना सुट्या अनुभवांचे भान असावेच लागते. या अर्थाने या दोन्ही गोष्टी हातात हात घालून जाणाऱ्या आहेत. त्याला इतिहासाची चौकट असावी लागते, कारण कोणतेही अनुभव स्थळकाळाशी जोडलेले असतात.

दलित आणि सवर्ण स्त्रियांमधील सांस्कृतिक अंतर

उच्चवर्णीय समाजात मिसळताना आडवे येणारे जातीय घटक हे काल्पनिक नसून वास्तविक आहेत आणि परंपरागत चालत आलेली हिंदूव्यवस्थाही मजबूत आहे. बदलत्या सकारात्मक परिस्थितीमध्ये नवीन मिळालेल्या स्वातंत्र्यात संधीमध्ये, शाळा, ऑफिस, कॉलेजेसमध्ये मिळणारे अनुभव संपादन केलेली उच्च मिळकत व जीवनशैली यांना जातीयतेच्या नकारात्मक अनुभवांमुळे तडा पडत जातो. दलितांना वैफल्यग्रस्त करण्याचे सामान्य व्यूह म्हणजे व्यवहारातून काढून टाकणे, भरतीवर बंदी घालणे, बढती मिळू न देणे हे होत. स्त्रियांना नेमणुकीच्या वेळी वा बदलीच्या वेळी दूरच्या ठिकाणी स्थान देऊन त्रास देतात. ज्या दलित घरांमध्ये अनेक समस्या व अडचणी स्तर बदलण्यासमोर असतात; त्या घरांमध्ये स्त्रियांच्या भविष्याला, कारकिर्दीला त्यागावे लागते. वैयक्तिक वाढी व वेग यांपेक्षा घराची वाढ व हित यांस प्रथम प्राधान्य दिले जाते.

मध्यमवर्गीय, उच्चवर्गीय स्त्री व दलित स्त्री यांचा सामाजिक स्तर आणि दैनंदिन अनुभव हे दोन वेगवेगळे आहेत. उच्चवर्णीय स्त्रीचे शिक्षण, तिची आधुनिकता, धार्मिक कृतींमधली सातत्यता, रिवाज या गोष्टी तिला जातीय व सामाजिक दर्जा टिकवून ठेवण्यास फायदेशीर ठरतात व तिचे स्वयंमूल्य याच स्तरावर आधारित ठेवतात. दलित स्त्रीच्या विरुद्ध ती दैनंदिन सवयी, अन्न, पोषाख, भाषा, कर्मकांडे आणि सामाजिक नीतिनियम यांमध्ये जाणीवपूर्वक तिची वागणूक, दर्जा टिकवण्याचा प्रयत्न करते. जातीयतेच्या, कर्मकांडांच्या, संस्कृतीच्या, श्रेष्ठत्वाच्या कल्पना अजून मजबूत आहेत. विशेष म्हणजे उच्च जातीतील स्त्रिया या आरक्षण धोरणाच्या आणि दलितांच्या विकासाच्या प्रमूख शत्रू आहेत. दलित आणि सवर्ण स्त्रियांमधील सांस्कृतिक अंतर हे परस्परांमधील प्रतिक्रियांमधून, अनुभवांमधून, विसंगती निर्माण करते.

शहरांमधील उच्चजातीय स्त्रीने पत असलेले शिक्षण व अभिजन वर्गात लक्षणीय अशी झेप घेऊन व्यावसायिक अधिकाराच्या जागा हस्तगत केल्या आहेत. त्या मोठ्या आर्थिक स्रोतांच्या अधिकाराच्या जागेवर आहेत. त्यायोगे दैनंदिन जीवनातील असमान सत्तासंबंध बदलले. नाट्यमयरीत्या मिळवलेल्या दर्जामुळे उच्चवर्णीय स्त्रीची ओळख श्रेष्ठ जातीतील स्त्री अशी होऊ लागली. याउलट दलित स्त्रीने हक्क मिळवला, तर तो कारणाशिवाय मिळवला नाही; तर तिला जातीचा फायदा मिळाला असे सांगितले जाऊ लागले. त्यामुळे त्यांच्यामध्ये नागवणुकीची भावना निर्माण होते. अगदी विसंगतरीत्या दलित स्त्री तिच्या वागण्याबोलण्यातून राहणीमानात बदल घडवून उच्चजातीय स्त्रीसमान होते व कळतनकळत वर्ग व स्तर यांमधील दरी कमी करण्याचा प्रयत्न करते.

ब्राह्मणी पुरुषप्रधानतेत जातीय, सांस्कृतिक विरोधाभास कमी होण्याऐवजी

वाढतच जाताना दिसतात. तेसुद्धा जातीच्या संस्कृतीमधील सत्तासंबंधांसोबत लढतात. दलित स्त्रियांनाही त्यांच्याच जातीतील, घरांतील पुरुषांचा जुलूम सहन करावा लागतो, तर दुसऱ्या बाजूला वर्गातील स्तर उच्च झाल्यानंतर आणि उच्चजातीय जीवनशैलीचा अवकाश मिळाल्यानंतर बऱ्याच स्त्रियांनी प्रामुख्याने स्वतःला 'गृहिणी' या व्याख्येत बसवले आणि त्यांच्या भूमिका शैलीदार केल्या. भौतिक सुखवस्तूपणात गुरफटून आपले जग स्त्रीने सामाजिकतेशी जोडून घेऊन आपल्या नवरामुलांपुरते सीमित केले आहे.

ब्राह्मणी पुरुषप्रधानतेच्या वाढत्या प्रभावाचा दलित मध्यमवर्गीय स्त्रीवर झालेला प्रभाव म्हणजे स्त्रीमुक्ती चळवळीपासून तिची झालेली फारकत. राजकीयदृष्ट्या सजग असलेल्या पुरोगामी, सुशिक्षित दलित स्त्रीला जिला आंबेडकरवादामुळे वा बुद्धधर्मामुळे नवीन ओळख प्राप्त झाली आहे. अशा स्त्रीला जगताना सामाजिक संबंधांमध्ये रोज जातीय, सांस्कृतिक आणि मूल्यात्मक सत्तेला, पुरुषी नियंत्रणाला आणि विविध विषयांना तोंड द्यावे लागते. या स्त्रियांनी विविध चळवळींना जोडून घेतले आहे आणि त्यांच्या स्वायत्त संघटना उभ्या केल्या आहेत.

स्त्रीवादामध्ये दलित स्त्रीवादी लेखनाने, सिद्धान्ताने व आता समीक्षेने एक नवे दालन उघडले आहे. विशेषतः वरच्या म्हटल्या गेलेल्या जातीत जन्माला आलेल्या लेखिकेच्या लेखनात हे जातवास्तव व लिंगभाववास्तव त्या जातीचे 'संस्कार' घेऊन येतात.

दलित स्त्रियांची समकालीन सामाजिक स्थिती

१९९८नंतरच्या काळात भारतीय स्त्रीमुक्तिदिनाचा विचार मांडला गेल्यानंतर दलित स्त्रियांच्या साहित्यमंचाचे विचारही पुढे आले. दलित स्त्रीवादाला एका अर्थी जन्म घेण्यासाठी आवश्यक असा अवकाश प्राप्त झाला. गरीब स्तरातील स्त्रियांना फक्त साड्या, शिवणमशीन, वह्यापुस्तके देऊन प्रश्न सुटणार नाहीत; तर त्यांना व्यक्ती म्हणून आत्मभान यायला हवे याची जाणीव झाली.

दलित स्त्रियांच्या अनेक आत्मकथनांमधील अनेक आठवणी या व्यक्ती म्हणून तिचे प्रतिनिधित्व करण्यापेक्षा आयुष्याचा अर्थ लावण्याचे साधन वा हत्यार म्हणून किंवा सैद्धान्तिक पातळीवर ज्याला सत्य मानले आहे, त्या सत्याची उलटतपासणी करण्याच्या स्वरूपाच्या असतात. अशा आठवणी भूतकाळातील सामाजिक रचितांसंदर्भात भाष्य करायला वाव देतात आणि व्यक्तिगत 'स्व'चे अशा वेळी रक्तामांसाच्या जिवंत 'स्व'मध्ये रूपांतर करता येते, म्हणजेच अशा आत्मचरित्रात 'स्व'ची कल्पना एक दृष्टीकोन म्हणून स्वीकारता येते आणि त्यातून विशिष्ट सामाजिक क्षणांच्या रचिताबद्दल नवी आंतरदृष्टीही प्राप्त करता येते. आत्मचरित्रामधील प्रतिमा आणि स्मृती या एकीकडे खऱ्याखुऱ्या परिस्थितीशी संबद्ध असतात. परंतु त्यामध्ये अनेक व्यवस्था, चर्चाविश्वे

आणि खऱ्याखुऱ्या माणसांच्या आशा, निराशा, भावना असतात. इतिहासाकडे जाण्याचा हा जणू काही पूल असतो. वास्तवाचा वेध घेण्यासाठी आपल्या 'स्व'ला कामाला लावण्याचा हा प्रयत्न असतो.

स्व, स्वनिर्मिती आणि 'स्व'ची जाणीव अल्पसंख्यांना स्त्रिया आणि वांशिक भेदांनी ग्रस्त समाजात वेगळ्या प्रक्रियांनी होते असे स्त्रीवादी आणि पूर्वेकडील कृष्णवर्णीय लेखक यांचे म्हणणे होते. कृष्णवर्णीय स्त्रियांच्या आत्मकथनात ज्याप्रमाणे 'स्व'ची जाणीव द्विधा होते असे म्हटले जाते; तसेच दलित स्त्रीच्या आत्मचरित्रात दलितत्वाच्या अनुभवात ती आपल्या पुरुषांबरोबर आहे. पण स्त्रीत्वाच्या अनुभवाच्या संदर्भात स्त्रीवादी स्त्रिया तिला कधी 'आपल्या' वाटतात, तर कधी ब्राह्मणी वाटतात. दलित पुरुष पुरुषवर्चस्ववादी होताना आंबेडकरवाद विसरतो, तेव्हा काय असाही प्रश्न तिला पडतो. याशिवाय भारतीय समाजात 'दलित' हा एकाकार नाही. जुन्या वा पारंपरिक जातउतरंडीतील जाती-उपजातींत तो विभागलेला आहे.

पाश्चात्त्य स्त्रियांच्या आत्मकथनात प्रोटेस्टर वा कॅथॉलिक धर्मश्रद्धांनुसार त्यांच्या 'स्व'विषयीच्या संकल्पना बदलताना दिसतात. तसेच आपल्याकडे हिंदू दलित आणि बौद्ध दलित यांच्या लेखनातून दिसते का ते तपासून पाहावे लागेल. स्त्रियांच्या आत्मकथनातून दिसणारे 'स्व'चे भान हा जसा चर्चेचा विषय आहे, तसेच त्यांना परंपरेने दिलेले स्त्रीत्वाचे भान आणि स्त्रीवादामुळे प्राप्त झालेले भान यांतील अंतर लक्षणीय असते.

एका जातिगटातील स्त्री-पुरुषांचे नाते विशेषतः जातिअंतर्गत बहुविध प्रथांच्या माध्यमातून पुरुषसत्ता कशा कार्य करतात हे बघणे आवश्यक आहे. भौतिक संसाधनांची विशेषतः संपत्तीची मालकी असणे किंवा नसणे, यावरून कनिष्ठजातीय स्त्रिया आणि उच्चजातीय स्त्रियायांमध्ये मूलभूत भिन्नत्व निर्माण होते हे कांचा इलीया निदर्शनास आणतात. कनिष्ठजातीयांकडे साधारणतः संपत्तीची मालकी नसते आणि त्यामुळे दलित कुटुंबांना, स्त्रियांना आणि अगदी मुलांनाही श्रम करणे भाग असते. इलाया यांच्या मते, या जातीमध्ये अंतर्भूत संरचनांमुळे दलित स्त्रिया श्रमव्यवस्थांमध्ये कशा पूर्णतः समाविष्ट केल्या जातात आणि त्यांच्यामध्ये दृढ श्रमाचे नीतिमूल्य कसे निर्माण होते याला आकार मिळतो. मात्र दुसरीकडे उच्चजातीय स्त्रियांना पुनरुत्पादनाखेरीज कोणतेही काम नसते आणि त्या केवळ लैंगिक श्रम पुरवण्याच्या एकाच कामापुरत्या उरतात. परंतु उच्च जातींचा दर्जा कायम ठेवण्यासाठी विटाळ टाळणे आणि शुद्धतेच्या नियमांचे पालन करणे अत्यावश्यक समजले जाते. आणि त्यासाठी उच्चजातीय स्त्रियांचे घरामधील व्यवस्थापन कळीचे आहे. त्यांचे घरकाम अतिशय कष्टाचे असते, पण उत्पादक श्रम म्हणून त्याची दखल घेतली जात नाही.

दलित जातींमध्ये स्त्रियांची कमी दडपणूक होते. कारण दलित स्त्रिया आपल्या पतींना प्रतिष्ठित मानत नाहीत. त्यांच्याबद्दल नेहमी आदर बाळगणे भाग नसते आणि त्यामुळे दलित स्त्रियांवर पतिव्रतेच्या विचारप्रणालीचे कमी ओझे असते असे इतर दलित विचारवंतांनीही प्रतिपादन केले आहे. उच्चजातीय स्त्रियांचा स्वतःचा सन्मान त्यांच्या पुरुषांच्या प्रतिष्ठेवर आधारित असतो, पण दलित स्त्रियांना सन्मानासाठी असा आधारक कमी असतो. इज्जतीबाबतची नियमने सन्मान, प्रतिष्ठा आणि लज्जा यांचा पुढे असाही अर्थ होतो की, उच्चजातीय स्त्रिया खरे तर त्यांना भोगाव्या लागणाऱ्या दडपणुकीचे अनुभव उघडच करू शकत नाहीत. कुटुंबामध्ये काहीही घडत असले, तरी असे स्पष्ट मौन बाळगण्याबाबतच्या नियमांचा परिणाम दलित स्त्रियांवर होत नाही. परंतु याचा अर्थ असा नाही की, दलित जातींमध्ये पुरुषसत्ता अस्तित्वातच नसतात किंवा दलित स्त्रियांना त्यांच्या समूहाअंतर्गत पुरुषसत्तेशी झगडावे लागत नाही.

पुरुषसत्तेबाबतचे दलित स्त्रियांचे अनुभव आणि उच्चजातीय स्त्रियांचे अनुभव यांच्यामध्ये काहीही भिन्नत्व असले, तरीही संस्कृतीकरण किंवा जातीकरण प्रक्रियेमुळे उच्चजातीय नियमने आणि उच्चजातीय पुरुषसत्ताक प्रथा कनिष्ठजातीय गटांमध्येसुद्धा झिरपल्या. पुरुषसत्ताक दडपणुकीचा दलित स्त्रियांचा अनुभव एका अर्थी वेगळा आहे, तर त्याचबरोबर सामाईकही आहे. जातिव्यवस्था आणि पुरुषसत्ता या दोन्ही दलित स्त्रियांच्या जीवनावर विशिष्ट प्रकारे परिणाम करत असल्यामुळे आपल्याला आपल्या स्त्रियांच्या संघटनेची गरज आहे ही भूमिका दलित स्त्रियांनी घेतली आहे यात काही आश्चर्य नाही. हे उद्दिष्ट पुढे नेण्यासाठी दलित स्त्रीसंघटना ही राष्ट्रीय पातळीवरची संघटना १९९०च्या दशकात स्थापन झाली.

नवीन आर्थिक धोरण आणि दलित स्त्रिया

जातीय दंगलीची झळ सर्वप्रथम दलितांनाच बसते आणि मुक्त आर्थिक धोरणाचा बळीही प्रथम दलितच ठरणार आहेत. ही अर्थव्यवस्था दलितांच्या दारिद्र्यात भर घालणारी, त्यांना नागवणारी आहे. मुळातच यांत्रिकीकरणामुळे आधीच उद्ध्वस्त होत असलेला कष्टकरी शेतमजूर या धोरणाने आणखीनच भरडला जाणार आहे. श्रीमंताना श्रीमंत करणाऱ्या आणि दलितांना उद्ध्वस्त करणाऱ्या ह्या धोरणाचा फटका स्त्रियांनाच जास्त बसत आहे. अशा परिस्थितीत दलित स्त्रीच्या अस्तित्वासाठी दलित स्त्रीप्रश्नाला महत्त्व देणे आवश्यक ठरते. दलित स्त्रीसंघटनेला दलित स्त्रियांच्या उत्थानासाठी प्रथमतः दलित स्त्रियांचे आणि दलित समाजाचे प्रबोधन करण्याची गरज आहे.

दलित चळवळीने स्त्रियांच्या शिक्षण, स्वालंबन आणि लोकशाही ह्या हक्कांची जाणीव करून देण्यासाठी जनजागरणाची मोठी मोहीम हाती घ्यावी लागणार आहे. असंघटित, कष्टकरी जो प्रामुख्याने ग्रामीण भागात आणि इतरत्र विखुरलेला आहे.

त्याला संघटित करणे हे महत्त्वाचे काम आहे. दलितांच्या जनजागरणात निवाऱ्याचा प्रश्न खूप मोठा आहे. दलितांच्या ज्या हक्काच्या जमिनी आहेत, त्या मिळवून देण्यासाठी त्यांना संघटित करणे आणि त्या जमिनीचा मालकी हक्क स्त्रियांच्या नावे करणे यांसाठी मोठा लढा उभारावा लागणार आहे.

दलित स्त्रियांच्या कष्टात कशी कपात करता येईल की, जेणेकरून त्यांना कष्टाची कामे करावी लागणार नाहीत किंवा कमी करावी लागतील यांसाठी वेगवेगळे उपाय शोधणे आणि त्यांची अंमलबजावणी करणे यांकडे लक्ष द्यावे लागणार आहे.

विविध प्रकारचे निकृष्ट दर्जाचे काम जे प्रदूषित आहे, प्रदूषित करणारे आहे, असे कायमस्वरूपी दलित जातींमध्ये जाती निर्मितीसोबतच वाटले गेलेले जाती व्यवस्थेवर आधारित खालच्या स्तरावर कामाच्या वाटणीसंबंधांमधील, दलित स्त्रीपुरुषांमधील परस्परसंबंध हा कळीचा मुद्दा आहे. जातिसंमत पुरुषप्रधान व्यवस्थेत उच्च जातीतील स्त्रियांच्या तुलनेत दलित स्त्रियांचा सार्वजनिक क्षेत्रातील कामाचा स्तर व प्रकार माननीय सभ्यपणा सोडूनच भंगी, नोकर, कामगार वा गुलाम यांपुरताच मर्यादित राहिला आहे. म्हणजे पुरुषप्रधान जातिव्यवस्थेत दलित स्त्रीचे स्थान प्रामुख्याने खालच्या दर्जाचेच राहिले आहे.

जातीमुळे मिळालेली कामे, तसेच अस्पृश्यतेची कीड झुगारण्यासाठी आणि बदलण्यासाठी महाराष्ट्रातील दलित समाजाने प्रामुख्याने तीन कळीचे मुद्दे अंगीकारले आहेत; व्यवसायात बदल, शिक्षण आणि शहरांमध्ये स्थलांतर. बौद्ध धर्मात धर्मांतरित होऊन जाणे हादेखील महत्त्वाचा व प्रतिकारात्मक पैलू महारांच्या बाबतीत आढळून येतो. महाराष्ट्रात दलितांना राजकीय व सांस्कृतिक सत्ता प्राप्त करून देण्यास महाराष्ट्रातील सामाजिक परिवर्तनाचा वारसा अब्राह्मणी तसेच दलित चळवळ आणि भांडवलशाही दृष्टीकोनातील बदल, तसेच दलितांचा बदललेला आर्थिक स्तर या गोष्टी बऱ्याच अंशी कारणीभूत ठरल्या आहेत.

सामाजिक, सांस्कृतिक स्थितीमध्ये दलितांनी व्यक्त केलेले विरोधाभास आणि ते नवीन सकारात्मक सांस्कृतिक ओळख निर्माण करताना येणाऱ्या अडथळ्यांना पार करतील का, वा पार करतील तर कशा प्रकारे यांचाही विचार केला पाहिजे. जातीय, संरजामशाही पुरुषप्रधानता यांचे विशिष्ट मिश्रण आणि त्याचे नवीन विरोधाभास, सामाजिक आणि ज्ञानाचे सिद्धान्त ह्या गोष्टी जात व लिंगनिहाय जाणिवा बहाल करतात.

महाराष्ट्रातील दलित स्त्रियांचे मार्ग विविध प्रकारे बदलले आहेत. मोठ्या संख्येने जनसहभाग असलेल्या आंबेडकरी चळवळीपासून ते आजच्या दलित चळवळ आणि स्त्रीचळवळी यांपासून स्वायत्तता आणि वेगळे.

संपूर्ण देशभरामध्ये गरीब वर्गातील स्त्रियांना अत्यल्प वेतनात फेकून देण्यात आले

आहे. जसे शेतीमधील नैमित्तिक कामे, अकृषी व शहरातील असंघटित अर्थव्यवस्था आलटूनपालटून त्या स्त्रीया बेकारच असतात. राज्यातील आर्थिक धोरणात्मक बदल, कृती व रचनात्मक बदल करते वेळी दलित स्त्रियांच्या कामातील सातत्य व बदल यांबाबतचे नियम हे लिंगाधारित भागात बदल करते वेळी कडक करण्यात आलेले आहेत. शिवाय राज्य सरकार जातिनिहाय शोषण आणि जातीय हिंसा काबूत ठेवण्यात अपयशी ठरले आहे. याचे राज्यातील प्रमाण लक्षणीय आहे. दलित स्त्रिया खास करून लैंगिक व शारीरिकदृष्ट्या छळल्या जातात. जातीय गुन्हेगारीत जसे सामूहिक बलात्कार किंवा नग्न धिंड यांत जात व पुरुषप्रधानता हे दोन्हीही घटक काम करतात. दलित स्त्रियांसोबतची हिंसा त्यांच्या लैंगिकतेला मूल्यहीन बनवते. व त्यांच्यासोबत मर्यादेचे उल्लंघन सोपे बनवते. दलित पुरुषांच्या खच्चीकरणासाठी दलित स्त्रियांचा वापर केला जातो. जातीची दडपशाही शोषणाची तीव्रता वाढवते.

बांधकाम क्षेत्रामध्ये दलित स्त्रियांचे प्रमाण दलितेतर स्त्रियांपेक्षा दुप्पट आहे. खाणकामात व दगडफोडीत स्त्रियांचे प्रमाण कमी आहे. दगडांचे ठेकेदार रोजंदारीवर दलित स्त्रियांना कामावर ठेवतात. तेवढ्यापुरतेच हे प्रमाण आहे. थोडक्यात, ज्या कामांमध्ये अधिक कष्ट आहेत, कमी वेतन आहे, जे हंगामी आहे अशा कामांमध्येच दलित स्त्रीला प्रामुख्याने सामोरे आणले गेले आहे. शहरी आणि ग्रामीण भागांतील फायद्याचे व्यापार, वाणिज्य यांमधील सामान्य लोकसंख्येच्या प्रमाणात दलित वर्गाचे अत्यल्प प्रतिनिधित्व त्यांच्या नागवले जाण्याच्या स्थितीचे प्रत्यंतर घडवते. शहरी व्यापार आणि वाणिज्य क्षेत्रांतील दलित पुरुषांचा सहभाग सामान्य पुरुषांएवढाच आहे आणि दलित स्त्रियांचा सहभाग सामान्य स्त्रियांपेक्षा कमी आहे. दळणवळण व दूरसंचार क्षेत्रांमध्ये सामान्य व दलित स्त्रियांचा सहभाग खूप कमी आहे. इतर सेवांमधले चित्र स्पष्ट करणे त्याच्या त्याच्या बहुजिनसी वैचित्र्यपूर्ण स्वरूपामुळे कठीण आहे. यात विविध प्रकारचे कामाचे स्वरूप, स्तर, कामाची उपयुक्तता, स्वच्छता कामगार, उच्च-मध्यम-निम्न स्तरांच्या सरकारी सेवा, म्युनिसिपल सेवा, व्यावसायिक यांचा अंतर्भाव होतो.

आरक्षणाची तरतूद ही एकमेव गोष्ट दलित स्त्री-पुरुषांना मध्यमवर्गीय नोकऱ्या आणि स्तर मिळवून देण्याचा मार्ग आहे. दलित पुरुष आणि सामान्य स्त्री यांच्या तुलनेत दलित स्त्रीने शिक्षण घेण्यास उशिरा सुरुवात केली. त्यामुळे माध्यमिक आणि उच्च माध्यमिक स्तरांपर्यंत त्यांची संख्या तुलनेने कमी आढळते.

कृषी क्षेत्र व अनौपचारिक क्षेत्र स्त्रियांसाठीचे झाल्याने दलितांचे अल्पश्रममूल्य आणि दारिद्र्यीकरण हे मोठ्या प्रमाणात एकत्र झाले. त्यामुळे दलित स्त्रियांवर होणाऱ्या अन्यायाला मोठ्या प्रमाणात सुरुवात झाली. दलित स्त्री दलितेतर स्त्रीसोबत उत्पादकता, पुनरुत्पादकता, शोषण, गरिबी, अत्यल्प वेतनदर व घरात पुरुषी जुलूम सारख्याच

प्रमाणात सहन करते. त्या त्यांच्या पुरुषांपेक्षा खालची आर्थिकता, सामाजिक-सांस्कृतिक स्तर, जातीय जुलूम यांबाबत जास्त सहन करतात. खूप दलितांमध्ये व दलित स्त्रियांमध्ये भूमिहीनता, आर्थिक दारिद्र्य, जातीय काम, निम्नजातीय स्तर, जातीयवाद, जातीय हिंसेची भीती या सामान्य बाबी आहेत.

जात, वर्ग, लिंगभाव सिद्धान्तनाचा धावता आढावा

म. फुले आणि डॉ. बाबासाहेब आंबेडकर यांनी पुरुषसत्ता आणि जातिव्यवस्था यांच्या मिश्रणातून झालेल्या ब्राह्मणी पुरुषसत्तेतून भारतातील स्त्रिया, शोषित ठरतात अशी भूमिका घेतली. सर्व स्त्रिया सारख्याच प्रमाणात शोषित नसतात; जातीव्यवस्था दलित स्त्रियांचे अधिक शोषण करते हे वास्तव म. फुलेंनी कुळंबीण ह्या खंडातून मांडले. स्त्रिया जातिव्यवस्थेच्या प्रवेशद्वार आहेत हे सिद्धान्तन डॉ.बाबासाहेब आंबेडकरांच्या मांडणीतून पुढे येते. याचा वैचारिक वारसा न स्वीकारता स्त्रीप्रश्नांची एकसुरी म्हणजे केवळ पितृसत्तेतूनच स्त्रियांचे शोषण होते अशी आग्रही मांडणी स्त्रीवादी चळवळीने केली. फुले-आंबेडकरवादाची कास न धरणे अजाणतेपणे घडते असे नाही.

राष्ट्र संकल्पनेचे आधुनिक प्रारूप घडवायचे; तर स्त्रियांनाही समान अधिकार, आर्थिक सक्षमता आणि वेळ आल्यास कुटुंब नावाची रचना जाचक ठरू लागल्यास विभक्त होण्याचे अधिकार हे गरजेचे आहेत हे डॉ.बाबासाहेब आंबेडकरांनी जाणले.

स्त्रीशूद्रादी अतिशूद्रांना सन्मानाचे आणि समतेचे जिणे जगता यावे, हा फुले यांचा ध्यास होता. म्हणूनच पुरुष वर्चस्ववाद आणि जातिभेद यांवर त्यांनी कठोर प्रहार केले.

विवेकवादाच्या आणि समतावादाच्या चौकटीतून पेरियार यांनी स्त्रीप्रश्नांचा विचार केला. त्यांनी भारतातील स्त्रीदास्याचे मूळ हे येथील धर्मव्यवस्थेत व जातिव्यवस्थेत असल्याचे स्पष्ट करून जातिव्यवस्थेच्या अंताचा विचार सोडून स्त्रीमुक्तीचा विचार करता येणार नाही हे निक्षून सांगितले. माणसाने माणसाकडे जातनिरपेक्ष दृष्टीकोनातून पाहायला हवे असेल, तर प्रथम आपल्या खासगी जीवनातील कुटुंब, विवाह यांसारख्या संस्थांमध्ये आमूलाग्र बदल होण्याची गरज पेरियार यांनी प्रतिपादिली. स्त्री-पुरुषांच्या समतेवर आणि परस्परसंमतीवरच विवाहसंस्थेची उभारणी झाली पाहिजे. विवाहाकडे धर्मसंस्कार म्हणून न पाहता दोन विचारक्षम, प्रौढ, स्त्री-पुरुषांमधील परस्परसंमतीवर व पसंतीवर आधारित करार म्हणूनच पाहिले पाहिजे असे पेरियार यांनी स्पष्ट केले. आत्मसन्मान 'विवाहपद्धती' जी पेरियार यांनी निर्माण केली, त्यात हीच दृष्टी व्यक्त झाली आहे.

आत्मसन्मान चळवळीने आंतरजातीय विवाहाचा पुरस्कार केला, विधवा पुनर्विवाहाचे स्वागत केले, स्त्रियांना संपत्तीत समान वाटा असला पाहिजे हा आग्रह

धरला, एकपत्नी पद्धतीचा आग्रह धरला, आणि स्त्रीच्या घटस्फोटाचा अधिकारही प्रतिपादिला. पेरियार यांचे स्त्रीप्रश्नाचे आकलन वैशिष्ट्यपूर्ण होते. त्यांनी एकतर स्त्रीप्रश्नांचा विचार सुट्या पद्धतीने न करता तो जातिव्यवस्थेच्या संदर्भात केला. दुसरी बाब म्हणजे स्त्रीदास्याची मुळे समाजाच्या संरचनांमध्ये आहे हे स्पष्ट करतानाच आपल्यातील न्यूनत्वाची जाणीव नष्ट करून आत्मसन्मानाची जाणीव जागी झाल्याशिवाय समाजाच्या संस्थांमध्ये आणि कल्पनांमध्येही आपण बदलाच्या दृष्टीने हस्तक्षेप करू शकत नाही वा त्यासंबंधीचा पुढाकार घेऊ शकत नाही, हेही स्पष्ट करून एकाच वेळी दैवी आणि भौतिक अशा दोन्ही नियतीवादातून स्त्रीची सुटका केली व तिला स्वबळावर प्रतिकार व संघर्ष करायला सांगितले. विवाहाकडे धार्मिक संस्कार म्हणून न पाहता प्रौढ स्त्री-पुरुषांमधील विवेकनिष्ठ, परस्पर प्रतिबद्धतेचे, परस्परांचे समानाधिकार व कराराधिष्ठित सोबतीचे नाते म्हणून पाहण्याची पोक्त दृष्टी दिली.

डॉ.आंबेडकर स्त्रियांच्या परिस्थितीचा विचार दोन पातळ्यांवर करत होते आणि या दोन्ही पातळ्या परस्परवर्जक नव्हत्या. एका बाजूला भारतीय समाजात आणि त्याचा सर्वाधिक भाग व्यापलेल्या हिंदू समाजात स्त्रियांची सर्वसाधारण परिस्थिती काय आहे याची चिकित्सा आंबेडकर करत होते, तर दुसऱ्या बाजूला भारतीय समाजातील विशेषकरून अस्पृश्य समजल्या गेलेल्या समजातील स्त्रियांची परिस्थिती काय होती याचाही आमूलाग्र विचार करत होते. भारतीय स्त्रीदास्याचे मूळ हे येथील ब्राह्मणी धर्मव्यवस्थेने निर्माण केलेल्या जातिव्यवस्थेत आहे आणि तिचे निर्मूलन झाल्याशिवाय स्त्रीस्वातंत्र्यही येणार नाही आणि स्त्री-पुरुष समताही संभवणार नाही हे त्यांचे पहिले प्रमेय आहे. तसेच जातिव्यवस्थेमुळे विभागल्या गेलेल्या भारतीय स्त्रियांच्या दास्याचे आणि शोषणाचे स्वरूप जातिनिहाय वेगळे असून स्त्रीस्वातंत्र्याचा व स्त्री-पुरुष समतेचा विचार करताना तो जातनिरपेक्ष करून चालणार नाही हे त्यांचे दुसरे प्रमेय होते. त्यामुळे स्त्रियांच्या परिस्थितीचा विचार करताना त्यांना एका बाजूला दलितेतर सर्वसाधारण स्त्रियांची हिंदू धर्माने केलेली दुरवस्था आणि त्याच हिंदू धर्माने अस्पृश्य जातींना वर्णव्यवस्थेत समाविष्ट न करता, पण ह्या जातीतील सर्व स्त्री-पुरुषांवर प्रस्थापित केलेली सर्वंकष मालकी या शासन-शोषणांच्या द्विस्तरीय यंत्रणांच्या विरोधात सातत्याने प्रबोधन व संघर्ष करावा लागला.

डॉ.आंबेडकरांची हिंदू धर्मचिकित्सा आणि जातिव्यवस्थेची समीक्षा ही म्हणूनच निवळ दलितमुक्तीच्या अंगाने पाहणे पुरेसे ठरत नाही; तर ती स्त्रीस्वातंत्र्य, स्त्री-पुरुष समता आणि स्त्रीमुक्ती या तिन्ही अंगांनी पाहावी लागते.

जातिव्यवस्थेने स्त्रीशूद्रादी अतिशूद्रांना शिक्षणाचा, स्वसंरक्षणाचा आणि मालमत्तेचा अधिकार नाकारून ज्ञानसत्ता, क्षात्रसत्ता आणि धनसत्ता या तीनही

सत्तांपासून दूर ठेवून सर्वस्वी सत्ताहीन बनवले. अशा समाजात स्त्रीस्वातंत्र्य येणार कसे, स्त्री-पुरुष समतेचा विचार रुजणार कसा असे बिकट प्रश्न निर्माण करून ठेवले.

या प्रश्नाला उत्तर म्हणून आंबेडकर एका बाजूला भांडवली उत्पादन संबंधातून निर्माण होत चाललेला लोकशाहीकरणाचा अवकाश वापरत भारतीय स्त्री-पुरुषांना नागरी स्वातंत्र्ये, घटनात्मक हक्क, व्यक्तिस्वातंत्र्य आणि समतेच्या आधारे जात-धर्मातीत आणि नागरिकत्वाची ओळख देऊ इच्छित होते; तर दुसऱ्या बाजूला हिंदू वर्णव्यवस्थेचा भाग नसलेल्या आणि सामाजिक ओळख नसलेल्या दलित समूहांना धम्माच्या आधारे आत्मसन्मानाधारित एक नवी सामाजिक ओळख देऊन त्यांचे सांस्कृतिक सबलीकरण करत होते.

सामाजिक हक्काच्या, न्यायाच्या आणि आत्मसन्मानाच्या लढाईत दलित स्त्रियांना मोठ्या संख्येने उतरवून त्यांना निर्भय व कृतिशील बनवणे; हिंदू कोड बिलाच्या माध्यमातून हिंदू स्त्रियांना विवाह, घटस्फोट, वारसा हक्क यांसारखे महत्त्वाचे हक्क प्राप्त करून देणे हे तर साहेबांनी केलेच. पण बुद्धाच्या शिकवणुकीची कालोचित पुनर्रचना करत धम्मसंकल्पनेत अभिप्रेत असलेल्या मूल्यांना सामाजिक नात्यांचा आधार कसा बनवता येईल या दृष्टीने त्यांनी धम्माचे सामाजिक तत्त्वज्ञान सांगितले.

स्त्री-पुरुष समतेच्या आणि स्त्रीमुक्तीच्या संदर्भात आधुनिक भारतातील दलित स्त्रीवादी परंपरेने जे राजकीय चिंतन केले, त्याची दखल विशेषत्वाने घ्यावी लागते. या चिंतनाने स्त्रीप्रश्नाला व त्याविषयीच्या चिंतनाला ज्या मध्यमवर्गीय व वरिष्ठ जातिकेंद्री जाणिवांच्या सामाजिक मर्यादा पडल्या होत्या, त्यांतून बाहेर काढले. दुसरी बाब म्हणजे स्त्री नावाचे एकसंघ समाजवास्तव (मोनोलिथ) उभे न करता जातिव्यवस्थेने केलेल्या सामाजिक स्तरीकरणाच्या पटावर स्त्रीप्रश्नाची मांडणी केली; आणि या प्रश्नाचे जातीय, जमातीय, शहरी, ग्रामीण, धार्मिक व सांस्कृतिक असे बहुविध आयाम स्पष्ट केले.

तिसरी महत्त्वाची बाब म्हणजे हक्क आणि स्वातंत्र्ये जगण्याच्या पातळीवर अर्थपूर्ण होण्यासाठी निवळ माणसामाणसांतील जन्मजात समता गृहीत धरणे पुरेसे होत नाही, तर ही समता समाजातील भिन्न जातिसमूहांच्या आणि स्त्रियांच्या वाट्याला आल्याशिवाय राज्यसंस्थेने दिलेले हक्क आणि स्वातंत्र्ये कागदोपत्रीच राहतात या वास्तवाकडे या परंपरेने आपले लक्ष वेधले. जातिव्यवस्थानिर्मूलनाची या परंपरेची लढाई होती आणि तसे ते निर्माण झाल्याशिवाय स्त्रीस्वातंत्र्य व स्त्री-पुरुष समताही सुरक्षित राहू शकणार नाही असा संदेश या परंपरेने दिला.

चौथी बाब म्हणजे या परंपरेने स्त्रीप्रश्नांची मांडणी ही निवळ आधुनिकीकरणाच्या अंगाने केली नाही. तो संदर्भ होताच, पण त्याही पुढे जाऊन हा प्रश्न त्यांनी लोकशाहीकरणाच्या अंगाने व लोकशाहीला अधिक आशयघन करण्याच्या अंगाने

जास्त पुढे आणला.

पाचवी आणि महत्त्वाची बाब म्हणजे निवळ वसाहतवादविरोधी राष्ट्रवादी परिप्रेक्ष्यातून होणारी स्त्रीप्रश्नांची मांडणी राष्ट्रीय परंपरांचे गौरवीकरण करत बऱ्याचदा कळतनकळत धार्मिक जमातवादाच्याही कच्छपि लागली होती. दलित बहुजनवादी परंपरेने स्त्रीप्रश्नांचा विचार व मांडणी निवळ राष्ट्रवादाच्या चौकटीत न केल्यामुळे ती अधिक मानवकेंद्री, धर्मनिरपेक्ष अशी होत गेली आणि स्त्रीप्रश्नांचे अधिकाधिक ऐहिकीकरण होण्याचा अवकाश विस्तारला.

म.फुले यांच्यापासून सुरू झालेले स्त्री-शूद्रादी अतिशूद्र असा बहुजन परंपरेतील स्त्रीविषयक तत्त्वचिंतनाचाच एक सशक्त आविष्कार म्हणजेच डॉ.बाबासाहेब आंबेडकरांचा स्त्रीप्रश्नांकडे पाहण्याचा परिप्रेक्ष्य होय. १९९०नंतर भारतात दलित बहुजन चळवळीतील कार्यकर्त्यांकडून तसेच अनेक स्त्रीवादी अभ्यासकांकडून दलित स्त्रीवादाची मांडणी प्रभावीपणे होऊ लागली. सत्तरीच्या दशकाच्या उत्तरार्धापासून अनेक देशी आणि परदेशी अभ्यासंकाकडून फुले-आंबेडकरांचा विचार अधिक पद्धतशीरपणे, नव्या दृष्टीने केला जाऊ लागला. गेल ऑम्व्हेट, रोझलिन्ड ओ. हॅन्लन, एलिनॉर झेलिअट, कॉ.शरद पाटील, प्रा.रणजित परदेशी, प्रा.रावसाहेब कसबे, प्रा.गोपाळ गुरू यांसारख्या अभ्यासकांनी आंबेडकरवादाची उभारणी केली. साचलेपणा आलेल्या किंवा कालबाह्य होत चाललेल्या विचारसरणीच्या पार्श्वभूमीवर फुले-आंबेडकरवाद हा एक सशक्त पर्याय होऊ शकतो, हा आत्मविश्वास या मांडणीतून व्यक्त होत होता. यातूनच स्त्रीप्रश्नांच्या संदर्भात आणि स्त्रीवादी परिप्रेक्ष्यातूनही फुले-आंबेडकर विचारांकडे पाहण्यास सुरुवात झाली. विद्युत भागवत, शर्मिला रेगे यांच्यासारख्या अभ्यासकांनी स्त्रीअभ्यास केंद्राच्या माध्यमातून या प्रश्नाची सातत्यपूर्ण चर्चा चालू ठेवली. त्याचप्रमाणे सरोज कांबळे, प्रतिमा परदेशी यांसारख्या नव्या उमेदीच्या अभ्यासकांनी डॉ.आंबेडकरांचा स्त्रीप्रश्नांकडे पाहण्याचा परिप्रेक्ष्य कसा वैशिष्ट्यपूर्ण होता, या संबंधातही मांडणी केली. अब्राह्मणी किंवा दलित-बहुजन स्त्रीवादाची उभारणी करण्याचा ह प्रकल्प अद्याप पूर्णत्वास गेलेला नाही. पण त्याचे वेगळेपण दिसण्याइतपत तो निश्चितच साकारला आहे. दलित-बहुजनांच्या चळवळीचा इतिहास आणि विशेषतः त्यातील स्त्रियांचा सहभाग व विचारदृष्टींवर विशेष झोत टाकणारे लेखन जसजसे विपुल प्रमाणात होत जाईल किंवा त्यासंबंधीच्या माहितीची तपशीलवार नोंद होत जाईल, तसतसा हा प्रकल्प अधिक पूर्णत्वास जाईल. त्या दृष्टीने आंबेडकरवादाची मांडणी ही केवळ ब्राह्मणवादाच्या आणि भांडवलशाहीच्याच संदर्भात नव्हे; तर उत्तर औद्योगिक भांडवलशाही, स्त्रीवाद, पर्यावरणवाद, हरित राजकीय सिद्धान्त, नवगांधीवाद या संदर्भातही होण्याची गरज आहे.

१९७०च्या दशकात युनोने स्त्रीदशक जाहीर केल्यानंतर 'स्त्रीवाद' ही संज्ञा रूढ होऊ लागली. सर्व स्त्रियांचे प्रश्न समान असतात; सर्व स्त्रिया सारख्याच शोषित असतात असे सांगण्यातून स्त्रीप्रश्नांची सार्वत्रिकता प्रकट करण्याचा प्रयत्न होत होता. स्त्रीवाद ही संकल्पना १९७०च्या दशकात भारतात स्थिरावताना स्त्रीचळवळी आणि राज्यसंस्था यांनी एकाच वेळी आपापल्या पद्धतीने हाताळली. त्यामुळे त्यात अर्थातच दोहोंनी आपापले अर्थ शोधले. या टप्प्यावरची स्त्रीचळवळ ही मध्यमवर्गीय उच्चजातीय शहरी दृष्टीकोनांनी प्रभावित होती. याच सत्तरच्या दशकात दलित पँथरची स्थापना झाली. दलित साहित्याची चळवळ हळूहळू विकसित होऊ लागली. दलित जाणिवेने केलेल्या या सुरुवातीच्या लेखनामध्ये स्त्रीप्रश्नांची स्वतंत्र नोंद घेतली पाहिजे याची जाण नाही. स्त्रीप्रश्नांमध्येही जातीचा प्रश्न कसा गुंतलेला आहे याची जाणीव त्या वेळी झालेल्या स्त्रीप्रश्नांच्या लिखाणामध्ये दिसत नाही. प्रत्यक्ष स्त्रीचळवळीने घेतलेले प्रश्न केवळ स्त्रीप्रश्न म्हणून हाताळले गेले. याच काळातील वर्गीय, मार्क्सवादी मानल्या गेलेल्या चळवळींनी 'वर्ग' प्रथम मानून आपले कार्य सुरू ठेवले. त्यामध्ये 'जात' आणि स्त्रीप्रश्न यांची जाण दिसत नाही.

याचा अर्थ केवळ एकारल्या पद्धतीनेच सर्व तत्त्वे आणि व्यवहार होतात असे नाही. नलिनी पंडितांनी 'जातिवाद आणि वर्गवाद' यांचा एकत्र विचार केला होता, तर रावसाहेब कसबे यांनी 'आंबेडकर आणि मार्क्स' यांच्या समन्वयाची गरज प्रतिपादन केली होती. ऐंशीच्या दशकात शरद पाटील यांनी मार्क्सवाद-फुले-आंबेडकरवाद ही नवी अन्वेषणपद्धती स्वीकारून जातवर्ग स्त्रीदास्यांताची नवी अब्राह्मणी दृष्टी प्रकट केली होती. तरीही व्यापक सिद्धान्तन आणि व्यवहारामधले प्रश्न सुट्या-सुट्या पद्धतीनेच पाहिले जात होते. वास्तव समजून घेणे आणि त्यात बदल करणे यासाठी उपलब्ध असणारे कार्यक्रम एकेरीने वा एकरेषीय पद्धतीने वापरून फारसे काही साध्य होणार नाही हे लक्षात घेऊनच अनेकांनी विविध सिद्धान्तने एकमेकांशी संयोगित करण्याच्या सिद्धान्तनाच्या आधीच्या अवस्थेला विकसित करण्याचा प्रयत्न केला आहे. शरद पाटील यांनी - मार्क्सवाद-फुले-आंबेडकरवाद (माफुआ) यांबद्दल लिहिले आहे की, माफुआ हा मार्क्सवाद व फुले-आंबेडकरवाद यांची साचलेली कोंडी फोडण्यातून जन्मलेला आहे. तो एकप्रवाही नाही तर बहुप्रवाही आहे. त्यामुळे तो भविष्यातीलही आव्हाने यशस्वीपणे स्वीकारील अशी खातरी बाळगायला हरकत नाही. शरद पाटील यांनी माफुआचे वरीलप्रमाणे स्पष्टीकरण दिले. बहुप्रवाही सिद्धान्तन म्हणून माफुआ स्वीकारला. कालांतराने माफुआऐवजी 'सौत्रांतिक मार्क्सवाद' नावाच्या सिद्धान्तनाची गरज प्रतिपादन केली. आणि त्याची तात्त्विक बैठक स्पष्ट करण्याचा प्रयत्न केला.

स्त्रीवाद म्हणजे काय याची निश्चित अशी परिभाषा देणे कठीण आहे. वेगवेगळ्या

काळांत वेगवेगळ्या स्थानांवरून (location) आणि सामाजिक, राजकीय परिस्थितीत स्त्री–पुरुषांनी त्यांच्या वाट्याला आलेल्या विषमतेला व दैनंदिन गरजांना मिळणाऱ्या नकारामागील कारणांचा शोध घेऊन ही परिस्थिती बदलण्याकरिता सामाजिक, आर्थिक तसेच राजकीय पातळीवर कशा प्रकारे परिवर्तन घडवून आणता येऊ शकेल, याविषयी विचार मांडलेले आहेत. तेव्हा स्त्रीवादाला जाणारे अनेक व भिन्न मार्ग आहेत हे अधोरेखित करावे लागेल व या विविध परिभाषांमधील ताणतणाव व त्यांचे वेगळेपण लक्षात घेणे गरजेचे आहे.

आंद्रे लुर्द यांच्या मते, विचारांचे भिन्नत्व (difference) लक्षात घेणे याचा अर्थ विविधतेची वकिली करणे असा नसून प्रस्थापित सिद्धान्तनाच्या चौकटीची चिकित्सा करून स्त्रीवादाच्या अध्ययनाकरिता पर्यायी पद्धतींचा शोध घेणे असा होतो.

स्त्रीवादी विचारसरणी ही कृतिशीलतेची अपेक्षा असणारी विचारसरणी आहे. समाजपरिवर्तन हे तिचे उद्दिष्ट आहे. स्त्रीवादामध्ये अनुभवांना महत्त्व दिले जाते हे खरे असले, तरी अनुभवांचा केवळ संच करणे हा स्त्रीवादाचा हेतू नाही. विविध सामाजिक गटांतील स्त्रियांच्या अनुभवांतील साम्य आणि भेद नोंदवले जाणे हे परिवर्तनाच्या दृष्टीने गरजेचे असते. पुरुषाने निर्माण केलेली सामजिक व्यवस्था लिंगभावावर आधारित असून स्त्री ही त्याच्या लैंगिक आणि दैहिक राजकारणाला बळी पडते. पुरुषी अधिभौतिक सत्तेने स्त्रीला सामाजिक, सांस्कृतिक, आर्थिक आणि राजकीय व्यवस्थेमध्ये दुय्यम स्थान दिलेले आहे. पुरुषाने आपल्या उपभोगासाठी स्त्रीचा वापर केला आहे. या जजातिसमाज स्त्रीवादी विचाराने पुरुषी राजकारभाराला नकार दिलेला आहे. किंबहुना आपला विद्रोह प्रकट केलेला आहे. (कुमार अनिल : स्त्रीवाद आणि दलित साहित्य समीक्षा : पहिली खेप, प्रतिमा प्रकाशन, पुणे. २००८ पृ.२४)

'वेदना आणि विद्रोह' यांद्वारे दलित जाणीव व्यक्त होते... असे डॉ. भालचंद्र फडके यांनी स्पष्ट केले आहे; तर आत्मसन्मानाच्या जाणिवेतून आत्मशोध; आत्मसन्मानाच्या आड येणाऱ्या परंपरेला, धर्माला नकार किंवा त्या विरूद्ध बंड; लोकशाही मूल्ये पायदळी तुडवली तर बंड; माणूसपणाची वागणूक; भगवान बुद्धाचा धम्मविचार; फुले आणि आंबेडकर या विचारवंतांच्या गतिमान परिवर्तनाच्या प्रक्रियेबद्दल निस्सीम आदर दलित साहित्यिकाकडे असतो असे मत दलित साहित्याचे वैशिष्ट्य सांगताना दत्ता भगत प्रकट करतात. (दत्ता भगत, दलित साहित्य : दिशा आणि दिशांतर)

स्वतःला गतिमान ठेवणे, समोरच्या परिस्थितीशी सातत्याने संवादविसंवादी सूर लावणे आणि अद्ययावत असणे (ज्ञानाचे राजकारण अधिक नेमकेपणाने करणे, या अर्थाने अद्ययावत) ही स्त्रीवादाची महत्त्वाची लक्षणे म्हणता येतील. जगभरातील

ज्ञानाच्या आकलनात स्त्रीवादाने लक्षणीय सकारात्मक योगदान दिले आहे. गेल्या २५-३० वर्षांत स्त्रीवादाने ज्ञानपरंपरांमध्ये आणि ज्ञानक्षेत्रांना दिलेले योगदान अगदी मूलभूत आणि सर्वंकष असेच आहे. अनेक ज्ञानशाखांमध्ये क्रांतिकारक वाटावेत असेच बदल स्त्रीवादी आकलनाने प्रकट केले आहेत. ज्ञानाची व्याख्या, त्यातील गृहीतके, ज्ञानातील पितृसत्ताक अधिसत्ता या सर्वांना स्त्रीअभ्यास आणि स्त्रीवादी चळवळ यांनी अनेक प्रश्न विचारले. स्त्रीवादाच्या या वैशिष्ट्यांबरोबरच स्त्रीवादाने इतर विविध तात्त्विक प्रणालींशी, सिद्धान्तनांशी संवाद-संघर्ष केला तोही अचंबित करणारा आहे.

भारतातील पहिल्या टप्प्यातील स्त्रीचळवळीने स्त्रीचा निममानवाचा (suc human) दर्जा नाकारला व माणूस म्हणून तिच्याकडे पाहण्याची दृष्टी दिली. तिला व्यक्तिभान दिले आणि जातिसमाजसमतेच्या मूल्यास अधिमान्यता मिळवून दिली. सार्वजनिक जीवनात तिला पुरुषांच्या बरोबरीने प्रवेश मिळाला. पण या सर्वांमागची मुख्य प्रेरणा ही व्यक्तिस्वातंत्र्य, समता, विवेकवाद आणि मानवतावादाची होती; ती स्त्रीच्या सर्वांगीण मुक्तीची नव्हती.

महाराष्ट्रातील स्त्रीचळवळीमध्ये उदारमतवादी, मार्क्सवादी, फुले-आंबेडकरवादी, जहाल स्त्रीवादी, गांधीवादी आणि हिंदुत्ववादी असे विविध विचारप्रवाह दिसून येतात.

उदारमतवादी स्त्रीवाद हा स्त्रियांचे नागरी हक्क, व्यक्तिगत अधिकार, स्त्री-पुरुष समानता, राजकीय हक्क यांवर विशेष भर देतो व स्त्रीला स्वतंत्र, सार्वभौम व्यक्ती म्हणून विषम कायदे, परंपरा, रूढी व संस्थात्मक व्यवहार यांतून स्वतंत्र करू इच्छितो.

मार्क्सवादी स्त्रीवाद हा स्त्रीस्वातंत्र्याचा शोध मुख्यत्वे स्त्रियांच्या उत्पादनव्यवस्थेतील सहभागाच्या अंगाने होतो.

मात्र स्त्रीदास्याचेबंदिवान विषम कायदा व्यवस्थेमध्ये किंवा निवळ वर्णीय समाजरचनेमध्ये नसून ते पुरुषसत्ताक व्यवस्थेतच आहे असे जहाल स्त्रीवादाने प्रतिपादिले.

हिंदुत्ववादी स्त्रियांची चळवळ

१९८०नंतर महाराष्ट्रातही लढाऊ हिंदुत्वाची लाट आली. हिंदुत्ववादी संघटनांची व पक्षांची संसदीय राजकारणातील सौदाशक्ती वाढली आणि त्याचाच एक परिणाम म्हणजे स्त्रियांकडे 'व्होट बँक' म्हणून पाहण्याची, त्यांना जागृत व संचलित करण्याची, मुख्य म्हणजे स्त्रियांना एक सामाजिक शक्ती म्हणून उभी करण्याची निकड हिंदुत्ववाद्यांनाही वाटू लागली.

स्त्रीचळवळीच्या दुसऱ्या लाटेने मिळवलेले यश, व्यापलेला लोकशाही अवकाश, पुरुषी वर्चस्वावरील हल्ले आणि समतेच्या लढ्यातील अग्रेसरत्व यांमुळे

स्त्रीवर्गाचा सामाजिक आधार विस्तारणार नव्हता; म्हणून हिंदुत्ववादी चळवळीनेही स्त्रीचळवळीचा अवकाश व्यापून टाकायचे ठरवले. यांतूनच स्त्रीचळवळीतही हिंदुत्ववादी प्रवाह प्रविष्ट झाले.

स्त्रीचळवळीची हिंदुत्ववादी चौकट स्त्रीमुक्तीपेक्षा स्त्रीशक्तीचा अधिक विचार करते. स्त्रीवादी तत्त्वज्ञान, स्त्रीमुक्तीचा विचार हा पाश्चिमात्य म्हणून अभारतीय आहे, तो स्वैराचारास प्रोत्साहन देतो; कुटुंबसंस्थेचे, वैवाहिक नात्याचे पावित्र्य नाकारतो. स्त्रियांचे पुरुषीकरण करतो, म्हणून तो सामाजिक स्थैर्य धोक्यात आणणारा आहे. त्यापेक्षा हिंदू संस्कृतीतील स्त्रीविषयक दृष्टीकोन हा कितीतरी उदात्त आहे. तो स्त्रीकडे वात्सल्यमूर्ती म्हणून पाहतो, तिला माउली म्हणून वंदितो, त्यागमूर्ती म्हणून पूजतो, सोशिकतेचे व संयमाचे प्रतीक म्हणून तिच्याकडे पाहतो. याच प्रारूपात स्त्रीचा आदर्श स्वीकारून आपण भारतीय स्त्रीमुक्तिदर्शन सिद्ध केले पाहिजे असे हिंदुत्ववादी स्थूलपणे म्हणतात. त्यामुळे ते स्त्रीला माता, सती, पतिव्रता, भगिनी या प्रतिजातिसमाजउभी करतात. व तिच्या मनुष्यत्वास, स्त्रीत्वास, व्यक्तित्वास दुय्यम महत्त्व देतात. सार्वजनिक जीवनात ते स्त्रीला साध्वी, संन्यासिनी, वीरांगना, दुर्गा, जगदंबा या रूपांत सादर करू इच्छितात. स्त्रीने खासगी जीवनात सीता असावे, तर सार्वजनिक जीवनात दुर्गा असावे ही साधारण अपेक्षा असते. तिची कौटुंबिक प्रतिमा शालीन, विनयशील, सेवापरायण असावी; पण सार्वजनिक भूमिका मात्र धर्मरक्षणाची, आक्रमक अशी असावी अशी दृष्टी यामागे आहे. तिच्या पारंपरिक भूमिकेमध्येच कौटुंबिक स्वास्थ्य व पर्यायाने समाजाचे स्वास्थ्य दडलेले आहे असे त्यांचे म्हणणे असून हे पथ्य पाळूनच तिने सार्वजनिक जीवनात सहभागी व्हावे असे ते सांगतात. या त्यांच्या भूमिकेमुळे हिंदुत्ववादी स्त्रीचळवळींत स्त्रीच्या दोन परस्परविसंगत प्रतिमा साकारतात. एक परंपरेचे जतन करणारी; स्त्रीसुलभ वात्सल्य, सेवापरायणता, चारित्र्यशुचिता जपणारी; मर्यादशील स्त्री. आणि दुसरी पौरुष, मर्दानीपणा, हिंसा, आक्रमकता, बाहुबल यांतच वीरत्व पाहणारी व जगणारी स्त्री. मुंबईच्या १९९३च्या दंगलीत स्त्रीचे हे रूप जमातवादाच्या रूपात खूपच प्रकर्षान पुढे आले. साध्वी ऋतंभरा, उमा भारती यांच्या आक्रमक हिंदुत्वातून हेच रूप बिंबवले जाते. स्त्रियांचे हे जमातवादीकरण स्त्रीमुक्ती चळवळीपुढील एक महत्त्वाचे आव्हान आहे.

सर्वोदयी विचारप्रवाहातील स्त्रीचळवळ

महात्मा गांधींनी जातिसमन्वयाचे आणि वर्गसमन्वयाचे राजकारण स्वातंत्र्य आंदोलनात केले. ब्राह्मणी अध्यात्मवादाचा प्रभाव असल्यामुळे महात्मा गांधींनी तात्त्विक स्तरावर स्त्रीमुक्तीचे समर्थन केले नाही. आत्मिक शक्ती जागृत करणारी गांधीवादी भूमिका सर्वोदयी संघटनांनी स्वीकारली. बलात्काराचा प्रतिकार आणि अन्यायाचे परिमार्जन करण्यासाठी स्त्रीने आत्मबळ वाढवावे, कारण स्त्रीच्या दुय्यम दर्जामागील व तिच्यावरील

अत्याचारामागील प्रमुख कारण आत्मबळ नसणे, पुरुषाची भोगवादी दृष्टी असणे असे कारण सर्वोदयी स्त्रीमुक्तिवाद देतो. (संदर्भ- स्त्री-पुरुष संबंध - दादा धर्माधिकारी) परंतु दलित-आदिवासी स्त्रीचे आत्मबळ प्रबळ असूनही अत्याचाराची सर्वांत जास्त बळी असते.

स्त्रीदास्याचा जातिव्यवस्थाक पाया आणि भांडवली वर्गीय व्यवस्था यांच्याकडे ही भूमिका दुर्लक्ष करते. ती ब्राह्मणी धर्मकल्पनांचा व सांस्कृतिक मूल्यांचा प्रतिकार करत नाही. परिणामी, ती बहुजन दलित स्त्रीच्या मुक्तीचा व अत्याचार-निर्मूलनाचा सम्यक शोध घेऊ शकत नाही.

समाजवादी स्त्रीमुक्तिवाद

लोहियावादी समाजवादी चळवळीचे योगदान हे की, तिने भारतीय स्त्रीदास्याच्या अंताचा समावेश समाजवादी मुक्तीच्या कार्यक्रमात केला. डॉ. लोहियांचे योगदान हे की, भारतीय स्त्री ही जातिव्यवस्थेत कैद आहे. याचा प्रथम निर्देश डाव्या दलितेतर चळवळीत केला. पुरुषसत्ता जातीला स्त्री-अत्याचाराचे कारण मानते.

समाजवादी चळवळीने स्त्रीमुक्तीच्या संदर्भातील पुरुषसत्ताक समाजाला आणि जातीला स्त्री-अत्याचाराचे कारण मानते. परंतु असे असूनही समाजवादी चळवळीने स्त्रीमुक्तीच्या संदर्भातील पुरुषसत्ताक, जातिव्यवस्था यांचा परस्परसंबंध दाखवणारी सिद्धान्तरचना केली नाही. बौद्ध लोकायतवादी ब्राह्मणी परंपरांचा वारसा सांगण्याऐवजी वेदान्ताचा, अध्यात्माचा, ब्राह्मणी परंपरांचा स्वीकार केला. स्त्रीसत्तानिर्दालक रामाचे आणि कृष्णाचे मेळावे घेण्याचा कार्यक्रम लोहियांनी सांस्कृतिक आघाडीवर दिला. परिणामी, समाजवादी चळवळ स्त्री-अत्याचार विरोधाचा क्रांतिकारी कार्यक्रम आखू शकली नाही. वेदान्ताच्या प्रभावाखाली स्त्रीने आत्मबळ वाढवण्याचा आध्यात्मिक मार्ग गांधीवादी मांडत राहिले.

समाजवादी, मार्क्सवादी चळवळीवर ब्राह्मणवादाचा पगडा असल्यामुळे भारतीय स्त्रीदास्याचा भौतिक आधार असलेल्या पुरुषसत्तेकडे आणि जातिव्यवस्थेच्या पायाकडेही दुर्लक्ष करते. फुले-आंबेडकरांचा स्त्रीदास्यविरोधी वारसा न स्वीकारता या चळवळी स्त्रीदास्यसमर्थक लो.टिळकांचा वारसा स्वीकारतात. परिणामी, त्यांची आंदोलने महागाईनिषेध, पगारवाढ, रोजगार लढे यांवर केंद्रित होतात. आदिवासी स्त्रियांना हिंदू कोड बिल लागू करणे, ओबीसीच्या मंडळ आयोग चळवळीचे नेतृत्व करणे या जातिविरोधी स्त्रीमुक्ती-कार्यक्रमास या संघटना विरोध करतात.

फुले-आंबेडकरी वा दलित स्त्रीवादी

स्त्रीप्रश्नाचे व स्त्रीदास्याचे जातनिहाय पदर आणि स्वरूप कसे वेगळे असते हे

फुले-आंबेडकरी वा दलित स्त्रीवादाने दाखवून दिले आणि शहरी, उच्चवर्गीय, उच्चजातीय स्त्रियांच्या चळवळीच्या मर्यादांवर आणि एकारलेपणावर बोट ठेवले. स्त्रीचळवळीने जातिनिर्मूलनाच्या प्रश्नास अग्रक्रम दिल्याशिवाय स्त्रीचळवळ समग्र होणार नाही व स्त्रीमुक्तीही होणार नाही हे दलित फुले-आंबेडकरवादी स्त्रीवादाने सांगितले. फुले-आंबेडकरी परिप्रेक्ष्यातून महाराष्ट्रातील स्त्रीचळवळ ही मुख्यत्वे शहरी, मध्यमवर्गीय व ब्राह्मणी असून तिला दलित, कष्टकरी स्त्रियांच्या प्रश्नांचे पुरते भान नाही. आर्थिकदृष्ट्या सर्वांत जास्त पीडित दलित स्त्री आहे. विवाह घटस्फोट, वारसा या संदर्भात सर्वांत जास्त पीडित दलित स्त्री आहे. त्यामुळे दलित स्त्रीच स्त्रीअत्याचारविरोधी आंदोलनाचे नेतृत्व करेल असे फुले-आंबेडकरवाद सूचित करतो.

१९७०नंतर श्रमिक मुक्ती दलासारख्या अनेक संघटना आणि आघाड्या आल्या. या संघटनांच्या कार्यक्रमपत्रिकेत वेगवेगळ्या प्रकारे दलित स्त्रियांच्या प्रश्नांना महत्त्वाचे स्थान होते.

दलित पँथरने दलित स्त्रियांवर होणाऱ्या बलात्काराच्या प्रश्नाला महत्त्वाचे स्थान दिले. आणि दुर्गा भागवत यांच्याशी राजा ढाले यांचा झालेला वाद सर्वांना माहीत आहे.

जात 'वर्गा'तच सामावलेली आहे असे वर्गवाद्यांचे मत होते, तर स्वायत्त स्त्रीवाद्यांकरिता भगिणीभावाची संकल्पना महत्त्वाची होती. परिणामी, सर्वच स्त्रिया शोषित असतात, म्हणजे 'दलित' असतात असे त्यांचे म्हणणे होते. या काळातील दलित आणि स्त्रीचळवळीच्या राजकारणाच्या आणि विश्लेषण पद्धतीच्या मर्मस्थानी अनुभव हा कार्यक्रम होता. अशा परिस्थितीत दलित पुरुषांचे अनुभव म्हणजे दलितांचे अनुभव आणि मध्यमवर्गीय सवर्ण स्त्रियांचे अनुभव म्हणजे सर्व स्त्रियांचे अनुभव असे अनुभवांचे सार्वत्रिकीकरण झाले.

१९९०च्या दशकात मंडळविरोधी तसेच जातीय आणि जमातवादी दंगलींमधून उच्चजातीय स्त्रियांचा सहभाग दिसतो. १९९०च्या दशकात दलित स्त्रियांच्या स्वायत्त संघटनांच्या उदयानंतर 'दलित स्त्रिया भिन्न, वेगळ्या आवाजात बोलतात. या गोपाळ गुरूंच्या १९९५च्या निबंधाने चर्चेला चालना दिली. किरण मोघे यांनी १९९५मध्ये स्वायत्त संघटनांच्या स्थापनेची चिकित्सा करताना 'वेगळी चूल कशाला?' असा प्रश्न उभा केला. स्वायत्त संघटनांना अनुभववादाच्या आणि परकीय निधीच्या कचाट्यापासून असलेला धोका त्यांनी अधोरेखित केला.

या पार्श्वभूमीवर दलित स्त्री, स्त्रीवाद, स्त्रीवादी जाणीव आणि विचार यांचा ऐतिहासिक, समाजशास्त्रीय विचारांच्या संदर्भात विचार करावा लागतो.

दलित स्त्रीवाद हा कोटिक्रम पुढे आणताना भारतातील उतरंडीची विषम जातिरचना आणि स्त्रीप्रश्न यांचा सेंद्रिय संबंध शोधण्याला महत्त्व आले. मंडलनंतरच्या

बदललेल्या राजकारणाने जातीप्रश्न आणि स्त्रीप्रश्न यांची जातिव्यवस्थेतील घडण तपासण्याची गरज अधिक तीव्र झाली. स्त्रीवादी चळवळीने स्वीकारलेल्या सिद्धान्तनांमध्ये, स्त्रीअभ्यासामध्ये जातींचे काहीच भान नसल्यामुळे 'सर्व स्त्रिया सारख्या शोषित असतात.' याला जातवास्तव काय प्रकारे छेद देते याकडे लश्र दिले गेले नाही. प्रचलित असणाऱ्या स्त्रीवादाच्या या उदारवादी, उच्चजातीय दृष्टीकोनाच्या पलीकडे जाऊन दलित स्त्रीवादी भूमिदृष्टीचा शोध सुरू झाला. डॉ.शर्मिला रेगे यांनी 'दलित वीमेन टॉक डिफरन्टली : ए क्रिटिक ऑफ 'डिफरन्स' अॅन्ड टूवर्ड्स ए दलित फेमिनिस्ट स्टॅन्ड पॉइन्ट या ऑक्टोबर १९९८मधील लेखामध्ये दलित स्त्रीवादाची तात्त्विक मांडणी केली आणि दलित स्त्रीवाद हा एका अर्थाने दलित स्त्रियांच्या 'वेगळे' बोलण्याची अपरिहार्य निष्पत्ती होता. गोपाळ गुरूंनी १९९५मध्ये लिहिलेल्या लेखापासून 'दलित वीमेन टॉक डिफरन्टली' या लेखामुळे आणि त्या लेखनाच्या निमित्ताने सुरू झालेल्या घुसळणीने 'दलित स्त्रीवादा'ला आकार आणला.

दलित स्त्रीवादाने केवळ १९९०च्या दशकातील स्त्रीवादाला स्वतःची पुर्नतपासणी करायला लावली असे नव्हे, तर संपूर्ण जातिविरोधी चळवळींमध्ये स्त्रीप्रश्न कसा मांडला गेला याचीही पुर्नतपासणी करण्याची गरज प्रतिपादन केली. प्रतिमा परदेशी यांनी डॉ. आंबेडकरांनी स्त्रीप्रश्न व स्त्रीप्रश्नांची जातिव्यवस्थेशी असणारी सांगड यांकडे अधिक लक्ष वेधले होते. दलित स्त्रीवादाने केवळ ज्ञानाचे केंद्र म्हणून स्त्रीचा विचार न करता दलित स्त्रीचा विचार केला. ब्राह्मणी स्त्रीवाद आणि अब्राह्मणी स्त्रीवाद अशी स्त्रीवादाची विभागणी त्यांनी पुढे आणली. विद्युत भागवत आणि प्रतिमा परदेशी यांनी संपादित केलेल्या 'अब्राह्मणी स्त्रीवादी इतिहासाच्या दिशेने' या ग्रंथानेही स्त्रीवादामधील 'वेगळेपण' स्पष्ट करून अब्राह्मणी स्त्रीवादाची वैशिष्ट्ये अधोरेखित केली.

स्त्रीवादी चळवळीचे आंतरस्वरूप आणि बाह्यस्वरूप, विचार आणि कार्यक्रम यांमध्ये एकाच वेळी बदल घडण्याची आणि घडवण्याची गरज 'दलित स्त्रीवादा'ने प्रकट केली आणि स्त्रीप्रश्नाकडे बघण्याची दृष्टी मूलभूतदृष्ट्या बदलली पाहिजे असा सार्थ आग्रह त्याच वेळी जातिविरोधी चळवळीने धरला. 'दलित स्त्रीवाद' या कोटिक्रमासोबत 'बहुजन स्त्रीवाद', 'दलित बहुजन स्त्रीवाद', 'फुले-आंबेडकरी स्त्रीवाद', अलीकडचा 'सत्यशोधक स्त्रीवाद' अशा विविध संकल्पनांचा वा कोटिक्रमांचा वापर झाला. दलित स्त्रियांचे वेगळे बोलणे म्हणजे मध्यमवर्गीय स्त्रीचळवळ आणि दलित पुरुष यांच्यापासूनचे हे वेगळेपण होते. लिंगभाव जडणघडणीच्या गाभ्यामध्ये जातजाणीव असणे दलित स्त्रीवादाला महत्त्वाचे वाटते.

जन्माने दलित आहोत म्हणून आपोआपच दलित स्त्रीवादी जाणीव आत्मसात करता येईल वा स्त्रीवादी चळवळीमध्ये आहोत म्हणून आपोआपच स्त्रीवादी जाणीव

आत्मसात होईल असे होणार नाही. जन्माने दलित असणारे स्त्री आणि पुरुष दोहोंबाबतही हे लागू आहे. दलित स्त्रीवादी जाणीव आत्मसात करणे म्हणजे नेमके काय करणे हे समजून घेण्यासाठी व्यक्ती, समाज, संस्था, चळवळी अशा विविध पातळ्यांवर चर्चा करता येते. जातींमध्ये स्त्रीप्रश्नांची जडणघडण कशी केली जाते याचा विचार दलित स्त्रीवादाच्या गाभ्यामध्ये येतो. या अर्थाने दलित स्त्रीवादाने जात आणि लिंगभाव यांच्या एकमेकांवरील प्रभाव टाकण्याच्या क्षेत्रांना प्राधान्याने अधोरेखित केले आहे.

जातिअंताच्या लढ्यातून स्त्री पूर्ण वगळली जात असेल, तर जातिअंताच्या लढ्याची लिंगभाव संवेदनशील अशी पुन्हा नव्याने उभारणी केली पाहिजे. तसे सिद्धान्तन केले पाहिजे. अर्थात, ही जाणीव दलित स्त्रीवादाने जातिविरोधी चळवळींना दिली हे दलित स्त्रीवादाचे ऐतिहासिक योगदान म्हणता येईल. त्याच वेळी स्त्री-चळवळींनी; उच्चजातीय, मध्यमवर्गीय स्त्री-चळवळींनी; जातीच्या प्रश्नाला लिंगभाव घडणीच्या गाभ्याचा प्रश्न म्हणून समजून घेतले पाहिजे.

म्हणजेच दलित स्त्रीवाद एकाच वेळी जातिविरोधी चळवळीचे स्वरूप बदलण्याचा प्रयत्न करतो आणि त्याच वेळी स्त्रीवादाला सर्वंकष दलित स्त्रीवादी जाणीव प्रदान करण्याचा प्रयत्न करतो. दलित स्त्रीवादी सिद्धान्तनाने ज्ञानक्षेत्रामध्ये काही मूलभूत बदल करण्याची आस बाळगली. त्यामुळे काही अभ्यासकांना आपला पूर्वीचा अभ्यास हा 'संदर्भहीन' 'अमूर्त' आणि 'अभिजन' वाटू लागला. दलित स्त्रीवादाने मिळालेल्या अंतर्दृष्टीतून 'दलित अभ्यास' (Dalit studies), लिंगभाव संवेदनशील राहण्याची तात्त्विक आणि व्यावहारिक शक्यता खुली झाली आहे. ज्ञानक्षेत्रातील सकारात्मक बदलांबरोबर विविध सामाजिक चळवळींना आपली भूमिका जातसंवेदनशील करण्याला निश्चितच दृष्टी मिळाली आहे.

'मनुस्मृती दहन दिवस' - २५ डिसेंबर हा 'भारतीय स्त्रीमुक्तिदिन' असावा का या मुद्द्यापासून दलित स्वकथनांच्या नवीन आकलनापर्यंत अनेक पातळ्यांवर दलित स्त्रीवादामुळे झालेल्या घुसळणीने सकारात्मक बदल झाले. दलित स्त्रीवादी सिद्धान्तन हे मूलभूत, मूलगामी, सर्वंकष, सकारात्मक अशाच स्वरूपाचे आहे. दलित स्त्रीवादाने अनेक क्षेत्रांना प्रश्न विचारण्याच्या शक्यता खुल्या केल्या. दलित स्त्रीवाद जातिविरोधी चळवळी आणि स्त्रीवादी चळवळी यांतील एकमेकांमध्ये समान असणारे घटक शोधण्याला महत्त्व देतो.

'दलित स्त्रीवाद' ही जाणीव आणि स्त्रीवादी जाणीव यांच्या एकात्मिकीकरणातून (union) निर्माण झालेली एकसंघ, एकात्म जाणीव आहे. लिंगभाव जडणघडणीच्या गाभ्याशी असणारी जातजाणीव ही दलित स्त्रीवादाच्या केंद्रस्थानी आहे. दलित स्त्रीवाद एका काळाच्या द्वंद्वात्मकतेतून निर्माण झाला.

दलित स्त्रीवादी भूमिदृष्टी ही केवळ जन्माने दलित असण्याशी बांधलेली बाब नाही. दलित स्त्रीवादापर्यंत जाण्यासाठी जाणिवांमधील संक्रमण अत्यावश्यक आहे.

'दलित स्त्रीवादा'ची घडणही स्थिर आणि एकच एक नाही. प्राप्त परिस्थितीच्या द्वंद्वात्मक देवाणघेवाणीतून दलित स्त्रीवाद बदलण्यासाठी कायमच खुला आहे. नव्या अस्मिता, नवी प्रतीके, नव्या तथ्यता आणि इतिहासाचे पुन:वाचन, त्याची पुनर्मांडणी, वा नव्यानेच संपूर्ण इतिहास लिहिण्यातून दलित स्त्रीवादामध्ये नवा आशय भरता येतो.

भांडवलशाही ही जातवर्गलिंगभाव यांना एकात्मरीत्या कसा आकार देते याचाही विचार दलित स्त्रीवाद करतो. दलित स्त्रीवादी अवकाश हा झगडून प्राप्त करण्याचा अवकाश आहे. स्वतःशी झगडणे, परिस्थितीशी झगडणे आणि त्यातून अपेक्षित नव्या दलित स्त्रीवादी अवकाशापर्यंत जाणे शक्य होते. संवेदनशील असणे आणि ती संवेदनशीलता टिकवून ठेवणे हीसुद्धा जाणीवपूर्वक करावयाची बाब आहे, असे दलित स्त्रीवाद मानतो.

दलित स्त्रीवादी भूमिदृष्टीमध्ये स्वतःला संक्रमित करणे ही सहजसाध्य बाब नाही हे खरेच आहे. परंतु जातिविरोधी चळवळींमधून स्वतःचे पितृसत्ताक स्थान न सोडता आणि स्त्रीवादी चळवळींमधून ब्राह्मणी दृष्टीकोन न सोडता दलित स्त्रीवाद क्लेम करण्याचे प्रयत्न प्रवृत्ती म्हणून वाढत आहेत.

दलित स्त्रीवादाच्या क्रांतिकारी आशयाला कशा प्रकारे पराभूत केले जाते-ते प्रवीण चव्हाण यांनी त्यांच्या लेखात 'स्त्रीवादी दलितत्वा'ची संकल्पना मांडून सांगितले आहे. ते म्हणतात, 'दलित स्त्रीवादाचा क्रांतिकारी आशय टिकवून ठेवणे आणि त्यासाठी तशाच प्रकारच्या व्यवहारासाठी तयार असणे, हे येणाऱ्या काळातील दलित स्त्रीवादापुढील आव्हान राहील.'

'दलित स्त्रीवादी चिकित्सेचे क्षेत्र'

स्त्रीप्रश्नासंदर्भात 'दलित स्त्रियां'च्या अस्तित्वाचे आणि प्रश्नाचे स्वरूप लहानसे नसून ते खरे तर राष्ट्रव्यापी, 'राष्ट्रा'च्या अस्तित्वाइतकेच महत्त्वाचे आहे. दलित स्त्रीप्रश्नाच्या आशयाकडे, त्यांच्या समस्यांकडे उपहासाने पाहणे किंवा दलित स्त्रिया उदाहरणार्थ, वेश्याव्यवसाय करणाऱ्या स्त्रिया म्हणजे सभ्य, शांततामय समाजाला धोका आहेत असे समजणे किंवा त्यांचे जगणे केवळ दयेच्या, करुणेच्या चौकटीत पाहणे टाळले पाहिजे.

एकूणच आजच्या झंझावाती वातावरणात भारतीय नागरिक आणि भारत नावाचे राष्ट्र या दोहोंनाही 'दलित स्त्रिया' ह्या महत्त्वाच्या राष्ट्रीय प्रश्नाकडे लक्ष द्यायला वेळच नाही. त्यांना अजूनही असे वाटते की, वरच्या पातळीवर स्त्रियांना न्याय दिला गेला, तर तो झिरपून दलित स्त्रियांसाठी आपोआपच न्याय्य व्यवस्था निर्माण करेल. परंतु खरे तर

प्रथम इतर नागरिकांप्रमाणेच ‘दलित स्त्री’ला नागरिक मानले गेले पाहिजे. असे केले तर या प्रश्नाला ‘राजकीय’ आशय मिळेल. दलित स्त्रीप्रश्न ऐरणीवर आणायचा, तर त्यासाठी जाणीवजागृतीही आवश्यक आहे. शिक्षणव्यवस्था अशी हवी की, त्यामधून दलित स्त्रियांच्या वास्तवावर प्रकाश पडेल. मग कोणत्याही समंजस भारतीय नागरिकालाही या प्रश्नाविषयी विचार करावासा वाटेल.

उच्चजातीय बुद्धिजीवींनी मांडलेल्या सिद्धान्तांची विरचना करणे हे दलित स्त्रीवाद्यांपुढचे आव्हान आहे. कोणताही सिद्धान्त हा त्यांच्याशी किंवा त्यांच्या वास्तवाशी जुळणारा आहे किंवा नाही हे सतत तपासून पाहणे गरजेचे आहे. यामध्ये उच्चजातीयांनी निर्माण केलेल्या पद्धतिशास्त्राच्या संपूर्ण विच्छेदनाचा समावेश आहे. दलित स्त्रीवादाच्या अनेक वैशिष्ट्यांपैकी एक प्रमुख वैशिष्ट्य म्हणजे दलित स्त्रीवाद स्वत:चे असे सैद्धान्तिक विश्व निर्माण करण्याचा प्रयत्न करत आहे. यांतूनच दलित स्त्रीवादी दृष्टीकोन हा प्रमुख प्रवाही स्त्रीवादापेक्षा किंवा दलित पुरुषांच्या सिद्धान्तांपेक्षा अधिक सर्वसमावेशक होईल. परिणामी, दलित स्त्रीवादामध्ये सर्वाधिक एकात्म असे पर्यायी प्रमाणशास्त्र होण्याची क्षमता आहे.

वास्तवाच्या उपलब्ध आकलनाहून वेगळा दृष्टीकोन अंतर्भूत असलेली स्वत:ची अशी भूमिदृष्टी विकसित करण्याचा प्रयत्न दलित स्त्रिया करत आहेत. व्यक्तिनिष्ठा, कर्तेपणा अशा संकल्पनांचा पुनर्विचार ह्या भूमिदृष्टीमुळे होईल. दलित स्त्रीवादी पद्धतिशास्त्रानुसार कोणतेही सैद्धान्तिक संशोधनमूल्य वा भूमिका निरपेक्ष नसते, म्हणजेच दलित स्त्रीप्रश्न अभ्यासकांना विद्याशाखीय क्षेत्रात फार मोठी कामगिरी बजावावी लागेल.

भारतातील सामाजिक शास्त्रांचा विद्याशाखीय आवाका दलित स्त्रियांना अनुकूल नाही. दलित स्त्रियांनी दलित स्त्रियांच्या प्रश्नांवर केलेले संशोधन हे शैक्षणिक क्षेत्राच्या कक्षेत समाविष्ट करण्याच्या दर्जाचे आहे असे मानलेच जात नाही. त्यामुळे भारतातील ज्ञाननिर्मिती करणाऱ्या क्षेत्रात दलित स्त्रियांना बहिष्कार सोसावा लागतो. उच्चजातीयांचे विद्याशाखेतील पक्षपाती धोरण सामाजिक शास्त्राच्या संशोधन क्षेत्रापासून नोकरीधंदा या सर्व क्षेत्रांतून दिसते. (संदर्भ – ‘जल्ली इंदिरा’, ‘दलित स्त्रीवादी आणि भारतीय विद्याशाखीय क्षेत्र’, परिवर्तनाचा वाटसरू, १६ ते ३१ मार्च २००४ पृ.२८–२९).

खरे तर आपले नातेसंबंध, भगिनीभाव, अभ्यासवर्ग आणि संघटन हे ब्राह्मणी आहे. एवढेच नाही, तर दलित स्त्रिया अत्यल्प प्रमाणात आहेत आणि सुखसोयींच्या उपलब्धतेचे राजकारण आणि नकार यांतून दलित स्त्रियांना प्रमुख प्रवाही स्त्रीवादी संघटनांतून सक्रियपणे बाहेर ठेवले. त्याचप्रमाणे स्त्रीवादी चर्चाविश्वाच्या अभ्यासविषयाच्या आदर्श प्रारूपाच्या व्याख्या फक्त लिंगभावाने रचल्या हे मानण्याची

चैन ही फक्त उच्चवर्गीय – जातीय हिंदू स्त्रीलाच उपलब्ध आहे; आणि वर्ग, जात, धर्म, प्रांत आणि लैंगिकता हे एखादी व्यक्ती ही स्त्री आहे याला फक्त निसटता स्पर्श करुन जातात; या गृहीतकामुळे स्त्रीवादी दान आणि प्रत्यक्ष कृती हे स्वीकृत आदर्श प्रारूप स्त्रीपुरतेच मर्यादित राहते.

अर्थात, दलित स्त्रियांनी स्त्रीवादी अवकाशामध्ये आपले विचार किंवा टीका मांडली नाही किंवा प्रभावी स्त्रियांनी दलित स्त्रीवादाचा विचार गांभीर्याने करण्याचा प्रयत्नच केलेला नाही असे नाही. परंतु हे प्रयत्न हे संमिश्र भावनेतून झाले. एका बाजूला दलित स्त्रियांच्या बाबतीत अर्धवट सुधारणा आणि प्रतिनिधित्व यांतून काहीतरी विपरीत निष्पन्न होईल आणि दलित स्त्रीवादी टीकाकारांना शांत करण्यासाठी उपयोगी होईल की नाही अशी चिंता वाटते. दुसऱ्या बाजूला अशीही भीती वाटते की, या 'नाममात्र' म्हणून असलेल्या स्त्रिया संख्येने वाढत जातील आणि त्यामुळे 'आपण' इतके दिवस कार्यक्रमपत्रिकांसाठी आणि पद्धतींसाठी केलेला झगडा कोसळून पडेल. दलित स्त्रियांच्या भिन्नतेला तात्त्विक पातळीवर मान्य करणे ही एक गोष्ट झाली. (अर्थात, दलित स्त्रिया या आदर्श प्रारूपाहून भिन्न आहेत.) परंतु 'त्यांचा' राग, उद्वेग आणि 'आपला' घाबरलेपणा, गोंधळ, उत्सुकता, भांबावलेपणा आणि अपराधीपणादेखील याच्याशी भावनिक आणि राजकीय पातळीवर सामना करणे वेगळे आहे. अशा भावनिक उद्रेकामुळे चळवळ मोडून पडेल आणि विभाजन होईल आणि मग काहीच साध्य होऊ शकणार नाही अशी भीती व्यक्त केली जात आहे.

कामाच्या ठिकाणी होणाऱ्या लैंगिक छळाच्या मुद्द्यावर झालेल्या चर्चा ह्या प्रभावी स्त्रियांच्या संभ्रमाचे उदाहरण म्हणून पाहता येतील. दलित स्त्रीवाद्यांच्या मते, सर्वोच्च न्यायालयाने सांगितलेली मार्गदर्शक तत्त्वे ही ज्या दलित स्त्रिया प्रामुख्याने असंघटित क्षेत्रात काम करतात, त्यांच्या दृष्टीने भयंकर अपूर्ण आहेत. त्याचप्रमाणे मार्गदर्शक तत्त्वांमध्ये स्त्रियांचा छळ हा फक्त त्या स्त्रिया असतात म्हणूनच होतो असे गृहीत धरले. परंतु दलित स्त्रियांच्या बाबतीत जातीतून आणि पुरुषप्रधानतेतून होणारे शोषण हे परस्परांशी निगडित आहे. सध्याची व्यवस्था मान्य केली आहे. त्यामुळे आता जातिआधारित छळवणुकीसाठी अनुसूचित जातीजमातींसंदर्भातील मंडळाकडे आणि लिंगआधारित छळवणुकीसाठी लैंगिक छळवादाविरोधी समितीकडे जायचे असे तुकडे होणार आहेत. त्याचबरोबर जेव्हा दलितेतर स्त्री दलित पुरुषाविरुद्ध लैंगिक छळवणुकीची तक्रार नोंदवते, तेव्हा हा त्रासदायक मुद्दा अपरिहार्यपणे जातीय आणि लैंगिक शोषणात गुंतलेला असतो. अशा वेळी दोन वेगवेगळ्या समित्यांमध्ये या प्रश्नाचे होणारे कृत्रिम विभाजन हे प्रतिकूल ठरते. इथे दलित स्त्रीने तिचे स्त्रीत्व किंवा तिची जात यांपैकी एक काहीतरी नाकारावे असे वाटते. अशा प्रकारच्या किंवा कोणत्याही इतर

संघटनांमध्ये दलित स्त्रिया ह्या गाभ्याचा विषय नसतात हे सिद्धच आहे. त्यामुळेच 'आपल्या' संघटनांच्या आणि विचारांच्या संरचना या मुळापासून बदलण्याची गरज आहे.

अशा प्रकारच्या प्रचलित संभ्रमांमुळे ब्राह्मणी स्त्रीवाद्यांनी कामाच्या ठिकाणी होणाऱ्या छळवणुकीच्या संदर्भात सूत्ररचनेत पुनर्लेखन करण्याचा प्रयत्न केला नाही. यात काहीच आश्चर्यकारक नाही. हे देशातील स्त्रीवादी संघर्षाचे एक उदाहरण आहे.

गेली अनेक वर्षे 'आपल्याला' फक्त काही स्त्रियांच्या स्वातंत्र्यासाठी आणि इतर स्त्रियांना वगळून फक्त काही स्त्रियांच्या हितासाठी संघर्ष करणेच शक्य झाले. दलित स्त्रीवाद हा या अल्पसंतुष्ट कप्प्यांमध्ये आणि 'आपल्या' अकाली बंद पडलेल्या विचारांमध्ये आणि कृतींमध्ये खळबळ उडवून देत आहे. बहुतांश वेळा दलित स्त्रीवाद हा दलित स्त्रियांवर लक्ष केंद्रित करून त्यविषयीच मांडणी करतो, ज्यामुळे त्याचे क्षेत्र संकुचित होते असे गृहीत धरले जाते. खरे तर दलित स्त्रिया ह्या गाभ्याशी असल्या, तरी दलित स्त्रीवाद म्हणजे दलित स्त्रियांचे मानववंशशास्त्र मात्र नाही.

खरे तर दलित स्त्रीवाद हा चिकित्साविरहित मानववंशशास्त्राला उलटेपालटे करतो. अभिजात मानववंशशास्त्रज्ञांची 'नजर' आणि त्यांचा 'आवाज' बदलण्याचा प्रयत्न करतो. दलित स्त्रीवादामुळे दलित स्त्रियांना ब्राह्मणी स्त्रीवाद्यांचे सिद्धान्त, त्यांची कार्यपद्धती आणि त्यांचे प्रत्यक्ष व्यवहार यांचे चिकित्सक विश्लेषण करण्याची दिशा मिळाली. ब्राह्मणी विचाराच्या स्त्रियांना स्वत:कडे चिकित्सक दृष्टिक्षेप टाकण्याचे आव्हान तो देतो. दलित स्त्रीला केंद्रस्थानी ठेवून, व्याख्या करून, उच्चजातीय स्त्रीवादाच्या सामान्य विषयाचा तसेच तिला आतापर्यंत कधीही सामोरे जावे लागले नव्हते अशा तिच्या व्यक्तित्वाचे आणि भिन्नत्वाचे परीक्षण तो करायला लावतो. तो दलित स्त्रीवाद जेव्हा जातीचा मुद्दा चर्चेत आणतो किंवा अधिक नेमके म्हणजे दलित स्त्रिया या जेव्हा चर्चेचे केंद्र बनतात, तेव्हा प्रमुख प्रवाही स्त्रीवादाने आत्तापर्यंत स्वीकारलेल्या आवाजाला आव्हान दिले जाते. साधारणत: असे मानले जाते की, दलित स्त्रियांच्या वाट्याला जात ही अधिक येते आणि दलितेतर स्त्रिया अशा ओळखीतून सहज सुटतात आणि म्हणूनच दलितेतर जेव्हा 'जातविहीन' (ब्राह्मणी असे वाचावे) प्रेक्षकांसमोर 'दलित स्त्रियांसाठी' बोलू पाहतात, तेव्हा तो त्यांच्यासाठी एक 'खासा प्रयत्न'च बनतो. तसेच प्रेक्षकांकडून मिळणाऱ्या या अनुमतीमुळे त्यांच्याकडे झुकते माप दिसते. तरीही त्यामध्ये स्त्रीवाद्यांनी पूर्वी स्त्रियांविषयी पुरुषप्रेक्षकांशी जे वैधता आणि मान्यता देतील, त्यांच्याशी बोलताना नसलेले क्षमा मागणारे निवेदन आणि एक पद्धतशीर लबाडीही होती. दलित स्त्रीवाद हा वक्ता आणि श्रोता यांच्यातील स्थिर नाते विसकळीत करतो. या सगळ्यांत 'भिन्नत्वाने' बोलणाऱ्यांचे आवाज फक्त घुसवले

जातात असे नाही, तर ब्राह्मणी स्त्रीवादाच्या आवाजाचे सैद्धान्तिकरणही यांतून होते.

यांतून भारतीय स्त्रीवादाच्या इतिहासाची गरज आणि स्त्रीपणाच्या पूर्वीपासून निगडित असलेल्या अर्थाच्या परीक्षणाची गरज अधोरेखित होते. स्त्रीवादाच्या कायदा, लैंगिकता, शिक्षण, हिंसा आणि संस्कृती यांविषयीच्या भविष्यकालीन चिंतनाचीही सर्वसमावेशक आखणी दलित स्त्रीवाद करतो.

यापेक्षा महत्त्वाचे म्हणजे दलित स्त्रीवादी स्त्रीवादातील 'आपण'चे अधिक उपयुक्त असे पुन:केंद्रीकरण करतो. स्त्रियांचे जातीच्या संदर्भातील जोडलेपण आणि तुटलेपण हे आपल्या संशोधनाच्या आराखड्यातून सातत्याने सुटते आहे. स्त्रिया ह्या सत्तेच्या वेगवेगळ्या क्षेत्रांत असतात याकडे आणि या सत्ताक्षेत्राच्या परिघाबाहेरील घटकांना कनिष्ठ ठरवण्यात सक्रिय असतात याकडे डोळेझाक होते. शोषणावर आधारित जातिव्यवस्थेमुळे स्त्रिया ऐतिहासिकदृष्ट्या तुटल्या जातात. या सगळ्याचा आपण रोजच नवा अर्थ आणि आशय हा गावातील नळकोंडाळ्यांभोवती, उपाहारगृहांत, वसतिगृहांत आणि सार्वजनिक रस्त्यांतून देत असतो. त्यामुळे भगिनी हे नाव धारण करून भगिनीभाव येऊ शकणार नाही. कोणत्याही प्रकारे माघार न घेता व कच न खाता प्रथम आपण इतिहासातील आपल्या मौनाची आणि विभेदनाची चिकित्सा केली पाहिजे. काही स्त्रिया या 'इतर' स्त्रियांचे शोषण करतात हे भारतीय स्त्रीवादाने नाकारले आहे, या वास्तवाकडे पाठ फिरवली हे लक्षात घेतले पाहिजे.

प्रस्तुत मुद्द्याच्या लेखनासाठी शर्मिला, जे.सुभद्रा, सोनू मेहमी, जेनी, इंदिरा जल्ली इत्यादींच्या लिखाणाचा उपयोग झाला आहे. त्यांचे मूळ लेखन पूर्णत: वाचले पाहिजे.

पंजाबमधील दलित स्त्रियांचे एक प्रातिनिधिक उदाहरण म्हणून विचार केला, तर असे दिसून येते की, पंजाबचा समाज हा इतर हिंदीभाषिक ब्राह्मणी समाजाच्या तुलनेत समानतेवर आणि न्याय्य लिंगभाव संबंधांवर आधारित आहे असे चित्र रंगवले जाते. शीख धर्मग्रंथांमधून जातिआधारित आणि लिंगाधारित असमानतेला स्थान दिले जात नाही अशी प्रतिमा यातून निर्माण होते. अशा सर्वमान्य प्रतिमेमुळे जात व लिंगभाव यांच्यातील गुंतागुंतीला महत्त्व प्राप्त होते. पंजाबमधील अभ्यासकांनी जात आणि लिंगभाव यांतील आंतरसंबंधांचे विश्लेषण करण्याचा प्रयत्न केलेला दिसतो. परंतु यांतील परस्परसंबंधांचा दलित स्त्रियांवर काय परिणाम होतो याकडे फारसे लक्ष दिले गेलेले नाही. या पार्श्वभूमीवर लिंगभाव आणि जात यांच्या परस्परसंबंधांतून पंजाबमध्ये घडणारे दलित स्त्रीचे वास्तव आणि तिची परिस्थिती यांचा आढावा घेतला पाहिजे.

पंजाबच्या एकूण लोकसंख्येत दलितांचे प्रमाण २८ टक्के आहे. तेथे दलित हा एकजिनसी गट नाही. ते धर्म, (उप) जाती आणि वर्ग यांमध्ये विभागलेले आहेत. दलित

हे इतर समाजाच्या तुलनेत मागास असलेले दलितांमधील काही गट आहेत. पंजाबमधील डासा भागातील गट हा तेथील प्रभुत्ववादी गटाशी सामना करताना दिसतो. जालंधर, होशियारपूर, बुटामंडी इत्यादी शहरांतील दलित हे उद्योजक वर्गातही मोडताना दिसतात.

त्याचबरोबर राज्यशासनाने राबवलेल्या मदत योजनांचा फायदा अधर्मींना व रामदासींना झालेला दिसतो. दाओबा प्रदेशातील दलितांनी परदेशी, प्रामुख्याने आखाती देशांतून स्थलांतर केल्याचे दिसते. या सगळ्याबरोबरच वसाहतकाळातील धर्मीयांची चळवळ आणि शीखवाद व वसाहतोत्तर काळातील दोरासच्या सोडा आणि राधास्वामी अशा सांस्कृतिक वारशातून त्यांची स्वाभिमानाची भावना घडलेली दिसते.

दलित समूहांतील परिवर्तनाचा विशेष परिणाम दलित स्त्रियांवर झालेला दिसतो. आताच्या टप्प्यांवर दलितांच्या बाबतीत बदललेली परिस्थिती ही दलित स्त्रियांना सक्षम बनवणारी आहे का, हा महत्त्वाचा प्रश्न आहे. या प्रश्नाचा विचार दोन पातळ्यांवर करता येतो. एक विकासाच्या आकडेवारीच्या पातळीवर आणि दुसरा दैनंदिन जीवनात अनुभवाला येणाऱ्या लिंगाधारित आणि जात्यधिष्ठित अन्यायाच्या पातळीवर.

राज्यशासनाच्या सकारात्मक प्रयत्नांचा फायदा दलित स्त्रियांपर्यंत पोहोचलेला दिसत नाही. स्वातंत्र्याला पन्नास वर्षे उलटून गेल्यावरही पांढरपेशा कामांमधून दलित स्त्रियांचे प्रमाण अद्यापही कमी आहे. त्या प्रामुख्याने कष्टकरी वर्गाचाच भाग बनतात. येथे दलितांमध्ये स्वत:च्या मालकीची जमीन असणाऱ्या गटांची संख्याही अत्यल्प आहे. त्यामुळे दलित स्त्रियांना दुसऱ्या जातींच्या लोकांच्या शेतांवर काम करायला जावे लागते. शेतमजूर दलित स्त्रीच्या वाट्याला आलेला हरितक्रांतीचा परिणाम आणि अनुभव हा शेतमजूर दलित पुरुषांहून भिन्न होता. या काळामध्ये एकूण कामगारांमध्ये स्त्रियांचा सहभाग हा कमी होत १.१८ टक्क्यांवर आला होता. स्त्रिया या त्यांच्या पारंपरिक कामामध्येच राहिल्या आणि नवी कामे ही पुरुषांनी घेतली. स्त्रिया जी कामे हातांनी करत होत्या, ती जेव्हा यंत्राच्या साहाय्याने होऊ लागली, तेव्हा मग ती पुरुषांनी आपल्या हातात घेतली. परिणामी, दलित स्त्री-कामगार या अधिकाधिक संघटिततेकडून असंघटित आणि नैमित्तिक व कमी पगाराच्या कामांमध्ये ढकलल्या गेल्या. दलित स्त्रिया या प्रामुख्याने शेतमजुरी करणे किंवा श्रीमंत जमीनदारांच्या आवारातील गाईगुरांचे गोठे साफ करणे अशी कामे करतानाच दिसतात. जेव्हा पुरुषाला ७० ते ८० रुपये रोज मिळतात, तेव्हा दलित कष्टकरी स्त्रीला ४० ते ६० रुपयांपर्यंतच मिळतात. पंजाबची संस्कृती ही पौरुषाचा उत्सव करणारी आहे हे नोंदवणे गरजेचे आहे. पंजाबमधील लोकगीते, लोकप्रिय म्हणी यांतूनही हे स्पष्ट होते. प्रभुत्ववादी गटांच्या या प्रकृतीचे अनुकरण दलितही करताना दिसतात. अधर्मी किंवा शीख धर्माचा स्वीकार

करणारे यांसारख्या स्वसंस्कृतीची पुनर्व्याख्या करण्याच्या प्रयत्नांतून दलित स्त्रियांचे स्थान उंचावल्याचे दिसून येत नाही.

त्याचप्रमाणे आर्थिक स्थान उंचावल्याने त्यांची मुक्तता झाली असेही दिसत नाही. उलट नियंत्रणेच आलेली दिसतात.

गरीब दलित स्त्रीवर खासगी आणि सार्वजनिक अशा दोन्ही क्षेत्रांत ताण पडताना दिसतो. 'दलित मध्यम वर्गातील' 'नव्या' दलित स्त्रीला सार्वजनिक क्षेत्र बंद झालेले दिसते. तिच्यावरचे नियंत्रणही वाढलेले दिसते. परदेशी स्थलांतरित झालेल्या दलित पुरुषांनी येथील पत्नीला सोडून देऊन तिकडे दुसरे लग्न केल्याचीही उदाहरणे आढळतात. अलीकडच्या काळात दलित मुली जाटांबरोबर किंवा उच्चजातीय पुरुषांबरोबर 'पळून' गेल्याच्या घटनाही घडत आहेत. दलित कुटुंबातील ज्येष्ठ पुरुष हे दलित मुलींच्या उच्च शिक्षणाचा विरोध करत नाहीत, पण ते त्या मुलींवरील लैंगिकतेच्या आणि नैतिकतेच्या संदर्भातील निर्बंध कडक करण्यावर भर देताना दिसतात. जाट किंवा उच्चजातीय मुले आपल्या मुलींचा फक्त वापर करतील आणि त्यांच्याशी लग्न करणार नाहीत असे त्यांच्यापैकी बहुतेकांना वाटते. दलित स्त्रियांवरील या प्रकारच्या नियंत्रणातून जात आणि लिंगभाव यांच्यातील परस्परसंबंध स्पष्ट होतो.

थोडक्यात, दलित स्त्रियांची लैंगिकता म्हणजे उच्चजातीय पुरुषांच्या 'उपभोगासाठी' उपलब्ध असणारे क्षेत्र वाटते, तर 'दलित पुरुषांसाठी ती' नियंत्रित करण्याचे क्षेत्र असते.

पंजाबमधल्या दलित स्त्रियांचा (येथे दलित स्त्रिया हा एकजिनसी कोटिक्रम म्हणून वापरता येणार नाही याचे भान ठेवून) परिस्थितीविषयीचा प्रासंगिक अभ्यास काही सूचित करतो. दलित स्त्रिया या विकासाच्या फायद्यापासून वंचित राहिल्याच, परंतु दलित पुरुषांच्या स्थानात उन्नती झाल्यानंतर त्यांच्यावरचे नियंत्रण वाढले. ते नियंत्रण जात आणि वर्ग यांच्यातील आंतरसंबंधांमुळे आल्याचे दिसून येते.

शर्मिला रेगे आणि दलित स्त्रीवादी भूमिदृष्टी

शर्मिला रेगे त्यांच्या 'दलित स्त्रीवादी भूमिदृष्टीच्या दिशेने : विभिन्नत्वाच्या संकल्पनेची चिकित्सा' या लेखात म्हणतात, 'दलित स्त्रियांचे तिहेरी शोषण होते हे बहुतांश स्त्री संघटनांनी मान्य केलेले असले, तरी दलित स्त्रियांनी उठवलेला आवाज आणि केलेली सैद्धान्तिक मांडणी ही फक्त दलित स्त्रियांपुरतीच मर्यादित नसून स्त्रीवादाच्याच पुनर्विचारांची गरज आणि दिशा सुचविते याची दखल घेतली जात नाही. सिद्धान्तनाच्या क्षेत्रातील उत्तर आधुनिकतावादाच्या प्रभावामुळे दलित स्त्रियांच्या आवाजाकडे विभिन्न आवाज (different voice) म्हणून बघितले जात आहे. (पृ.२१३)

उत्तर आधुनिकतावाद्यांच्या मते, कोणालाही संहितेचा घटनेचा अर्थ अनिश्चितच असतो आणि अर्थ लावण्याची प्रक्रिया सततच चालू राहते. त्यांच्या मते, खरे वास्तव (reality) असे काही नसतेच. भास हेच आपल्यासमोरील एकमेव वास्तव असल्यामुळे सर्व घटनांकडे किंवा प्रश्नांकडे संहिता म्हणून पाहिले जावे, अशा भूमिकेतून मग 'स्त्री' या शब्दाला एकसत्त्वी अर्थ नसतो असे प्रतिपादन करून स्त्रियास्त्रियांमधील विभिन्नत्व अधोरेखित केले जाते. पुरुषसत्ताक, भांडवलशाही वर्णव्यवस्थेच्या संरचनात्मक विषमतेला बगल देऊन वैविध्याचा उत्सव मांडला जातो. (पृ.२१४)

उत्तर आधुनिकतावाद्यांनी वेगवेगळ्या वर्णांतील, वंशांतील स्त्रियांच्या विभिन्न आवाजांना वाचा फोडण्याचा आभास निर्माण केला असला, तरी शोषित वर्गातील स्त्रियांच्या परिवर्तनवादी राजकारणाबद्दल त्यांनीही मौनच पाळलेले दिसते.

दलित स्त्रियांच्या आवाजाला उत्तर आधुनिकतेच्या छायेतील विभिन्नत्वाआड चौकटीत बसवणे चूक ठरेल. (पृ.२१५)

थोडक्यात, काळ्या स्त्रियांची अस्मिता, त्यांची अभिव्यक्ती, त्यांचे विचार ह्या गोष्टी भिन्न आहेत हे अधोरेखित करून भागत नाही; तर काळा स्त्रीवाद हा फक्त आणखी एक 'नवा' स्त्रीवादी विचारप्रवाह नसून इतर स्त्रीवादी विचारप्रवाहांपेक्षा तो अधिक मुक्तिदायी कसा आहे हे दाखवणे महत्त्वाचे ठरते. सैद्धान्तिक जगातील 'विभिन्नते'चा धोका लक्षात घेता, दलित स्त्रियांचा वेगळा आवाज या विभिन्नतेच्या चौकटीत रिचवला जाण्याची शक्यता आहे. हा धोका लक्षात घेऊन दलित स्त्रियांच्या वेगळ्या आवाजांचे ऐतिहासिक विश्लेषण करणे गरजेचे वाटते.

दलित स्त्रियांच्या वेगळ्या आवाजाला चिरकालीन इतिहास आहे. या आवाजांना अस्तिमावादी राजकारणाची नवीन अभिव्यक्ती म्हणणे चुकीचे ठरेल. किंबहुना इतका महत्त्वपूर्ण इतिहास आणि आवाज सत्तरच्या दशकातील दलित आणि स्त्रीचळवळीतून का उमटला नाही याचा शोध घेणे रास्त ठरेल.

भूमिदृष्टी सिद्धान्तानुसार ज्ञाननिर्मितीची सुरुवात दलित स्त्रियांच्या अनुभवांपासून केली, तरी हा दृष्टीकोन अनुभववादामध्ये अडकून पडत नाही. कारण या सिद्धान्तानुसार ज्ञाननिर्मितीच्या प्रक्रियेत व्यक्तिगत अनुभव केंद्रस्थानी नसून अनुभवाची जडणघडण करणाऱ्या श्रेणीरचना आणि शोषणव्यवस्था केंद्रस्थानी असतात.

'दलित स्त्रिया' हा कोटिक्रमही एकजिनसी नसतो. हे मान्य करून या कोटिक्रमातील अंतर्विरोधामुळे दलित स्त्रीवादी दृष्टीकोन बंदिस्त न राहता अधिक मुक्तिदायी दिशेने प्रवास करण्यासाठी चिकित्सेकरिता खुला राहतो. उदाहरणार्थ, दलित स्त्रिया या कोटिक्रमात विविध जातिवर्गांतील दलित स्त्रियांचा समावेश होतो. या गटातील अंतर्विरोधामुळे सर्वांत शोषित दलित कष्टकरी स्त्रियांचा गट प्रस्थापित दलित

स्त्रीवादी राजकारणाची चिकित्सा करून अधिक मुक्तिदायी दिशा सुचवतो.

दलितेतर स्त्रीवादी स्वतःला दलित म्हणवून सर्व स्त्रिया दलितच असतात, इत्यादी किंवा दलित स्त्रियांच्या वतीने बोलू शकत नाहीत. पण दलित स्त्रीवादी भूमिदृष्टीचा अवलंब करून दलित स्त्रीवादी जाणिवा विकसित करण्याचा प्रयत्न करू शकतात.

भूमिदृष्टीचा अवलंब करणे म्हणजे आपल्या प्रस्थापित स्त्रीवादी भूमिका दलित स्त्रीवादी दृष्टीकोनातून तपासून पाहणे, काही भूमिका मोडीत काढून विचारांची आणि व्यवहाराची पुनर्मांडणी करणे.

'दलित स्त्रीवादा'ची पायाभूत मांडणी दलित स्त्रीवादी विचारवंतांकडून होत आहे, होईल. पण दलितेतर स्त्रीवाद्यांनी 'तुम आगे बढो, हम तुम्हारे साथ है ।' म्हणून चालणार नाही. कारण जातिअंताच्या लक्ष्याची जबाबदारी ही सर्व स्त्रियांची आणि दलित बहुजनांची आहे, फक्त दलित स्त्रियांची नाही.

भारतीय संदर्भात जातिअंताचा प्रश्न हा स्त्रीप्रश्न आहे हे लक्षात घेऊन दलित स्त्रीवादाच्या क्रांतिकारी शक्यता विकसित करूनच स्त्रीवादी राजकारण उभे राहू शकते. अन्यथा, ठिकठिकाणी विखुरलेल्या स्त्रीवादी व्यक्ती उभ्या राहू शकतील, पण स्त्रीवादी राजकारण नाही.

शर्मिला रेगे यांचे 'Against the madness of many, B.R. Ambedkar's writings an Brahmical Patriarctry, Navyana, 2013' या पुस्तकातून डॉ.आंबेडकरांचे विचार, त्यांची ऐतिहासिकता व समकालीनता, त्यांच्या विचारांतून दिसणारी दिशा यांचे प्राथमिक दिग्दर्शन या पुस्तकातून होते. शर्मिला रेगे म्हणतात, त्याप्रमाणे दलित स्त्रीवाद, दलित चळवळीतील कार्यकर्ते आणि दलितेतर स्त्रीवाद यांना एकत्र आणणारी भूमी ही आंबेडकरांच्या सिद्धान्तनाची आहे. या पुस्तकाच्या प्रस्तावनेतील दोन महत्त्वाच्या मुद्द्यांचा उल्लेख करण्यासाठी त्यांचे म्हणणे मांडतो.

"आपल्या राजकीय भूतकाळातील आणि वर्तमानकाळातील (ही उदाहरणे) स्त्रियांचे हक्क आणि दलित जातींचे हक्क यांच्यात इतिहासातून प्रस्थापित केला गेलेला विरोध समोर आणतात. त्यांतून भारतातील जात आणि लिंगभाव यांच्या टकरावाला व्यवस्थितपणे हाताळले जाण्याची गरज अधोरेखित होते. त्यातूनच मग डॉ.आंबेडकरांच्या विचारांचे स्त्रीवादी वाचन करण्याची निकड लक्षात येते." (पृ. १८)

"२००६मधील खैरलांजी येथे घडलेल्या घटनेने हे परत एकदा सिद्ध केले आहे की, जात आणि लिंगभाव यांच्यातील दुव्यांवर पुरेसे लक्ष केंद्रित न केल्यामुळे दलित स्त्रीवरील अत्याचार हा जातीय गुन्हा म्हणून अथवा लैंगिक अत्याचार म्हणून नोंदवला जातो. त्यामुळेच आंबेडकरांच्या सिद्धान्तनाचा वारसा नव्याने प्रस्थापित करण्याचे आव्हान (आपल्यासमोर) आहे. त्यांनी जात आणि लिंगभाव सुटे-सुटे बघितले नाहीत,

तर एकमेकांत गुंतलेले असे बघितले. त्यांना एकाच प्रतलावर मांडता येणार नाही याची जाणीव त्यांना होती. आणि (त्याचबरोबर) सारखेपणा किंवा फरक अशा द्विध्रुवात्मक रचनेपलीकडे त्यांची मांडणी जाते. पुरुषसत्ता या संज्ञेला केवळ अनेकवचनी करून काही साधणार नाही; जातिव्यवस्थेतील, पुरुषसत्ताकतेतील विषमतेच्या उतरंडीत स्त्री नावाची कोटी (category) किती विविध प्रकारे परत-परत घडवली जाते याचा व्यवस्थित नकाशा तयार करण्याची गरज आहे. (पृ.२०)

गोपाळ गुरू आणि शर्मिला रेगे म्हणतात, तशी आजवरची आपली वाटचाल भंगलेल्या आधुनिकतेची वाटचाल आहे. त्यात राष्ट्रवाद आणि इतर प्रागतिक मूल्ये हे दोन्हीही हातात हात घालून गेले असते, तर चित्र वेगळे दिसले असते. गवसलेली आधुनिक मूल्ये कोणासाठी व कशासाठी महत्त्वाची आहेत हे ठरवण्यातील राजकारण आपल्या सांस्कृतिक भूमीला दुभंगवत गेले. त्याचा साकल्याने विचार करणारी आपल्याला उपलब्ध असणारी परंपराही आपण नाकारली. ह्या मर्मावर डॉ.आंबेडकरांनी नेमके बोट ठेवले आहे. तेव्हा आता पर्यायी आधुनिकता निर्माण करायची, तर सर्वांनीच या सर्वांची दखल घेणे गरजेचे आहे.

आभार - प्रस्तुत लेखासाठी प्रा.शर्मिला रेगे, यशवंत सुमंत, प्रा. वंदना भागवत, प्रवीण चव्हाण, पद्मा वेलसकर, प्रतिमा परदेशी, सरोज कांबळे, कुमार अनिल, गीताली वि. म., शरद पाटील, दत्ता भगत, गोपाळ गुरु, विद्युत भागवत, किरण मोघे इत्यादी लेखकांच्या साहित्याचा वापर केला आहे, त्या सर्वांचे आभार!

(प्रस्तुत शोधनिबंध मुंबई विद्यापीठातील 'डॉ. आंबेडकर अध्यासन' आयोजित दोन दिवसीय कार्यशाळेत सादर करण्यात आला होता. ही कार्यशाळा प्रा. रमेश कांबळे आणि प्रा. अभिनया कांबळे यांनी 'दलित स्त्रीअनुभव : जाणिवा, विद्रोह व ज्ञाननिर्मिती' या विषयावर आयोजित केली होती.)

४ जात, धर्म आणि स्त्री–पुरुष संबंध यांची विषमतापूर्ण जडणघडण

प्रस्तावना

माणसाने स्वत:च्या भौतिक जगाची निर्मिती केली. त्याने आपल्या सामाजिक, आर्थिक, राजकीय, तांत्रिक इत्यादी सर्व भौतिक परिस्थितीचा पाया घातला. शेतीच्या शोधाने माणसाला नवनिर्मिती करणारा 'माणूस' बनवले. तिथूनच पुढे तो नवनिर्मिती करणारा विविधरूपधारी निर्माता बनला. शिकारी, पशुपालक आणि भटक्या असलेल्या माणसाला शेतीच्या शोधाने केवळ स्थैर्य आले असे नाही; तर प्राण्याचा 'माणूस' बनण्यासाठी जी कौशल्ये कमावणे त्याला आवश्यक होते, ती कमावण्याची दृष्टी आणि प्रयत्नशक्तीही दिली. पण आजवरचा मानवी इतिहास पाहता धर्म, जात, वंश, लिंग, वर्ग इत्यादी गोष्टींमुळे कृत्रिम भेदभावाच्या व्यवहारानेच तो हजारो वर्षे कलंकित झालेला दिसतो. गुलामगिरी, स्त्रीदास्य, वर्णभेद, वर्गभेद, अस्पृश्यता इत्यादी कृत्रिम भेदांनी व्यक्तिविकासाच्या योग्य संधींपासून अर्ध्याअधिक मानवजातीला शोषित–वंचित ठेवले आहे. त्यांना ती संधी उपलब्ध कशी करून देता येईल आणि त्यांना प्रगत समूहाच्या समकक्षेत कसे आणता येईल हा आजच्या सर्वच सामाजिक, राजकीय व्यवस्थांपुढील सर्वांत गंभीर प्रश्न आहे. आजपर्यंतचा असा अनुभव आहे की, जेव्हा–जेव्हा अर्थव्यवस्था बदलते, नवे विज्ञानतंत्रज्ञान येते, नवा व्यापार येतो; तेव्हा तेव्हा त्या समाजातील विविध पुरुषसत्ताक व्यवस्था नव्याने घडवल्या जातात. इतकेच नाही, तर त्याची बंदिस्ती अधिक घट्ट केली जाते.

जातिव्यवस्थेचा प्रश्न हा जसा वर्गाच्या मर्यादेत उत्पादन साधनांशी आणि उत्पादन संबंधांशी निगडित आहे; तसाच तो जातीच्या मर्यादेत धर्मशास्त्रांच्या पावित्र्याशीही संबंधित आहे. पहिल्याने समाजात 'वर्ग' निर्माण केले; तर दुसऱ्याने ते

बंदिस्त करून, जातिनिर्मितीचे शास्त्र निर्माण करून, जातिव्यवस्थेचे दीर्घकाळ पोषण केले. बाबासाहेबांच्या मते, 'जातिव्यवस्थेच्या प्रश्नाचे मूळ नैसर्गिक गट बाह्यविवाहावर (exogamy) कृत्रिम गटांतर्गत विवाहरूढींच्या वरचष्म्यात आहे.' बाबासाहेब आंबेडकरांचे हे शास्त्रीय विवेचन जातिव्यवस्थेच्या आर्थिक आणि धार्मिक या दोन्हीही अंगांकडे निर्देश करणारे आहे. ही दोन्हीही अंगे सारखीच महत्त्वाची आहेत.

स्त्रियांच्या सामाजिक स्थानाचा अभ्यास करताना

स्त्रीप्रश्नाच्या अभ्यासविषयाच्या दृष्टीने महत्त्वाचे असे की, स्त्रिया या इतर सर्व कोटिक्रमांमध्ये म्हणजे जात, वर्ग, समूह, धार्मिक गट इत्यादींमध्ये समाविष्ट आहेत; आणि जरी त्या निरनिराळ्या समूहांमध्ये निरनिराळे जीवन जगत असल्या; तरी त्यांच्या अनेक अनुभवांमध्ये, समस्यांमध्ये आणि परिस्थितींमध्ये साम्य आहे.

वर्ग, जात, सांस्कृतिक समूह, धर्म, प्रदेश या सामान्य कोटी लिंगभाव दर्शवणाऱ्या 'स्त्री' या कोटीपेक्षा जास्त महत्त्वाच्या आहेत, असे मानणारे बरेच अभ्यासक आहेत. त्यांचे असे म्हणणे आहे की, 'स्त्री' हा कोटिक्रम सर्व जाती, वर्ग, धर्म, पंथ यांतील स्त्रियांना एकाच पातळीवर आणि एकाच गटात एकत्र आणतो आणि हे प्रत्यक्ष अनुभवाच्या पातळीवर खरे नाही. म्हणजे असे की, दलित स्त्री आणि उच्चजातवर्गीय स्त्री या दोन्ही स्त्रियांचे सामाजिक स्थान एक नाही. मग अभ्यासासाठी तरी त्यांना एकाच पातळीवर मोजणे कसे शक्य आहे? या युक्तिवादात काही बाबतींत तथ्य आहे, नाही असे नाही. उदाहरणार्थ, स्त्रियांच्या सामाजिक स्थानाचा अभ्यास करताना हा प्रश्न उपस्थित होईल. जात, वर्ग आणि इतर कोटिक्रम ह्या गोष्टी भारतीय समाजवास्तवात महत्त्वाच्या आहेत हेही खरे आहे. मात्र तरीही स्त्री हा लिंगभावदर्शक कोटिक्रमही इतर कोटिक्रमांना छेदून जाणारा आहे, हे ध्यानात घेणेही स्त्रियांच्या राजकारणाच्या दृष्टीने महत्त्वाचे आहे.

'लैंगिक'तेचा अभ्यास करणाऱ्या अनेक अभ्यासकांनी दुसरा एक आक्षेप घेतला आहे. त्यांच्या मते, आता 'स्त्री' हा कोटिक्रम 'पुरुष' या कोटिक्रमाच्या विरुद्धार्थी वापरणे अवघड आहे. कारण स्त्रिया आणि पुरुष यांच्यातला भेद आपण समजतो; तेवढा ठाम, पक्का व निश्चित असा नाही. तो फार थोडा नैसर्गिक आणि फार मोठा सांस्कृतिक आहे. अर्थातच, याही विचारात तथ्य आहे; कारण लैंगिकतेचा अभ्यास करताना, कायद्याचा अभ्यास करताना स्त्री-पुरुष भेदांच्या बाबतीतली सरधोपट निरीक्षणे फारशी उपयुक्त ठरत नाहीत, हे जरी खरे असले तरी पितृसत्ताकता ही अजिबात नाकारूनही चालणार नाही. आज समाजात स्त्रिया व पुरुष यांच्यातल्या भेदांचे व विषमतेचे प्रमाण सर्व ठिकाणी समान नसले, तरीही पितृसत्ताकही व्यवस्था सगळीकडे आहे. बहुतांश स्त्रियांवर या व्यवस्थेचा परिणाम होत असतो. ही व्यवस्था आदिआरंभ नसलेली,

निराकार, निर्गुण आणि अपरिवर्तनीय आहे असे मानण्याचे कारण नाही. कारण पितृसत्ता आहे आणि ती स्थलकालानुसार, विविध समूहांच्या संस्कृतीनुसार आपली सत्तास्वरूपे बदलते, प्रभुत्व टिकवून ठेवण्यासाठी इतर प्रभुत्वसत्तांबरोबर (जसे - वर्ग, जात, धर्मसत्ता इत्यादींबरोबर) सलोखा करते याचेही भान ठेवणे आवश्यक आहे. समाजातील अन्य प्रभुत्वसत्ता आणि पितृसत्ताकता यांच्यातील आंतरसंबंध गुंतागुंतीचे आणि बदलत जाणारे आहेत, हे लक्षात घेतल्याशिवाय स्त्री-पुरुष संबंधांची आणि लैंगिकतेच्या राजकारणाची उकल करणे अवघड आहे.

सत्तेचे असमान वाटप आणि स्त्रीदास्याचे ऐतिहासिक समाजशास्त्रीय स्वरूप

स्त्रीजीवनाची गुंतागुंत लक्षात घेताना असे दिसते की, जवळजवळ सर्व ज्ञात मानवी समाजांमध्ये पुरुषांच्या तुलनेत स्त्रियांचे स्थान भिन्न तर असतेच; परंतु त्यांना दुय्यम स्थानाचीही सवय होते. ते नैसर्गिक वाटू लागते. हजारो वर्षे हे असेच चालत आले आहे. कारखानदारी, यंत्रयुग आणि भांडवलशाही हे इतिहासाचे टप्पे मागे टाकून आपण भूतकाळात गेलो; तर इथेही स्त्रिया कनिष्ठ दर्जाच्या असल्याचे वेगळ्या तऱ्हेचे पुरावे सापडू लागतात. म्हणूनच केवळ शारीरिकदृष्ट्या स्त्रिया पुरुषांपेक्षा वेगळ्या असतात, या एकाच कारणाभोवती स्त्रीच्या कनिष्ठ दर्जाचे स्पष्टीकरण करणे योग्य वाटत नाही. थोडक्यात सांगायचे, तर स्त्री-पुरुष विषमता कशी घडत गेली हे अभ्यासणे महत्त्वाचे आहे. स्त्रीचे दुय्यमत्व नैसर्गिक नसून इतिहासात अनेक गोष्टी घडवल्या जातात, तशाच त्या घडल्या आहेत हे यातून सिद्ध होते. भूतकाळाची नवी रचना करणे यामुळे शक्य होते. केवळ खासगी जीवन व राजकीय, सामाजिक जीवन यांची फारकत न करता स्त्रीस्वातंत्र्याचा, समतेचा लढा उभारण्यासाठी धर्मचिकित्सा करणे अपरिहार्य आहे असे स्त्रीवाद्यांनी सुचवले.

भारतीय समाजात वर्गाच्या संदर्भात धर्माने केलेले शोषण व त्याची तीव्रता या गोष्टी मोठ्या प्रमाणात असल्याचे दिसून येते. पाश्चिमात्य देशातील सामंतशाही आणि भारतातील सामंतशाही यांत स्थलकालाप्रमाणे अनेक वैशिष्ट्यपूर्ण भेद होते. भारतीय समाजाचे स्वरूप पहिल्यांदा त्रैवर्णिक, नंतर चातुर्वण्य स्वरूपाचे आणि त्यानंतर असंख्य जाती असलेल्या समूहांचे बनले. या भारतीय समाजवास्तवाला धर्माने नेहमीच प्रभावित केले आहे. एका अर्थाने ही प्रक्रिया जागतिक स्तरावरही दिसते. परंतु भारतीय भूमीतील धर्माने वास्तवाला प्रभावित करण्याचा आणि आकार देण्याचा प्रकार वैशिष्ट्यपूर्ण होतो, आणि म्हणूनच भारतीय संदर्भात या शोषणाचा विचार होणे अत्यावश्यक आहे. धर्मसंस्था ही समाजातील विशिष्ट हितसंबंधांचे रक्षण करणारी आणि प्राचीन इतिहासात प्रभावी झालेली एक सामाजिक शक्ती आहे. या दृष्टीने या संस्थेच्या सर्वांगाचे समीक्षण करणे आवश्यक आहे. धार्मिक व्यवस्थेच्या शोषणातून मुक्त

होण्यासाठी केलेली धडपड, धर्मचिकित्साही द्वेष ठरते.

स्वातंत्र्य, समता, स्वायत्तता यांसारख्या सुप्रसिद्ध मूल्यांशी स्त्रिया स्वत:चा संबंध क्वचितच जोडतात. या संकल्पना साधारणत: राष्ट्राशी जोडलेल्या असतात. सामान्यत: आपण ज्या वेळी स्वातंत्र्य आणि स्त्रिया यांबद्दल बोलतो, त्या वेळी बहुधा नेहमीच आपण स्वातंत्र्यप्राप्तीसाठी स्त्रियांनी दिलेल्या योगदानाचा किंवा स्वातंत्र्यामुळे स्त्रियांना शैक्षिणक, सामाजिक किंवा राजकीय दर्जा किती प्रमाणात मिळाला यांच्या मापदंडाचा विचार करतो. स्वातंत्र्यलढ्याच्या कथा उलगडणाऱ्या या पटात वसाहतवादी सत्ता, राष्ट्रवादासाठीचे लढे आणि स्वतंत्र राष्ट्राचा उदय हे तीन कालखंड अंतर्भूत होतात.

भारतीय समाजाच्या जात, वर्ग, समुदाय आणि लिंगभाव या प्रमुख अशा वैशिष्ट्यपूर्ण घटकांनी, गुंतागुंतीच्या प्रक्रियेने यांतील प्रत्येक कालखंडाला नवीन आकार दिला. आपण लक्षात घेतले पाहिजे की, स्त्रियांची आयुष्ये जाती, वर्ग आणि धार्मिक समुदाय यांच्या सीमारेषांवर असतात; आणि म्हणूनच अनेकदा स्त्रिया म्हणजे वेगवेगळ्या जाती, वर्ग, समुदाय यांच्यातील फरक दाखवणाऱ्या दृश्य खुणा असतात. धार्मिक लढवय्या समुदायांच्या शत्रुपक्षातील स्त्रियांवर बलात्कार करून हिशेबांची फिटम्फाट करण्याच्या अनेक प्रसंगांवरून हेच लक्षात येते की, एखाद्या समूहाच्या पुरुषत्वाला स्त्रीशरीरांच्या माध्यमातून आव्हान दिले जाते. मग हे उघडच आहे की, जाती, वर्ग आणि समुदाय यांना इतिहासाच्या प्रवाहात वेगळे अर्थ प्राप्त झाल्यामुळे प्रत्येक गटातील स्त्रियांच्या आयुष्याची घडण नव्याने वेगळ्या प्रकारे झाली.

सामान्यत: असे विधान केले जाते की, वैदिक काळात भारतीय स्त्रियांचे जीवन अतिशय सुरळीत चाललेले होते. त्या काळाचा उल्लेख खरोखरच स्त्रियांसाठीचा 'सुवर्णकाळ' म्हणून केला जातो आणि याचा पुरावा म्हणून गार्गी व लोपामुद्रा ही अपवादात्मक उदाहरणे दिली जातात. हिंदुत्ववादात काही अंतर्गत (तांत्रिक) तसेच काही बाह्य (इस्लाम) घटक हे स्त्रियांचा दर्जा अधिकच खालावण्यास कारणीभूत झाले असाही दावा केला जातो. हे विधान वंशवादी आणि लिंगभेदवादी आहे. भीमबेटका गुंफांमधील चित्रकलेचे पुरावे (ख्रि. पू. ४०००) मातृकेंद्री कुटुंबीय समाजाची संभाव्यता दर्शवतात. आर्यांनी शेतीप्रधान संस्कृतीबरोबरच पुरुष देव असलेली मंदिरे आणि पितृसत्ताक विस्तृत कुटुंबपद्धती आणली. वेदकाळातील पुराव्यांवरून असे दिसून येते की, जसा आर्यांनी इथल्या प्राचीन टोळ्यांवर विजय मिळवला; तसे स्त्रियांना वारंवार गुलाम बनवले गेले. जसाजसा शेतीचा विकास झाला व स्थैर्य आले आणि गरजेपेक्षा अधिक, वरकड उत्पन्न निर्माण होऊ लागले; तसतसे गुलाम स्त्रियांना शेतीच्या कामावर नेमले जाऊ लागले आणि वर्ण एक 'बंदिस्तकुल' बनला. संख्या वाढवणाऱ्या, पुनरुत्पादक म्हणून अत्यंत उपयुक्त असलेल्या स्त्रीला चार भिंतींच्या आतमध्ये कोंडून

ठेवले गेले. त्या काळातल्या नमुनेदार आणि वर्णनात्मक साहित्यात स्त्रियांच्या 'स्त्री'स्वभावाची विशेष दखल घेतली आहे. स्त्रीचे आणि स्त्रीस्वभावाचे वर्णन विशेषत: दुष्ट, कामुक आणि पापातून जन्मलेली असे करून त्याचा संबंध शूद्रांशी जोडला गेला. उच्च जातीच्या स्त्रियांबद्दल असे मानले जायचे की, पतीच्या धार्मिक आणि सामाजिक बांधिलकीसाठी सहचारिणी होणे तिचा धर्म असा होता. त्यामुळे 'स्त्रीधर्म' व 'स्त्रीस्वभाव' यांमध्ये अंतर निर्माण झाले. ब्राह्मणी धर्मशास्त्रकारांनी पातिव्रत्याचे आदर्श अस्त्र वापरून हे अंतर कमी करण्याचा प्रयत्न केला. स्त्रीचा जन्म जरी पापातून झाला असला, तरी पतिव्रताधर्माच्या पालनाने ती पापमुक्त होऊ शकते; या कपटी तत्त्वज्ञानाचा स्त्रियांवर चांगलाच प्रभाव पडला. त्यामुळे स्त्रिया स्वत:च पुरुषप्रधानतेतून त्यांच्यावर होणाऱ्या अन्यायाला, अत्याचाराला नैसर्गिक मानू लागल्या आणि पतिव्रताधर्माचे काटेकोरपणे पालन करू लागल्या. हे समजणे महत्त्वाचे आहे की, ब्राह्मणी वर्चस्वामध्ये लैंगिकता आणि उच्चजातीय स्त्रियांचा घरादारातील वावर यांवर घातलेली कडक बंधने ब्राह्मणी प्रभुत्वाच्या दृष्टीने महत्त्वाची होती.

शेतीप्रधान अर्थव्यवस्थेत वरच्या दोन वर्णांचा जमिनीवर प्रत्यक्ष अधिकार नव्हता. त्यांचे वर्चस्व जातीच्या पवित्र-अपवित्रतेच्या कल्पनांवर अवलंबून होते. त्याचबरोबर स्त्रियांमुळे जातीची चौकट मोडू शकते म्हणून उच्चजातीय स्त्रियांच्या संदर्भात शुद्धतेच्या आणि पावित्र्याच्या कल्पनांना अवास्तव महत्त्व देण्यात आले. ब्राह्मण समाजात जातीची शुद्धता राखण्याबाबत असलेल्या असुरक्षिततेच्या भावनेमुळे बालविवाह, सती, विधवापुनर्विवाहाला बंदी यांसारखी बंधने घातली गेली. ब्राह्मणी समाजाने कनिष्ठ जातींतील स्त्रियांच्या श्रमाचा आणि लैंगिकतेचा वापर तर करून घेतलाच, त्याचबरोबर घराबाहेर पडणाऱ्या स्त्रियांवर अनैतिकतेचा शिक्का मारला आणि त्यांच्या पुरुषांना असमर्थ ठरवले. कारण ते स्त्रियांच्या पावित्र्याचे रक्षण करण्यास असमर्थ असल्याचे दिसून येत होते, म्हणूनच स्त्रियांचे व जातींचे दुय्यमत्व या दोन गोष्टींमध्ये अत्यंत गुंतागुंतीचा संबंध आहे. या ब्राह्मणी श्रेणीव्यवस्थेला बौद्ध, भक्ती किंवा तंत्र यांच्याकडून अनेकदा विरोध झाल्याचे दिसून येते. या विरोधातून स्त्रियांना आणि शूद्रांना नवीन मार्ग आणि संधी उपलब्ध करून दिल्या होत्या, तरी जातीवर आधारित अशी श्रमविभागणी अबाधितच राहिली.

शूद्राचा दर्जा त्याच्या राहणीमानातून सहज लक्षात येईल याची दक्षता घेतली. शूद्र स्त्रीला भोगवादी बनवून तिची मानखंडना तर केलीच; शिवाय त्याबरोबरच तिच्या नवऱ्याचा, बापाचा आणि भावाचाही तेजोभंग करण्यासाठी तिचा वापर केला गेला. स्मृतिकारांनी, धर्मग्रंथांनी सर्वच स्त्रियांचा दर्जा पुरुषांपेक्षा खालचा ठेवला. परंतु शूद्र स्त्रियांच्या बाबतीत त्यांना माणूस म्हणून न बघता पशुपक्षी म्हणूनच तुच्छतेची वागणूक

दिली. ब्राह्मण सर्व वर्णांतील स्त्रियांशी संबंध ठेवू शकतो. कोणत्याही वर्णातील बायका करू शकतो. वसिष्ठ म्हणतो, 'कृष्ण वर्णाची जी रमणी असते, ती फक्त भोगासाठीच असते; धर्मासाठी नसते. तिच्याशी विवाह करू नये. 'कृष्णवर्णा या रामा रमणाय एव न धर्माय' १८.१८ लैंगिक संबंध ठेवायचे, परंतु जबाबदारी घ्यायची नाही.' श्रमदासीबद्दल गौतम सांगतो की, 'पशू, भूमी आणि स्त्रिया यांचा भोग अल्प काळ घेतला; तरी त्यांच्यावर भोक्त्याची मालकी वा वहिवाट प्रस्थापित होते.'

ब्राह्मण स्त्रीला केवळ गृहश्रम, तर शेतकरी स्त्रियांना गृहश्रमांबरोबरच घराबाहेरही श्रम करावे लागतात. तसेच सर्वच स्त्रिया सारख्या प्रमाणात शोषित असतात असे नाही, तर जातिव्यवस्थेत पुरुषसत्तेतून होणारे स्त्रियांचे शोषण जातींप्रमाणे कमीजास्त असते, असे महात्मा फुले दाखवतात; तर स्त्री–पुरुष तुलनाकार ताराबाई शिंदे ब्राह्मणीकरणातून बहुजन पुरुषांनी स्त्रियांसमोर उभे केलेले शोषण स्पष्ट करतात. वासाहतिक दोन वाटा निश्चित झाल्या; पहिली उच्चजातीय पुरुषी परिघातील, तर दुसरी अब्राह्मणी मुक्तिदायी.

स्त्रियांच्या श्रमशक्तीवर, उत्पादनक्षमतेवर, स्त्रियांच्या प्रजोत्पादनावर, लैंगिकतेवर आणि स्त्रियांच्या आर्थिक व सांपत्तिक साधनसामग्रीवर पुरुषप्रधान व्यवस्थेचे नियंत्रण असते. याचाच अर्थ असा की, हे घटक पुरुषप्रधान व्यवस्थेचा भौतिक पाया असतात. कुटुंबव्यवस्था, धर्मव्यवस्था, प्रसारमाध्यमे, कायदाव्यवस्था हे पुरुषप्रधान व्यवस्थेचे खांब आहेत. त्यांच्यामार्फत पुरुषप्रधानता इतकी खोलवर मूळ धरते की, ती नैसर्गिकच वाटू लागते.

स्त्रीदास्याबाबतचे विवेचन करताना वर्गाचा किंवा जातीचा व स्त्रीदास्याचा परस्परसंबंध स्पष्ट करणे आवश्यक आहे. कॉ.शरद पाटील यांच्या 'दासशूद्रांची गुलामगिरी' या ग्रंथात आदिम समाज हा लिंगभेदावर आधारित विषम समाज होता असे ते म्हणतात. त्यांच्या मते, त्या समाजात गणभूमीच्या वाटपाचे शासनाचे व पौरोहित्याचे अधिकार त्या समाजातील स्त्रियांना होते. गाळपेरांच्या शेतीचा शोध स्त्रियांनी लावल्यामुळे व समाजधारणेसाठी आवश्यक असणारी प्रजननशक्ती त्यांच्याजवळ असल्यामुळे या समाजात स्त्रियांना महत्त्व प्राप्त झाले. पुढील काळात मात्र पशुपालक पुरुषांनी शेती करण्यासाठी पशू आणले. त्यामुळे उत्पादन वाढले. त्यातूनच पुरुषप्रधान समाजाच्या पहिल्या टप्प्याला सुरुवात झाली. सामुदायिक मालमत्ता असणाऱ्या गणसमाजात स्त्रीदास्याचा उगम झाला. वर्णव्यवस्थेत स्त्रियांवर गुलामगिरी लादली गेली. जातिव्यवस्थेत ती बंदिस्त राहिली. त्यामुळे कॉ.शरद पाटील यांच्या मते जातिव्यवस्थेविरुद्धचा लढा व स्त्रीमुक्तीचा लढा यांमध्ये सांगड घातली पाहिजे.

डॉ.गेल ऑम्व्हेट यांच्या मतेही, आदिम समाज मातृकेंद्रित होता. राज्यसंस्था उदयाला येण्यापूर्वीच्या काळातील गणसमाज हे समतावादी होते. राज्यसंस्था उदयास

आल्यानंतरसुद्धा स्त्रियांना काही प्रमाणात स्वायत्तता होती. पण जाती-वर्गाधिष्ठित समाज उदयाला आल्यानंतर स्त्रीदास्याचा उगम झाला; आणि स्त्रियांच्या प्रजननशक्तीवर, लैंगिकतेवर व श्रमशक्तीवर बंधने लादली जाऊ लागली.

प्रा.डॉ.रावसाहेब कसबे म्हणतात, 'प्राचीन इतिहासातील सामाजिक आणि राजकीय बदलाने स्त्रियांच्या सामाजिक भूमिकेत आणि धर्मातील मातृदेवतेच्या स्थानात परिणामकारक बदल झाले. त्या व्यवस्थेत मातीतील सुपीकता (Fertility) नव्हे; तर तंत्र, अमूर्त कल्पना आणि राज्याचे कायदे इत्यादी नवे शोध लावणारी पुरुषांची बुद्धिमत्ता जीवनाचा आणि नवनिर्मितीचा स्रोत बनली. त्या व्यवस्थेत स्त्रियांच्या गर्भाशयाऐवजी मानवी मन हेच सर्जनशक्तीचे स्थान बनले. त्यामुळे समाजात स्त्रिया गौण बनल्या आणि त्यांच्याऐवजी पुरुषांचे वर्चस्व वाढले. समाज हा वर्गीय आणि पुरुषप्रधान बनल्यामुळे श्रमिकांचे आणि स्त्रियांचे शोषण सुरू झाले. कुटुंबसंस्थेने व्यक्तिगत मालकीच्या हव्यासासाठी आणि शासनसंस्थेच्या दमनाने ते सर्व प्रयत्नांनिशी टिकवले. तेव्हापासून मानवी समाज समतेऐवजी विषमतेवर, सहकार्याऐवजी स्पर्धेवर, प्रेमाऐवजी असूयेवर आणि अहिंसेऐवजी हिंसेवर उभा राहिला. त्याचे परिणाम आजची मानव जात या-ना-त्या स्वरूपात आजही भोगीत आहे.' (संदर्भ - धर्मग्रंथ आणि मानवी जीवनप्रवाह)

प्रा.उमा चक्रवर्ती यांच्या मते, खासगी मालमत्ता आणि जातींची बंदिस्ती टिकवण्यासाठी स्त्रीदास्याचा उगम झाला. पातिव्रत्याचे आदर्श स्त्रियांच्या मनावर बिंबवून पुरुषप्रधान व्यवस्था ही जणू नैसर्गिकच आहे असे भासवले जात आहे. ब्राह्मणी कायद्यांचा व प्रथांचा वापरही स्त्रियांवर नियंत्रण ठेवण्यासाठी करण्यात आला. जातिवर्गानुसार पुरुषप्रधानतेचे स्वरूप कसे बदलते याचे स्पष्टीकरणही चक्रवर्ती देतात व जात्यधिष्ठित पुरुषप्रधान समाजात उच्चजातीय स्त्रियांनी जातिव्यवस्थेशी केलेल्या हातमिळवणीसंबंधी भाष्य करतात. पुरुषप्रधान व्यवस्था ही कनवाळू पितृवंशकता (cenevolent paternalism) पितृभावी शासनप्रणालीच्या तत्त्वावर आधारित आहे असे त्या प्रतिपादन करतात व म्हणूनच 'आज्ञाधारक' (पुरुषप्रधान व्यवस्थेला विरोध न करणाऱ्या) उच्चवर्णीय स्त्रियांना जातिवर्गानुसार काही अधिकार, सुविधा आणि सुरक्षितता ह्या गोष्टी प्राप्त होतात, असे त्या म्हणतात.

विविध धर्मशास्त्रांनी स्त्रियांना शूद्रांइतके हीन मानण्याचा प्रयत्न पुन:पुन्हा केला, तरी अनेक कारणांनी शूद्रांइतके स्त्रियांना खाली ढकलणे व्यवहारात शक्य नव्हते. त्यांपैकी एक महत्त्वाचे कारण म्हणजे स्त्रिया व शूद्र यांच्याकडून करून घ्यावयाच्या सेवांचे स्वरूप वेगवेगळे होते. स्त्रियांकडून करून घ्यावयाच्या सेवांमध्ये उपभोग, पुत्रोत्पत्ती, अपत्यसंगोपन, स्वयंपाक इत्यादींचा अंतर्भाव होता. आता स्त्रियांना

शूद्रांप्रमाणे अस्पृश्य मानून दूर ठेवावे, तर या सेवा प्राप्तच होऊ शकत नाहीत. स्वाभाविकच, स्त्रियांना शूद्रांपेक्षा काहीसे वेगळे, काहीसे वरचे स्थान देणे भागच होते. म्हणजेच स्त्रियांना अस्पृश्य ठरवून घराबाहेर ठेवणे शक्यच नव्हते. एकतर पुत्रप्राप्ती आणि घरकाम या त्यांच्या श्रमांसाठी स्त्रियांना शूद्रांपेक्षा वरचे स्थान दिले असावे.

स्त्रीस्वातंत्र्याचा आवाज, स्त्रीची तिच्या शरीरावर मालकी असावी असा प्रभावी विचारही मातृसत्ताक व्यवस्थेत होता. तांत्रिकाच्या व्यवहारात स्त्रीच्या जननक्षमतेला ऊर्जा मानले आहे. ही ऊर्जा जीवनदायी मानली गेली आहे. त्यामुळे तिच्या नियंत्रणाचा विचार कुठेही दिसत नाही. अजिंठा-वेरूळची शिल्पे आणि रा. चिं. ढेरे ज्याला लज्जागौरी म्हणतात त्या मातृदेवता, योनिमूर्ती किंवा घटकंचुकीसारख्या प्रथांचे वृत्तान्त पाहता, आपल्याला एवढे निश्चित म्हणता येते की, भारतासारख्या हजारो वर्षांचा इतिहास असलेल्या देशात स्त्रियांचे समाजघडणीतील महत्त्वाचे स्थान काही काळ तरी निश्चित होते. परंतु पुरुषसत्ताक ब्राह्मणी धर्माने स्त्रीची प्रजननक्षमता नियंत्रित केली, म्हणून स्त्रियांच्या सर्जनशीलतेवरील बंधने नष्ट केली पाहिजेत. त्यांना माणूस म्हणून विकसित होण्याचा नैसर्गिक अधिकार आहे.

स्त्रीच्या जननक्षमतेचा उदोउदो करणारी भारतीय संस्कृती स्त्रीच्या रजस्वला अवस्थेला विटाळ मानू लागली. स्त्रियांची लैंगिकता कठोरपणे नियंत्रित करून वारसाहक्काचा प्रश्न बीजशुद्धीच्या मार्गाने सोडवू लागली. मातृत्व आणि स्त्रीची लैंगिकता यांमध्ये काटेकोर भेद करून अधिकृत शुद्धतेच्या आणि पावित्र्याच्या चौकटीत स्त्रीला जखडले गेले. थोडक्यात, स्त्रियांचे दुय्यमत्व कसे निर्माण झाले व तिच्यावर अनेक प्रकारची बंधने धर्मशास्त्रांनी का लादली, हे समजून घेणे आवश्यक आहे. तिचे नैसर्गिक अस्तित्व व मातृत्व या गोष्टी धर्मशास्त्राने भिन्न केल्या आणि फक्त मातृत्वाचा गौरव केला व स्त्रीच्या अस्तित्वाला मातृत्वात विसर्जित केले. आणि स्त्रियांवर ज्ञानबंदी, जन्मात, विवाहसंस्थेत, श्रम इत्यादी ठिकाणी बंदी घालण्यात आली किंवा त्यांना दुय्यमत्व देण्यात आले.

माणसा-माणसांतील कामवासना, मानवी जीवन अस्तित्वाची परिस्थिती आणि संस्कृती

सिग्मन्ड फ्रॉइड यांनी मनोविश्लेषण सिद्धान्त (Psychanalysis) शोधून माणसाच्या अभ्यासाची एक नवी पद्धत शोधून काढली. त्यामुळे मानवी वर्तनामागे नेमक्या कोणत्या प्रेरणा असतात याचा शोध घेणे शक्य झाले. सिग्मन्ड फ्रॉइड यांनी माणसातील कामऊर्जेला (Licido) इतके महत्त्व दिले की, त्यांच्या चिंतनात ती माणसाच्या इच्छा आणि वासना यांच्यामागील मूलभूत शक्ती बनली. या कामऊर्जेला माणसाच्या वर्तनाला प्रेरणा देणारी शक्ती मानून दीर्घकाळ माणसाचा अभ्यास केला

गेला. परंतु मानवतावादी विश्लेषण पद्धतीचा (Humanistic Psychoanalysis) जसजसा विकास होत गेला, तसतसा कामऊर्जेवर दिलेला भर ओसरला आणि तिच्याऐवजी मानवी जीवनअस्तित्वाची परिस्थिती महत्त्वाची ठरली. माणसाच्या वर्तनाला प्रेरणा देणारी सर्वांत सामर्थ्यशाली शक्ती ही कामऊर्जा नसून त्या शक्तीचे उगमस्थान माणसाच्या अस्तित्वाच्या परिस्थितीतून जन्माला येत असते, असे मानून अभ्यास सुरू झाला. या परिस्थितीलाच मानवी परिस्थिती (Human situation) असे म्हटले गेले. प्रा. डॉ. रावसाहेब कसबे म्हणतात, 'अलीकडील काळातील मानवतावादी मनोविश्लेषण पद्धतीने या दृष्टीने बराच खोलवर विचार केलेला आहे. त्यामुळे कामवासनेला स्त्री-पुरुष संबंधांचा एकेकाळी मानला गेलेला प्रमुख आधार काहीसा दुय्यम बनला. माणसातील कामवासना आणि त्या अनुषंगाने निर्माण झालेल्या इतर भावना याच केवळ माणसातील सर्वांत प्रबळ शक्ती (force) असतात असे नाही, तर माणसाच्या वर्तनाला प्रेरणा देणारी सर्वांत सामर्थ्यशाली शक्ती ही माणूस ज्या परिस्थितीत जगतो ती मानवी परिस्थिती असते.' या दिशेने अनेक विचारवंत, समाजशास्त्रज्ञ विचार करू लागले. म्हणून स्त्री-पुरुष संबंधांचा, सहजीवनाचा विचार करताना तो दोन पातळ्यांवर करावा लागतो. पहिली पातळी ही प्राणिसृष्टीतील नरमादींची असते, तर दुसरी पातळी स्त्री-पुरुषाची असते. नर-मादीच्या मूलभूत गरजा या स्त्री-पुरुषांच्याही मूलभूत गरजा असल्यामुळे त्या त्यांनाही भागवाव्याच लागतात. माणसाच्या भूक, तहान आणि कामवासनेची पूर्ती या प्राणीपातळीवरील गरजा भागवल्याशिवाय माणूस प्राणीपातळीवरून मानवी पातळीवर येणे शक्यच नसते. या गरजांची परिपूर्ती झाल्यानंतरच स्त्री किंवा पुरुष 'माणूस' बनतात. परंतु माणूस बनणे ही एक प्रक्रिया आहे. माणूस बनल्यानंतर मानवी विकासक्रमात निर्माण झालेल्या गरजांचीही पूर्तता त्याला करावी लागते. या सर्व गरजांची परिपूर्ती त्याला केवळ नैसर्गिक प्रेरणांच्या आधारे, उत्तेजक किंवा प्रलोभक भावनांच्या आधारे करून चालणारे नसते. कारण त्यात त्याचा माणूस म्हणून होणारा विकास अवरुद्ध होण्याची शक्यता असते, म्हणून त्या गरजांची परिपूर्ती माणसाला त्याच्या विवेकाच्या आधारानेच करणे भाग असते. त्यामुळेच संस्कृतीचाही विकास होत असतो. संस्कृती ही निसर्गातील पशुसृष्टी आणि समाजातील मानवी सृष्टी यांच्यातील व्यवच्छेदक रेषा असते. संस्कृतीच्या या महत्त्वपूर्ण स्थानाकडे दुर्लक्ष करून केवळ स्त्री-पुरुष संबंधांतीलच नव्हे, तर कोणत्याही व्यापक मानवी संबंधांतील सूक्ष्म पदर उलगडता येणार नाही. (संदर्भ - धर्मग्रंथ आणि मानवी जीवनप्रवाह)

स्त्रीजीवनाची गुंतागुंत लक्षात घेताना असे दिसते की, जवळजवळ सर्व ज्ञात मानवी समाजांमध्ये पुरुषांच्या तुलनेत स्त्रियांचे स्थान भिन्न तर असतेच; परंतु स्त्रियांना

दुय्यम स्थानाचीही सवय होते, ते नैसर्गिक वाटू लागते. हजारो वर्षे हे असेच चालत आले आहे. कारखानदारी, यंत्रयुग आणि भांडवलशाही हे इतिहासाचे टप्पे मागे टाकून आपण भूतकाळात गेलो; तर स्त्रिया कनिष्ठ दर्जाच्या असल्याचे वेगळ्या तऱ्हेचे पुरावे येथेही सापडू लागतात. म्हणूनच केवळ शारीरिकदृष्ट्या स्त्रिया पुरुषांपेक्षा वेगळ्या असतात, या एकाच कारणाभोवती स्त्रीच्या कनिष्ठ दर्जाचे स्पष्टीकरण करणे योग्य वाटत नाही. थोडक्यात सांगायचे, तर स्त्री-पुरुष विषमता कशी घडत गेली हे अभ्यासणे महत्त्वाचे आहे. स्त्रीचे दुय्यमत्व नैसर्गिक नसून इतिहासात अनेक गोष्टी घडवल्या जातात, तसेच घडवले गेले आहे हे यातून सिद्ध होते. भूतकाळाची नवी रचना करणे यामुळे शक्य होते. केवळ खासगी जीवन व राजकीय, सामाजिक जीवन यांची फारकत न करता स्त्रीस्वातंत्र्याचा, समतेचा लढा उभारण्यासाठी धर्मचिकित्सा करणे अपरिहार्य आहे असे स्त्रीवाद्यांनी सुचवले.

सामाजिक संस्था आणि सांस्कृतिक साचे (Cultural patterns)

सामाजिक संस्था आणि सांस्कृतिक साचे (Cultural patterns) हे माणसाला त्यांच्यात सामावून घेण्यासाठी घडवत असतात. मानवी स्वभाव प्रत्येकाच्या वर्णजातीप्रमाणे जन्माने ठरतो आणि प्रत्येक जातिवर्णातील व्यक्तीने तिला धर्मशास्त्रांनी नेमून दिलेले काम केल्यानेच माणूस त्याच्या स्वभावाला प्राप्त होतो असे काही जण म्हणतात. सामाजिक, आर्थिक व्यवहार केवळ आध्यात्मिक क्षेत्रावर उभा नसतो. कोणत्याही समाजाचा पाया हा त्या समाजातील विविध सामाजिक शक्ती जगण्याच्या व्यवहारात जे उत्पादन करत असतात आणि त्याच्या प्राप्तीसाठी आपापसांत जे संघर्ष करत असतात, त्या भौतिक जगाशी संबंधित असतो.

देशातील एकूणच बहिष्कृत त्यांच्या जातीच्या, धर्माच्या आणि वर्गाच्या वेगवेगळ्या मजल्यांवर राहत आलेले आहेत. या बहिष्कृतांमधील सर्वच घटक जाती, धर्म आणि वर्ग यांच्यानुसार केवळ एकमेकांपासून फटकूनच राहतात असे नाही, तर ते परस्परांची घृणाही करतात, आणि त्यांतील वरचे खालच्यांवर भीषण अत्याचारही करतात. भारतात जितक्या जाती आहेत तितके भारत आहेत; जितके धर्म आहेत तितके भारत आहेत. भारतातील स्त्री वंचित आणि शोषित आहे; तरीही एकसंध नाही, एकचित्त नाही. तीही तिच्या पतीच्या जातीची, पतीच्या धर्माची आणि पतीच्या वर्गाची आहे. त्यामुळे ही शोषितता आणि वंचितता घराघरांतून जळत राहते, पण प्रतिकारासाठी ती पुरुषी संस्कृतीने तिच्यावर लादलेली तिच्या विभाजनाची यंत्रणा नष्ट करण्यासाठी एकजूट होत नाही. तिची वर्गवारी तिला एकवर्ग होऊ देत नाही. त्यामुळे ती सांस्कृतिक एकक होत नाही. हेच शोषित-वंचित पुरुषांच्याही बाबतीत खरे आहे. त्यामुळे शोषणयंत्रणेने लादलेल्या कडेकोट चौकटीत येथील शोषित-वंचित स्त्री-पुरुष जोपर्यंत

गर्वाने राहतात, तोपर्यंत त्यांची शोषितता आणि वंचितता चिरंतन राहील आणि तोपर्यंत त्यांच्यावर होणारा अन्यायही अबाधित राहील. येथील वर्चस्वाची हीच दुष्ट आणि क्रूर व्यवस्था आणि यंत्रणा आहे.

आधुनिक काळात जातिव्यवस्थेतून स्त्रियांचे होणारे शोषण म.फुले, ताराबाई शिंदे यांनी स्पष्ट केले. स्त्रिया जातिव्यवस्थेच्या प्रवेशद्वार आहेत, असे डॉ.आंबेडकरांनी विसाव्या शतकात स्पष्ट केले. कॉ.शरद पाटील म्हणतात, 'ब्रिटिश आगमनानंतर भारतात वर्गव्यवस्था आली आणि ती जातीचे पोट फाडून त्यात शिरली आणि जातवर्गीय समाज अस्तित्वात आला. या वासाहतिक जातवर्गीय समाजाने विविध जातींतील स्त्रियांवर वेगवेगळा परिणाम झाला. विविध स्तरांतील स्त्रियांना वेगवेगळा अवकाश उपलब्ध होणे अथवा कोणताही अवकाश उपलब्ध नसणे अशी स्थिती निर्माण झाली. जातवर्गीय समाजात स्त्रियांचे शोषण तिहेरी स्वरूपाचे बनले.'

भारतातील धर्मांवर जातीचा प्रभाव आणि स्त्रियांची निर्मितिक्षमता नियंत्रित करण्याचा कट

आपण सर्व जण असे मानत असतो की, देश स्वतंत्र असला की त्यातली माणसे आपोआपच स्वतंत्र होतात. भारत स्वतंत्र झाला या घटनेला साठ वर्षे लोटून गेल्यावर आजही आपण असे म्हणू शकणार नाही की, भारतातील सगळी माणसे खऱ्या अर्थाने स्वतंत्र आहेत. घटनेने मानलेले अधिकार बजावण्याचे स्वातंत्र्य प्रत्येक नागरिकाच्या वाट्याला येत नाही. धर्म, जाती, रूढी, परंपरा आणि आर्थिक, राजकीय परिस्थिती यांच्या बंधनातून सुटून, घटनेने मंजूर केलेल्या स्वातंत्र्याचा घास अनेकांच्या पोटात जाऊ शकलेला नाही. स्त्री-पुरुष सर्वांनाच हे विधान लागू आहे. पण या पुरुषप्रधान व्यवस्थेत स्त्रियांच्या वाट्याला आणखीनच पारतंत्र्य येते. स्वातंत्र्याची गोष्टच सोडा. स्त्रियांचे अस्तित्वच धूर्तपणे हवे तेव्हा उदात्त स्वरूपात दाखवायचे आणि एरव्ही अंधारात, अज्ञानात त्या अनाम राहतील असे बघायचे - असे नियंत्रण भोवतीची सामाजिक, सांस्कृतिक व्यवस्था त्यांच्यावर ठेवत असते. या सगळ्याचे भान आपल्याला आले पाहिजे.

धर्म हा वास्तविक जगाचे भ्रामक चित्र उभे करतो, तरी त्याच वेळी तो माणसांच्या काही खऱ्या गरजा पुऱ्या करतो. तो एका बाजूला जातिव्यवस्थेचे आणि वर्णव्यवस्थेचे समर्थन करतो, स्त्रीच्या गौण स्थानाची पारलौकिक कारणमीमांसा करतो आणि विषमतेवर आधारलेल्या या समाजात जगण्याचा अनुभव तो सुसह्य करतो. स्त्रिया बऱ्याच वेळी वैयक्तिक आयुष्यात पुरुषांपेक्षा जास्त 'धार्मिक' असतात. मात्र सर्व धर्मांमध्ये हिंदू, मुस्लीम, ख्रिश्चन आणि पारशी धर्मांमध्ये तर नक्कीच स्त्रियांना दुय्यम स्थान दिलेले असते. आणि समाजामध्ये स्त्रियांवर बंधने घालण्यासाठी धर्माचा वापर केला जातो.

पुरुषांनी स्त्रियांच्या वाईट स्वभावामुळे सतत त्यांच्यावर नियंत्रण ठेवले पाहिजे असे हिंदू धर्मात मानण्यात आले. स्त्री ही स्वत:ची विवेकबुद्धी असलेली, स्वत:ची नीतिमूल्ये असलेली व्यक्ती म्हणून कुठेही समजली जात नाही. तिची 'पूजा' करतानाही तिचा तथाकथित मूळ स्वभाव हा मनात ठेवला जातो. मनावर 'मनुस्मृती'तील या विचारसरणीचा प्रभाव आजही नकळत होत असतो. शिवाय स्त्रीला विवाहसंबंधाच्या अंतर्गत कोणतेच अधिकार नसतात. पुरुषाला दुसरी बायको करण्याचा हक्क असतो; परंतु नवरा जरी पापी असला, दुसरीकडे सुख घेणारा असला, सर्वगुणविरहित असला; तरी त्याच्या बायकोने निष्ठा ठेवून त्याला देव मानले पाहिजे. 'मनुस्मृती'मध्ये शूद्रांकडूनदेखील सर्व अधिकार हिरावून घेतले आहेत. मनुस्मृतीमध्ये ब्राह्मणी मूल्यांचा विजय झालेल्या समाजाचे चित्रण होते.

इस्लाममधील स्त्रीचे चित्रण काही बाबतींत सारखे आहे आणि काही बाबतींत वेगळेही आहे. पहिली गोष्ट या धर्मातही स्त्रीला समाजात दुय्यम स्थान दिलेले आहे. मात्र स्त्री-पुरुषांमधील लैंगिक संबंधाकडे बघण्याचा दृष्टीकोन इस्लाममध्ये काहीसा वेगळा आहे. या संबंधांना फक्त संतती निर्माण करण्यासाठी आवश्यक समजले जात नाही. त्यांना याशिवाय दोन प्रकारचे महत्त्व आहे - (१) स्त्री-पुरुष एकमेकांना जे लैंगिक सुख देऊ शकतात, ते स्वर्गातील आनंदाचा जणू पूर्ण अनुभव असतो आणि त्यामुळे ते माणसाचे लक्ष स्वत:कडे वळवू शकते. (२) ज्या मनाला लैंगिक समाधान मिळालेले असते, त्याला आपले कर्तव्य करणे सहजपणे शक्य होते. या होकारात्मक दृष्टीकोनाला इस्लाममध्येही एक दुसरी नकारात्मक बाजू आहे. स्त्रिया या देशात अराजक आणि गोंधळ निर्माण करतात. स्त्रिया सैतानाचे काम करतात. स्त्रियांची लैंगिकता पुरुषाला त्याच्या कर्तव्यापासून परावृत्त करते. स्त्रीत्व पडद्यात ठेवून तिच्या या वृत्तीवर बंधन घालावे लागते. (मरनिस्सी या मोरोक्कोतील स्त्रीवादी लेखिकेच्या 'Beyond the veil' या पुस्तकावर आधारित आहे.)

ख्रिश्चन धर्मामध्येही स्त्रियांकडे बघण्याच्या दृष्टीकोनाला अशाच दोन परस्परविरोधी बाजू आहेत. एक प्रतिमा आहे मेअरी मातेची. ती पवित्र आहे. ती पुरुषाच्या स्पर्शाशिवाय माता बनलेली आहे. ती येशू ख्रिस्ताला जन्म देते. दुसरी प्रतिमा ईव्हची आहे. तिची निर्मिती ॲडमच्या बरगडीपासून झाली आहे. ती त्याला पापाकडे आकर्षित करते, ती त्याच्या पतनाला जबाबदार आहे.

या तिन्ही धर्मांमध्ये स्त्रीकडे बघण्याचा दृष्टीकोन मुळातच अंतर्विरोधावर आधारलेला आहे. मात्र स्त्रीवर नियंत्रण ठेवणे हे तिन्ही धर्मांमध्ये जरुरीचे समजले जाते. मात्र नियंत्रण ठेवण्याच्या पद्धतींमध्ये काही सूक्ष्म फरक आहेत.

हिंदू धर्मात स्त्रीला शूद्रांबरोबर स्थान दिलेले आहे, म्हणून शूद्राला नमवण्यासाठी

जी हिंसा वापरली जाते; त्याच प्रकारची हिंसा स्त्रीविरुद्ध वापरणे धर्माच्या दृष्टीने उचित समजले जाते. इस्लाममध्ये स्त्रीवर नियंत्रण ठेवण्याचे मुख्य साधन म्हणजे पडदापद्धती असते. स्त्रीची लैंगिकता पूर्णपणे नाकारली जात नाही; परंतु तिला पडद्यामध्ये लपवले जाते. ख्रिश्चन धर्मात स्त्रीच्या लैंगिकतेला मानसिक पातळीवरच दडवले जाते. मग ती साक्षेपाने, मोकळेपणाने, कोणत्याही दृश्य बंधनाशिवाय समाजात वावरू शकते.

या तिन्ही धर्मांच्या पूर्वेतिहासात एक असा काळ होता, जेव्हा समाजात मातृवंशीय पद्धती प्रचलित होती आणि धर्मामध्ये मातृदेवतेच्या पूजेला मोठे महत्त्व होते. हिंदू धर्माच्या संदर्भात शरद पाटील यांनी बरेच पुरावे दिले आहेत. आणि मातृदेवतेची पूजा आजही भारतात केली जाते. मोहम्मद पैगंबराच्या आधीच्या काळात अरबस्थानातही मातृवंशीय मूर्तिपूजक टोळ्या होत्या आणि त्याही मातृदेवतेची पूजा करत. ख्रिश्चन (आणि यहुदी) धर्माच्या 'जुनी साक्ष' या पवित्रग्रंथांमध्येही ईव्हच्या अगोदर लिलिथ नावाची एक स्त्री होती, जिने सर्व सृष्टीला जन्म दिला असे म्हटले आहे.

मात्र भारतीय समाजात हिंदू धर्म हाच बहुसंख्य लोकांचा धर्म आहे. मुस्लीम आणि ख्रिश्चन धर्म मानणाऱ्यांवरदेखील हिंदू धर्माचा प्रभाव असतो. उदाहरणार्थ, मुसलमान व ख्रिस्ती धर्मांमध्ये जातिव्यवस्थेची संकल्पना नसली, तरी भारतीय समाजात मुसलमान आणि ख्रिस्ती लोकांमध्ये जातीव्यवस्था असते. दलितांमधून जे मुसलमान किंवा ख्रिस्ती झालेले असतात, त्यांना दलित म्हणून संबोधले जाते. शिवाय बहुसंख्य हिंदू पुरुष जेव्हा मुस्लीम किंवा ख्रिश्चन स्त्रीकडे बघतात, तेव्हा त्यांच्या मनात या धर्माबद्दल असलेली द्वेषाची भावना प्रकट होते. पडद्यामध्ये बंदिस्त असलेल्या मुसलमान स्त्रियांविषयी एक प्रकारचे कुतूहलमिश्रित आकर्षण निर्माण होते. ख्रिश्चन स्त्रियांचा पोशाख, परिचारिकेसारख्या व्यवसायामध्ये त्यांचे वावरणे, त्यांच्याकडे बघताना त्यांना स्वैराचारी म्हणून समजले जाते, हे भयावह आहे.

जमातवादी दंगलीच्या वेळी किंवा जाणूनबुजून इतर धर्म पाळणाऱ्यांविरुद्ध प्रकार केला जातो, तेव्हा या भावनांना उत्तेजित केले जाते, विकृत केले जाते. प्रत्येक धर्मातील प्रतिगामी आणि मूलतत्त्ववादी (Fundamentalist) शक्ती जेव्हा 'पौरुष्याच्या' भावनेला आव्हान करतात, तेव्हा त्या इतर धर्मांतील स्त्रियांवर अत्याचार करण्यास त्यांच्या पुरुषांना प्रवृत्त करतात.

धर्मशास्त्रात पुरुषजन्माचे कौतुक करून स्त्रीला जन्माच्या आधीपासून ते अंत्यसंस्कारापर्यंत पुरुषांपेक्षा हीन, तुच्छ लेखले आहे. स्त्रियांची संख्या कमी होण्यासाठी हे महत्त्वाचे सामाजिक आणि धार्मिक कारण आहे. कितीही नवी तंत्रज्ञाने आली, स्त्रियांनी यशाची कितीही शिखरे गाठली, तरी ज्यांना समाजाची स्थिती व घडी बिघडू द्यायची नसते, त्या सर्वांनाच चितेला अग्नी देण्यासाठी हक्काचा मुलगाच हवा

असतो. इस्टेटीला आपल्या वंशाचा दिवा हवा असतो. आणि मुलगी हे ओझे व परक्याचे धनच वाटत असते.

'वैधव्य' आणि 'सौभाग्य' या विरोधी संकल्पनांमधूनही स्त्रीचे दुय्यमत्व सूचित होते. त्याचबरोबर पुरुषांच्या संदर्भात मात्र त्याचे भाग्य हे पत्नी हयात असल्याने निश्चित होत नाही, तर त्याच्या स्वत:च्या कर्तृत्वाने सिद्ध होते. तो स्त्रीवर अवलंबून नाही. मात्र स्त्रीच्या सुखदु:खाच्या सर्व कल्पना पुरुषांच्या अस्तित्वात गोठवलेल्या आहेत. वैवाहिक जीवनातील तफावत, श्रेष्ठत्व, कनिष्ठत्व, पतीपत्नीची परस्परांबद्दल वर्तणुकीतील तफावत ताराबाई शिंदे अधोरेखित करतात आणि धर्मशास्त्रात सावित्रीचा आदर्श पत्नीसाठी आहे. परंतु पुरुषांसाठी असा आदर्श का नाही? एकूणच सर्व बंधने स्त्रीवरच. कारण तिच्या सुखांचा विचार कुणीही करण्याची गरज नाही. ज्या देवाने स्त्रियांना गृहीत धरण्याचा, त्यांच्यावर अन्याय करण्याचा अधिकार पुरुषांना दिला; त्या देवाचा दाखला देण्याच्या अधिकाराला स्त्रीस्वातंत्र्यासाठी आव्हान देण्याची भाषा ताराबाई निडरपणे करतात.

स्त्रियांची निर्मितिक्षमता नियंत्रित करण्याचा कट म्हणून 'सौभाग्य', 'स्त्रीत्व' या संकल्पना चिकटवल्या आहेत. पुरुषसत्ताक व्यवस्थेने स्त्रियांना साधनरूप आणि परावलंबी बनवले. बहुतांश धर्मग्रंथांनुसार दलितांनी कायम दबलेल्या, कुढलेल्या मनाने नेहमीच वावरायचे. त्यांच्या मानसिक खच्चीकरणाची एकही संधी स्मृतिकारांनी सोडली नाही. जगाच्या पाठीवर दासांवर शारीरिक अत्याचाराच्या नोंदी अनेक आहेत. परंतु ब्राह्मणवादाने दलितांच्या मनावर केलेले हे घाव फारच भयानक आहेत. स्त्रियांची परिस्थिती सर्वत्रच दुय्यम असल्याचे दिसून येते. आर्थिक, राजकीय, सामाजिक दृष्टींनी तिच्या वाट्याला आलेल्या कनिष्ठ स्थानाची कारणे आजच्या सामाजिक पर्यावरणात तर आहेतच; त्याबरोबर ती धार्मिक व्यवस्थेत, धर्मशास्त्रात फार पक्की रुजलेली आहेत. धर्माने स्त्रीचे वस्तुकरण केले. तिच्या पुनरुत्पादन शक्तीला काबीज करून नियंत्रित केले. पुरुषसत्ता टिकवण्यासाठी अनावश्यक गुणधर्म लादून 'स्त्रीआदर्श' दिले व धार्मिक उन्मादात गुंतवून पतीच्या जातीजमातीची संरक्षक 'शक्ती' म्हणून स्त्रीशक्ती बनवली. त्यामुळे स्त्रियांनी धर्मग्रंथाचे, रितीरिवाजांचे डोळसपणे विश्लेषण केले पाहिजे; व अन्यायाच्या, विषमतेच्या विरोधात उभे राहिले पाहिजे. त्यासाठी ज्या धर्मावर व संस्कृतीवर स्त्रियांचे अथांग प्रेम असते, त्या धर्माने व संस्कृतीने त्यांना नेमके काय दिले आहे हे त्यांचे त्यांनाही कळले पाहिजे. या भूतकाळाचे जे अनंत थर पुरुषांच्या अंतर्मनात धार्मिक व सांस्कृतिक मूल्यांच्या स्वरूपात साचले आहेत, ते खरवडून काढण्याला मदत व्हावी म्हणून पुरुषांनाही हा भूतकाळ समजण्याची गरज आहे.

या देशातील अनेक प्रकारच्या जाती व स्त्री-पुरुष श्रेष्ठत्व-कनिष्ठत्वाच्या

विषमतापूर्ण परंपरा धर्मशास्त्रांनीच बनवल्या आहेत. आजपर्यंत जन्मजात श्रेष्ठ–कनिष्ठतेच्या विषारी विचारांनी या देशाची अपरंपार हानी केली आहे आणि लोकशाहीवर आधारित अखंड एकात्म भारत निर्माण होऊ दिला नाही. या भारत देशाला हिंदू राष्ट्र म्हणून गर्वाने घोषित करणारे वस्तुत: ब्राह्मणी धर्माची ध्वजा फडकवण्याचीच स्वप्ने पाहत आहेत, म्हणजेच या देशाच्या विकासात धर्माने निर्माण केलेल्या विषमतांनी अडसर निर्माण झाला आहे. शूद्र आणि स्त्रिया यांना व्यवस्थेच्या परिघाबाहेर ठेवून या देशाचा विकास होऊच शकणार नाही. स्त्रियांना कधीच स्वातंत्र्य देऊ नये; कायम बंधनात ठेवावे; स्त्रियांनी लहानपणी वडिलांच्या, तारुण्यात पतीच्या व म्हातारपणी मुलाच्या ताब्यात राहावे असे मनूने 'मनुस्मृती'मध्ये लिहून स्त्रिया या चंचल, व्यभिचारी, कपटी, कारस्थानी, सुखलोलुप असतात; त्यामुळे त्या स्वातंत्र्य उपभोगण्याच्या पात्रतेच्या नाहीत असा शिक्का मारला.

धर्मशास्त्राने स्त्रियांना आणि शूद्रांना अवर्ण म्हणजे सर्वांत शेवटचे मानले. माणूस समजून त्यांचा विचार न करता स्त्रियांची प्रजननक्षमता व श्रम करण्याची ताकद, तसेच शूद्र पुरुष फक्त श्रम करण्यासाठीच असतात; म्हणून या दोघांना कायम देखरेखीखाली ठेवले पाहिजे असे मानले. वर्णाश्रमाच्या व जातिव्यवस्थेच्या पुरस्कर्त्या मनूने स्त्रियांवर कडक बंधने घातली. कारण जातिव्यवस्थेची शुद्धता स्त्रियांवर अवलंबून होती. त्यांनी जर ठरवले तर 'प्रतिलोम' विवाह करून त्या जातिव्यवस्था नष्ट करण्यास मदत करू शकतात; म्हणजेच स्त्रीमुक्तीच्या लढ्याला टोकदारपणा येण्यासाठी किंवा स्त्रीस्वातंत्र्याची खरी लढाई केवळ पुरुषसत्तेशी नाही, तर जात आणि धर्म यांसारख्या इतर व्यवस्थांशीसुद्धा आहे. अशा शोषणाच्या युतीला फोडणे गरजेचे आहे. बहुतांश स्त्रियांना ही युती लक्षात आलेली नाही किंवा जाणीवपूर्वक त्या आजही धर्मसत्तेच्या वाहक बनलेल्या आहेत. फुले–आंबेडकरांनी या संघर्षाचे उचित निदान करून स्त्रीला सांस्कृतिक लढ्यासाठी उभे केले.

स्त्रियांसमोर धर्माने जे स्त्री–आदर्श ठेवलेले आहेत, ते पुरुषी दृष्टीकोनातून आहेत. स्वतंत्र व्यक्तिमत्त्व असलेल्या स्त्रियांना राक्षसी ठरवून पुरुषांच्या अंकित राहणाऱ्या आणि स्वत:च्या विकासाच्या सर्व क्षमता गोठवून स्वत:ला पतीचरणाशी, कुटुंबाशी वाहणाऱ्या स्त्रियांना आदर्श बनवले आहे. हिंदी सिनेमांमधील आणि दूरचित्रवाणीवरील मालिका स्त्रियांवर अशाच कुटुंबासाठी मिटणाऱ्या स्त्रीचा आदर्श देतात. या मालिकांची परिणामक्षमता गंभीर असते.

जातीच्या, धर्माच्या आणि पुरुषसत्तेच्या प्रभावात कुटुंब आणि लैंगिकता

कोणत्याही शोषण–शासनाच्या व्यवस्थेत सत्तेचे असमान वाटप आढळते. ते वाटप कायम टिकवण्यासाठी व्यवस्थेतील विविध व्यक्तींना जीवनाच्या वेगवेगळ्या

टप्प्यांवर वेगवेगळे अधिकार दिलेले असतात. तरुणपणी सून म्हणून घरात आलेल्या स्त्रीला मूकपणे कोणताही प्रतिकार न करता कुटुंबातील पुरुषप्रधानतेला सामोरे जावे लागते. पण कालांतराने जेव्हा तीच स्त्री सासू होते, तेव्हा तिला काही अधिकार दिले जातात. तिला मिळणाऱ्या या तथाकथित अधिकारांचे स्वरूप लक्षात घेतले, तर आपल्याला सहजतेने लक्षात येते की, त्या अधिकारांमुळे वास्तवात पुरुषप्रधान व्यवस्थाच कायम राहते. कुटुंबातील स्त्रियांमध्ये असमान वाटप करून त्यांच्यामध्ये फूट पाडून पुरुषप्रधान व्यवस्थाच कायम राहते. एका ग्रामीण स्त्रीने याचे नेमके विश्लेषण केले आहे. तिने पुरुषांना सूर्याची उपमा देऊन स्त्रियांना उपग्रहाची उपमा दिली आहे. ज्याप्रमाणे उपग्रहांना स्वत:चा असा प्रकाश नसल्यामुळे प्रकाश संपादन करण्यासाठी त्यांच्यामध्ये सतत स्पर्धा निर्माण होते व त्यातून सूर्याचे महत्त्व अधिकच वाढत जाते; तशीच स्त्रियांची अवस्था आहे. थोडक्यात, स्त्रिया व पुरुष हे दोघेही या व्यवस्थेचे ज्याप्रमाणे बळी असतात, त्याचप्रमाणे ते त्या व्यवस्थेचे समर्थकही असतात. कारण त्या व्यवस्थेच्या कायम असण्यातून त्यांना काही मर्यादित सत्ता प्राप्त होत असते, ही गोष्ट आपण लक्षात घेतली पाहिजे; म्हणजेच स्त्रीप्रश्नाचा विचार हा स्त्रिया विरुद्ध पुरुष किंवा स्त्रियांवर होणाऱ्या अत्याचाराच्या विश्लेषणापुरता मर्यादित नाही. त्यासाठी आपल्याला पुरुषप्रधान व्यवस्थेचे स्वरूप समजून घेतले पाहिजे व त्या व्यवस्थेचा इतर शोषणव्यवस्थांशी विशेषत: जातिव्यवस्थेशी असलेला संबंध लक्षात घेतला पाहिजे.

पुरुषप्रधान व्यवस्था ही नैसर्गिक नसून ती सामाजिक व्यवस्था आहे. स्त्रियांच्या वेगळ्या शरीररचनेमुळे (जैविक भिन्नतेमुळे) स्त्रियांना दुय्यम स्थान मिळते असा जो गैरसमज आहे, त्याचा प्रचार पुरुषप्रधान व्यवस्थेने केलेला आहे. इतर शोषणशासनाच्या व्यवस्थेप्रमाणेच पुरुषप्रधान व्यवस्थेचे स्वरूप स्थल, काल, जात, वर्ग यांनुसार बदलते. त्यामुळे सदासर्वकाळ एकाच स्वरूपाची पुरुषप्रधानता अस्तित्वात होती व आहे असे म्हणणे अनैतिहासिक ठरेल. समाजातील बदलत्या आर्थिक व्यवस्थेनुसार, अर्थात बदलत्या उत्पादनसंबंधांनुसार पुरुषप्रधान व्यवस्थेचे स्वरूप बदलत जाते, म्हणजेच सरंजामशाही व्यवस्थेत असणारे स्त्रियांच्या शोषणाचे स्वरूप भांडवलशाहीत होणाऱ्या स्त्रियांच्या शोषणापेक्षा निश्चितच भिन्न स्वरूपाचे दिसते. स्त्रियांच्या श्रमाचा वापरसुद्धा या दोन्ही व्यवस्थांमध्ये वेगवेगळ्या पद्धतींनी होतो. सरंजामशाही उत्पादनव्यवस्थेत स्त्रियांना घराच्या चार भिंतींमध्ये पडद्यात डांबून ठेवले जाते, तर भांडवलशाही व्यवस्थेच्या अत्यावश्यक असणाऱ्या जाहिरातीच्या क्षेत्रात मात्र स्त्रियांच्या शरीराला क्रयवस्तू बनवले जाते. विविध समाजांत असणाऱ्या व्यवस्थांनुसारदेखील त्या-त्या ठिकाणच्या पुरुषप्रधानतेचे स्वरूप बदलत जाते. अमेरिकेत वंशव्यवस्था रूढ आहे. त्या वंशव्यवस्थेच्या आणि पुरुषप्रधान व्यवस्थेच्या परस्परसंबंधांतून तेथील पुरुषप्रधान

व्यवस्थेला विशिष्ट स्वरूप प्राप्त झाले होते. भारतीय संदर्भात जातिव्यवस्था रूढ असल्याने तेथील पुरुषप्रधान व्यवस्थेला विशिष्ट स्वरूप प्राप्त झालेले आहे.

अनेक जातधर्मवादी संस्कृतींनी माणसांना जातीमध्ये बंदिस्त केले आहे. तसेच स्त्रियांनाही लिंगभेदाच्या काळोखात कैद केले आहे. स्त्रियांची संख्या पन्नास टक्के असूनही त्यांचा सहभाग नाकारला, त्यांच्या अभिव्यक्तीची कत्तल केली, त्यांचे माणूसपण नाकारले, 'चूल आणि मूल' यांतच त्यांना गुंतवून ठेवले, त्यांना मुख्य प्रवाहात कधी येऊ दिले नाही. उलट कुटुंबामध्ये मुलगी जन्माला येणे हे पूर्वसंचित पाप आहे, अशी अपराधी भावना आईच्या मनात रुजवली आणि मुलाचा जन्म म्हणजे उत्सव, गौरवाची बाब असेच समीकरण मांडले. आज लग्नाच्या रूढीमध्ये हुंड्याचे प्राबल्य आणि हुंडाबळींची वाढती संख्या यांचे मूळ केवळ आजच्या वास्तवातच शोधून चालणार नाही; तर जात, धर्म आणि स्त्री-पुरुष संबंध यांच्या जडणघडणीत ते शोधावे लागेल.

पुरुषी धर्मव्यवस्थेने स्त्रीच्या शरीराला पापयोनी, अपवित्र ठरवले. स्त्रीशरीराला पुत्र देणारे साधन एवढा मर्यादित अर्थ प्राप्त करून दिला. 'मनुस्मृती'तील 'पुत्रयोजना दारा' तसेच कौटिल्याच्या अर्थशास्त्रातील 'स्त्रिया पुरुषनिर्मितीसाठी असतात.' या वचनांचे विश्लेषण करून स्त्रीला धर्मशास्त्राने पुरुषाला रतिसुख आणि पुत्र देणारे साधन ठरवून तिच्या सर्व सर्जनशीलता गोठवल्या आहेत असे आपणास म्हणता येईल.

वंशाचे, जातीचे, धर्माचे शुद्धत्व टिकवण्यासाठी स्त्रीवर अनेक बंधने आणलेली आहेत. स्त्रीचा एकही ऋतूकाळ वाया जाऊ नये अशा प्रकारे विवाहाचे वय निश्चित केले होते, ते याच उद्देशाच्या पूर्तीसाठी.

स्त्रीच्या लैंगिकतेवर बंधने ठेवल्याशिवाय रूढी, परंपरा, जात आणि जमिनी म्हणजे संपत्ती यांचे रक्षण करता येत नाही. त्यामुळे स्त्रियांनी जातीतच लग्न करण्याचा आग्रह धरण्यात येतो किंवा लग्न करताना जातीतील दोन्ही कुटुंबांची प्रतिष्ठा व शुद्धता बघितली जाते. भारतीय समाज हा बंदिस्त समाज आहे. स्त्री हे जातीचे प्रवेशद्वार होय; त्यामुळे जातीची शुद्धता, वर्चस्व राखण्यासाठी स्त्रीच्या लैंगिकतेवर भारतीय समाजात बंधने घातली आहेत, असे विश्लेषण डॉ. बाबासाहेब आंबेडकरांनी केले आहे. स्त्रीशरीरावर ताबा ठेवण्याचे आणखी एक कारण म्हणजे पुत्रनिर्मितीबरोबरच ती कुटुंबातील बालकांची, वृद्धांची व सर्वांची सेवा करते.

भारतात योनिशुचितेला जातिव्यवस्थेचा संस्थात्मक आधार व योनिशुचितेच्या मूल्यांतून स्त्रियांचे लैंगिक शोषण

योनिशुचितेच्या मूल्यांतून स्त्रियांचे लैंगिक शोषण सर्वत्र होताना दिसते. स्त्रीवाद्यांनी योनिशुचितेचा एक संकल्पना म्हणून विचार केला असला, तरी तिचा

ऐतिहासिक शोध घेताना तिला संस्थात्मक रूप प्राप्त करून देणाऱ्या संस्थांचे विश्लेषण केले नाही. 'जात-वर्ग-स्त्रीदास्य' यांच्या परिप्रेक्ष्यातच असा शोध घेता येतो. स्त्रीसत्तेत योनिशुचितेची कल्पना नव्हती. स्त्रीला दास्यात ढकलल्यानंतर स्त्री-पुरुष संबंधाचे नैतिक दंडक बनले. स्त्रीचे एकीकडे लैंगिक स्वातंत्र्य हिरावून घेण्यात आले व तिच्यावर एकपतित्व लादूनच सतीची प्रथा अस्तित्वात आणली गेली, तर दुसरीकडे स्त्रीजातीच्या एका विभागाला वेश्याव्यवसाय करण्यास भाग पाडण्यात आले.

सामंतप्रथेत खालून सामंतप्रथेच्या काळात जसजशी जातिव्यवस्था अवरुद्ध, चिवट बनत गेली; तसतशा स्त्रियांवर शुद्धीच्या कल्पना, पावित्र्याच्या कल्पना लादण्यास सुरुवात झाली. किंबहुना जातिव्यवस्थेच्या लक्षणांपैकी सर्वांत महत्त्वाचे लक्षण म्हणजे बेटीबंदी, विवाहबंदी हे होते. कारण आपल्या जातीतील मुलगी परजातीत देणे म्हणजे योनिशुचितेचा भंग करणे असे जातिसमाजात मानले गेले. जातिव्यवस्था घट्ट करण्यासाठी विधवांना पुनर्विवाहाचा अधिकारही नाकारला गेला.

भारतात योनिशुचितेला जातिव्यवस्थेने संस्थात्मक आधार प्राप्त करून दिला आहे. कुटुंबातील स्त्रीने (पत्नीने) केवळ एका पुरुषाशी (पतीशीच) संभोग करणे एवढाच योनिशुचितेचा अर्थ भारतात नाही. विशिष्ट जातीतील पुरुषांनी त्याच जातीतील स्त्रीशी विवाह करून संभोग घेतला पाहिजे. आपल्यापेक्षा कनिष्ठ जातीतील स्त्रीशी शरीरसंबंध हाही योनिशुचितेचा भंग मानला गेला. तसेच उच्च जातीतील पुरुषांना मात्र कनिष्ठ जातीतील स्त्रियांचा संभोग घेण्याची मुभा ठेवण्यात आली. जातीच्या विषम उतरंडीच्या श्रेण्यांमुळे कनिष्ठ जातीतील स्त्रियांच्या योनिशुचितेकडे उच्चजातवर्णीयांच्या सोयीप्रमाणे बघण्यात आले.

योनिशुचितेचा कडक अंमल कुटुंबात असलेला दिसतो. कुटुंबात पतीपत्नीचे संबंधच पवित्र मानले गेले. पत्नीने केवळ पतीशी संभोग करावा; परंतु पतीवर अशी नैतिक बंधने नव्हती. वेश्यालयांकडे जाण्याचे स्वातंत्र्य पुरुषांना होते. येथे भारतीय समाजातील जातिप्रथेचा उल्लेख करावा लागेल. कारण पुन्हा पुरुषाला पत्नीशिवाय कुटुंबाबाहेर ज्या इतर स्त्रियांचा संभोग घेता येतो अशा वेश्या या दलित, आदिवासी जातींतून भरती झाल्या आहेत.

शूद्र, कनिष्ठ जातींतील स्त्रियांचा उपभोग घेण्यासाठी देवदासी, मुरळी या प्रथा बनतात आणि जातिव्यवस्था त्याला आधार प्राप्त करून देते. पुरुषांच्या लैंगिक स्वातंत्र्याच्या नावावर स्वैराचारासाठी कनिष्ठ जातवर्गीय स्त्रियांचे लैंगिक शोषण होते. त्यासाठी वेश्याव्यवसाय ही संस्थात्मक रचना उभी राहते. मनुस्मृतीत वर्णाबाहेरील विवाहास म्हणूनच मान्यता नाही. आंतरजातीय विवाह निषिद्ध मानला गेला. त्यात वरिष्ठ स्त्रीने कनिष्ठ जातीतील पुरुषाशी लग्न केल्यास ते महापाप समजण्यात आले. तिला

'अपवित्र' मानले गेले. कारण तिचा शरीरसंबंध कनिष्ठ जातीतील, वर्णातील पुरुषाशी झालेला आहे. यालाही जातिसमाजात योनिशुचितेचा भंगच मानले गेले आहे. हे भारतासारख्या वर्णजात्यधिष्ठित देशातच होऊ शकते. यातून वर्णसंकराचा आणि योनिशुचितेचा संबंध लक्षात येतो.

कुटुंबाची पुरुषसत्ताक रचना – कुटुंब या संस्थेद्वारे होणारे स्त्रियांचे शोषण

स्त्रीवादी अभ्यासकांनी कुटुंब या संस्थेद्वारे होणारे स्त्रियांचे शोषण स्पष्ट केले आहे. जातिव्यवस्था ही कुटुंबसंस्थेला भक्कम आधार प्राप्त करून देते आणि कुटुंब हे स्त्रियांच्या लैंगिक, आर्थिक शोषणावर उभे राहते. कुटुंबात स्त्रीला कोणत्याही प्रकारचे स्थान नाही. अपत्य जन्माला घालणारी, घरातील मुख्यत: पुरुषांचा सांभाळ करणारी, मातृत्वाची सुलभ भावना असणारी, कुटुंबाला आवश्यक असेल तर अर्थार्जन करणारी अशी तिची प्रतिमा उभी करण्यात आली; आणि जातीच्या, वर्गाच्या, पुरुषसत्तेच्या कौटुंबिक चौकटीत तिला बंदिवान करण्यात आले. तिच्या लैंगिकतेवर, तिच्या स्वातंत्र्यावर कुटुंबसंस्थेने बंधने आणली.

कुटुंबाची रचना ही पुरुषसत्ताक असते. त्यामुळे स्त्री सर्वार्थाने दुय्यम मानली जाते. कुटुंबसंस्थेतून एकीकडे स्त्रियांना विवाह इत्यादीतून 'सुरक्षित जीवन' दिल्याचा दावा केला जातो; तर कुटुंबात तिचे काहीच स्थान नसल्यामुळे पुरुषाला ती आवडेनाशी झाली, स्वातंत्र्य मागू लागली इत्यादी कारणांस्तव तिला परित्यक्ता केले जाते. म्हणजे कुटुंबसंस्थेत एकीकडे तथाकथित सुरक्षितता, तर दुसरीकडे पुरुषसत्तेची टांगती तलवार स्त्रियांच्या मानेवर ठेवली जाते.

कुटुंबसंस्था नात्यागोत्यांवर उभी असते. कुटुंबातील बरेचसे विवाह हे बालवयातच नात्यागोत्यामध्ये ठरवले जाताना दिसतात. 'कायदेशीर व औरस' वारस जन्माला घालणारे यंत्र असे स्त्रीचे कुटुंबातील स्थान असते. भारतात या सर्वाला जातिव्यवस्थेचा आधार प्राप्त झाला आहे. भटक्या जातीजमातींमध्ये बालविवाह, बहुभार्या पद्धतींचे मोठे प्रमाण आजही आढळते ते यामुळेच.

कुटुंबव्यवस्था ही जातिव्यवस्थेचा परिपाक आहे, याची नोंद मात्र स्त्रीवादी अभ्यासक घेत नाहीत. त्यांच्या मते, सर्व धर्म, जाती, वर्ग यांना छेदून जाणारी पायाभूत अशी पुरुषी वर्चस्वाची, पुरुषी सत्तेची व्यवस्था आपल्या समाजात सर्वत्र नांदते आहे. वास्तविक, पुरुषी सत्ता, वर्चस्व हे वर्गजातींनी घट्ट केले गेले आहे. त्याला छेदून पुरुषी सत्ता स्वतंत्रपणे कार्यरत असतेच; पण भारतातल्या कुटुंबसंस्थेच्या या घडणीला, कुटुंबातील सदस्यांच्या परस्परसंबंधांना, त्यांच्या पावित्र्याला जातिव्यवस्था आधार प्राप्त करून देते.

जगातील इतर देशांतही स्त्रियांना जिवंत जाळण्याच्या घटना घडतात. परंतु उच्च जातीद्वारे नियंत्रित जातिसमाजातच स्त्रियांना जिवंत जाळण्याच्या पद्धतीला 'प्रथेचे' स्वरूप प्राप्त होऊ शकले. जातिव्यवस्थेला बळकटी आणणाऱ्या धर्माने त्याचे गौरवीकरण केले; म्हणूनच विसाव्या शतकाच्या उत्तरार्धातही रूपकुंवर सती जाते, आणि नंग्या तलवारी घेऊन तिच्या समाधीचे रक्षण करणारे रजपूत तरुण पाहावयास मिळतात. तसे घडते, याचे कारण भारतात जातिव्यवस्था सतीप्रथेला संस्थात्मक यंत्रणा प्रदान करते हे आहे.

डॉ. बाबासाहेब आंबेडकरांनी सतीप्रथेसंदर्भात केलेले विश्लेषण आपल्याला समजून घेतले पाहिजे. 'भारतातील जाती' या निबंधात ते सांगतात, भारतात स्त्रियांवर बंधने लादून, त्यांच्यावर अत्याचार करून, हिंसा करून जातिव्यवस्था घट्ट करण्यात आली आहे. जाती बंदिस्त करण्यासाठी सतीप्रथा, सतीचे वैधव्य, अल्पवयीन मुलींशी विवाह या प्रथा उदयाला आल्या. मूलत: या रूढी वाढीव, अतिरिक्त (Surplus) स्त्रियांचा व पुरुषांचा प्रश्न सोडवण्याच्या हेतूने आणि अंतर्गत विवाहाची रूढी शाबूत ठेवण्याच्या उद्देशाने अस्तित्वात आल्या. या चारही बंधनांबाबत डॉ.आंबेडकर असे विश्लेषण करतात की, स्त्रीवर परंपरेने चालत आलेल्या या वरचष्म्यामुळे पुरुषांच्या इच्छाआकांक्षा नेहमी विचारात घेतल्या जातात. याउलट, स्त्री ही नेहमीच धार्मिक, सामाजिक किंवा आर्थिक बाबतींतत सर्व तऱ्हेच्या अन्यायकारक नियमांना बळी पडत आलेली आहे. परंतु पुरुषाची भूमिका नियम तयार करण्याची असल्यामुळे तो नियमांच्या पलीकडे असतो. अशी स्थिती असल्यामुळे एखाद्या जातीतील वाढीव स्त्रीवर जी बंधने घातली जाऊ शकतात, तीच बंधने पुरुषावरही घालून स्त्री-पुरुषांना सारखीच वागणूक दिली जात नाही. 'स्त्रिया या जातिव्यवस्थेच्या प्रवेशद्वार आहेत.' असा महत्त्वाचा सिद्धान्त त्यांच्या विश्लेषणातून पुढे येतो. जातिव्यवस्था ही स्त्रियांच्या शोषणातून निर्माण झाल्याचे प्रतिपादन डॉ.बाबासाहेब आंबेडकर करतात.

स्त्री-पुरुषांना समान समजणारी नीती

स्त्री-पुरुषांना मुळातच समान समजणारी नवीन नीती निर्माण करणे परिवर्तनवादी चळवळीला जरुरीचे आहे. महात्मा फुले यांच्या 'सार्वजनिक सत्यधर्म' पुस्तकामध्ये आपल्याला अशा प्रकारची नीती आढळते.

आपल्या सर्वांच्या निर्माणकर्त्याने एकंदर सर्व प्राणिमात्रांस उत्पन्न केले. त्यांपैकी स्त्री-पुरुष हे उभयता जन्मत: स्वतंत्र व एकंदर सर्व अधिकारांचा उपभोग घेण्यास पात्र केले आहेत, असे कबूल करणारे, त्यांस अपवर्तन करणारे म्हणावे.

स्त्री अथवा पुरुष, जे एकंदर सर्व गावाच्या, प्रांताच्या, देशाच्या व खंडाच्या संबंधाने अथवा कोणत्याही धर्मातील मताच्या संबंधाने स्त्री आणि पुरुष या उभयतांनी

अथवा सर्व स्त्रियांनी, सर्व पुरुषांनी, एकमेकांत एकमेकांची कोणत्याच प्रकारची आवडनिवड न करता या सर्व स्त्री-पुरुषांनी या भूगोलावर आपले एक कुटुंब समजून एकमताने, एकजुटीने एकमेकांशी सत्य वर्तन करून आपणा सर्वांच्या निर्मिकास संतोष देऊन आपण त्याची आवडती लेकरे होतात, त्यास सत्य वर्तन करणारे म्हणावेत, परंतु या सदरच्या नियमांस अनुसरून एकंदर सर्व स्त्री-पुरुषांनी जर सत्य आचरण केले असते, तर एकंदर सर्व जगातील देवबापास, परशुरामादि शिपायांस, पोलिसास, न्यायाधीशास व तुरुंगातील शिपायास अजिबात फाटा द्यावा लागला असता.

वरील उताऱ्यामध्ये आजही आपल्याला नाती म्हणून स्वीकारता येईल असे बरेच काही आहे. मुख्य म्हणजे सुरुवातीलाच सर्व स्त्री-पुरुषांना सर्व अधिकारांना पात्र समजले आहे.

परंतु आजच्या आधुनिक जगामधील सध्याच्या समस्या आणि सद्य परिस्थिती लक्षात घेऊन या चळवळीतील तरुणतरुणींना स्वत:ची अशी नीती स्वत: निर्माण करावी लागेल. डॉ. बाबासाहेब आंबेडकर यांनी हिंदू संहितेचा प्रस्ताव मांडताना अशा प्रकारच्या नीतीला कायद्याच्या चौकटीत आकार देण्याचा प्रयत्न केला होता. तो प्रयत्न अयशस्वी झाल्यानंतरच त्यांनी बौद्ध धर्म स्वीकारण्याचा निर्णय घेतला.

सजीवांच्या उत्क्रांतीत प्राणिमात्रात मानव हा सर्वांत विकसित प्राणी. वंशसातत्यासाठी म्हणजेच प्रजोत्पादनासाठी नर व मादी या दोघांची गरज असते. माणूस एक तर स्त्रीच्या किंवा पुरुषाच्या भूमिकेत जगतो. स्त्री-पुरुष लैंगिकतेबाबतीत म्हणजेच मानसिकतेबाबत ते दोघे समान असल्याचे समजत नाहीत. ते भिन्न असतात, परस्परविरोधी असतात, की परस्परपूरक असतात? एकाच व्यक्तीला स्त्री व पुरुष या दोघांच्या मानसिकतेचा अंदाज घेणे अशक्य असल्याचे दिसते. समाजात नेहमी स्त्री ही क्षणाची पत्नी व अनंतकालाची माता आहे असे म्हटले जाते. त्याचप्रमाणे 'पुरुष हा क्षणाचा पती व अनंतकालाचा पिता असतो.' असेही म्हणायला हवे. लैंगिकतेसंबंधीच्या विचारात क्रांती घडवून आणली ती प्रो. र. धों. कर्वे यांनी (१९२७ ते १९५३). 'संततिनियमन', 'गुप्तरोगापासून बचाव', 'आधुनिक कामशास्त्र', 'त्वचेची निगा' ही पुस्तके त्यांनी लिहिली आणि 'समाजस्वास्थ्य' या मासिकातून त्यांनी सातत्याने २७ वर्षे (१९२७ ते १९५३) विपुल लेखन केले. त्यांच्या लेखनाचे वैशिष्ट्य असे की, ते प्रथम त्या विषयाचा संपूर्ण अभ्यास करत. त्यांचे लेखन विज्ञाननिष्ठ व आत्मविश्वासपूर्वक असे. गर्भपात नव्हे, केवळ 'गर्भ' उच्चारणे हे ज्या काळात अश्लील मानले गेले होते; त्या काळात र. धों. कर्वे यांनी संततिनियमन किंवा कामशास्त्र या विषयांवर लिहिणे म्हणजे समाजाच्या विचारप्रवाहाविरुद्ध पोहणे होते. त्यासाठी त्यांना खूप किंमत मोजावी लागली. डॉ. बाबासाहेब आंबेडकर, रियासतकार गो. स. सरदेसाई

अशी काही विचारवंत मंडळी वगळल्यास सारा समाज त्यांच्याविरुद्ध होता.

स्वातंत्र्याचे पाणी स्त्रियांच्या अंगात मुरल्याशिवाय त्यांची स्थिती सुधारणे शक्य नाही असे र. धों.कर्वे लिहितात. कर्वे स्त्रीस्वातंत्र्यवादी होते. तसेच ते पुनर्विवाहाचे पुरस्कर्ते होते. विवाहसंस्थेवर ते नेहमी टीका करत. हल्लीच्या विवाहसंस्थेच्या मुळाशी स्त्रीच्या शरीरावरचा पुरुषाचा जो अमर्याद हक्क आहे, तोही नाहीसा होणे जरूर आहे. व्यभिचाराचा कलंक फक्त स्त्रीला लागतो असे ते लिहितात. केवळ संततिनियमन किंवा कामशास्त्र नव्हे, तर इतर सर्व बाबतींतही र. धों.चा दृष्टीकोन बुद्धिवादी होता. ते लिहितात, 'या देशाचे दुर्दैव आहे की, विवेकाच्या आधारावर उभी केलेली कोणतीही चळवळ येथे यशस्वी होत नाही.'

'स्त्री–पुरुष संबंध निकोप राहिले पाहिजेत.' हा विचार ज्या वेळी उघड चर्चेचा विषय होऊ शकत नव्हता, अशा वेळीच नेमके र. धों.नी या कार्याकडे लक्ष द्यावयास सुरुवात केली. स्त्री–पुरुष संबंध निकोप राहिले पाहिजेत तरच कुटुंबस्वास्थ्य राहते. कुटुंबस्वास्थ्य वाढले की समाजाचे स्वास्थ टिकाऊ होते अशी त्यांची धारणा होती. स्वत:ला पटलेल्या या विचाराचा समाजाच्या सर्व स्तरांतील मंडळींना परिचय करून द्यावा याच हेतूने त्यांनी १५ जुलै १९२७ रोजी 'समाजस्वास्थ्य' हे नियतकालिक सुरू केले.

स्त्री ही पुरुषाची गुलाम नसून मैत्रीण आहे असे समाजाने समजले पाहिजे. स्त्रियांच्याही विकासाच्या संधी समाजाने उपलब्ध करून दिल्या पाहिजेत. शिकल्यामुळे स्त्रिया आपल्या मुठीत राहणार नाहीत आणि त्यामुळे आपल्या अधिकाराला बाधा पोहोचेल असे काही पुरुषांना वाटते. विकसित व्यक्तिमत्त्वाचा माणूस स्वत:ही आनंदी होतो आणि आपल्या सहवासात येणाऱ्या इतरांनाही आनंदित करतो. तात्पर्य, स्त्रियांच्या शिक्षणाने पुरुषांची हानी न होता त्यांनाही लाभच होणार असतो. मुलींचे निरक्षरतेचे प्रमाण, शाळा सोडण्याचे प्रमाण, हुंडाबळी, बलात्काराचे प्रमाण पाहिल्यानंतर सामाजिक प्रबोधनाची आवश्यकता लक्षात येते. या प्रबोधनात स्त्रियांचा सन्मान करणे समाजाला शिकवावे लागणार आहे. संधीची समानता आणि न्याय मिळाल्यास माणसे स्वत:चा विकास करतात. भारतीय समाजव्यवस्थेत स्त्रियांना ज्ञानबंदी असल्यामुळे त्यांना या सर्व संधी उशिराने मिळाल्या.

माणसामाणसांतील किंवा स्त्री–पुरुषातील आंतरिक नात्यात विविध स्तरांवर एक विलक्षण प्रकारचे ऐक्य (Union) असते. माणसामाणसांतील आणि स्त्री–पुरुषातील संबद्धता (Relatedness) मग ती कामवासनेच्या पूर्तीवर उभी असो, ती स्त्री–पुरुषांना परावलंबीच ठेवत असते. स्वत:च्या व्यक्तिमत्त्वाला दुसऱ्यात विलीन करून किंवा दुसऱ्यांना स्वत:त सामावून घेऊन पुसून टाकत असते. स्त्रीला किंवा पुरुषाला स्वत:तील सक्रिय शक्तीच्या वाहकतेचा जो अनुभव येत असतो, त्या अनुभवातूनच त्या स्त्री

अथवा पुरुषाचे प्रेमवर्तन साकारत असते. प्रेम ही काही एखादी जड वस्तू नसते, तर तो विशिष्ट गुणांचा एक समुच्चय असतो. प्रेम हा एका व्यक्तीच्या सहवासात येणाऱ्या इतर व्यक्तींशी तादात्म्याचा अनुभव असतो. तो अनुभव विविधांगी आणि अनंतरूपी असतो. तो जसा स्त्री-पुरुषातील वैश्विक किंवा (Erotic) प्रेमात असतो; तसाच तो आईमुलाच्या निरपेक्ष प्रेमात आणि स्वत:वरील प्रेमातही असतो. प्रेमानुभव हा इतरांशी तादात्म्य पावण्यातून येणारा एक उत्कट, परंतु अद्‌भुत असा अनुभव असतो.

जागतिकीकरणात लैंगिकता आणि शारीरिक पातळीवरील नातेसंबंध

मागच्या काही वर्षांपूर्वीपर्यंत स्त्री-पुरुषांच्या संदर्भात शारीरिक पातळीवरील नात्याबद्दल काही बोलणेसुद्धा अश्लील मानले जात होते. आपला देह आणि देहपातळीवरील गरजा या माणसांनी खासगीत ठेवाव्यात आणि त्याबद्दल सार्वजनिक पातळीवर चर्चा करू नये अशी एक सर्वसाधारण सहमती मध्यमवर्गीय सुशिक्षित वर्गामध्ये होती. शृंगार आणि मानवी शरीरामध्ये असणारी जननक्षमता यांबद्दल वैद्यकीय चौकटीतून केलेला एक तऱ्हेचा विज्ञानवादी विचार होता. त्यात 'शृंगार' ही गोष्ट पतीपत्नीमध्ये असू शकते, या शक्यतेकडेसुद्धा एका विकृतीकडे पाहावे तसे पाहिले जात होते. आणि बाकी सर्व देहपातळीवरील क्रिया या आरोग्याच्या चौकटीमध्ये पाहताना त्याच्याबद्दलचे मानदंड किंवा आदर्श प्रारूप हे एखाद्या वस्तूकडे पाहावे तसे होते. म्हणून भारतात आपल्याकडे स्त्रिया मूलत: मातृत्व आणि सेवाशुश्रूषा यांसाठी जन्मलेल्या असतात आणि पुरुष या वर्गाने हिंसक पौरुष आत्मसात न करता पितृत्व, सावली देणारे वडीलधारेपण स्वीकारावे इतपतच विचार पुढे सरकू शकला. आज मात्र स्त्रीप्रश्नाला जशी वाचा फुटली, तसे 'लिंग', 'लिंगभाव' आणि 'लैंगिकता' या शब्दांकडे सजगपणे पाहिले गेले, याबद्दल जगभरच जागृती आली. त्यामुळे मोठा बदल झालेला दिसतो. परंतु समलिंगी संबंधाचा विचार करता, काही समस्या आपल्यापुढे आहेत. सगळ्यांत महत्त्वाची गोष्ट येथे लक्षात घेतली पाहिजे की, वसाहतपूर्व भारतातील गुलामगिरी या घटिताला केंद्रस्थानी ठेवून लिहिलेला इतिहास उपलब्ध नसल्याने, प्राचीन रोम किंवा ग्रीक समाजामधील समलैंगिकतेचा अभ्यास ज्याप्रमाणे करता येतो तसा करता येत नाही. त्यातच भर पडते ती वसाहतवादी काळामध्ये राज्यकर्त्यांनी आपली स्वत:ची भिंगे वापरून पुरुषा-पुरुषांच्या संबंधांना अनैसर्गिक ठरवून भारतातील अनेक प्रथांना आणि परंपरांना रानटी म्हणून मोडीत काढले. हा इतिहास लक्षात घेतला, तर लिंगभावाचे प्रश्न महत्त्वाचे ठरतात. आताच्या लैंगिकतेचा अभ्यास केला, तर समलिंगीपणा किंवा पशूशी जोडलेली लैंगिकता या गोष्टीसुद्धा अस्तित्वात आहेत.

'क्विअर' हा शब्द जेव्हा स्वीकारला गेला, तेव्हा लिंगभाव या कोटिक्रमाचे विस्थापन करणे आवश्यक आहे असे सुचवले गेले. लिंगभाव आणि लैंगिक अस्मिता

यांच्या सातत्याने चालू असणाऱ्या प्रवाहीपणातून गे, लेस्बियन, द्विलिंगीय इत्यादी लेबलांच्या चळवळी निर्माण झाल्या. संपूर्ण जगभरच ज्या क्विअर चळवळी उभ्या राहिल्या आहेत, त्यांत दोन तऱ्हेच्या शक्यता दिसतात. या चळवळीतून एकाच वेळी देशांच्या सीमारेषा छेदणाऱ्या साखळ्या तयार होतात. त्याच वेळी लिंगभाव, लैंगिकता यांच्या संदर्भात वर्ग, वंश, जात आणि जमात यांच्या अस्मितेची गुंतागुंतसुद्धा मूर्त रूपात उभी करणे शक्य होते. यातूनच मग संपत्तीसंबंधाची बंडखोर चिकित्सा उभी राहू शकते. कारण असे संबंध ज्या भिन्नलिंगीय पुरुषसत्ताक कुटुंबामधून साकारले जातात, ते कुटुंबच राष्ट्रराज्याचे पायाभूत तत्त्व असते.

वर्णजाति व्यवस्थेने केलेल्या अपरिमित शोषणाने एतद्देशीय स्त्री-पुरुषांचे परात्मीकरण झाले आहे, होत आहे. जागतिकीकरण त्याचा नवा अध्याय घडवत आहे. निसर्गातील गोष्टींवर, आपण उत्पादन करत असलेल्या वस्तूंवर कुठलाही अधिकार न उरलेल्या शेतकऱ्यांपासून शहरातील कामगारांपर्यंत सर्वच लोकसमूहांना निर्मितीत आनंद वाटेनासा झाला आहे. त्यांच्या जगण्यातील आनंद, सुख या कल्पनांनाच तडा गेला आहे. भांडवलशाही तिच्या अनिर्बंध शोषणामुळे मानवाला पुन्हा गुलामाच्या पातळीवर नेऊन ठेवत आहे.

जाहिरातीच्या धंद्यामुळे लैंगिकता एका अभूतपूर्व टोकाला जाऊन पोहोचली आहे. नफ्याच्या आशेने स्त्रीच्या शरीराचे विचित्र पद्धतीने प्रदर्शन होत आहे. निरनिराळे उत्सव आणि प्रदर्शने यांचा हेतू हाच असतो. पूर्वी वस्तूच्या विक्रीसाठी एक लैंगिक प्रतिमा दाखवली जाई. आता ही लैंगिक प्रतिमा वस्तूशी इतकी जोडली जाते की, ती वस्तूच लैंगिक बनते. यापेक्षा मानवी लैंगिकतेची अधिक अवहेलना होऊ शकणार नाही.

जागतिकीकरणाचा दलित-बहुजन स्त्रियांवर अत्यंत गंभीर परिणाम झाला आहे. महाग शिक्षणामुळे त्या शिक्षणाबाहेर फेकल्या जातात, परंपरागत कुटुंबरचनेमुळे कुटुंबातही त्या दुय्यम स्थानी राहतात. घराबाहेर पडल्या, तर अकुशल श्रमबाजारात त्या कशाबशा तग धरू पाहतात. सर्वंकष पिचलेपण कायम राहते. त्याही अवस्थेत नवनिर्मितीची कोणतीही प्रेरणा, मुक्तीची किमान आधुनिक आशाआकांक्षाही त्यांच्यामध्ये राहू नये म्हणून त्यांना आध्यात्मिक बाजारपेठेचे ग्राहक बनवले जाते. दुरावलेल्या, एकाकी, पराभूत मानसिकतेत अडकलेल्या स्त्रियांसाठी नवी व्रतवैकल्ये, नवस, उपवास आणि नवे बुवा, बाबा, अम्मा, भगवान, माता उपलब्ध आहेत आणि त्यांवरही जागतिकीकरणाने आध्यात्मिक बाजारपेठ फुलवली आहे.

समकालीन भारतात एका बाजूला 'खाप' पंचायतीच्या किंवा जातपंचायतीच्या नावाने नंग्या तलवारी घेऊन, धाक दाखवून पंचायत बसवून स्त्रियांच्या लहान वयात केल्या गेलेल्या विवाहांचे समर्थन पुरुषत्व असणाऱ्या वर्चस्ववादी गटातील नेतृत्व

करताना दिसते; तर दुसऱ्या बाजूला वेगवेगळ्या प्रदेशांतल्या स्त्रिया समूहपातळीवर 'भारतीय स्त्री' नावाच्या पवित्र स्त्री, पतिव्रता स्त्री या चौकटीला शह देताना दिसतात.

आज जातिव्यवस्था मरणासन्न स्थितीत असतानाच तिला नव्या रूपात पुनरुज्जीवित करण्याचे उच्चजातवर्गीयांचे डावपेच चालू आहेत. अशा वेळी तिच्यावर सर्वांगीण हल्ला करणारा व्यापक लढा देण्याची गरज आहे. शोषणमुक्त, स्वावलंबी, समताधिष्ठित आणि मैत्रीवर व लोकशाहीवर आधारित समाजनिर्मितीसाठी जात, वर्ग आणि स्त्रीदास्य नष्ट करण्यासाठी शास्त्रीय, तात्त्विक विचारांची आवश्यकता आहे. जातिव्यवस्था, पुरुषसत्ताकता व वर्गव्यवस्था या तीन शोषणशासनाच्या संस्थांनी भारतीय जनतेला अमानुष अवस्थेत नेले आहे. या तीनही शोषणशासनाच्या संस्थांनी एकत्रितरीत्या जन्माला घातलेली आजची विषमता जीवनाच्या सर्व अंगांमधून नष्ट करण्याचे आणि सम्यक सत्तेचा समाज निर्माण करण्याचे आव्हान भारतातील शोषित जनतेसमोर आहे. त्यामुळे जातीचा, वर्गाचा आणि स्त्रियांच्या दास्याचा प्रश्न त्यांच्या भौतिकतेपासून अलग करता येत नाही.

थोडक्यात, जातिव्यवस्थेचा व स्त्रीदास्याचा उगम आणि सातत्य यांचा परस्परसंबंध आहे. त्यामुळे फक्त भांडवलशाही व्यवस्था नाहीशी झाल्यामुळे स्त्रीदास्याचा आपोआपच अंत होणार नाही. त्याचप्रमाणे स्त्रीमुक्तीचा लढा हा जातिव्यवस्थेच्या अंताच्या लढ्याचा अविभाज्य भाग आहे. त्यामुळे एकाचा दुसऱ्याशिवाय विचार करता येणार नाही किंवा त्यामध्ये अग्रक्रमही लावणे शक्य नाही, हे क्रांतिकारी स्त्रीमुक्तिप्रवाहांना अधोरेखित करावे लागेल. लोकसभेमध्ये आणि विधानसभेमध्ये स्त्रियांना १/३ राखीव जागा देण्याचे विधायक वादग्रस्त बनले आहे. या आरक्षणामध्ये मागासवर्गीय जातींतील स्त्रियांसाठी आरक्षण ठेवण्यावरून बरेच वाद उभे राहिले आहेत. हा वाद जातिव्यवस्थेचा प्रश्न आणि स्त्री-पुरुष समानतेचा प्रश्न हे एकमेकांशी कसे घट्ट बांधलेले आहेत याचाच प्रत्यय देतो. स्त्रीमुक्तीचा लढा जर प्रभावी व्हायचा असेल, तर दलित आणि बहुजन समाजातील स्त्रियांचा पुढाकार आवश्यक आहे. दलित व बहुजन समाजामार्फतच स्त्रीमुक्तीच्या लढ्याला व्यापक स्वरूप प्राप्त होईल, हे नक्कीच. गेल्या दशकात दलित-बहुजन स्त्रियांच्या संघटना ठिकठिकाणी उभ्या राहत आहेत आणि स्त्रीमुक्तीचे नवे व व्यापक अर्थ पुढे येत आहेत.

(प्रस्तुत लेख मनीषा सबनीस यांनी संपादित केलेल्या 'समाजस्वास्थ्य' या नियतकालिकात प्रकाशित करण्यात आला होता.)

५ स्त्रीची लैंगिकता पुरुषांच्या ताब्यात का?

पुरुषसत्ताक व्यवस्थेची चाकोरी अबाधित राखण्यासाठी स्त्रियांवर वेगवेगळे निर्बंध लादले जातात. यांपैकी लैंगिकतेवरील निर्बंध हे सर्वांत मूलभूत, सर्वांत कळीचे असतात. स्त्रीचळवळीच्या अंतर्गत लैंगिकतेवर आजवर जी चर्चा झाली, ती अधिकतर इतर विषयांच्या अनुषंगाने झाली. सुरुवातीला, साधारणत: तीनचार दशकांपूर्वी, योनिशुचितेचा विचार बचावात्मक पद्धतीने मांडावा लागायचा. तो मांडताना 'स्त्रीमुक्ती म्हणजे स्वैराचार नव्हे' हे जोडणे आवश्यक होते. यातील स्वैराचार या शब्दाची फारशी फोड न करता, त्यानंतर लैंगिकतेचा विचार स्त्रियांच्या आरोग्याच्या दृष्टीने झाला. तर गेल्या एकदीड दशकापासून एचआयव्हीच्या निमित्ताने लैंगिकतेची चर्चा सार्वजनिक पटलावर आली. लैंगिक ओळख, वर्तन इत्यादी लैंगिकतेचे पैलूही चर्चेत आले. त्यामुळे असे मांडले तर चूक होणार नाही की, आताच्या काळात 'संभोग' ही गोष्ट एकमेव ठरून सार्वजनिक जीवनात मोठ्या प्रमाणात चर्चेचा विषय झाली आहे.

गेल्या १५-२० वर्षांत देशाच्या दृश्य अशा लैंगिकतेच्या व्यक्तिमत्त्वामध्ये मोठे बदल होत आहेत. लैंगिकतेच्या प्रश्नाभोवती असणाऱ्या नैतिक प्रश्नांच्या गुंतागुंतीमध्ये आता अपरिहार्यपणे न भरून टाकणारी विभेदने झाली आहेत. दीपा मेहता यांच्या 'फायर' (१९९७) नावाच्या पहिल्या भारतीय लेस्बियन चित्रपटाचे फलक देशभर जाळले गेले आणि त्यांतून हिंसक प्रतिकार चेतवला गेला. तेव्हा असे मांडले गेले की, हिंदुत्व शक्तीने प्रोत्साहित केल्यामुळे असे घडले. १९९३ साली भारताने आंतरराष्ट्रीय एड्स परिषद यजमान म्हणून कदाचित पहिल्याप्रथम भरवली आणि सार्वजनिक क्षेत्रामध्ये 'समलैंगिकता' या प्रश्नावर लक्ष केंद्रित केले.

एका बाजूला भारिपने उजव्या पक्षांशी हातमिळवणी करणे, दुसऱ्या बाजूला बी. व्ही. जोंधळेंनी उजव्या पक्षातील विचारप्रणाली स्वत:वर घेऊन भारतीयत्व निर्माण करणे आणि प्रदर्शित करणे असे काम हिरिरीने हाती घेतले असल्याचे प्रस्तुत प्रतिक्रियेतून

दिसते. ते लैंगिकतेचा विचार 'पारंपरिक', 'सनातन' पायावर करत आहेत.

समकालीन भारतामधील लैंगिक अल्पसंख्याकांचा किंवा पर्यायी लैंगिकतेचा प्रश्न अभ्यासताना संशोधकांनी भिन्नता आणि बहुविध स्वनिष्ठता यांची जाणीव ठेवणे ज्याप्रमाणे आवश्यक आहे, त्याचप्रमाणे ज्ञानाच्या व्यवस्थांमधील मानदंडाच्या रचितांमध्ये काय वगळले जाते आणि कशाचे सीमांतीकरण होते याचे भान ठेवावे लागेल.

'खासगी मालमत्ता' आणि पुरुषी वर्चस्वाचा पाया

हजारो वर्षांपूर्वी प्राथमिक साम्यवादी पद्धतीने जगणाऱ्या टोळ्यांमध्ये स्त्रीपुरुषांमधील कामांच्या स्वरूपामध्ये भेद दिसतो आणि तो लैंगिकत्वाच्या आधारे दिसतो. परंतु भेद असला; तरी त्यामध्ये दुय्यमता किंवा श्रेणीबद्धता असा भाव आढळत नाही, शोषण दिसून येत नाही. टोळीजीवन हे सामूहिक जीवन होते. यानंतरच्या कालखंडामध्ये तीन संस्थांचा उदय झालेला दिसतो. कुटुंबसंस्था, खासगी मालमत्ता व शासनसंस्था. यांपैकी 'खासगी मालमत्ता' ही संकल्पना या दोन्ही संस्थांचा व संस्थांमधील पुरुषी वर्चस्वाचा पाया आहे.

सामूहिक पद्धतीने जगणाऱ्या टोळीमध्ये वैयक्तिक मालमत्तेची कल्पना नव्हती. परंतु टोळीयुद्धातून पराजित टोळीतील स्त्री-पुरुषांना पकडून आणून गुलाम करण्यात येऊ लागले आणि योद्ध्यांसाठी व त्यांच्यासाठी शेती करून व कष्ट करून वस्तूंचे उत्पादन करणारे गुलाम असे दोन वर्ग तयार झाले. गुलाम ही वैयक्तिक मालमत्ता समजली जाऊ लागली. स्त्रीगुलामांना लैंगिक सुखासाठी आणि शेतीतील कामासाठी राबवले जाऊ लागले.

लैंगिकतेच्या संदर्भातील आकलनात आताचा काळ असा आहे की, ज्यामध्ये आपल्याला बहुविध स्थानांवरून बहुविध चर्चाविश्वे वावरताना दिसतात. पूर्वीच्या काळाप्रमाणे कर्ता, संरक्षक नवरा; लहानशी, पडखाऊ, अवलंबून असणारी बायको; एकाच पद्धतीने केलेला संभोग; त्यातून जन्माला घातलेली लागोपाठची दोन मुले; आणि मोठ्या अभिमानाने 'संभोग' या गोष्टीकडे फक्त विवाहानंतर आणि झोपण्याच्या वेळी झोपण्याच्या खोलीत केलेला व्यवहार असे न मानता भारतामध्ये आजघडीला बहुविध आणि गुंतागुंतीच्या लैंगिकतांची व्याप्ती असल्याचे दिसते. कोणत्या सामाजिक व्यवस्थेला स्थिर ठेवण्यासाठी नॉर्मल लैंगिक वर्तणुकीचे नियम केले जातात? स्त्रियांना ज्या पुरुषांशी त्यांचे लग्न होते त्यांच्याशीच संभोगाची सक्ती का असते? इतकेच नाही तर विवाहित स्त्रीवरच योनिशुचितेचे आणि पतिव्रताधर्माचे ओझे का असते? खरेतर माणसे लैंगिकतेचा अनुभव कितीतरी मार्गांनी घेऊ शकतात.

अनेक भिन्नलिंगीय संबंध आजच्या घडीला साचेबंद कुटुंबसंस्था म्हणून कार्य करण्यास नकार देत आहेत. कोणी लग्नाच्या चौकटीत जाणे नाकारते, तर कोणी मूल जन्माला घालणे नाकारते, तर कोणी संबंध असूनही एकत्र राहणे नाकारते; म्हणजे प्राथमिक पातळीवरील एक लैंगिक नाते मान्य करूनही नव्या रेषा आखून ही मंडळी वेगळे जगणे स्वीकारत आहेत.

परंपरा, आधुनिकता, वसाहतीकरण आणि जागतिकीकरण यांच्या विशिष्ट आणि बहुविध परिणामांमधून किंवा आकलनामधून समकालीन भारतीय लैंगिक अस्मितांचे रचित व्यक्त होत असते. आणि बऱ्याच वेळा या भूमिका एकमेकींना आव्हान देण्याच्या परिस्थितीत दिसतात. आजघडीला 'लैंगिकता' ही गोष्ट एकाच वेळी आत्यंतिक खासगी आणि व्यक्तिगत बाब ठरते आणि त्याच वेळी आत्यंतिक सार्वजनिकही तसेच बहुतांश राजकीय प्रश्न बौद्धिक आणि व्यावहारिकदृष्ट्या दैनंदिन जीवनात याच प्रश्नांभोवती फिरत असतात.

आजसुद्धा वेगवेगळ्या 'पुरोगामी' चळवळींत आणि शिक्षणक्षेत्रात, पत्रकारितेत आणि राजकारणाच्या अभ्यासकांत लैंगिकता किंवा लैंगिक जीवन या क्षेत्राचा अभ्यास फारच कमी झाला आहे. आणि जो झाला आहे तो अतिशय पारंपरिक दृष्टीकोनातून, सांस्कृतिक प्रमाणिक मानूनच झाला आहे. स्त्रीवादी चळवळींतून लैंगिकतेबद्दलचे विचार, लैंगिकतेच्या समस्या आणि सर्वांत मुख्य म्हणजे लैंगिक अत्याचार, हिंसा या सर्वांबाबत स्त्रीवादी दृष्टीकोनातून पाहणे शक्य झाले. सर्वसाधारणत: चूक आणि बरोबर या चौकटींमध्ये काही गोष्टी विभागण्याच्या जाणिवेतून राजकारण मग ते विशिष्ट कल्पनेचे असो की विचारप्रणालीचे, विश्वासाचे असो की आकलनाचे असो किंवा सहानुभवाचे असो केले जाते. समकालीन भारतातील लैंगिकतेचे पारंपरिक राजकारण हे काही अर्थांनी 'एक पत्नी - एक पती' किंवा 'पती परमेश्वर' या संकल्पनेभोवतीच आदर्शत्वाला चिकटून फिरताना दिसते. परंतु या आदर्शत्वाला उलथवून टाकणारे राजकारण हे क्विअर, लेस्बियन इत्यादी गोष्टींविषयीच बोलले जाते; असे नसून विवाहपूर्व, विवाहबाह्य, विवाहाशिवाय किंवा अगदी स्वत:च स्वत:च्या शरीराशी खेळणे अशा सर्व गोष्टींविषयी काही भूमिका घेतल्या जातात. साधारणत: आताच्या काळातील लैंगिकतेच्या व्यवहाराविषयीचे सैलपण ह्याविषयी नैतिक चौकटीत चिंता व्यक्त केली जाते. भारतामध्ये सातत्याने सार्वजनिक जीवनात स्त्री-पुरुषांनी कसे वागावे याविषयीचे कातरी लावणारे, नियंत्रित करणारे नियम नव्यानव्या पद्धतींनी मांडले जातात.

लैंगिकता हा प्रश्न बुर्ज्वा प्रश्न म्हणून मानला जाऊन मानवी हक्क चळवळीच्या दृष्टीने कमी तातडीचा आहे. परंतु लैंगिकता ही गोष्ट सामाजिक, राजकीय दडपणुकीच्या

विचारप्रणालीशी आणि संरचनांशी आंतरिकदृष्ट्या जोडली गेली असल्याने लैंगिकताविषयक हक्क ही गोष्ट प्रत्यक्षात व्यापक मानवी हक्कांच्या संघर्षापासून विलग करता येत नाही.

बी.व्ही. जोंधळे म्हणतात, 'दलित स्त्रिया-मुलींचे कितीतरी सामाजिक प्रश्न सुटलेले नसताना दलित महिलांना उघडपणे लैंगिक स्वातंत्र्य मिळाले पाहिजे असे ऊर्मिला पवारांसारख्या ज्येष्ठ लेखिकेला वाटते हे उच्छृंखल, स्वैर, बेभान मानसिकतेचे विकृत लक्षण नव्हे तर दुसरे काय आहे? आणि विवाहबाह्य संबंधांची जी पताका त्या हिरिरीने आपल्या खांद्यावर मिरवीत आहेत, तसे विवाहबाह्य संबंध ठेवणाऱ्या स्त्रिया आज समाजात नाहीत काय?'

वैदिक काळामध्ये वर्ण व व्यवसाय यांच्या विभागणीवर आधारित भारतीय समाज काही काळापर्यंत स्त्रियांना वारसा हक्क आणि शिक्षणाचा हक्क देण्यास तयार होता. अर्थातच, हे हक्क उच्चवर्णीय स्त्रियांनाच लागू होते. परंतु उच्चवर्णीय स्त्रिया जर पळून जाऊन कनिष्ठ वर्णातील पुरुषांबरोबर विवाह करू लागल्या; तर त्यांच्या संपत्तीचा हक्क, त्यांची संपत्ती कनिष्ठवर्णीयांना मिळू लागेल. या संपत्तीचे विभाजन होऊ देण्याची उच्चवर्णीयांची तयारी नव्हती. त्यामुळेच स्त्रियांचा वारसा हक्क संपुष्टात आला. फक्त स्त्रीधनावर हक्क उरला. वर्णसंकर होऊ नये म्हणून स्त्रियांच्या बाबतीत सर्वच प्रकारची कडक बंधने आढळतात. ब्राह्मण जातीची शुद्धता व संपत्ती जातीतच राहण्याच्या गरजेपोटी स्त्रियांच्या योनिशुचितेचा एवढा बाऊ करण्यात आला आहे. त्याच वेळी कनिष्ठ वर्णातील व जातीतील स्त्रिया मात्र उच्च वर्णातील व जातीतील पुरुष यांच्यासाठी वापरण्याची मोकळीक मिळालेली दिसते. जातिव्यवस्था टिकून राहण्यासाठी स्त्रियांच्या लैंगिकतेवर घातलेल्या बंधनांचे डॉ.आंबेडकरांनी विश्लेषण केले आहे.

स्त्रीदास्य व जातिप्रथा ही भारतीय अध:पतनाची दोन कारणे आहेत हे लोहियांनी फार आग्रहाने म्हटले. स्त्रीच्या बाबतीत भारतीय संस्कृतीने शुचिता, शुद्धता, पवित्रता वगैरे लंबेचौडे आदर्श बनवून तिला बंधनात जखडून ठेवले आहे. योनिशुचितेच्या कल्पनेवर तर त्यांनी आग पाखडली आहे. शरीरविषयक रूढींनी, धर्मबंधनांनी, सूत्रांनी स्त्रीला इतके जखडून ठेवले आहे की, ती मनानेही पंगू होते. तिला इतके दडपले गेले आहे की, तिला आपल्या अंगी शक्ती आहे याची जाणीवही होऊ शकत नाही. रज:स्वला स्त्रीलाही ती अमंगळ असल्याची भावना देऊन तिला समारंभांना येऊ न देणे, मिसळू न देणे अशा प्रकारच्या बंधनांनी अपराधीपणाची भावना तयार करण्याचा प्रयत्न केलेला आहे. अशा तऱ्हेने स्त्रीला दडपून ठेवण्याचे परिणाम लोकशाही व्यवस्थेमध्येसुद्धा दिसून येतात. गांधीजींनी स्त्रीला लैंगिकताविरहित राहण्यास सांगितले. तिला स्वत्वाचा विसर पडून देशसेवेसाठी सज्ज होण्याचे आवाहन केले. त्यांनी केलेले ब्रह्मचर्याचे प्रयोग म्हणजे तर

स्त्रीला दिलेली अपमानास्पद वागणूक या दृष्टीकोनातून तिच्याकडे पाहिले पाहिजे.

स्त्रीची मानसिक गुलामगिरी घालवायची असेल, तर कुटुंबसंस्था मोडली पाहिजे असे शूलामिथ फायरस्टोन यांनी म्हटले. कारण कुटुंबामध्ये लैंगिक आविष्कार दडपले जाण्याचे कार्य केले जाते. आज दिसणारे पुरुषी व्यक्तिमत्त्व व स्त्रीचे व्यक्तिमत्त्व ही नैसर्गिक लैंगिक ऊर्मी दडपण्यामुळे तयार झाली आहेत, हे फ्रॉइडचे म्हणणेही खरे आहे. परंतु या ज्ञानाचा उपयोग जेव्हा उपचार (थेरपी) म्हणून केला गेला, तेव्हा त्यातले क्रांतिकारक तत्त्व हरवून गेले आणि स्त्रीचे व्यक्तिमत्त्व तडजोडवादी कसे होईल याकडे लक्ष दिले गेले. लैंगिकता मुक्त झाल्यामुळे जी ऊर्जा निर्माण होऊन स्त्रियांनी बंड केले असते-ते मारले गेले. सध्याची पुरुषी वर्चस्वावर आधारित कुटुंबसंस्था व मातृत्वाची सक्ती हे दोन्ही नाकारणे हा या बंडाचा गाभा असला पाहिजे.

बी.व्ही. जोंधळे म्हणतात, 'लैंगिक स्वातंत्र्याच्या नावाखाली विवाहित स्त्रियाही परपुरुषांशी संबंध ठेवतो म्हणू लागल्या तर ते समाजाने मान्य करावे काय? 'समाजाला अध:पतित करणाऱ्या आपल्या विवेकभ्रष्ट जीवननिष्ठा समाजानेही स्वीकारल्या पाहिजेत असे सुचविणे म्हणजे निकोप समाजव्यवस्थेच्या संकल्पनेला चूड लावणे होय, हे स्पष्टपणे नमूद केलेच पाहिजे.'

परंतु स्वत:ला पुरोगामी म्हणवणाऱ्यांनी सातत्याने नैतिक, सामाजिक आणि राजकीय भूमिकांची उलटतपासणी केली पाहिजे. या उलटतपासणीतून खासगी आणि सार्वजनिक किंवा राष्ट्रीय ज्याला प्रस्थापित किंवा स्वीकृत 'पारंपरिक' असे मानले जाते, त्या मानण्याला आव्हान केले जाते. लैंगिकतेच्या संदर्भातील चर्चाविश्व आता पारंपरिक, एकसाची राहिले नसून बहुविध लैंगिकतांचे अस्तित्व आता मान्य करावे लागते. केवळ 'विवाहबाह्य संबंध' हाच चर्चेचा विषय नाही; तर ज्याला लेस्बियन, गे, द्विलिंगीय, लिंगभेदापलीकडे जाणारे क्विअर किंवा कोठी अशी नावे देतो त्यांच्याही लैंगिकतेचा प्रश्न पुढे आला आहे.

लैंगिक संबंध पुनरुत्पादनासाठी असतात, म्हणून ते विषमलिंगीच असले पाहिजेत, विवाहांतर्गतच असले पाहिजेत आणि असे संबंधच योग्य वा मान्य संबंध आहेत असे समजले जाते. त्यामुळे लैंगिक संबंधांचा विचार केवळ पितृसत्ता आणि विवाहसंस्था, कुटुंबसंस्था यांच्याअंतर्गत केला गेलेला आहे. पण एखादा पुरुष केवळ नवरा आहे म्हणून बायकोवर कुठल्याही प्रकारचे संबंध थोपवू शकत नाही, हेही तितकेच महत्त्वाचे. लैंगिक संबंध सज्ञान व्यक्तींमध्ये व ऐच्छिक असले पाहिजेत, लादलेले असता कामा नये हे विवाहांतर्गत संबंधांसकट सर्वांना लागू आहे. पुरुषांना वाटत असते की, 'मी तुझ्या पायाशी आले आहे, तिथेच पडून राहीन आणि तिथेच मरेन.' असे बायकोने मानावे. हे आश्वासन बाईकडून मिळण्याची गरज आणि या

आश्वासनानंतर तयार होणारी एकाधिकारशाही, मार्केटमधली मनॉटनी अशा द्विधा स्थितीत पुरुषी लैंगिकता सापडलेली असते. समाजशास्त्रीय दृष्टीने आजवर तरी स्त्रीची लैंगिकता पुरुषी लैंगिकतेच्या अपेक्षांचे आणि अटींचे लोढणे गळ्यात घालूनच फिरताना दिसते. पुरुष हा मुळातच बहुगामी (पॉलिगॅमस) आहे आणि बाई ही मुळातच एकगामी (मोनोगॅमस) आहे वगैरे सगळे मनुष्यनिर्मित मिथ आहे.

जातजाणीव, 'योनिशुचिता' आणि पितृसत्ता

बी. व्ही. जोंधळे म्हणतात, 'दलित स्त्रियांना लैंगिक स्वातंत्र्य मिळावे, योनिशुचितेची संकल्पना नाकारून त्यांना विवाहबाह्य संबंध ठेवण्याची मुभा असावी व समाजाने ती मान्य करावी असा आग्रह धरणे म्हणजे चारित्र्यशून्य वर्तनाचे धोकादायक उदात्तीकरण करणेच होय.'

देव, दैव, नशीब, स्वर्ग, नरक या भाकड संकल्पना आणि योनिपावित्र्याची संकल्पना यांची सांगड घालणे तरी कितपत बरोबर आहे? योनिपावित्र्याची संकल्पना नाकारून विवाहबाह्य संबंध ठेवले म्हणजे समाजात कोणती प्रागतिक आधुनिकता अवतरणार आहे? योनिपावित्र्याची संकल्पना दलित स्त्रियांनीच का नाकारावी? तथाकथित उच्चवर्णीय समाजाने वा उच्चवर्णीय स्त्रियांनी का नको? का लैंगिकतेतही सवर्ण-अवर्ण, दलित-दलितेतर असा भेद असतो?

परंतु वर्चस्ववादी जातीच्या चर्चाविश्वाने भारतातील समकालीन दृष्टीकोन विशेषत: 'लिंग' आणि 'लैंगिकता' या संदर्भात घडवला आहे. पितृसत्तेची संरचना पुढे वाहून नेण्यासाठी लैंगिकता हा घटकही निर्णायक ठरतो. भिन्नलिंगी लैंगिक व्यवहार आणि पुनरुत्पादनकेंद्री लैंगिकता यांना महत्त्व दिल्याने लैंगिकतेच्या आधारे पितृसत्ता स्वत:च्या मूल्यांना आणि नियमांना अधिक मजबूत करते. लैंगिक इच्छा, प्रमाणके, अभिव्यक्ती या सर्वांचा पितृसत्तेशी संबंध आहे. लैंगिकता हा जातिव्यवस्था आणि लिंगभाव यांना सेंद्रियपणे जोडणारा घटक आहे. अर्थात विवाहसंबंध, लैंगिक नियम यांच्या घडणीवरही जातींचा प्रभाव असतो. एवढेच नव्हे; तर आनंद, सुख यांसारख्या कल्पनाही जातिव्यवस्थेने प्रभावित झालेल्या असतात. त्यामुळेच जातजाणीव, लैंगिकता आणि पितृसत्ता यांचा सेंद्रिय विचार महत्त्वाचा ठरतो. स्त्रियांच्या पुनरुत्पादन क्षमतेवरील नियंत्रण हे पितृसत्तेच्या केंद्रस्थानी आहे. लैंगिक वर्तनाची प्रमाणके निर्धारित करणे, लैंगिक वर्तनावर नियंत्रण ठेवणे यांमुळे पितृसत्तेची संरचना टिकून राहते. 'योनिशुचिता' यासारख्याच इतरही काही संकल्पना कार्यान्वित करून पितृसत्ता टिकवण्याचे विविध मार्ग निर्माण होतात.

स्त्रीच्या जीवनातील सर्वच कार्यावर नियंत्रण ठेवण्यासाठी योनिशुचितेचा बागुलबुवा तयार करण्यात आला. बलात्काराच्या भीतीपोटी कुटुंबाच्या चार भिंतींच्या

आतील सुरक्षिततेचा गौरव करण्यात आला. मातृत्वाचे, विशेषत: पुत्रवती स्त्रियांचे गोडवे गायले गेले आणि अशा तऱ्हेने शारीरिक वर्चस्व व सांस्कृतिक वर्चस्व प्रस्थापित करून संपत्तीचा, शिक्षणाचा, सार्वजनिक कारभाराचा असे सर्व हक्क हिरावून घेऊन बिनमोबदल्याचे काम करणारी एक गुलाम किंवा दासी असे तिचे कुटुंबव्यवस्थेतील व समाजव्यवस्थेतील स्थान निर्माण केले गेले.

'लैंगिकतेवरील वर्चस्व' यासाठी मारहाण, हिंसा, विवाहाअंतर्गत आणि विवाहबाह्य बलात्कार ही साधने वापरली गेली. तिच्या शरीराकडे बघण्याचा पुरुषी दृष्टीकोन सती, पतिव्रता किंवा गणिका या रूपांतून सतत मांडला गेला.

'योनिशुचिता' ही संकल्पना स्त्री-पुरुष संबंधांना हिंसेकडे नेते अशी काही अभ्यासकांची धारणा आहे. योनीचे भान ठेवत सतत भयाच्या छायेखाली, बलात्काराच्या धास्तीने वावरत स्त्रिया स्वत:ला संकुचित करून टाकतात. अंगच्या गुणांचा विकास करण्यासाठी पुढे येत नाहीत. यासाठी त्यांनी स्वत: 'योनिशुचिता' या संकल्पनेतून बाहेर पडणे आवश्यक आहे. बलात्कार झाला तरी त्याकडे अपघात म्हणून बघितले, तर जीवन मागच्या पानावरून पुढे चालू ठेवता येईल. बलात्काराचे अवडंबर न करता सहजपणे अपघात म्हणून स्वीकारून तिने स्वत:, तिच्या कुटुंबीयांनी व समाजाने तिला मुक्तपणे जगू दिले पाहिजे. ती जखम जन्मभर चिघळत ठेवण्याचे कारण नाही.

दादा धर्माधिकारी यांनी सहजीवनाची कल्पना मांडताना असे म्हटले आहे की, स्त्रीच्या जीवनामध्ये जे पुरुषावलंबन आहे ते त्यांनी सोडले पाहिजे. मातृत्वाशिवाय जीवन अपूर्ण आहे ही कल्पना सोडली पाहिजे. स्त्री-पुरुषकेंद्री असल्यामुळे स्वत:च्या शरीराला व रूपाला ऐश्वर्य मानते.

थोडक्यात, लैंगिकता हा स्त्रीचळवळीच्या अंतर्गत प्राधान्याचा विषय राहिला नसला; तरी पंचाहत्तर-ऐंशीनंतरचा चळवळीचा प्रवाह पाहिला, तर लैंगिकतेच्या वेगवेगळ्या बाजूंची चर्चा वेगवेगळ्या टप्प्यांवर झाली असे दिसते.

स्त्रियांच्या श्रमांची चोरी होते, तिची जननक्षमता लुबाडली जाते. आणि तिचे शरीर पुरुष स्वत:च्या आक्रमक लैंगिक वासनापूर्तीसाठी वापरतो. तिला स्वत:ला तिच्या शरीराचा, लैंगिकतेचा शोध घेण्याची संधीच मिळत नाही. अशा वातावरणातील मैथुन ही प्रेमपूर्तीची अभिव्यक्ती न ठरता शरीरप्रदेश जिंकल्याचा उन्माद ठरतो. स्त्रीवादी विचारप्रवाह मानतात की, स्त्रीला दुय्यम स्थान देऊन तिचे शोषण करण्यामध्ये तिची लैंगिकता वाकवणे, गरजेप्रमाणे हव्या त्या रूपांमध्ये ही लैंगिकता बंदिस्त करणे आणि या लैंगिकतेबद्दल मिथक बनवणे, कल्पनाप्रणाली तयार करणे हे सर्व पुरुषी राज्यामध्ये, ज्ञानउत्पादनाच्या प्रक्रियेवर वर्चस्व ठेवून घडवले गेले आहे. अशा परिस्थितीत

विवाहसंस्थेअंतर्गत स्त्री सर्वांत सुखी असते असे आदर्श चित्र निर्माण होते. जिची लैंगिकता एका पुरुषाशी बांधली गेल्यामुळे तिला इतर पुरुषांपासून संरक्षण मिळते व सार्वजनिकरीत्या तिच्या शरीराचा उपभोग घेतला जात नाही ती सुखी. जिला लैंगिकता विकून आपले पोट भरावे लागत नाही ती सुखी अशा या सुखाच्या व्याख्या केलेल्या आहेत. मात्र स्त्रीची लैंगिकता किंवा लैंगिक अनुभव हा पुरुषांच्या ताब्यात का, त्याच्या संदर्भातच लैंगिकतेचा विचार का व्हायला पाहिजे, असा प्रश्न आजपर्यंत कोणी विचारलाच नाही. कोणत्याही स्त्रीला, विवाहित स्त्रीलासुद्धा लैंगिक संबंध कसे, कधी, तिची आवड काय, याची निवड करता येते का, हाही विचार मुक्तीच्या विचारामध्ये अभिप्रेत आहे. लैंगिक अनुभव हाही भौतिकतेचा भाग आहे आणि त्याचे बदलते गतिशास्त्र (डायनॅमिक्स) समाजपरिवर्तनाच्या प्रक्रियेमध्ये महत्त्वाचे ठरणार आहे. हा विचार स्त्रीवादाने आवर्जून मांडला.

दलित स्त्रीवाद – स्त्रीप्रश्नाबाबत स्वायत्त भूमिका

सुरुवातीलाच आपण हे लक्षात घेतले पाहिजे की, अस्मितेचे प्रश्नच मुळामध्ये गुंतागुंतीचे असतात आणि हे प्रश्न तेव्हा अधिकच गुंतागुंतीचे होतात, जेव्हा 'लैंगिक अस्मिता' किंवा 'लैंगिक पसंती' हे प्रश्न जातीय विशिष्टतेच्या प्रश्नांशी जोडले जातात.

बी.व्ही. जोंधळे म्हणतात, 'ऊर्मिला पवारांना लैंगिक स्वातंत्र्याच्या संदर्भात चार्वाक आठवतात; पण बुद्ध, फुले, आंबेडकर यांनी शुद्ध चारित्र्याचा, नैतिकतेचा आग्रह धरला याचा मात्र विसर पडला, हे कसे?'

दलित किंवा स्वत:ला 'आंबेडकरवादी' म्हणवून घेणाऱ्या; पण परंपरावादी पुरुषांचा दृष्टीकोन योनिशुचितेविषयी पारंपरिक नैतिक मूल्यांनी घडवलेला आहे. त्यांना पीडित, बळी गेलेल्या स्त्रियांबाबत सहानुभूती वाटते; परंतु त्याच वेळी देवदासी, वेश्या, बारबाला, समलिंगी या स्त्रियाही वाईट चालीच्या असाव्यात व त्यांच्यामुळे पुरुष विशेषत: कोवळ्या मनाची तरुण मुलेमुली बिघडतात असेही त्यांना वाटत असते. वर उल्लेख केलेल्या चारही कृती या संस्थात्मक व्यवस्थेचा भाग आहेत आणि या सर्व संस्था परस्परांशी व त्याबरोबरच बाहेरच्या जगातील इतर संस्थांशी जुळलेल्या आहेत, याचे भान या शीलवान किंवा चारित्र्यवान पुरुषांना असत नाही; याचे आत्मपरीक्षण केले पाहिजे. सर्व स्त्रियांची दु:खे समान आहेत, एका सूत्राने बांधली आहेत, या समजाला दलित स्त्रीवाद्यांनी आव्हान दिले. 'दलित स्त्रिया सवर्ण स्त्रियांहून वेगळ्या आहेत.' असा सिद्धान्त त्यांनी मांडला आहे. या 'वेगळेपणाच्या' सिद्धान्तावर त्यांनी स्वत:च्या वेगळ्या 'दलित स्त्रीवादी' विचाराची मांडणी केली. बुद्ध, फुले-आंबेडकर यांच्या विचारप्रणालींतून त्यांनी प्रेरणा घेतली. स्त्रियांच्या श्रेणीबद्ध रचनेचा विचार केला, तर दलित स्त्रिया सर्वांत खाली आहेत. त्यामुळेच त्यांनी नेतृत्व केल्याशिवाय ब्राह्मणी

वर्चस्व जाऊ शकणार नाही, खऱ्या समानतेकडे प्रवास होऊ शकणार नाही; म्हणूनच दलित स्त्रीवाद हाच खरा स्त्रीवाद आहे अशी त्यांची मांडणी होती.

आंबेडकरवादी स्त्रियांनी तडजोडवादी पद्धतीने मूलभूत प्रश्न न विचारता सतत स्वजातवर्गातील पुरुषांच्या इशाऱ्याने पुढे जावे असेच वाटते? यात तथ्य आहे की नाही? स्त्रीशरीराचा विचार पुरुषकेंद्री पद्धतीने झाला याचा खरा राग येणे आवश्यक आहे. खरा बुद्ध-फुले-आंबेडकरवाद हा पुरुषकेंद्री स्त्रीलैंगिकतेचा विचार करण्याच्या विरोधात आहे. आता स्त्रीशरीर हे लढाईचे आणि स्त्री-पुरुष संबंधांविषयी राजकारणाचे क्षेत्र बनले आहे.

दलित स्त्रीवादी लेखीकांनी जातिअंतर्गत विशेषत: दलित जाती व दलितांचे राजकारण करणारे पक्ष यांच्याअंतर्गत पुरुषी सत्तेचा कसा प्रत्यय येतो आणि त्याविरुद्ध लढा देण्याची गरज यांचा विचार केला आहे. म.फुले, आंबेडकर यांनी केवळ विद्वानांचे संदर्भ देऊन वर्तमानपत्रात लेख लिहीत वैचारिक लढा लढवला नाही, तर त्यांनी त्याला कृतीची जोड दिली. सार्वजनिक सत्यधर्माची स्थापना करताना म.फुलेंनी सातत्याने स्त्री-पुरुष असा समानतेने स्त्रियांचा उल्लेख केला. सत्यशोधक पद्धतीने विवाह करताना घ्यायच्या शपथा या विवाहाअंतर्गत स्त्री-पुरुष समान आहेत या तत्त्वाच्या निदर्शक आहेत. म.फुले-आंबेडकरांनी उतरंडीवर आधारलेल्या सर्वच संबंधांचा निषेध केला.

आदर्शात्मक चौकटीच्या संरचना व्यवस्थात्मक गृहीतांच्या पायाशी असतात. त्यामुळे एका संवदेनशील दलित स्त्रीच्या नजरेतून धर्माकडे आणि शील, चारित्र्य या कल्पनांकडे बघणे; स्त्रियांवर होणारा अन्याय अनुभवणे याचा परिणाम स्वतंत्र वृत्तीच्या, संवेदनशील स्त्रीवर अतिशय वेगळा झालेला दिसतो. स्त्रीशिक्षण एवढाच स्त्रीउद्धाराचा मार्ग न मानता या स्त्रिया स्वातंत्र्य, समता, न्याय यांची मागणी करताना आत्मसन्मानासाठीही संघर्ष करताना दिसतात. दलित स्त्रियांना श्रद्धा, चारित्र्य, नैतिकता इत्यादी गोष्टींचे चांगले आकलन आहे हे समजून घेतले पाहिजे.

बाबासाहेबांचे धर्मांतर हा नवी लोकशाही मूल्ये प्रस्थापित करण्याचा एक प्रयत्न होता. एक नवी व्यवस्था निर्माण करण्याच्या महान कार्याच्या प्रक्रियेचा तो भाग होता. भारतीय समाजाच्या मानसिकतेमध्ये फार मोठा क्रांतिकारक बदल त्यामुळे होणार होता. या संबंधीचा विचार समजून घ्यायला आपण कमी पडल्यामुळे हिंदू आणि बौद्ध यांच्यामध्ये आपण सापडलो आहोत. लोकशाहीचा स्वीकार केल्यावर लोकशाही मूल्यांना साहाय्यभूत होईल असा जीवनमार्ग आपण स्वीकारणे गरजेचे होते. माणसाच्या जीवनमूल्यांमध्ये बदल झाल्याशिवाय नव्या मूल्यांवर आधारित समाज निर्माण होत नसतो, हे सत्य बाबासाहेबांना माहीत होते.

भारतीय समाज ईश्वर, आत्मा मानणारा; पुनर्जन्म संकल्पना स्वीकारणारा;

दैववादी; कर्मविपाकाच्या, शुद्ध-अशुद्धतेच्या सिद्धान्तात अडकलेला आहे. या समाजाला विज्ञानवादी, विवेकवादी, बुद्धिप्रामाण्यवादी, ऐहिक बनवायचे असेल; तर समता, बंधुत्व, भगिनीभाव व स्वातंत्र्य या मूल्यांवर आधारित समाज उभा राहिला पाहिजे असा विचार बाबासाहेबांनी मांडला. भारतीय समाज ही मूल्ये घेऊन जगेल व इतरांनाही ही मूल्ये स्वीकारण्याची प्रेरणा देईल, अशी एक खूणगाठ मनाशी बांधून त्यांनी धम्मचक्र प्रवर्तन केले. ही गोष्ट हा समाज समजून घेईल, तेव्हा एका नव्या पर्वाला सुरुवात होईल.

(प्रस्तुत लेख अभय कांता संपादित परिवर्तनाचा वाटसरु' या नियतकालिकात प्रकाशित करण्यात आला होता.)

६ दलित स्त्रियांच्या जीवनातील निरंतर संघर्ष आणि अत्याचाराची व्यापकता

'मला नोकरी नको, पैसे नकोत, घर नको, फक्त न्याय हवा. माझ्या कुटुंबाचीच नव्हे, तर सर्व दलितांच्या स्वाभिमानाची निर्दयपणे कत्तल करणाऱ्यांना कठोर शिक्षा झालेली पाहणे एवढ्यासाठीच आता मला जगायचे आहे.' (देशपांडे कालिंदी; २००६ पृ.१०)

– भैयालाल भोतमांगे (खैरलांजी)

भारतीय समाजाच्या ब्राह्मणी पुरुषसत्ताक सरंजामी संरचनेत वर्चस्व स्वीकारणारी म्हणजेच प्रतिकार न करणारी भूमिका स्त्रियांनी घेऊन पुरुषांनी केलेली हिंसा सहन करायची असते, असाच विचार सर्वत्र पसरलेला आहे. त्यामुळे अशा दमनकारी संरचनात्मक विचारसरणीच्या समाजाचा इतिहास आणि वर्तमानदेखील दमनकारी आहे, म्हणून भारतीय समाजातील दलित स्त्रियांचे स्थान लक्षात घेता, या स्त्रियांवरील अत्याचाराचे आणि हिंसाचाराचे क्षेत्र व्यापक असलेले दिसते. त्याचा विचार पुढीलप्रमाणे करण्यात आला आहे.

१. जातिवाद पुरुष सत्तेच्या संरचनेतून अभिव्यक्त होतो, म्हणून दलित स्त्रियांवर अत्याचार केला जातो.
२. प्रस्थापित समाजव्यवस्था टिकवण्यासाठी हिंसेचा अवलंब एक 'दमनकारी हत्यार' म्हणून केला जातो. पण दलित स्त्रियांवरील हिंसाचाराचे विश्लेषण करताना 'जात' हा कोटिक्रम सापेक्षतः दुर्लक्षित राहिला असल्याचे दिसते.
३. स्त्रियांवरदेखील ब्राह्मणी पुरुषसत्ताक विचारांचा प्रभाव असल्यामुळे उच्चजातवर्गीय ब्राह्मणी विचारसरणीच्या स्त्रिया दलित स्त्रियांवरील हिंसाचारास पाठिंबा देताना दिसत आहेत.

४. ‘स्त्री’ हा कोटिक्रम एकजिनसी तर नाहीच, पण त्यातील दरी अधिकाधिक वाढत आहे.

५. दलित स्त्रियांच्या प्रत्येक हक्कप्रतिपादनाला ब्राह्मणी पुरुषसत्तेने प्रभावित असलेल्यांकडून अन्यायकारक प्रतिसाद मिळतो. तो जातीय अत्याचाराच्या सरकारी आकडेवारीत नमूद होण्यासाठी आवश्यक असणाऱ्या शारीरिक इजेच्या स्वरूपाचा असो वा नसो, परंतु दलित स्त्रियांच्या हितांना नक्कीच बाधक ठरतो.

दलित स्त्रीवाद हा केवळ दलित स्त्रियांपुरताच मर्यादित नसून समग्र व्यवस्था परिवर्तनाचा क्रांतिकारी विचार मांडणारा परिप्रेक्ष्य आहे. त्यामुळे दलित स्त्रिया करत असलेला संघर्ष आणि स्त्रीवादाची सैद्धान्तिक मांडणी ही केवळ दलित स्त्रियांपुरतीच मर्यादित नसून एकूण प्रस्थापित स्त्रीवादाच्या आणि त्याच्या राजकारणाच्या पुनर्विचारातून सामाजिक व्यवस्था परिवर्तनाची दिशा दर्शवणारा सिद्धान्तव्यूह आहे.

भूमिदृष्टी सिद्धान्ताचा विचार करताना प्रो. शर्मिला रेगे म्हणतात, ‘‘भूमिदृष्टी सिद्धान्तानुसार ज्ञाननिर्मितीची सुरुवात दलित स्त्रियांच्या अनुभवापासून केली, तरी हा दृष्टीकोन अनुभववादामध्ये अडकून पडत नाही. कारण या सिद्धान्तानुसार ज्ञाननिर्मितीच्या प्रक्रियेत अनुभव (व्यक्तिगत) केंद्रस्थानी नसून अनुभवाची जडणघडण करणाऱ्या श्रेणीरचना आणि शोषणव्यवस्था केंद्रस्थानी असतात.’’ (रेगे, शर्मिला; २००४; पृ.२२५) म्हणून प्रस्तुत शोधनिबंधासाठी दलित स्त्रीवादी भूमिदृष्टीचा अवलंब केला आहे.

तर दलित स्त्रीवादी पद्धतिशास्त्राच्या वैशिष्ट्यांचा विचार करता, यात कोणतेही सैद्धान्तिक संशोधनमूल्य वा भूमिका निरपेक्ष नसते. तसेच यामध्येदेखील प्रमुख प्रवाही स्त्रीवाद्यांनी निर्माण केलेल्या पद्धतिशास्त्राच्या संपूर्ण विच्छेदनाचा समावेश होतो, म्हणून या पद्धतिशास्त्राचा उपयोग करण्यात आला आहे.

दलित स्त्रियांवरील अत्याचाराचे स्वरूप, त्याची कारणे आणि त्याचे परिणाम पाहण्याअगोदर स्त्रियांवरील हिंसाचार-अत्याचाराच्या संबंधी विविध स्त्रीवादी अभ्यासक, संघटना आणि चळवळी यांनी स्त्रियांना सहन करावी लागणारी हिंसा आणि त्या संदर्भात केला जाणारा विचार यांची जी मांडणी केली आहे, त्याचा आपण थोडक्यात परामर्श घेऊ.

स्त्रीवादी चर्चाविश्व : हिंसाचार आणि अत्याचार

प्रस्थापित स्त्रीवादी चर्चाविश्वात हिंसाचाराचा आणि अत्याचाराचा विचार (विशेषत: दलित स्त्रियांच्या संदर्भात) अपुरा असल्याचे दिसते. ते पुढील स्त्रीवाद्यांच्या, संघटनांच्या आणि पक्षांच्या मांडणीतून दिसून येईल.

आजकाल काही प्रमाणात प्रभावी असलेल्या पर्यावरणवादी स्त्रीवाद्यांनी भारतीय समाजातील हिंसाचाराचे मूळ पाश्चिमात्य विज्ञान, तंत्रज्ञान आणि आंतरराष्ट्रीय साम्राज्यवादाचा प्रभाव यांत पाहिले. (भागवत, विद्युत; २००४; पृ.३७१) त्यामुळे त्यांनी भारतातील जातीकडे आणि पितृसत्तेकडे केलेले दुर्लक्ष स्पष्टपणे दिसून येते.

तर मार्क्सवादी प्रभावातील डाव्या स्त्रीवाद्यांनी आणि संघटनांनी हिंसाचाराचा संबंध हुंड्याशी जोडून हुंड्याचा प्रश्न पुढे मांडण्याचा ज्याप्रकारे प्रयत्न केला, त्या तुलनेत या विचारधारेतील स्त्री-संघटनांनी (स्त्रीप्रश्नाचा विचार वर्गीय पद्धतीने मांडून) जातप्रश्नाकडे गंभीरपणे दुर्लक्ष केले. (पाहा : भा. क. प. (महाराष्ट्र) (२००७) पृ.२२)

शेतकरी चळवळीने शेतकरी स्त्रियांना 'स्त्री-शक्ती', 'प्रकृती'चे रूप मानले आणि त्याद्वारे हिंसाचाराला प्रतिशह देऊन कर्तेपणाचा विचार संघटनेतून पुढे मांडला. त्यांनी एका शेतकरी स्त्रीवरील हल्ला हा शेतकरी संघटनेच्या प्रत्येक स्त्रीवरचा हल्ला समजून त्याचा प्रतिकार झाला पाहिजे असे म्हटले. (जोशी, शरद; 'स्त्रियांचा प्रश्न : चांदवडची शिदोरी' पृ.५३)

या मांडणीत शेतकरी स्त्रियांवरील हिंसेव्यतिरिक्त 'इतर' स्त्रियांवरील हिंसाचाराचा आणि अत्याचाराचा विचार करण्यात आला नाही असे दिसते. या संघटनेच्या आचारविचारात 'शेतकरी' आणि 'शेतमालाला भाववाढ' हेच मुख्य लक्ष्य ठरले. भूमिहीन दलित स्त्री-पुरुषांवरील अत्याचाराचा प्रश्न लक्षात घेण्यात आला नाही. शेतात काम करणाऱ्या दलित स्त्रियांवरील बलात्कार, हिंसाचाराचा प्रश्न त्यांना कमीत कमी घेता आला असता; पण तसे काही झाले नाही.

केवळ शेतकरी संघटनाच नव्हे, तर इतरही काही संघटनांनी दलित स्त्रियांवरील हिंसाचाराकडे आणि बलात्काराकडे वर्गीय शोषणाच्या परिप्रेक्ष्यातून पाहिले, तर काहींनी बलात्काराची मांडणी अब्रूनुकसानीच्या चौकटीत केली, तर काही संघटनांनी पुरुषसत्ताक हिंसेच्या चौकटीत केली; म्हणून त्यातून लक्षात येते की, 'जात' हा कोटिक्रम विश्लेषणात्मक पद्धतीने लक्षात घेतला नसल्याचा हा परिणाम आहे. (परंतु दलित चळवळीतील सगळ्याच विचारप्रवाहांनी जातीचा आणि हिंसेचा एकत्रित विचार मांडला आहे.) असे असले तरी जातीची किमया म्हणा किंवा त्यांच्या आकलनातील उत्क्रांती म्हणा, आज जातीच्या बाबतीत जवळपास सर्वच विचारधारांतील व्यक्ती जात आणि स्त्रीदास्य ही एक 'समस्या' मानण्याबाबत सहमत असून या प्रश्नाचे महत्त्व नाकारत नाहीत; पण असे असले तरी जात आणि पुरुषसत्ताक सामाजिक व्यवस्थापरिवर्तनात अद्यापही ते पुढाकार घेताना दिसत नाहीत.

आता आपण दलित स्त्रियांवरील अत्याचारांचा विचार करू.

दलित स्त्रियांवरील अत्याचार – स्वरूप, कारणे आणि परिणाम

भारतीय समाजातील जातिव्यवस्थेमुळे आणि महत्त्वाच्या सामाजिक आणि भौतिक संसाधनांवरील वर्चस्वामुळे वर्चस्ववादी ठरलेल्या जातवर्गीयांनी 'इतर' जातवर्गांतील सामाजिक घटकांना संसाधनांचा व समृद्धीचा योग्य वाटा मिळू नये अशी स्थिती निर्माण केलेली असते. म्हणून दलित स्त्रियांचे समाजातील स्थान लक्षात घेता त्यांच्याबाबतीत करण्यात येणारे अन्याय, अत्याचार आणि अपमान यांचे स्वरूप अतिशय भयानक, व्यापक आणि गंभीर असून वास्तविक पाहता, ती जातिव्यवस्थेच्याच असभ्यतेची आणि हिंसक प्रवृत्तीची अभिव्यक्ती आहे. (पाहा – स्टॅलिनने तयार केलेला 'Untouchable India' हा माहितीपट.)

परिणामी, समान नागरिकत्वाची तरतूददेखील एक चेष्टा झाली असल्याचे दिसून येते; म्हणून दलित स्त्रियांवरील अत्याचाराच्या घटना शासकीय पातळीवर नोंदवल्या जात नाहीत. त्यामुळे त्या निदर्शनास येत नाहीत; अशा घटना फार मोठ्या प्रमाणावर घडत असतात.

"Action AID (India) या संस्थेने आयोजित केलेल्या अकरा राज्यांतील ५५० गावांतून केलेल्या सर्वेक्षणातून जी माहिती मिळाली आहे, ती खरोखरच राष्ट्रीय पातळीवर तसेच महाराष्ट्र राज्यात घडलेल्या नागरी हक्कांवरील अतिक्रमणाच्या आणि अत्याचाराच्या घटनांचा अंदाज येण्याच्या बाबतीत उपयुक्त आहे." (थोरात / नेगी; २००७; पृ.२४ ते ३०)

दलित स्त्रियांवरील अत्याचाराचा विचार करताना दलित स्त्रियांना शिव्या देणे, मारणे, लुटणे, त्यांच्यावर बलात्कार करणे, त्यांच्यासमोर त्यांच्या मुलाबाळींची अब्रू लुटणे, त्यांना शारीरिक त्रास देणे, ठार करणे, त्यांच्या झोपड्या पेटवणे, शेतातील उभे पीक उद्ध्वस्त करणे, त्यांच्या आवतीभोवती आतंक निर्माण करणे, त्यांच्या मनात दहशत राहील अशा प्रकारे शस्त्र दाखवून धाक घालणे, पाण्यासाठी आणि अन्नासाठी त्यांना दाही दिशा घुमवणे, गलिच्छ व्यवसाय करण्यासाठी बाध्य करणे, नकार दिल्यास मारपीट करणे, जादूगरीण आहे म्हणून नग्न धिंड काढणे, आंतरजातीय विवाहास मदत केली म्हणून नग्न धिंड काढणे, देवदासींनी वेश्याव्यवसाय करण्यास नकार दिला म्हणून त्यांचा छळ करणे, तमाशात नाचणाऱ्या स्त्रियांना त्रास देणे अशा कितीतरी प्रकारे दलित स्त्रियांना छळून त्यांचे जगणेच मुश्कील केले जाते.

असे असले तरी दलित स्त्रिया या फक्त उच्चवर्णीय पुरुषांच्या लैंगिक शोषणासाठी आणि हिंसाचारासाठीच नाहीत, तर सत्ताधारी वर्गांना फुकट वा स्वस्त मजूर म्हणूनही उपलब्ध होतात. जातिव्यवस्था लैंगिक शोषणाबरोबरच दलितांना फुकट वा अल्प मजुरीवर राबवण्याचे समर्थनही करत असते हेदेखील आपण लक्षात घेतले पाहिजे.[१]

केवळ अशिक्षित स्त्रियांनाच नव्हे, तर सुशिक्षित दलित स्त्रियांनादेखील शारीरिक आणि मानसिकरीत्या छळले जाते. आरक्षणामुळे त्यांना पात्रता नसताना नोकरी मिळाली असे म्हणून त्यांची मानखंडना केली जाते; तर प्राध्यापक असल्यास स्त्रियांना वेगवेगळ्या त्रासांना सामोरे जावे लागते, आणि 'मागणी' तसा 'पुरवठा' नाही झाल्यास धमक्या देऊन दहशतमय वातावरण निर्माण केले जाते.

थोडक्यात वरील प्रकारांसारखे अनेक प्रकारचे अन्याय, अत्याचार सुशिक्षित-अशिक्षित, ग्रामीण-शहरी आणि गरीब-श्रीमंत दलित स्त्रियांना दैनंदिन जीवनात अनुभवावे लागतात; म्हणून दलित स्त्रियांवरील जातीय दुय्यमत्वातून येणाऱ्या अत्याचाराच्या संदर्भात विचार करणे अतिशय गरजेचे आहे. परंतु हे सर्व प्रकारचे अत्याचार भारताच्या 'महान' लोकशाही व्यवस्थेत होत आहेत याचीही नोंद घेणे गरजेचे आहे.

दलित स्त्रियांवरील अत्याचाराची निरंतरता

स्वातंत्र्यपूर्व काळ ते आताची सद्य:स्थिती यांमध्ये गुणात्मक फरक व्हायला पाहिजे होता. हा फरक काही प्रमाणात भौतिक क्षेत्रात झाला असल्याचे प्रथमदर्शनी लक्षात येईल. पण मानसिक आणि वैचारिक क्षेत्रात तितकासा बदल झाला नसल्याचेही दिसून येईल. (या संदर्भात ऑगबर्न या समाजशास्त्रज्ञाने 'Cultural Lag'चा सिद्धान्त मांडला आहे.)

स्वातंत्र्योत्तर काळात शिक्षणाचा प्रसार ज्या गतीने वाढेल, त्या प्रमाणात दलित स्त्रियांवरील अत्याचार कमी व्हायला पाहिजे होते. किंबहुना त्यांचा अंतच व्हायला पाहिजे होता; पण अद्यापही तसे झाले नसल्याचे दिसून येते. पुढील उदाहरणाच्या मार्फत आपण याचा विचार करू.

स्वातंत्र्यपूर्व काळात जे. एच. हटन यांनी रामनाड जिल्ह्यातील एक वर्चस्वशाली 'कल्लर' ही जात आणि दलितांमधील संघर्ष यांचे वर्णन केले आहे.

रामनाडमध्ये डिसेंबर १९३०मध्ये 'कल्लर' या जातीने काही मनाई हुकूम काढले होते, ज्यांचे उल्लंघन केल्यानंतर दलितांना मारहाण करून त्यांच्या झोपड्या जाळल्या जात होत्या. त्यांच्यातील दोन मनाई हुकूम दलित स्त्रियांसाठी विशेषत्वाने होते. दलित स्त्रिया आपल्या कंबरेवरील शरीराचा भाग ब्लाऊज किंवा चोळी यांसारख्या वस्त्राने झाकणार नाहीत आणि त्या फूल किंवा केसर यांचा लेप लावणार नाहीत असा 'फतवा' काढला होता. असे मनाई हुकूम त्या वेळी जवळपास कमीजास्त प्रमाणात देशभर लागू होते. केरळमध्ये दलित समाजातील स्त्रियांना आपली छाती झाकण्याची परवानगी नव्हती. या मनाई हुकमाचे उल्लंघन केले, तर त्यांची छाती कापली जात असे.'' (श्रीनिवास, एम.एन; १९९६; पृ.२९)

पण स्वातंत्र्योत्तर काळातदेखील दलित स्त्रियांच्या शोषणाचे, अपमानाचे

अंतर्निहित तत्त्व तसेच ठेवून त्याचे स्वरूप तेवढे बदलले असल्याचे अनेक उदाहरणांवरून दिसून येते.

महाराष्ट्रातील कपड्यांसारख्या बाबींवरून दलित स्त्रियांना अपमानित करण्याचे असेच एक उदाहरण प्रा.कुमुद पावडे यांनी त्यांच्या लेखात दिले आहे. त्या प्रत्यक्षात घडलेल्या उदाहरणात कोरी सिल्क साडी स्नेहसंमेलनात कॉलेजमध्ये नेसून आली म्हणून एका दलित प्राध्यापिकेला स्त्रीसंचालिकेने सर्वांसमोर अपमानित केले; पण त्याच वेळी अन्य स्त्रीप्राध्यापिका पोट उघडे टाकणारी ब्लाउजेस घालून आणि झिरझिरीत साड्या नेसून वावरत होत्या.'' (पावडे, कुमुद : २००४; पृ.१८५)

या दोन उदाहरणांवरून लक्षात येईल की, स्वातंत्र्यपूर्व काळात दलित स्त्रियांना ब्लाउज किंवा चोळी घालायला बंदी होती, तर दुसऱ्या उदाहरणात स्वच्छ कपडे घालून दलित स्त्री आली त्याचे दुःख होते; म्हणजेच बाबासाहेबांनी केलेल्या दलित स्त्रियांना स्वच्छ कपडे परिधान करण्याच्या आवाहनाला दलित स्त्रियांनी स्वीकारले, तरीदेखील उच्चजातवर्गीयांकडून कोणत्याही कारणाने त्रास दिला जातो. अस्वच्छ कपडे परिधान केले तरीही आणि स्वच्छ कपडे परिधान केले तरीही टोमणे मारले जातात, म्हणजेच जातिग्रस्त पुरुषसत्ताक समाजात दलित स्त्रियांसाठी अपमान त्यांच्या दैनंदिन जीवनाचा एक भाग बनत असतो. हा अपमान उच्चजातवर्गीय स्त्रियांकडूनदेखील तितक्याच प्रमाणात केला जातो, नव्हे त्यांचे हक्क आणि त्यांची प्रतिष्ठा या गोष्टी नाकारल्या जातात.

तर अनेक वेळा असेही लक्षात येते की, श्रेणीबद्ध विषमतेमध्ये (Graded Inequality) केवळ पुरुषांचेच स्त्रियांवर नियंत्रण किंवा सत्ता प्रस्थापित नसते; तर ब्राह्मणी पुरुषसत्ताक विचाराने प्रभावित असलेल्या जातवर्गीय स्त्रियांची सत्ता दलित, आदिवासी, भटक्या-विमुक्त पुरुषांवरदेखील असते; म्हणून श्रेणीबद्ध विषमतेसंदर्भात पुरुष सत्तेच्या संकल्पनेचा पुनर्विचार केला पाहिजे.

स्थानिक स्वराज्य संस्थेत दलित स्त्रियांचा संघर्ष

७३व्या घटनादुरुस्तीमार्फत शासनातर्फे स्थानिक पातळीवर सत्तापरिवर्तनाचा विचार मांडण्यात आला; पण येथेदेखील या परिवर्तनवादी विचाराची गाठ जातीशी पडली.

मनुस्मृतीने दलित स्त्री-पुरुषांना सवर्णांसोबत बरोबरीने बसण्याची बंदी केली होती. पण ग्रामपंचायतीत निवडून आलेल्या दलित स्त्रियांना अनेक वेळा खुर्चीवर न बसू देता खाली बसवले जाते. दलित स्त्री जर सरपंच असेल, तर अनेक ठिकाणी तिला स्वातंत्र्यदिनानिमित्ताने देशाचा तिरंगा झेंडादेखील उंचावला जाऊ देत नाही. त्यांच्यावर हल्ला केला जातो आणि त्यांचे हक्क आणि त्यांची प्रतिष्ठा नाकारली जाते; तर यापुढचा टप्पा म्हणजे त्यांच्यावर अविश्वास ठराव आणण्याचा प्रयत्न केला जातो; तर कधी इतर पुरुषांसोबत संबंध जोडून बदनाम केले जाते.

पूर्वीच्या काळी जातपंचायतीतदेखील स्त्रियांना स्थान नव्हते. आज ग्रामपंचायतीत स्थान आहे, पण दलित स्त्रियांना ते स्थान मिळवण्यासाठी आणि टिकवण्यासाठी जीवघेणे संघर्ष करावे लागताना दिसत आहेत. ('राजसत्तेतल्या कारभारणी' या नियतकालिकात अशी उदाहरणे वाचायला मिळतील.)

नाशिक जिल्ह्यातील निफाड तालुक्यातील सावरगावच्या ग्रामपंचायतीच्या निवडणुकीतले अशाच प्रकारचे उदाहरण प्रा.गोपाळ गुरू यांनी त्यांच्या 'अवमानना के आयाम' या शोधनिबंधात दिले आहे. ते लिहितात, 'या गावातील ग्रामपंचायतीच्या निवडणुकीत एका दलित स्त्रीने उच्च जातीतील स्त्रीउमेदवाराला पराजित केले. त्यामुळे त्या दलित स्त्रीला नियमितपणे खुलेआम अपमानाला सामोरे जावे लागले. (गुरू, गोपाळ; २००५ पृ. ९९)

याबाबत गोपाळ गुरू म्हणतात, "ज्या व्यवस्थेत उच्चजातीय स्त्रीसरपंचांना अपमानाला सामोरे जावे लागते, त्या व्यवस्थेत दलित स्त्री सरपंचांची स्थिती कशी असेल ते समजू शकते. याहीपेक्षा अधिक म्हणजे ती स्त्रीसरपंच भूमिहीन असल्यामुळे पराजित स्त्रीच्या शेतात काम करावे लागत असे. मग स्पष्टच आहे की, प्रत्येक वेळी त्या स्त्रीला उपहासात्मक भाषेचा सामना करावा लागायचा."

अशा प्रकारच्या घटनांत भारतीय लोकशाही आणि राज्यव्यवस्था या दोन्हीही महत्त्वाच्या व्यवस्था दलितांच्या अपमानाविरुद्धच्या संघर्षात मदत करतील किंवा त्या प्रभावी ठरतीलच असे नाही. पण व्यापक नागरी समाजाकडून अशा प्रकारची जबाबदारी उचलण्याची अपेक्षा केली जाऊ शकते का हा प्रश्न आजदेखील आहे.

यावरून लक्षात येईल की, शोषितता व वंचितता आणि मानसिक दमन प्रक्रिया यांची पाळेमुळे जातीय पितृसत्तेत आहेत. त्यातूनच दलित स्त्रियांचे हक्क नाकारले जातात आणि त्यांची प्रतिष्ठा नाकारली जाते. तसेच यावरून असेही दिसते की, न्यूनगंड, हतबलता यांची पाळेमुळे सर्वंकष सत्ताहीनतेत असतात. ती दुर्बलता जोपासतात व सांघिक परिवर्तनशील कृती करण्यापासून परावृत्त होतात, तर सामाजिक आणि राजकीय अस्वीकारामुळे शोषित-वंचित व्यक्तींत भावनिक असंतुलन निर्माण होत असल्यामुळे त्या हतबल होत असतात.

म्हणून शोषक समाज शोषितांमध्ये ज्या मानसिक समस्या व जे वृत्तिदोष निर्माण करतो, ते समजून घेणे एकूण शोषण आणि सरंजामी किंवा ब्राह्मणी दमनप्रक्रिया समजून घेण्यासाठी आवश्यक आहे. शोषितांची आणि वंचितांची हतबलता आणि न्यूनगंड ही त्यांच्या व्यक्तिमत्त्वाचीच स्वभाववैशिष्ट्ये न मानता ती सामाजिक दबावाचे फलित समजावे. व्यक्तीची ओळख, मनोवृत्ती व स्वभाव समाजापासून स्वतंत्र तर नसतेच; तसेच ती राजकीयदृष्ट्याही तटस्थ नसते.

जागतिकीकरणातदेखील जात आणि पुरुषसत्ताक व्यवस्था नवीन रूप घेऊन अद्यापही कायम असलेली दिसते. त्यामुळे जागतिकीकरणातदेखील दलित स्त्रियांवर अत्याचार होताना दिसत आहेत.

१९९०नंतर सामूहिक हिंसेत ब्राह्मणी पुरुषसत्ताक विचारसरणीने प्रभावित स्त्रियांचा सहभाग

या भागात आपण १९९०नंतर सामूहिक हिंसेत ब्राह्मणी विचारसरणीच्या स्त्रियांचा सहभाग कसा वाढला आहे त्याचा विचार करू.

दलितांवरील अत्याचाराचा वेध घेताना डॉ.आनंद तेलतुंबडे म्हणतात की, ''जागतिकीकरणात जातीय अत्याचाराचे स्वरूप बदलले आहे. पूर्वी एखाद्या दलिताला एकटा असताना गाठून अत्याचार केले जात. आता समूहाने उन्मादाच्या वातावरणात दलितांवरील अत्याचाराची परिसीमा गाठण्यात येत आहे.'' (Teltumbde, Anand; 2007; P.1019)

सामूहिक हिंसेचा विचार करताना प्रा.विद्युत भागवत म्हणतात, ''सामूहिक हिंसादेखील वांशिक, जातीय आणि धार्मिक द्वेषातून निर्माण होताना दिसते. पण जातिवाद पुरुषप्रधान संरचनेमधून अभिव्यक्त होतो; म्हणून स्त्रियांवर लैंगिक अत्याचार करण्याचा प्रचारही त्यातून होताना दिसतो. (भागवत, विद्युत; २००४; पृ.३७३-७४) कारण स्त्रीचा विनय हा ती ज्या जातीजमातीचा भाग असते, त्यातील पौरुषाचे प्रतीक मानले जाते. तिच्या जातीजमातीची लज्जा आणि एका अर्थी त्या जातीचे दुय्यमत्वही तिच्या अस्तित्वातून सिद्ध होते; म्हणून एखाद्या समुदायाचा अपमान करायचा, तर तो 'त्यांच्या' स्त्रियांवर बलात्कार करून. अयोध्या आणि गुजरातप्रकरणी अल्पसंख्य स्त्रियांवरील हल्ले आणि नामांतर प्रकरणी मराठवाड्यात झालेले दलित स्त्रियांवरील हल्ले या भावनेनेच प्रेरित आहेत.

१९९०नंतर मंडल आयोग आणि बाबरी मस्जिद, ते गुजरातमध्ये आणि खैरलांजीमध्ये ब्राह्मणी पुरुषसत्ताक विचाराने प्रभावित असलेल्या स्त्रिया 'इतर' स्त्रियांवरील अत्याचारांत सामील होताना दिसत आहेत. हा काळजीचा विषय आहे. कारण यातून स्त्रियांचे स्वतंत्र 'स्त्रीभान' निर्माण न होता स्त्रियांच्या जातजमातीय अत्याचारांमधील सहभागातून, झुंडीकरणातून स्त्रियांमध्ये जातीजमातीचे भ्रामक भान निर्माण होताना दिसत आहे.

पण दलित, अल्पसंख्य स्त्रियांवरील अत्याचारांस केवळ उच्चजातीय स्त्रियाच नव्हे, तर 'ओबीसी' स्त्रियादेखील पाठिंबा देताना दिसत आहेत. 'ओबीसी' स्त्रियांनादेखील दलित स्त्रियांशी असलेल्या 'स्त्रीत्वाच्या' 'समान' स्वओळखीपेक्षा भिन्न व भेदात्मक 'जातीय' ओळख अधिक प्रभावित करत आहे. यातून लिंगभेद आणि

जातिव्यवस्था यांमध्ये जातिभेदावर लक्ष केंद्रित करणारी गुंतागुंतीची सामाजिक रचना लक्षात येते. (गरुड, सचिन; २००७)

प्रतिमा जोशी त्यांच्या लेखात याची कारणमीमांसा करताना म्हणतात की, ''संघ-भाजपने सातत्याने झुंडीकरणाची व्यूहरचना कार्यरत ठेवली आहे. त्याचाच हा परिपाक असल्याचे दिसते.'' (जोशी, प्रतिमा; २००६; पृ.८) म्हणजेच 'स्त्रीशक्तीची' संकल्पना जातीयवादी आणि जमातवादी विचारधारा बळकट करण्यासाठी सर्वत्र वापरली जात आहे हेदेखील आपण लक्षात घेतले पाहिजे.

यावरून भारतीय समाजव्यवस्थेतील गुंतागुंत जात, वर्ग, लिंगभाव आणि पितृसत्ता या संकल्पनांच्या आधारे समजून घेतली; तर आजपर्यंत दलितांच्या हत्याकांडांची आणि अत्याचारांची जितकीही प्रकरणे झाली आहेत; ती सर्व मैलाचा दगड असलेली लक्षात येतील आणि त्यातून स्त्रीशक्तीपेक्षा असलेले स्त्रीमुक्तीचे महत्त्व समजेल.

आता आपण या भागात जातिवादाने प्रेरित झालेल्या आणि खैरलांजीत घडलेल्या हिंसक अत्याचाराचा विचार करू. त्यातून नागरी समाजाचे अध:पतन कशा प्रकारे झाले आहे ते लक्षात येईल.

नागरी समाजाचे अध:पतन आणि दलितांचे आक्रंदन

नागपूरजवळील खैरलांजीत जातीयवादी संघटित झुंडीने प्रियंकाशी (वय-१७ वर्षे) तिच्या भावाला लैंगिक संभोग करण्यास जबरदस्ती केली व त्याने नकार देताच मारेकऱ्यांनी त्याचे लिंग ठेचून छिन्नविच्छिन्न केले. हे वास्तव या हत्याकांडाचे विवरण देणाऱ्या जवळपास सर्वच अहवालांमध्ये मांडण्यात आले आहे, (YASHADA, Pune आणि Caste Atrocity in Khairlangi-Manuski' Advocacy Centre, Pune, P.2) तर अनेक लेखांनीदेखील याची दखल घेतली आहे.

परंतु खैरलांजी प्रकरणात गोपाळ गुरू यांनी हत्याकांडानंतर एकूण नागरी समाजाच्या नैतिक अध:पतनाचा निर्देश करून एका महत्त्वाच्या मुद्द्यावर लक्ष केंद्रित केले आहे.

''माणसाच्या मरणासोबत त्याची मानखंडना थांबते.'' असे मिशेल फुको म्हणतो त्याचे खंडन या हिंसक अत्याचाराचे उदाहरण देऊन गोपाळ गुरू यांनी केले आहे. ते म्हणतात, ''खैरलांजी प्रकरणात माणसाच्या मरणानंतरही त्याची मानखंडना थांबत नाही. ही मानखंडना वेगवेगळ्या स्वरूपांत चालूच राहते.'' (गुरू गोपाळ; २००७; पृ. १०-११). त्यांनी याचे स्पष्टीकरण प्रियंकाच्या नग्न मृतदेहाकडे पाहणाऱ्या लोकांकडे पाहून केले आहे.

प्रियंकाच्या नग्न मृतदेहाकडे शेकडो व्यक्ती पाहतात. पण तिचा विवस्त्र देह पाहून कुणाही पाहणाऱ्या व्यक्तीकडून काहीच प्रतिक्रिया येत नाही. त्यातले कोणीही समोर

येऊन तिच्या देहावर कापड टाकत नाही. उलट माणसे तिच्या देहाकडे टक लावून बघतात. याच समाजातल्या वासनापूर्ण नजरा त्यांच्या समाधानासाठी मृतदेहांचाही वापर करत आहेत असे दिसते.

म्हणजेच तरुण मुलीच्या नग्न मृतदेहाशी 'पॅसिव्हली नॅक्रोफिलिक' (Passively Nacrophilic) स्वरूपाच्या विकृत मानसिक वर्तनाप्रत समाज येतो; पण अशी विकृती तर एखाद्या मनोरुग्ण व्यक्तीत असू शकते. मात्र वरपांगी मनोरुग्ण न दिसणाऱ्या तथाकथित सभ्य वर्तन करणाऱ्या व्यक्तीत वा बघ्या समूहात ती मानसिक पातळीवर कार्यरत राहते, तेव्हा व्यक्तीची वा समुदायाची लैंगिक नेणीव दडपलेल्या वासनांच्या व आत्यंतिक स्त्री-पुरुष विषमतेमुळे स्त्री उपभोग्य वस्तू समजणाऱ्या विचारव्यवहाराच्या शेकडो वर्षांच्या संस्काराचा तो परिपाक असतो.

यातून इतकेच म्हणायचे आहे की, संवेदनशून्य आणि प्रतिक्रियाशून्य बघ्यांकडून प्रियंकाच्या मृतदेहाची होणारी मानखंडना ही माणूस म्हणून असणाऱ्या मूल्यांचा, माणुसकीचाच अपमान करतेरु पण त्याच तुलनेत अत्याचारित दलित स्त्रीच्या नग्न मृतदेहाकडे दलित स्त्री-पुरुष पाहतात, तेव्हा अत्याचार पीडनात्मक जाणिवेतून आक्रंदतात. त्यातूनच मग विद्रोह होतो.

थोडक्यात, दलित स्त्रियांवरील अत्याचारांतून दलितांमध्ये उमलणाऱ्या स्वाभिमान, प्रतिष्ठा, मैत्री या मूल्यांची मानखंडना होऊन माणूस म्हणून जगू पाहणाऱ्या आधुनिकतेलाच काळिमा फासला जात आहे. (गुरू, गोपाळ; २००७). आणि त्यातूनच दलित स्त्रियांच्या जीवनातील निरंतर संघर्ष अधिकाधिक व्यापक होताना दिसत आहे; म्हणून जातीचा, वर्गाचा आणि स्त्रीदास्यांताचा प्रश्न लांबणीवर पडत आहे.

थोडक्यात, दलित स्त्रियांची मुक्ती ही विद्यमान सामाजिक संरचना, आर्थिक शोषण संबंध, राजकीय सत्तेची चौकट व सांस्कृतिक मूल्यप्रणाली या सर्वांच्या सर्वंकष पुनर्रचनेतून होणार आहे; म्हणजेच त्यासाठी सर्वांगीण लोकशाहीकरणाच्या क्रांतिकारी कार्यक्रमाचीच गरज आहे. हा कार्यक्रम जात, वर्ग आणि स्त्रीदास्यांतवादी असेल.

(प्रस्तुत लेख गोपाळ गुरु, कुमूद पावडे, एम. एन. श्रीनिवास, आनंद तेलतुंबडे इत्यादी लेखकांच्या साहित्याचा संदर्भ घेऊन लिहिल्यामुहे या आणि इतर लेखकांचेही आभार.)

प्रस्तुत शोधनिबंध स्वामी रामानंद तीर्थ मराठवाडा विद्यापीठातील समाजशास्त्र विभागातर्फे आयोजित राष्ट्रीय चर्चासत्रात प्रस्तुत करण्यात आला. या कार्यशाळेचे आयोजन प्रा. उषा सरोदे यांनी दि. ८ आणि ९ सप्टेंबर २००८ रोजी केले होते.

७ दलित स्त्रियांवरच्या बलात्कारांना कसे समजून घेता येईल?

बलात्काराचा गुन्हा समजून घेताना

बलात्कार हा विषय अतिशय गुंतागुंतीचा व खूप व्यापक आहे. बलात्कार या प्रश्नाचे असंख्य जीवघेणे बारकावे आहेत. त्या विषयाच्या सर्वच बाजू, केसेस, निकाल, धोके, घ्यायची काळजी या सगळ्यांचा सविस्तर विचार करणे गरजेचे आहे. अत्याचाराचे वास्तव हे एकात एक गुंफलेल्या साखळदंडासारखे आहे. मानवमुक्तीसाठी त्या सगळ्याच कड्यांवर आघात करावा लागेल, म्हणजे दमनाच्या केवळ एखाद्याच पैलूविरोधात सुरू असलेले आंदोलन समग्रतेकडे नेण्यासाठी मोठ्या मानवी ताकदीची, सर्जनात्मक शक्तीची नितांत गरज आहे. पोलीसयंत्रणा ही दमनाची एक यंत्रणा आहे. व इथून न्यायव्यवस्थेचा विचार केला पाहिजे. जातिव्यवस्था, वंशवाद, बाजारीकरण ते युद्ध, दहशतवाद अशा गोष्टी अमानवी हिंसक पार्श्वभूमी तयार करतात. या दीर्घ वाटचालीत संपूर्ण पुरुषी वर्चस्व आणि स्त्रियांवरचे अत्याचार सातत्याने पुढे येतात. बलात्कार हा अशाच सामाजिक मुशीत घडणारा, स्त्रियांना कमालीचा उद्विग्नतेचा अनुभव देणारा आहे. बलात्कार दमनाच्या इतर यंत्रणांना घेऊनच फोफावतो आहे. समाजवादाचा शेवट घडवून जगभर भांडवलशाहीचे, मुक्त अर्थव्यवस्थेचे जग निर्माण झाले की सगळे प्रश्न संपणार हेही खोटेच ठरले आहे; म्हणूनच भारतातील औद्योगिकदृष्ट्या प्रगत असलेल्या शहरांतील भीषण दंगलींना आणि बलात्कारांना आपण कसे समजून घेऊ शकू!

स्त्रीचळवळीने जे अनेक प्रश्न हाती घेतले, त्यांत सर्वांत तीव्र संताप व निराशा निर्माण केली बलात्काराच्या समस्येने. या समस्येविरुद्ध अत्यंत लढाऊ कृती केली गेली; पण त्याचबरोबर दुसऱ्या बाजूला कार्यकर्त्या याबाबत निराश, हताशही होत होत्या. त्यांचा भ्रमनिरासही होत होता. बलात्कार झालेल्या स्त्रियांची संख्या, त्यांनी पत्करलेले

मौन, कार्यकर्त्यांनी चाचपडत घेतलेले निर्णय, समाजात रूढ असलेल्या समजुती या गोष्टींमुळे 'बलात्कार' या समस्येची वैचारिक उपेक्षा, प्रचलित समजुतींची व्याख्या व चिकित्सा या साऱ्याच गोष्टींबद्दल पुनर्विचार करावा लागणार आहे.

एका स्त्रीवरच्या हिंसाचाराच्या घटनेनंतर जनमताचा एवढा रेटा तयार होण्याची गेल्या कित्येक वर्षांतली ही पहिलीच घटना असेल. या घटनेच्या निमित्ताने फेसबुकवर, ट्विटरवर बलात्काराविषयी चर्चा झाल्या, लैंगिक छळवणुकीविषयीचा कायदा पुन्हा चर्चेत आला. गेली अनेक वर्षे स्त्रीवादी चळवळीने बलात्काराच्या बाबतीत जे मुद्दे मांडायचा प्रयत्न केला होता, ते मुद्दे आज मोठ्या प्रमाणावर मांडले जाऊ लागले. या संदर्भात कधी नव्हे इतका तरुण पुरुषांचाही सहभाग दिसून आला.

मागच्या काही घटनांमध्ये काही महत्त्वाचे समान मुद्दे आहेत. एक म्हणजे या सगळ्या घटना घराबाहेर सार्वजनिक ठिकाणी घडलेल्या आहेत. दुसरा महत्त्वाचा मुद्दा म्हणजे हे हल्ले कुटुंबाच्या बाहेरील पुरुषांनी केले आहेत आणि या सगळ्या हल्ल्यांमध्ये स्त्रीला गंभीर शारीरिक दुखापत झाली आहे. जेव्हा जवळजवळ महिनाभर वारंवार अशाच घटनांचे सनसनीखेज रिपोर्टिंग केले जाते, तेव्हा 'अत्याचार' कशाला म्हणावे याबद्दल एक विशिष्ट प्रतिमा सामान्य माणसांच्या मनात तयार होत जाते. मग स्त्रियांच्या बाबतीत होणाऱ्या इतर अनेक प्रकारच्या हिंसाचारांतले गांभीर्य आपोआपच काढून घेतले जाते.

बलात्काराच्या घटनेला या सगळ्याच्या व्यापक संदर्भात पाहणे गरजेचे आहे. दूर कुठेतरी माझ्या नजरेआड काहीतरी घडत असेल, अशा कल्पनेतून बाहेर येऊन रोज आपल्या आजूबाजूला सुरू असणारी हिंसा डोळे उघडून पाहावी लागेल. बलात्कारी पुरुषाला ठेचून काढायची भाषा बोलण्यापेक्षा हे खूप कठीण काम आहे. रस्त्यावर उतरून मोर्चा काढणे याला बलात्काराविरुद्ध केलेली 'कृती' समजायची घोडचूक आपण नको करायला. बलात्काराच्या बातम्या देणारे; बलात्काराविषयी बोलणारे, ऐकणारे, पाहणारे; बलात्काराला बळी पडणारे, बलात्कार करणारे, बलात्कारापासून संरक्षण करणारे या सगळ्या प्रकारच्या माणसांना एकत्र करून ठेवणारे जे आपल्या भोवतालचे वास्तव आहे; ते आज बलात्काराला पोषक आहे. म्हणूनच तर स्त्रियांविरुद्ध अत्याचाराच्या अशाही अनेक घटना घडत असतात, ज्यांच्या हेडलाइन बनत नाहीत. फक्त सार्वजनिक ठिकाणी होणाऱ्या बलात्काराबद्दल चर्चा केली जाते. अनोळखी माणसाकडून झालेल्या बलात्काराबद्दलच मोठ्या प्रमाणात आवाज उठवला जातो; पण कुटुंबांच्या अंतर्गत होणाऱ्या अत्याचारांना मात्र आपण तितकेसे महत्त्व देत नाही. कारण स्त्रीला तिच्या कुटुंबातल्या पुरुषांची मालमत्ताच समजले जाते. यातूनच कुटुंबाच्या आत होणाऱ्या हिंसेकडे 'नाइलाज' म्हणून पाहायची प्रवृत्ती वाढीस लागते. त्याचाच परिणाम

म्हणून स्त्रियांमधली अन्यायाविरुद्ध लढण्याची ईर्षादेखील दडपली जाते.

बलात्काराच्या समस्येला तोंड देताना भावनांचा जो उद्रेक होतो आणि कृतीबद्दल जे चाचपडणे होते, त्यामागची कारणे बलात्कार झालेल्या स्त्रीची वेदना आणि तिच्यासमोर उभे राहिलेले ज्वलंत प्रश्न हीच असतात. बलात्काराच्या प्रश्नावर एवढी गुप्तता का राखली जाते? बलात्काराबद्दलच्या समाजमान्य कल्पना इतक्या विचित्र आहेत की, मारहाणीने आपण जबर जखमी झालो तर लोक आपल्याला भेटायला येतात, आपली काळजी घेतात. पण बलात्कार झाला तर आपली उपेक्षा होते, आपलीच बेअब्रू होते. अनेक घटनांमध्ये बलात्कार झालेल्या स्त्रीला स्वत:ची बेअब्रू झाली असे वाटते आणि तिच्या कुटुंबीयांनाही नेहमी बेअब्रूची भीती वाटते. सबंध कुटुंबच बदनाम होते, वाळीत टाकले जाते. आणि त्यामुळेच बलात्कार झालेली स्त्री आत्महत्येचा मार्ग स्वीकारते, वेश्याव्यवसाय पत्करते.

बलात्कार ही सामाजिक घटना फक्त स्त्रीवरील अत्याचार इतकीच नसते. तिला राजकीय पैलूदेखील असतो. या राजकीय मुद्द्याला सामोरे जाताना स्त्रीसंघटनांसमोर राजकीय प्रश्न उभे राहतात. १९७०च्या दशकात बलात्काराची जी प्रकरणे स्त्रीसंघटनांकडे आली व त्या प्रकरणांना स्त्रीसंघटनांनी ज्या ताबडतोबीच्या प्रतिक्रिया दिल्या; त्यांतून स्त्रियांवर होणारे बलात्कार व अत्याचार यांबद्दलची त्यांची मते व्यक्त होतात. सर्वच स्त्रीसंघटनांनी पोलिसांच्या अन्यायी वागणुकीचा आणि स्त्रियांचे मूलभूत हक्क पायदळी तुडवले जाण्याचा निषेध करणारी निवेदने, धिक्कारपत्रे काढली होती. राज्यसत्तेशी व शासकीय व्यवहाराशी संबंधित सर्वच खाती बलात्काराच्या संदर्भात किती अपुरी व अकार्यक्षम आहेत ते डाव्या पक्षांशी संलग्न स्त्रीसंघटनांनी दाखवले. स्त्रियांसाठी असलेल्या नागरी सोयींची कमतरता व त्यामुळे धोक्यात येणारी स्त्रियांची सुरक्षितता यांकडेही स्त्रीसंघटनांनी लक्ष वेधले. बलात्कारविरोधी मोहीम वाढत गेली, तसे बलात्कार झालेल्या स्त्रीला आधार निर्माण करण्याचेही प्रयत्न होऊ लागले. न्याय मिळवण्यासाठी करावा लागणारा संघर्ष, बलात्कारित स्त्रीच्या मनातील मानहानीची आणि आघाताची भावना समजून घेण्याचे प्रयत्न होऊ लागले. बलात्कार करणारे गुन्हेगार सर्व वर्गांमधून येतात. पण अंतिमत: बलात्कार हे शक्तीचे प्रदर्शन असते. बलात्कार म्हणजे धडा शिकवण्यासाठी, शक्तिप्रदर्शनासाठी शक्तिहीनांवर केलेला हल्ला असतो हे त्यातून स्पष्ट होते.

स्त्रीसंघटनांनी आपल्या निवेदनांमधून 'स्त्रीला योनी असते व ती मूलत: दुबळी असते म्हणून तिच्यावर बलात्कार होतो.' या गोष्टीचा साफ इन्कार केला. हा युक्तिवाद म्हणजे स्त्रियांना दिला जाणारा कनिष्ठ दर्जा आणि त्यांना भोगावा लागणारा छळ यांसाठी दैवाचा हवाला देऊन स्वत:ची सुटका करून घेण्याचा मार्ग आहे.

याहीपुढचे प्रतिपादन असे असते की, पुरुषांची लैंगिक भूक जबरदस्त असते. त्यामुळेच ते आक्रमक बनतात आणि जेव्हा त्यांचे लैंगिक आविष्कार दडपले जातात, तेव्हा बलात्काराद्वारे त्यांचा निचरा होतो आणि गरीब व असहाय स्त्रिया, ज्या प्रतिकार करू शकत नाहीत, त्या स्त्रिया या वासनेला बळी पडतात. या प्रतिपादनामध्ये असे गृहीत असते की, पुरुष निसर्गत: पीडा देणारा असतो व त्यामुळे ती पीडा भोगणाऱ्या स्त्रीइतकाच तोही असहाय असतो. याच प्रकारच्या युक्तिवादातून पुरुषांच्या लैंगिक वासनांना वेगळी वाट मिळावी आणि बहुसंख्य स्त्रिया सुरक्षित राहाव्यात असे सुचवले जाते.

मुळात आपण 'बलात्कार' या घटनेला इतके महत्त्व देतो, याचेही कारण पुन्हा एकदा आपल्या पुरुषप्रधान विचारसरणीतच सापडते. बलात्कार म्हणजे एका शारीरिक हिंसाचारामध्ये स्त्रीच्या जननेंद्रियाला झालेली दुखापत अशा स्वरूपात आपण त्या घटनेकडे पाहूच शकत नाही, म्हणून तर बलात्कारित स्त्रीसाठी 'जिंदा लाश'सारखे शब्दप्रयोग वापरले जातात. स्त्रीची लैंगिकता, तिची जननक्षमता आणि पर्यायाने तिची जननेंद्रियेसुद्धा तिच्या नवऱ्याची, प्रियकराची, कुटुंबाची आणि समुदायाची मालमत्ता आहे असे आपण मानतो. जेव्हा स्त्रीवर बलात्कार होतो, तेव्हा तिचा पती किंवा बाप, भाऊ हेसुद्धा स्वत:ला एकप्रकारे पीडित मानतात. कारण त्यांच्या मालमत्तेला धक्का लागलेला असतो. इतिहासात असंख्य वेळा एकमेकांच्या या मालमत्तेची लूट करण्यासाठी बलात्कार केले गेले आहेत. या मालमत्तेची किंमत स्त्रीने तिच्या प्राणांपेक्षा जास्त समजली पाहिजे, अशी अपेक्षाच नाही, तर जबरदस्तीच असते. कारण तिची 'इज्जत' तिच्या कुटुंबाच्या प्रतिष्ठेचा भाग आहे. बलात्कार झालेल्या स्त्रीला अपमानाला सामोरे जावे लागते. राजपूत स्त्रियांच्या 'जोहार' करण्याचे गौरवीकरण केले जाते-ते याचसाठी. बलात्कार झाल्यावर तिला जगणेच नाकारणारी ही मनोवृत्ती अख्ख्या पुरुषप्रधान विचारसरणीचाच भाग आहे, म्हणून आपल्यापैकी प्रत्येकाच्या आतमध्ये मूळ धरून असलेल्या या प्रवृत्तीला आपल्याला आता आव्हान द्यावे लागेल.

बलात्कारविरोधातील मोहिमांचा आढावा

मराठवाडा विद्यापीठाला डॉ.बाबासाहेब आंबेडकर यांचे नाव देण्याची मागणी १९७७मध्ये उठली. १९७८मध्ये विधानसभेने व विधान परिषदेने ही मागणी त्वरित मंजूर केली. परंतु याच सत्ताधाऱ्यांनी मराठवाड्यातील जातीयवाद्यांना भडकवून संपूर्ण मराठवाड्यामध्ये जातीय हल्ले घडवून आणले. विविध जिल्ह्यांमधील गाव-खेड्यांमध्ये सलग दहा दिवस दलितांवर सामुदायिक हल्ले चालले. मोठ्या प्रमाणात दलितांच्या हत्या झाल्या. वस्त्या जाळणे, बलात्कार करणे अशा घटनांनी कहर माजवला. १९७८मधील

रमीझाबी, १९८०मधील माया त्यागी, १९८६मधील गुंटाबेन व मथुरा या आदिवासी स्त्रियांवर झालेल्या बलात्कारांची चर्चा यापूर्वी देशभर झाली होती. या विरोधातील प्रतिकार चळवळीने राज्यस्तरावर उभारी घेतली. त्यानंतर २००६मध्ये खैरलांजी बलात्कार आणि हत्याकांड प्रकरण घडले. खैरलांजीमधील ओबीसी स्त्री-पुरुषांच्या झुंडीला दलितविरोधी हत्येचा 'स्वाभाविक अवकाश' जातवर्गपितृसत्तेने उपलब्ध करून दिला. महाराष्ट्रातील खैरलांजी दलित हत्याकांडाच्या निमित्ताने जातीय हिंसाचार प्रश्नाची चर्चा पुन्हा सुरू झाली होती. परंतु या चर्चेची व्याप्ती राजकीय विश्लेषक न्यायालयीन निर्णय, पोलीस यंत्रणा, नागरी समाज यांच्यातील जातीय वर्तनापुरतीच मर्यादित ठेवत होते. गुजरातच्या मुस्लीमविरोधी हत्याकांडासंदर्भात सक्रियपणे निषेध नोंदवणाऱ्या प्रागतिक शक्ती खैरलांजी हत्याकांडासंदर्भात तीव्र प्रतिकाराच्या कृतीपर्यंत येत नाहीत.

वरील चारही प्रकरणांमध्ये न्यायसंस्थेवर जी टीकेची झोड उठली, ती अनन्यसाधारण होती. स्त्रियांच्या भावना, गुन्ह्याचे लैंगिक स्वरूप आणि अशा प्रकारचा गुन्हा सिद्ध करताना येणाऱ्या कायदेविषयक अडचणी या कशाचीही कदर कोर्टाने केली नव्हती. मथुरा प्रकरणाचा पुनर्विचार व्हावा ही मागणी केवळ कालापव्ययासारख्या तांत्रिक मुद्द्यांवर फेटाळण्यात आली. इतकेच नव्हे, तर स्त्रियांच्या गटांना अशी मागणी करण्याचा अधिकारच काय, असाही आक्षेप घेण्यात आला. रमीझाबी केसमध्ये मुक्तधर आयोगाचा अहवाल न जुमानता उलट पोलिसांबद्दल सहानुभूती व्यक्त केली गेली. माया त्यागीला न्याय मिळवण्यासाठी ८ वर्षे रखडावे लागले. १९८८ साली खालच्या कोर्टाने या प्रकरणी सहा आरोपींना फाशीची शिक्षा सुनावली. तरीही हे प्रकरण सर्वोच्च न्यायालयातून पार होईपर्यंत अजून खूप वेळ जाणार आहे. मात्र पोलीस आपले पाप लपवण्यात नेहमीच यशस्वी होत नाहीत, हे गुंटाबेनच्या लढाईत स्त्रीसंघटना व नागरी हक्क संघटना यांनी आणलेल्या दबावाने दाखवून दिले. त्यामुळेच आरोपी पोलिसांना व इतर अधिकाऱ्यांना दोषी ठरवणे कोर्टाला भाग पडले.

पोलिसांप्रमाणेच त्यांच्या इतर गणवेशधारी भावांनी, मग ते लष्करी असोत वा निमलष्करी असोत, लैंगिक हिंसेच्या प्रवृत्तीचे असेच प्रदर्शन केले आहे. प्रतिपक्षाचे नीतिधैर्य खच्ची करण्यासाठी प्रतिपक्षाची ताकद मोडून काढण्याचा म्हणून सामुदायिक बलात्कार हा युद्धनीतीमध्ये मान्यताप्राप्त होऊन गेलेला एक अतिशय जुना मार्ग आहे. बिहारच्या काही भागांत लढणाऱ्या आदिवासींची शस्त्रे काबीज करण्याच्या निमित्ताने आदिवासी गावांवर धाडी घालून स्त्रियांवर बलात्कार केल्याच्या अनेक घटना घडलेल्या आहेत. संथाल परगण्यातील जमीनदारांविरुद्धचा संघर्ष मोडून काढण्यासाठी आदिवासी स्त्रियांना मारहाण करणे व त्यांच्यावर बलात्कार करणे ही पोलिसांची परंपराच बनली आहे.

बलात्कार–छेडछाडीबरोबरच स्त्रियांच्या हत्याही निरनिराळ्या कारणांमुळे अगदी रोजच होत असतात. त्यांपैकी सर्वांत जास्त कुटुंबांमध्येच घडतात. हुंड्यापायी अथवा इतर कारणांमुळे होणारा छळ किंवा हत्या–आत्महत्या, बालविवाह, गर्भलिंगनिदान व बलात्कार–छेडछाड हे एकाच व्यवस्थेचे निरनिराळे पैलू आहेत. ही अन्यायकारक व्यवस्था बदलायची असेल, तर त्यासाठी व्यक्तिगत व सामूहिक पातळीवर सातत्याने काम करावे लागेल. स्त्रियांवर कुटुंबाअंतर्गत होणारे अत्याचार, कामाच्या जागी त्यांचा होणारा छळ आणि स्त्रियांचा कनिष्ठ सामाजिक दर्जा हे मुद्दे स्त्रीप्रश्नावर कार्य करणाऱ्यांच्या परिचयाचे आहेत. पण नव्वदीच्या दशकात महाराष्ट्रात या मुद्द्यांमध्ये आणखी एक भर पडली. अनेक लहानमोठ्या शहरांमध्ये तरुण मुली 'प्रेमाला प्रतिसाद देत नाहीत' म्हणून त्यांच्या प्रेमिकांनी केलेल्या हल्ल्यांना बळी पडल्या. या घटना मुंबई–पुण्यापासून अनेक लहान शहरांमध्येही घडलेल्या दिसतात. दुसऱ्या बाजूला १९९४मध्ये काही शहरांमधील गुंडांनी तेथील काही तरुणींवर अत्याचार करून त्यांचे ब्लॅकमेलिंग केल्याच्या घटना घडल्या. त्यांपैकी काही प्रकरणे न्यायालयातही पोहोचली. या दोहोंमध्ये शहरी समाजाच्या स्त्रीविषयक दृष्टीमधील अंगभूत विकृती दिसून येतात.

एका मर्यादेनंतर संकोच वाटायला लावणाऱ्या घटना

एका मर्यादेनंतर या विषयावर लिहायला, बोलायला आपणाला संकोच वाटायला लागतो. अशा अनेक घटना घडत असतात. प्रत्येक घटनेनंतरची कथा थोडीफार सारखीच असते. बलात्कारातील आरोपी फरारी असतो. जे गुन्हेगार आहेत त्यांना कुणीतरी संरक्षण देणारे असल्याशिवाय ही माणसे परतपरत पळून जातात, कुणाला सापडत नाहीत, हा एक प्रश्न आहे.

२००३च्या दरम्यान मराठवाड्यातील बीड जिल्ह्यातील परळी येथे दरोडा पडल्यानंतर बलात्काराच्या घटना घडत होत्या. या भागात एका रात्रीत सहा ठिकाणी दरोडे टाकण्याचा प्रयत्न झाला. लोक पोलिसांना बोलावत होते आणि दरोडेखोर कोणत्या दिशेने पळाले आहेत हे सांगत होते, तरीदेखील पोलीस त्या दरोडेखोरांचा पाठलाग करत नव्हते. तेथील सामाजिक कार्यकर्त्यांनी आणि नगरसेवकांनी तत्कालीन पोलीसअधिकाऱ्यांची भेट घेतली असता संबंधित स्त्रियांवर बलात्कार करण्यात आला आहे, असे सांगितले असतानाही पोलीस अधिकारी म्हणत होते की, थोड्या वेळात बलात्कार होतो काय? अशा प्रकारचे वाक्य त्यांनी वापरले होते. त्या स्त्रियांवर शारीरिक तसेच मानसिक आघात झालेला असताना त्यांना कोणत्याही प्रकारची मदत करण्यात आली नव्हती. तसेच त्याबाबतीत कोणतेही संरक्षण आणि मार्गदर्शन त्यांना मिळाले नव्हते.

त्या वेळच्या सर्व दरोड्यांच्या बाबतीत सर्वांत एक समान गोष्ट दिसत होती की,

पोलिसांची संवेदनहीनता फक्त खेड्यापाड्यांतच होती असे नाही. पुणे शहरातील कोथरूड या ठिकाणी दरोडेखोरांकडून १३ वर्षांच्या अल्पवयीन मुलीवर जून २००३मध्ये बलात्कार झाला होता. तिच्या घरातील लोकांना मारहाण करण्यात आली होती. त्यांचे दागिने पळवले. अशा परिस्थितीत या लोकांच्या मदतीला कोणीही आले नव्हते. ज्या लोकांनी या मुलीवर बलात्कार केला होता, त्यांपैकी कोणालाही दीर्घ काळपर्यंत अटक करण्यात आली नव्हती.

दरोड्याची आणि बलात्काराची घटना कोठेवाडी या ठिकाणीही घडली. कोठेवाडीची घटना तर महाराष्ट्रावरील कलंक आहे. त्या वेळी तेथील पोलीस अधीक्षकानेच असे सांगितले की, याबाबतचे गुन्हे दाखल करू नका. त्या ठिकाणी सात स्त्रियांवर बलात्कार झाला होता, त्यामध्ये एका वयोवृद्ध बाईवरदेखील बलात्कार करण्यात आला होता. तिने असे सांगितले की, माझ्या लेकराच्या वयाचे मुलगे आम्हांला ओरबाडत होते आणि वाईट गोष्ट अशी आहे की, ही घटना घडल्यानंतरसुद्धा जोपर्यंत वर्तमानपत्राच्या पहिल्या पानावर बातमी झळकली नाही, तोपर्यंत १६ जानेवारी २००३पासून २२ जानेवारी २००३पर्यंत जणू काहीच घडले नाही अशा थाटात पोलीस आणि प्रशासन वावरत होते. इतकेच नव्हे, तर त्या स्त्रियांबद्दल माहिती देणारे पत्रकार होते, त्यांच्यावरदेखील वेगवेगळ्या प्रकारे दबाव आणण्याचा प्रयत्न झाला. आपण समजू शकतो की, बलात्कार झाल्यानंतर आपल्या कुटुंबामध्ये बलात्कार घडल्याचे कुणालाही सांगावेसे वाटणार नाही. परंतु याबाबत पोलिसांची भूमिका काय होती आणि शासनाचे काय वर्तन होते, या गोष्टींकडे थोडे खोलात जाऊन बघायला लागलो, तर त्याच्या तपशिलामध्ये गेले पाहिजे.

पुणे शहरात चार वर्षांच्या मुलीचा विनयभंग होण्याची घटना घडली होती. बऱ्याच वेळा चर्चेमध्ये लोक अत्याचाराच्या प्रश्नाबाबत वरवरचे आणि मजेत बोलत असतात. काही वेळेला ती स्त्री दिसायला सुंदर असेल, तिचे वय अमुकतमुक असेल, इतकेच नव्हे, तर पोलीस स्टेशनमध्ये गेल्यानंतर तिच्यावर वेगळ्या प्रकारे एक मानसिक बलात्कारच होतो, अशी अनेक उदाहरणे आपल्याला दिसली आहेत. खेदाची बाब अशी की, चंद्रपूर जिल्ह्यात मथुरा नावाच्या आदिवासी मुलीवर बलात्कार झाला. त्यानंतर पोलिसांनीच तो बलात्कार केला असल्यामुळे संपूर्ण भारतभर या बलात्काराच्या विरोधात मोठी स्त्रीवादी आंदोलने उभी राहिली आणि बलात्कारविरोधी कायद्यात मोठा बदल करण्यात आला. ज्या ठिकाणी पोलिसांच्या किंवा शासनाच्या जबाबदारीमध्ये स्त्रिया असतील, अशा ठिकाणी त्यांच्या संमतीनुसार संबंध निर्माण झाले असे घडले असले; तरीसुद्धा तो बलात्कार मानण्यात यावा. बऱ्याच वेळा तिला धाक दाखवून, वेगवेगळ्या प्रकारचे दबाव आणून बलात्कार केले जातात. याची ज्वलंत उदाहरणे

अनेक आश्रमशाळांमध्ये दिसून येतात. काही आश्रमशाळांतील शिक्षक, अधीक्षक, त्या ठिकाणचा स्टाफ हेच लोक बलात्कार करत असल्याचे चित्र दिसते. यामध्ये संचालकसुद्धा बलात्कार करतात. त्यांना कायद्याची कुठलीही भीती वाटत नाही. त्याचबरोबर आपल्याला कुणीही पकडणार नाही याचा मोठा आत्मविश्वास त्यांच्यामध्ये असतो. अशा प्रसंगामुळे महिला पोलीस प्रशिक्षणार्थी गरोदर राहिल्याचे अनेकांना माहीतच आहे.

वृत्तपत्रातून बलात्काराच्या संदर्भात चर्चा होत असताना 'बिहारींवरील अत्याचाराच्या सुडासाठी बलात्कार' अशीही बातमी वाचण्यात आली. 'बिहारी नागरिकांवर होणाऱ्या अत्याचाराचा बदला घेण्यासाठी मी बलात्कार केला होता.' अशी धक्कादायक कबुली सांगलीतील बलात्कार प्रकरणातला आरोपी राजू पासवान याने पोलिसांना दिल्याचे उघड झाले. या प्रकरणी सांगली जिल्हा न्यायालयाने पासवानला फाशीची शिक्षा ठोठावली असून ती कायम करण्यात यावी यासाठी राज्य सरकारने नुकतेच हायकोर्टात अपील केले आहे. मूळचा बिहारचा असलेल्या २१ वर्षीय राजू पासवानने अडीच वर्षांपूर्वी सांगलीतील एका शेतमजुराच्या नऊ वर्षांच्या मुलीवर बलात्कार केला होता. मुलगी बेशुद्ध पडल्यानंतर त्याने तिच्यावर लैंगिक अत्याचार केले. त्यानंतर अतिशय थंड डोक्याने त्याने मुलीला ठार केले आणि तिचा मृतदेह कोरड्या विहिरीत टाकून दिला होता. या प्रकरणाच्या चौकशीत 'बिहारी लोकांच्या विरोधात पसरवल्या जाणाऱ्या द्वेषभावनेचा बदला घेण्यासाठी मी हे कृत्य केले.' असे त्याने पोलिसांना सांगितल्याचे उघड झाले आहे. (महाराष्ट्र टाइम्स, पुणे, बुध. जानेवारी २०१३)

धार्मिक पंथाचा अनुयायी म्हणून मिरवणाऱ्या नारायणगाव येथील एका शिक्षकाने संगोपनासाठी आणलेल्या बारा वर्षांच्या अल्पवयीन मुलीवर बलात्कार केल्याचे उघडकीस आले आहे. या प्रकरणी शिक्षक दीपकराज शास्त्री याला नारायणगाव पोलिसांनी अटक केली आहे.

त्याने या मुलीवर सातत्याने बलात्कार केला. तसेच याबाबत कोणाला काही सांगितल्यास जीवे मारण्याची धमकीही दिली होती. दीपकराजशास्त्री नारायणगाव येथील गुरुवर्य रा. प. सबनीस विद्यालयात संस्कृत हा विषय शिकवत होता. या घटनेप्रकरणी मुलीच्या वडिलांनी पोलिसांकडे फिर्याद दाखल केली होती. दरम्यान या प्रकाराने घाबरलेल्या मुलीने घराजवळ असलेल्या एका व्यक्तीकडे या अत्याचाराबद्दल सांगितले. त्यांनीही मुलीच्या वडिलांना हा प्रकार कळवल्यानंतर त्यांनी दीपकराजच्या कृत्यांबद्दल नारायणगाव पोलिसांकडे फिर्याद दिली.

दुष्काळामुळे गाव सोडून शहरात आल्यानंतर पतीला मारून पत्नीवर बलात्कार

केल्याच्या, तसेच शाळकरी मुलीला लग्नाचे आमिष दाखवून तिच्यावर बलात्कार केल्याच्या घटना अनेक ठिकाणी घडतात. अशा वेळी पोलीस वकिलाच्या भाषेत त्या मुलीचे चारित्र्यच खराब असल्याचा दावा करतात, पण जी मुलगी १६ वर्षांच्या आतील आहे ती चांगली आहे की वाईट आहे हा प्रश्नच कुठे निर्माण होतो? आरोपीला संरक्षण देणारे जे लोक असतात, त्यांच्या दडपणाखाली पोलीस–अधिकारी तसे बोलत असतात.

मधल्या काळामध्ये पुणे शहरातील औंध या उपनगरात एका मुलीवर सामूहिक बलात्कार झाला आणि हा बलात्कार करणारी सर्व मुले पोलिसांची होती. बलात्कार होऊन दहापंधरा दिवस झाल्यावर त्या मुलीला एवढे नैराश्य आले की, तिने औंधच्या पुलावरून उडी मारून आत्महत्या केली होती. कारण आपल्याला कुठेही न्याय मिळणार नाही याबद्दल तिची खातरी पटली होती.

काही वर्षांपूर्वी पुणे शहरात कल्याणी देशपांडे नावाच्या दलाल बाईवर केसेस चालू होत्या. या बाईच्या घरी उघडउघड कुंटणखाना चाललेला होता. मुंबईतील मुली आणून त्या ठिकाणी गिऱ्हाइकांचे मनोरंजन करण्याचे काम चालत असे. त्या बाईच्या घरामध्ये गोळीबार झाला होता. गोळीबार झाल्यानंतर उलट कल्याणी देशपांडे यांना पोलिसांनी संरक्षण दिले. २००२–०३च्या दरम्यान तेथे मोठी कॉन्ट्रव्हर्सी झाली होती. कल्याणी देशपांडे यांचा मोबाइल फोन जप्त करण्यात आला होता. त्या मोबाइल फोनवर अनेक पोलीस अधिकाऱ्यांचे नंबर होते. हे नंबर कोणाचे आहेत असे पत्रकारांनी पोलिसांना विचारल्यानंतर पोलिसांकडून असे सांगण्यात आले की, कल्याणी देशपांडे आम्हांला खबर द्यायची. ती पोलिसांना कोणती खबर देत असेल? कारण ज्या माणसाचे नाव त्यामध्ये गोवले गेले होते, त्याची सरकारला पूर्ण माहिती होती. ती व्यक्ती पुण्यामध्ये फार महत्त्वाच्या पदावर काम करत होती. संपूर्ण रेड लाइट एरियाचा कारभार त्या व्यक्तीकडे होता. हा अधिकारी अनेक वेळेला मुलींना रेस्क्यू करत असताना त्या दलालांकडे नातेवाईक म्हणून सोडत असे.

१५ डिसेंबर २००३ रोजी हडपसर येथील सहा वर्षांच्या एका मुलीस खिचडी द्यायच्या आमिषाने शेजारी राहणाऱ्या ५५ वर्षे वयाच्या इसमाने तिच्यावर बलात्कार केला. याचदरम्यान ग्रामीण भागात गरीब कुटुंबांतील मुलींना लग्नाचे आमिष दाखवून दुसऱ्या राज्यात नेले जात होते आणि वेश्याव्यवसायासाठी त्यांची विक्री केली जात होती. अशा प्रकारे झांशी येथे ५०० मुलींची विक्री झाली असल्याची माहिती पुढे आली होती. वेगवेगळ्या भागांमध्ये मुले हरवतात. त्यामध्ये मुलींचे प्रमाण जास्त असते. या अल्पवयीन मुलांना आणि मुलींना दलाल लोक विकतात आणि त्यांना कुकर्म करण्यास भाग पाडतात.

१७-३-२००५ रोजी वा त्या सुमारास पुणे येथील धनकवडी येथे शाळेत जाणाऱ्या अल्पवयीन मुलीस जबरदस्तीने मोटरसायकलवर बसवून संभाजीनगर येथील बांधकाम सुरू असलेल्या इमारतीत नेऊन तिच्यावर सामूहिक बलात्कार करण्याची गंभीर घटना घडली होती. सदर मुलगी ही अत्यंत गरीब कुटुंबातील असून तिची आई रस्त्यावर भाजीविक्रीचा व्यवसाय करते. बलात्कार केल्याची वाच्यता केल्यास जीवे मारण्याची धमकी दिल्यामुळे चिंतेचे वातावरण निर्माण झाले होते. २१ मार्च २००५ रोजी वा त्या सुमारास घाटकोपरच्या बी. ए. आर. सी.च्या वसाहतीमध्ये एका स्त्रीच्या फ्लॅटमध्ये घुसून तिच्यावर जीवघेणा हल्ला करून तिचे दागिने हिसकावून घेऊन तिच्यावर बलात्कार करण्याचा प्रयत्न करण्यात आला. ही स्त्री दोन महिन्यांची गर्भवती असल्याने हल्लेखोरांच्या जबर मारहाणीने तिचा गर्भपात झाला होता. सदर आरोपींना पोलिसांनी अटक केली असता सदर आरोपी माथेफिरू असल्याचा निष्कर्ष पोलिसांनी काढला होता.

पुण्यातील एका ट्रस्टने दत्तक संस्थांमधून मुले दत्तक घेणे व देणे या नावाखाली मुलांचा सररास सुरू असलेला अवैध व्यापार सीएनएन-आयबीएन या खासगी दूरचित्रवाहिनीने २० जून २००६ रोजी उघडकीस आणला होता. राज्यात दत्तक मुलांना पालक उपलब्ध असताना मुलांना परदेशी दिले जाणे याची चौकशी सुरू करण्यात आली होती. सदर संस्थेला आंतरदेशीय दत्तक विधान प्रक्रियेकरिता मान्यता देण्यात आलेली नसताना हा अवैध आणि अनैतिक व्यवहार सररासपणे केला जात होता.

नेपाळ-बांगलादेशमधून चार ते पाच हजार मुली मुंबई शहरामध्ये दरवर्षी आणल्या जातात. त्या मुलींचा व्यापार या शहरामध्ये केला जातो. पुण्यासारख्या शहरामध्ये सरासरी १६० मुली आणल्या गेल्या, तर त्यांतील ४० ते ५० मुली या नेपाळमधील असतात; १५ ते २० मुली या भारतातीलच दक्षिण भागातील राज्यांमधील असतात; १५ ते २० मुली बांगलादेश, पश्चिम बंगाल, बिहार या ठिकाणांहून आलेल्या असतात. रेड लाइट एरियाच्या क्षेत्रामध्ये पोलिसांचा दुर्व्यवहार होत असतो. नेपाळमधील एक मुलगी ११ वर्षांची असताना मुंबईमध्ये विकली गेली होती. तिने असे सांगितले की, 'गोरखपूरच्या बॉर्डरमधून मुंबईतील पीला हाउसमध्ये आणून मला विकले. कुर्ला स्टेशनला उतरल्यानंतर आम्ही तुला काम देतो म्हणून चक्क बसमधून आम्हांला कुलाब्यापर्यंत नेण्यात आले.' ती नेपाळमधील मुलगी. तिला मराठी भाषा येत नाही. नंतर रेडमध्ये ही मुलगी सापडल्यानंतर ७ वर्षे ती एका रेस्क्यू होममध्ये होती. नेपाळमधील संघटनेने तिचे पुनर्वसन केल्यावर ती जेव्हा भेटली, तेव्हा तिला विचारले की, तू पळून जाण्याचा प्रयत्न कसा केला नाहीस? त्यावर ती म्हणाली की, 'मुंबई आणि दिल्ली येथील कुंटणखान्यांमध्ये पद्धत आहे की, मुलगी आल्यानंतर तिला

पोलिसांना दाखवतात. नंतर तिला सांगितले जाते की, पोलिसांनी तुला पाहिलेले आहे. तू बाहेर गेलीस तर पोलीसच तुला आमच्याकडे आणून सोडतील. त्यामुळे ती मुलगी बाहेर पडणार कशी?' आम्हाला प्रश्न पडतो की, ही मुलगी बाहेर का जात नाही? परंतु पोलीसही परत त्याच कुंटणखान्यामध्ये नेणार आहेत, कुंटणखान्यामध्ये परत नेल्यावर मारहाण केली जाणार आहे. त्यामुळे त्या मुलीचे पळून जाण्याचे धाष्टर्यच होत नाही. मुद्दा असा आहे की, रेड लाइट एरियामध्ये स्वत:ची अपॉइंटमेंट मिळवण्यासाठी पोलिसांकडून काय-काय प्रयत्न केले जातात आणि या बदल्यांच्या प्रकरणांमध्ये नक्की काय घडू शकते, ते आपल्या सर्वांना माहिती आहे. (संदर्भ - गोऱ्हे नीलम, 'विधान परिषद व माझे कामकाज', (२००८), पद्मगंधा प्रकाशन, पुणे.)

या घटनांना अर्थातच स्थानिक संदर्भ आहेत, तसेच पारंपरिक पुरुषवर्चस्वाचाही संदर्भ आहे; पण त्याखेरीज आक्रमक अर्थवादातून आणि भांडवलशाहीतून पुरुषवर्चस्वाला पूरक अशा सामाजिक, सांस्कृतिक प्रक्रिया साकारतात व त्यांतून उपरोक्त घटनांना पोषक वातावरण उभे राहते. थोडक्यात, एकीकडे स्त्रीला देवी बनवायचे आणि तिला आयुष्यभर पुरते पिसून काढायचे, असा हा ढोंगी जनांचा देश आहे. मुलींना गर्भात मारायचे, लहान मुलींपासून प्रौढेपर्यंत कुणालाही सोडायचे नाही. (अनेक पुरुष डोळ्यांनी बलात्कार करतात.) आणि दुसरीकडे फालतू नाटकसिनेमातल्या एखाद्या दृश्यावरून मात्र मीडियाला साक्षी ठेवून धिंगाणा घालायचा, हे त्यांचे सार्वजनिक कार्य!

व्यक्तिगत वासनापूर्ती आणि प्रतिस्पर्ध्यावर सूड उगवणे या कारणांनी स्त्रियांवर अत्याचार होणे याला आपण पुरेसे निर्ढावलो आहोत. तरीही जळगाव, भुसावळ, श्रीरामपूर, परभणी, सावंतवाडी या शहरांमध्ये (१९९४च्या जुलैमध्ये) उघडकीला आलेल्या घटना नेहमीच्या अत्याचाराच्या घटनांपेक्षा वेगळ्या होत्या. या घटनांमध्ये स्त्रियांची सुरक्षितता आणि समाजाची स्त्रीकडे बघण्याची वृत्ती हे मुद्दे गुंतलेले आहेतच, पण तरीही या घटनांची बोळवण तेवढ्यावरच करून भागणार नाही. स्त्रीप्रश्नाच्या अभ्यासाच्या चौकटीपलीकडे जाऊन अशा प्रकारच्या घटनांना कोणती राजकीय अर्थव्यवस्था वाव देते हेही पुरेशा गांभीर्याने तपासले पाहिजे.

आज आपले सामाजिक-सांस्कृतिक विश्व एका बाजूला भांडवलशाहीप्रणीत साधनप्रामाण्यवाद आणि दुसऱ्या बाजूला अर्थव्यवस्थेने पोसलेली तुच्छता बुद्धी यांनी व्यापले आहे. माणूस म्हणजे स्त्री किंवा पुरुष आपल्या आनंदातील किंवा सुखातील भागीदार आहे, ही कल्पनाच जणू रद्दबातल झाली आहे. प्रत्येक जण आपल्या सुखाचे साधन आहे, एवढीच समजूत शिल्लक आहे. सुख, समृद्धी किंवा श्रेयस या शब्दांचे अर्थ पार गहाळ झाले आहेत. ते पोकळ शब्द बनले आहेत. अशा अवस्थेतून ओंगळपणा, उपरेपणा आणि हिंसाचार यांचा जन्म होतो. स्त्रियांवरील अत्याचार हे या हिंसाचाराचे

एक विकराळ रूप आहे. मुळात सामाजिक आणि व्यक्तीव्यक्तींमधील संबंध हेच निरर्थक आणि संवादशून्य असल्यामुळे स्त्रिया ओंगळपणा आणि हिंसाचार यांचे लक्ष्य बनतात.

हातपाय गेले, पण बंतसिंग हिंमत हारले नाहीत

पंजाब या प्रगत राज्यातील माणसा नावाच्या जिल्ह्यातील बुर्ज जब्बर या खेडेगावात दलित समाजातल्या एका स्वाभिमानी आणि क्रांतिकारी विचाराने प्रेरित असलेल्या कार्यकर्त्यावर हिंसाचार आणि अत्याचार करण्यात आला.

बंतसिंग यांचे वय असेल पंचेचाळीस. लहानपणीच त्यांनी ठरवले की, जमीनदाराकडे गुलामीचे म्हणजे सालदार होण्याचे जीवन स्वीकारायचे नाही. ते स्वतंत्रपणे जगण्यासाठी धडपडले. याच क्रमात डाव्या विचारांच्या 'मजदूर मुक्तीमोर्चा' या शेतमजूर संघटनेचे काम अहोरात्र करायला लागले. ते अन्यायाच्या विरोधात आवाज उठवत होते. ते अनेक संघर्षांचा मुकाबला करत होते.

अशातच एका घटनेने त्यांच्यासमोर जणू आव्हान उभे केले. सन २००० साली गावातल्या जाट समाजातल्या आणि मझबी शीख समाजातल्या दोन तरुणांनी बंतसिंग यांच्या अल्पवयीन मुलीवर बलात्कार केला. त्यानंतर गावातल्या पंचायत समितीने बंतसिंग यांनी पोलीस केस करू नये म्हणून विविध दबाव आणले. एवढेच नाही, तर त्यांना ५ एकर जमिनीचे आमिष दाखवले. अर्थातच बंतसिंग यांनी ते सर्व फेटाळून लावले. मग कोर्ट केस होऊन बलात्कारी तरुणांना शिक्षा झाली. या गोष्टीमुळे गावातले उच्च जातवाले सुडाने पेटून उठले.

५ जानेवारी २००६मध्ये एका शेतमजूर अधिवेशनाच्या प्रचारकामावरून बंतसिंग गावाकडे परतत होते. या दिवशी उच्च जातीच्या काही तरुणांनी बंतसिंगांवर हल्ला चढवला. लोखंडी हत्यारांनी त्यांना निर्घृण मारहाण केली. या जबरदस्त मारहाणीमुळे बंतसिंगांचे दोन्ही हात कापावे लागले आणि एक पाय कापावा लागला. त्यांचा दुसरा पायही निर्जीवच राहिला.

पंजाबमधले कष्टकरी आणि दलित यांच्यात या घटनेमुळे दुःखाची आणि संतापाची लाट उसळली. बंतसिंग मुळीच डगमगले नाहीत.

"माझे हातपाय गेले आहेत, पण माझा आवाज शिल्लक आहे. माझी विचारशक्ती शाबूत आहे. अन्यायाविरोधात उठणारा माझा आवाज कोणीच रोखू शकणार नाही." मग ते त्यांच्या बुलंद आवाजात गाऊ लागले. बंत एका निग्रहाचे जणू प्रतीक झाले.

हरितक्रांतीमुळे नव्याने सांपत्तिकदृष्ट्या संपन्न झालेल्या जाट आदी शेतकरी जातींच्या पंचायती आंतरजातीय आणि समगोत्रीय विवाहित जोडप्यांना जाहीरपणे फासावर लटकवत आहेत आणि कनिष्ठजातीय समूहदेखील त्यात सहभागी होत आहेत.

आर्थिक स्तराने वर्गोन्नती झालेल्या कुटुंबामध्ये जात्योन्नतीची अस्मिता बलवान होऊन तिच्या संपोषणासाठी, संवर्धनासाठी जातरूढी तोडणाऱ्यांना कीटकनाशके पाजून संपवण्यात येत आहे.

स्त्रियांवरील अन्यायांची- अत्याचारांची नोंद

आजदेखील मोठ्या प्रमाणात अन्याय-अत्याचार होत असूनदेखील जात, वर्ग आणि पुरुषसत्ता यांच्या प्रभावामुळे दलितांच्या, आदिवासींच्या आणि स्त्रियांच्या स्वाभिमानावर होणाऱ्या दैनंदिन जातीय हल्ल्यांची नोंद केली जात नाही. या घटनांना ब्राह्मणवादी संरचनांचाच भाग मानले पाहिजे. अत्याचारप्रतिबंधक कायद्याविषयीचे मौन, उदासीनता, सामाजिक बहिष्कार आणि या प्रकारच्या गुन्ह्यांचे केले जाणारे वैयक्तिकीकरण इत्यादींमुळे याविषयी पुरेशी माहिती, आकडेवारी किंवा अभ्यासात्मक माहिती उपलब्ध होणे अवघड होते.

पोलिसांत गुन्हा नोंदवला गेलाच तर तो अनेक वेळा कायद्यातील इतर कलमांखाली नोंदवला जातो. सांख्यिकी विभाग ही माहिती संकलित करण्यास व ती जनतेसमोर आणण्यास दिरंगाई करून या समस्येस हातभार लावतो, तर बहुतांश वृत्तपत्रे अनेक अत्याचारांस प्रसिद्धी देत नाहीत.

या सगळ्याचा परिणाम म्हणून दलितांवर आणि इतर शोषित घटकांवर होणाऱ्या अन्यायअत्याचाराची माहिती सर्वसामान्यांना मिळत नाही. तसेच जातीची चर्चा करणे म्हणजे जातीयवाद करणे असे समजून स्वत: पुरोगामित्वाचा किंवा आधुनिकतेचा बुरखा पांघरून जातीतच सुरक्षित लपताना दिसतात, तर धनाढ्य उच्चवर्गीयांचा पैशाशिवाय कशाशीच संबंध नाही. या प्रस्थापितांचे सतत एकच म्हणणे आहे की, जात ही गेलेलीच आहे, ती आता अस्तित्वात नाही, आम्ही कोठे जात पाळतो? राखीव जागा आहेत. पूर्वी ते शिकलेले नव्हते म्हणून ते शासनव्यवस्थेत नव्हते. आता आम्ही त्यांचे लोक शासन-प्रशासनात नेमलेले आहेत. यात 'आमचेतुमचे' ही भाषा वापरलेली असते. म्हणजेच जातिव्यवस्था ही गेलेली नसल्याचे दिसून येते. केवळ तिचे स्वरूप काही प्रमाणात बदलले असल्याचे दिसते.

जातिव्यवस्था ही एक शोषणव्यवस्था म्हणून आपली भूमिका आजदेखील बजावत आहे. (असे असले तरीही प्रत्येक उच्चजातवर्गीय व्यक्ती ही जातीयवादीच असते असे नाही. आधुनिक विचारांचा स्वीकार करून जातीच्या पलीकडेही काही व्यक्ती वर्तन करत असतात हेदेखील आपणास स्वागतपूर्वक मान्य केले पाहिजे.) ही व्यवस्था काळजीपूर्वकपणे एक नियंत्रण-व्यवस्था म्हणून तयार करण्यात आली आहे. ती शोषण करते म्हणजे नक्की काय करते याचा विचार करतो, तेव्हा ती वेगवेगळ्या

घटकांद्वारे सामाजिक कार्यान्वयाच्या दमनावर आधारित नियंत्रण करत असते असे दिसते.

अनेकदा दलितांवरील अत्याचाराला दलितच जबाबदार असतात, खोट्याच बातम्या असतात, मुद्दाम केसेस दाखल केल्या जातात अशी उच्चजातवर्गीयांनी सतत हाकारी पिटलेली आहे; म्हणून अत्याचार म्हणजे काय, ते जातीशी कसे निगडित आहेत, लिंगभावाच्या प्रश्नाचे त्यात कोणते स्थान आहे, यांचादेखील विचार करावा लागतो. दलितांवरील, आदिवासींवरील आणि स्त्रियांवरील अत्याचारांचा संबंध हा जात आणि पुरुषसत्ताक समाजव्यवस्थेत या संबंधित घटकांच्या जीवनाच्या सर्वच क्षेत्रांत सूक्ष्म पातळीवर निगडित आहे हे आपणास लक्षात घ्यावे लागेल; म्हणून दलितांवर होणाऱ्या अत्याचाराच्या प्रश्नाचा ऐतिहासिक आढावा घेऊन समकालीन संदर्भात त्याचा सखोलपणे विचार करणे गरजेचे असते. त्यासाठी जागतिकीकरणाच्या बदलत्या काळातदेखील दलितांवरील अन्याय-अत्याचाराचे स्वरूप कसे बदलत आहे, समाजव्यवस्था आपली स्वभाववैशिष्ट्ये टिकवून सातत्याने वेगवेगळी परिवर्तने कशी घेत आहे ते समजून घेतले पाहिजे.

दलित-आदिवासींवरील अत्याचारांच्या घटनांचे दस्तऐवजीकरण अहवालाच्या किंवा लेखाच्या माध्यमातून वेळोवेळी पोलीस यंत्रणा, नियतकालिके, वृत्तपत्रे, शैक्षणिक संशोधन आणि परिवर्तनवादी चळवळ यांच्याकडून होत असते. या घटनांची मांडणी करताना वेगवेगळ्या ठिकाणी दलित-आदिवासींवर झालेल्या अत्याचारांच्या एकानंतर एक घटना सांगून वर्णन करण्यात आले किंवा एकाच घटनेचे सविस्तर वर्णन केले गेले. या सगळ्यांतून जातिव्यवस्थेला जबाबदार धरताना कधी संताप, तर कधी दयाभाव व्यक्त करण्यात आला.

वाढत्या अत्याचाराच्या घटनांमध्ये बलात्कार, लैंगिक शोषण, विनयभंग व अपहरण या गुन्ह्यांची संख्या अधिक आहे. दिल्लीपेक्षा मुंबई अधिक सुरक्षित आहे असे जरी मुंबईचे पोलीस आयुक्त म्हणत असले, तरी मुंबईतही लोकलची वाट पाहत उभ्या असलेल्या मुलीवर आपली पत्नी समजून वार करण्याची घटना नुकतीच भरदिवसा घडली आहे, त्याचे काय? काही दिवसांपूर्वी महाराष्ट्र सरकारने जाहीर केलेला सीआयडी-अहवाल मुंबईतील आकडेवारी स्पष्ट करतो. या अहवालातील आकडेवारीनुसार, गेल्या वर्षीच्या तुलनेत या वर्षी स्त्रियांच्या विरोधात झालेल्या गुन्ह्यांमध्ये १५ टक्क्यांनी वाढ झाली आहे. दिल्ली बलात्कारासाठी बदनाम झाली आहे; परंतु मुंबईदेखील यात मागे नाही. गेल्या वर्षभरात मुंबईत बलात्काराच्या २२१ घटना घडल्या आहेत. गेल्या वर्षीच्या तुलनेत यात ३९ टक्क्यांनी वाढ झाली आहे. यात बलात्काराचे सावज ठरलेल्या ११७ मुली तर अल्पवयीन आहेत.

२०११-१२विषयी बोलायचे, तर मुंबईतील ९२ पोलीसठाण्यांत ७१,४२५ गुन्ह्यांची नोंद झाली. त्यांतील १८ टक्के म्हणजे १२,७६२ गुन्हे अतिगंभीर आहेत. यांतील ४५ टक्के म्हणजे ५,७२२ प्रकरणे न्यायालयात आहेत. उर्वरित प्रकरणांचा तपास अद्यापही चालू आहे. जी प्रकरणे न्यायालयात आहेत, त्यांपैकी सजा होते ती केवळ १० टक्के गुन्ह्यांना. उर्वरित ९० टक्के गुन्हेगार अपुऱ्या तपासाच्या आणि पुराव्यांच्या अभावी सुटतात.

हिंसेला सामोरे गेलेल्या स्त्रियांची संख्या आणि हिंसेची तीव्रता

हिंसेचा प्रकार	अशा स्त्रियांची संख्या ज्यांना हिंसेच्या प्रकाराला सामोरे जावे लागले		हिंसेची तीव्रता	
	स्त्रियांची संख्या	दलित स्त्रियांची टक्केवारी	प्रसंगांची संख्या १	किती वेळा २
शारीरिक हल्ले	२७४	५४.८	५३२	३०
शाब्दिक शिवीगाळ	३१२	६२.४	३३१	१०६
लैंगिक छळवणूक/हल्ला	२३४	४६.८	२४१	७३
बलात्कार	११६	२३.२	१२२	९
लैंगिक शोषण	४४	८.८	१५	३९
बळजबरी वेश्याव्यवसाय	२४	४.८	-	२४
अपहरण/पळवून नेणे	२४	४.८	२४	-
बळजबरी	२३	४.६	२४	१
वैद्यकीय दुर्लक्ष	१७	३.४	२५	-
स्त्रीलिंगी गर्भपात	२	०.४	३	-
बालिकांचा लैंगिक दुरुपयोग	२३	४.६	८	२२
कौटुंबिक हिंसाचार	२१५	४३.०	७६	१८५
			१४०१	**४८९**

अत्याधिक स्त्रिया एकापेक्षा अधिक प्रकारच्या हिंसेला सामोऱ्या गेल्या आहेत.

अनेक वेळा हिंसेला सामोरे जावे लागले, पण त्यांची संख्या आढळत नाही, इतकी मोठी आहे.

{Ref. Aloysius Irudayam S.J., Jayashree P. Mangubhai, Joel. G. Lee, 2006, Dalit Women Speak Out, Violence Against Dalit Women in India, vol.1, New Delhi, NCDHR, p.108}

भारतामध्ये स्त्रियांवर जे अत्याचार होतात, त्यांमधील १० टक्के अत्याचार हे महाराष्ट्रात होतात. या तुलनेमध्ये राज्य महिला आयोगाकडे नोंदवलेल्या प्रकरणांची संख्या ही केवळ ४-५ टक्केच असते.

एका बाजूला आपण कोणीही स्त्रियांच्या प्रश्नांबद्दल बोलले, तरी शेवटचे पालुपद असते की, मानसिकता बदलली पाहिजे. मानसिकता बदलण्यासाठी म्हणून जे लोक संशोधन करतात, त्यांच्यासाठी तरतूद करावयाची वेळ आली की ती केली जात नाही ही अतिशय खेदाची गोष्ट आहे. 'बलात्कार करणे' ही आपली 'सत्ता दाखवण्या'ची एक अमानुष कृती असते. आपले वर्चस्व प्रस्थापित करणे, धडा शिकवणे, उन्माद व्यक्त करणे हे उद्देश त्यामागे असतात. ही सत्ता पुरुष असण्याची आणि त्याबरोबरच पैसा, जात, धार्मिक बहुसंख्याकत्व, पद, अधिकार यांपैकी एक किंवा अनेक एकत्रित अशी कशाचीही असू शकते.

दलित स्त्रियांवरील अत्याचाराच्या घटना या शासकीय पातळीवर नोंदवल्या जात नाहीत. त्यामुळे त्या निदर्शनास येत नाहीत. अशा घटना फार मोठ्या प्रमाणावर घडत असतात. 'ILDS' या संस्थेने आयोजित केलेल्या अकरा राज्यांतील ५५० गावांतून केलेल्या सर्वेक्षणातून जी माहिती मिळाली आहे, ती खरोखरच राष्ट्रीय पातळीवर तसेच महाराष्ट्र राज्यात घडलेल्या नागरी हक्कांवरील अतिक्रमणाच्या आणि अत्याचाराच्या घटनांचा अंदाज येण्याच्या बाबतीत उपयुक्त आहे.'' (थोरात / नेगी; २००७; पृ.२४ ते ३०)

दलित स्त्रियांवरील अत्याचाराचा विचार करताना दलित स्त्रियांना शिव्या देणे, मारणे, लुटणे, बलात्कार करणे, त्यांच्यासमोर त्यांच्या मुलीबाळींची अब्रू लुटणे, त्यांना शारीरिक त्रास देणे, ठार करणे, त्यांच्या झोपड्या पेटवणे, शेतातील उभे पीक उद्ध्वस्त करणे, त्यांच्या आवतीभोवती आतंक निर्माण करणे, त्यांच्या मनात दहशत राहील अशा प्रकारे शस्त्र दाखवून धाक घालणे, त्यांना पाण्यासाठी आणि अन्नासाठी दाही दिशा घुमवणे, गलिच्छ व्यवसाय करण्यासाठी बाध्य करणे, नकार दिल्यास मारपीट करणे, जादूगरीण आहे म्हणून नग्न धिंड काढणे, आंतरजातीय विवाहास मदत केली म्हणून त्यांची नग्न धिंड काढणे, देवदासींनी वेश्याव्यवसाय करण्यास नकार दिला म्हणून त्यांचा

छळ करणे, तमाशात नाचणाऱ्या स्त्रियांना त्रास देणे अशा कितीतरी प्रकारांनी दलित स्त्रियांना छळून त्यांचे जगणेच मुश्कील केले जाते. फक्त बलात्कारच नव्हे, तर कुठल्याच प्रकारची हिंसा आपल्या आसपास घडत असेल, तर तिचा विरोध करावा लागेल.

असे असले तरी दलित स्त्रिया या फक्त उच्चवर्णीय पुरुषांच्या लैंगिक शोषणाच्या आणि हिंसाचाराच्याच नाहीत, तर सत्ताधारिवर्गाला फुकट वा स्वस्त मजूर म्हणूनही उपलब्ध होतात. लैंगिक शोषणाबरोबरच दलितांना फुकट वा अल्प मजुरीवर राबवण्याचे समर्थनही जातिव्यवस्था करत असते, हेदेखील आपण लक्षात घेतले पाहिजे.

केवळ अशिक्षित स्त्रियांनाच नव्हे, तर सुशिक्षित दलित स्त्रियांनादेखील शारीरिक आणि मानसिकरीत्या छळले जाते. पात्रता नसताना आरक्षणामुळे त्यांना नोकरी मिळाली असे म्हणून त्यांची मानखंडना केली जाते, तर प्राध्यापक असल्यास स्त्रियांना वेगवेगळ्या त्रासांना सामोरे जावे लागते, आणि 'मागणी' तसा 'पुरवठा' नाही झाल्यास धमक्या देऊन दहशतमय वातावरण निर्माण केले जाते.

वरील प्रकारांसारखे अनेक प्रकारचे अन्याय, अत्याचार सुशिक्षित-अशिक्षित, ग्रामीण-शहरी आणि गरीब-श्रीमंत दलित स्त्रियांना दैनंदिन जीवनात अनुभवावे लागतात; म्हणून दलित स्त्रियांवरील जातीय दुय्यमत्वातून येणाऱ्या अत्याचाराच्या संदर्भात विचार करणे अतिशय गरजेचे आहे. परंतु हे सर्व प्रकारचे अत्याचार भारताच्या 'महान' लोकशाहीव्यवस्थेत होत आहेत याचीही नोंद घेणे गरजेचे आहे.

शोषितता व वंचितता आणि मानसिक दमनप्रक्रिया यांची पाळेमुळे जातीय पितृसत्तेत आहेत. त्यांतूनच दलित स्त्रियांचे हक्क आणि त्यांची प्रतिष्ठा नाकारली जाते. तसेच यावरून असेही दिसते की, न्यूनगंड, हतबलता यांची पाळेमुळे सर्वंकष सत्ताहीनतेत असतात. ती दुर्बलता जोपासतात व सांघिक परिवर्तनशील कृती करण्यापासून परावृत्त होतात; तर सामाजिक आणि राजकीय अस्वीकारामुळे शोषित-वंचित व्यक्तींत भावनिक असंतुलन निर्माण त्या हतबल होत असतात. त्यामुळे शोषक समाज शोषितांमध्ये ज्या मानसिक समस्या व वृत्तिदोष निर्माण करतो ते समजून घेणे एकूण शोषण आणि सरंजामी किंवा ब्राह्मणी दमनप्रक्रिया समजून घेण्यासाठी आवश्यक आहे. शोषितांची आणि वंचितांची हतबलता आणि त्यांचा न्यूनगंड हे त्यांच्या व्यक्तिमत्त्वाचेच स्वभाववैशिष्ट्य न मानता ते सामाजिक दबावाचे फलित समजावे. व्यक्तीची ओळख, तिचा स्वभाव व तिची मनोवृत्ती समाजापासून स्वतंत्र तर नसतेच; तसेच ती राजकीयदृष्ट्याही तटस्थ नसते.

जागतिकीकरणातदेखील जात आणि पुरुषसत्ताक व्यवस्था नवीन रूप घेऊन अद्यापही कायम असलेली दिसते. त्यामुळे जागतिकीकरणातदेखील दलित स्त्रियांवर अत्याचार होताना दिसत आहेत.

१९९०नंतर सामूहिक हिंसेत ब्राह्मणी पुरुषसत्ताक विचारसरणीने प्रभावित स्त्रियांचा सहभाग

अनेक वेळा असेही लक्षात येते की, श्रेणीबद्ध विषमतेमध्ये (Graded Inequality) स्त्रियांवर केवळ पुरुषांचेच नियंत्रण किंवा सत्ता प्रस्थापित नसते, तर ब्राह्मणी पुरुषसत्ताक विचाराने प्रभावित असलेल्या जातवर्गीय स्त्रियांची सत्ता दलित, आदिवासी, भटके-विमुक्त या पुरुषांवरदेखील असते; म्हणून श्रेणीबद्ध विषमतेसंदर्भात पुरुषसत्तेच्या संकल्पनेचा पुनर्विचार केला पाहिजे. या भागात आपण १९९०नंतर सामूहिक हिंसेत ब्राह्मणी विचारसरणीच्या स्त्रियांचा सहभाग कसा वाढला आहे त्याचा विचार करू.

दलितांवरील अत्याचाराचा वेध घेताना डॉ. आनंद तेलतुंबडे म्हणतात की, ''जागतिकीकरणात जातीय अत्याचाराचे स्वरूप बदलले आहे. पूर्वी एखाद्या दलिताला एकटा असताना गाठून अत्याचार केले जात. आता समूहाने उन्मादाच्या वातावरणात दलितांवरील अत्याचाराची परिसीमा गाठण्यात येत आहे.'' तर सामूहिक हिंसेचा विचार करताना सामूहिक हिंसादेखील वांशिक, जातीय आणि धार्मिक द्वेषातून निर्माण होताना दिसते; पण जातिवाद पुरुषप्रधान संरचनेमधून अभिव्यक्त होतो; म्हणून स्त्रियांवर लैंगिक अत्याचार करण्याचा प्रचारही त्यातून होताना दिसतो. कारण स्त्रीचा विनय हा ती ज्या जातीजमातीचा भाग असते, त्यातील पौरुषाचे प्रतीक मानला जातो. तिच्या जातीजमातीची लज्जा आणि एका अर्थी त्या जातीचे दुय्यमत्वही तिच्या अस्तित्वातून सिद्ध होते; म्हणून एखाद्या समुदायाचा अपमान करायचा, तर तो 'त्यांच्या' स्त्रियांवर बलात्कार करून. अयोध्या आणि गुजरातप्रकरणी अल्पसंख्य स्त्रियांवरील हल्ले आणि नामांतरप्रकरणी मराठवाड्यात झालेले दलित स्त्रियांवरील हल्ले या भावनेनेच प्रेरित आहेत.

१९९०नंतर मंडल आयोग आणि बाबरी मस्जिद ते गुजरात आणि खैरलांजीमध्ये ब्राह्मणी पुरुषसत्ताक विचाराने प्रभावित असलेल्या स्त्रिया 'इतर' स्त्रियांवरील अत्याचारांत सामील होताना दिसत आहेत. हा काळजीचा विषय आहे. कारण यातून स्त्रियांच्या जातजमातीय अत्याचारांमधील सहभागातून, झुंडीकरणातून स्त्रियांचे स्वतंत्र 'स्त्रीभान' निर्माण न होता जातीजमातीचे भ्रामक भान निर्माण होताना दिसत आहे.

दलित, अल्पसंख्य स्त्रियांवर होणाऱ्या अत्याचाराला केवळ उच्चजातीय स्त्रियाच नव्हे, तर 'ओबीसी' स्त्रियादेखील पाठिंबा देताना दिसत आहेत. 'ओबीसी' स्त्रियांनादेखील दलित स्त्रियांशी असलेल्या 'स्त्रीत्वाच्या' 'समान' स्वओळखीपेक्षा भिन्न व भेदात्मक 'जातीय' ओळख अधिक प्रभावित करत आहे. यातून लिंगभेद आणि जातिव्यवस्था यांमध्ये जातिभेदावर लक्ष केंद्रित करणारी गुंतागुंतीची सामाजिक रचना

लक्षात येते.

प्रतिमा जोशी त्यांच्या लेखात याची कारणमीमांसा करताना म्हणतात की, ''संघ भाजपने सातत्याने झुंडीकरणाची व्यूहरचना कार्यरत ठेवली आहे. त्याचाच हा परिपाक असल्याचे दिसते.'' (जोशी प्रतिमा, २००६; पृ.८) म्हणजेच 'स्त्रीशक्तीची' संकल्पना जातीयवादी आणि जमातवादी विचारधारा बळकट करण्यासाठी सर्वत्र वापरली जात आहे हेदेखील आपण लक्षात घेतले पाहिजे.

यावरून भारतीय समाजव्यवस्थेतील गुंतागुंत जात, वर्ग, लिंगभाव आणि पितृसत्ता या संकल्पनांच्या आधारे समजून घेतली; तर दलितांची आजपर्यंत जितकीही हत्याकांडे आणि अत्याचारांची प्रकरणे झाली आहेत, ती सर्व मैलाचा दगड असलेली लक्षात येतील आणि त्यातून स्त्रीशक्तीपेक्षा जास्त असलेले स्त्रीमुक्तीचे महत्त्व समजेल.

खैरलांजीत जातिवादाने प्रेरित होऊन झालेल्या हिंसक अत्याचाराचा विचार आता आपण या भागात करू. त्यातून नागरी समाजाचे अध:पतन कशा प्रकारे झाले आहे ते लक्षात येईल.

नागरी समाजाचे अध:पतन आणि दलितांचे आक्रंदन

नागपूरजवळील खैरलांजीत जातीयवादी संघटित झुंडीने प्रियंकाशी (वय-१७ वर्षे) तिच्या भावाला लैंगिक संभोग करण्यास जबरदस्ती केली व त्याने नकार देताच मारेकऱ्यांनी त्याचे लिंग ठेचून छिन्नविच्छिन्न केले. हे वास्तव जवळपास या हत्याकांडाचे विवरण देणाऱ्या सर्वच अहवालांमध्ये मांडण्यात आले आहे; (YASHADA, Pune आणि Caste Atrocity in Khairlangi-Manuski' Advocacy Centre, Pune, P. 2); तर अनेक लेखांनीदेखील याची दखल घेतली आहे. परंतु खैरलांजी प्रकरणात गोपाळ गुरू यांनी हत्याकांडानंतर एकूण नागरी समाजाच्या नैतिक अध:पतनाचा निर्देश करून एका महत्त्वाच्या मुद्द्यावर लक्ष केंद्रित केले आहे. ''माणसाच्या मरणासोबत त्याची मानखंडना थांबते.'' असे मिशेल फुको म्हणतो त्याचे खंडन या हिंसक अत्याचाराच्या उदाहरणातून गोपाळ गुरू यांनी केले आहे. ते म्हणतात, ''खैरलांजी प्रकरणात माणसाच्या मरणानंतरही त्याची मानखंडना थांबत नाही. ही मानखंडना वेगवेगळ्या स्वरूपांत चालूच राहते.'' (गुरू गोपाळ; २००७; पृ.१०-११) त्यांनी याचे स्पष्टीकरण प्रियंकाच्या नग्न मृतदेहाकडे पाहणाऱ्या लोकांकडे पाहून केले आहे. थोडक्यात, दलित स्त्रियांवरील अत्याचारांतून दलितांमधून उमलणाऱ्या स्वाभिमान, प्रतिष्ठा, मैत्री या मूल्यांची मानखंडना होऊन माणूस म्हणून जगू पाहणाऱ्या आधुनिकतेलाच काळिमा फासला जात आहे आणि त्यातूनच दलित स्त्रियांच्या जीवनातील निरंतर संघर्ष अधिकाधिक व्यापक होताना दिसत आहे; म्हणून जात, वर्ग आणि स्त्रीदास्यांत याचा प्रश्न लांबणीवर पडत आहे. दलित स्त्रियांची मुक्ती ही विद्यमान

सामाजिक संरचना, आर्थिक शोषण संबंध, राजकीय सत्तेची चौकट व सांस्कृतिक मूल्यप्रणाली या सर्वांच्या सर्वंकष पुनर्रचनेतून होणार आहे; म्हणजेच त्यासाठी सर्वांगीण लोकशाहीकरणाच्या क्रांतिकारी कार्यक्रमाचीच गरज आहे. हा कार्यक्रम जात, वर्ग आणि स्त्रीदास्यान्तवादी असेल.

हरियाणामध्ये २०१२च्या सप्टेंबर या एका महिन्यात दलित मुलींवर एकापेक्षाही एक भयंकर बलात्काराचे १९ प्रकार घडले होते. सरकारचा प्रतिसाद अपेक्षेप्रमाणे अतिशय थंड तर होताच; पण या प्रकारांबद्दल मुलींना दोषी ठरवत, वयात येण्यापूर्वीच मुलींची लग्ने लावून दिली; तर असे प्रकार घडणार नाहीत अशी मल्लिनाथी जाटांच्या खाप पंचायतींनी केली होती. खाप पंचायतींच्या या सल्ल्याची री ओढत झालेले प्रकार बलात्कार नसून संमतीने झालेल्या संबंधांचे मुलींनी नंतर केलेले विपर्यस्त चित्रण आहे, असे अकलेचे तारे राज्यातील अनेक सन्माननीय पुढाऱ्यांनी तोडले होते. हरियाणातील पुढाऱ्यांची अशी बेमुर्वत आणि बेलगाम वक्तव्ये ही अपवादात्मक बाब नसून हरियाणा सरकारने राज्यातील दलितांसाठी जी नरकसमान स्थिती निर्माण केली आहे तिचेच भाषिक रूप या वक्तव्यातून पाहायला मिळते. (तेलतुंबडे आनंद, 'हरियाणातील बलात्कारी राजवट' परिवर्तनाचा वाटसरू, पुणे १६ ते ३१ डिसेंबर २०१२). या राज्यात खाप पंचायतींची अनभिषिक्त सत्ता चालते. लिंगाधारित गर्भपाताच्या वाढत्या प्रमाणाने देशातील सरासरी प्रमाण कधीच मागे टाकले आहे. खाप पंचायतींनी सगोत्र विवाहांविरुद्ध फतवा घोषित केल्यापासून दलित मुलींवरील अत्याचारांत वाढ झाली आहे. राष्ट्रीय गुन्हे नोंदणी कार्यालयाच्या (एनसीआरबीच्या) अहवालानुसार २००७पासून दलित मुलींवरील बलात्कारांमध्ये सातत्याने वाढ झाली आहे. २००७मध्ये २१वरून ही संख्या २०११मध्ये ५६ झाली. या काळात राष्ट्रीय स्तरावर दलित मुलींवरील बलात्काराचे प्रमाण १५ टक्क्यांनी वाढले असेल, तर हरियाणातील प्रमाण १६७ टक्क्यांनी वाढले आहे. २०१२च्या सप्टेंबर महिन्यात दलित मुलींवर सामूहिक बलात्काराचे १९ प्रसंग घडले. यामध्ये १६ वर्षांच्या एका मुलीचा समावेश आहे. ९ सप्टेंबर रोजी दरबा गावातील उच्च जातीच्या डझनभर पुरुषांनी तिच्यावर बलात्कार केला. एवढेच नाही, तर या बलात्काराचे व्हिडिओचित्रण करून त्याची चित्रफीत त्यांनी पंचक्रोशीत फिरवली. मुलीच्या वडिलांना हा सारा प्रकार असह्य झाला आणि त्यांनी आत्महत्या केली. याच वयोगटातील दुसऱ्या एका दलित मुलीवर जिंद जिल्ह्यातील सच्चाखेड गावात सामूहिक बलात्कार करून तिला जाळून ठार मारण्यात आले. कल्यात या गावामध्ये पाच महिन्यांची गर्भवती असलेल्या एका दलित स्त्रीचे अपहरण करून दोन तरुणांनी तिच्यावर बलात्कार केला. राजकारण्यांच्या वरदहस्ताखाली कार्यरत असलेल्या बाहुबलींसाठी दलित मुलींवर बलात्कार आणि अत्याचार करणे ही आम बात बनली

आहे. बलात्काराची १९ प्रकरणे रोहतक, हिसार, जिंद, भिवानी, यमुनानगर, पानिपत, सोनिपत, अंबाला, कर्नाल, फरिदाबाद आणि कैथ या जिल्ह्यांमध्ये घडली आहेत.

आज मोठ्या प्रमाणात स्त्रिया निरनिराळ्या व्यवसायांत आत्मविश्वासाने वावरताना दिसत आहेत, नोकऱ्या करत आहेत, व्यवसाय करत आहेत, राजकारणात भाग घेऊ लागल्या आहेत, विविध क्षेत्रांत जबाबदारीच्या जागा त्या सांभाळत आहेत. या सगळ्यांमागे हजारो वर्षांचा इतिहास आहे. जगभरात सगळीकडेच स्त्रियांना हे अधिकार मिळवण्यासाठी लढावे लागले आहे. त्यासाठी आपल्या अनेक मैत्रिणींना अपमान सोसावा लागला आहे. त्यांच्याच प्रयत्नांमुळे आपण आज अधिक चांगले जीवन जगत आहोत.

स्त्रियांना पहिल्यापेक्षा जास्त अधिकार मिळाले आहेत हे खरे आहे. भारताच्या संविधानाप्रमाणे स्त्रिया आणि पुरुष समान आहेत; पण नुसते बोलल्याने किंवा लिहिल्याने समाज बदलत नाही आणि समाज बदलल्याशिवाय, त्याची मानसिकता बदलल्याशिवाय स्त्री-पुरुष समानता येऊ शकत नाही. म्हणूनच संविधानावरून समाजाच्या स्थितीचा अंदाज बांधता येत नाही, तो येतो रोजच्या जगण्यावरून. लग्नाच्या संपूर्ण प्रक्रियेमध्ये तिचे शिक्षण, तिची गुणवत्ता या गोष्टी महत्त्वाच्या नसून अजूनही हुंडाच महत्त्वाचा असतो.

स्त्रियांच्या सुरक्षिततेचा विचार करता, खुलेआमपणे मुलींना बलात्काराच्या धमक्या दिल्या जातात. अगदी लहान मुलींपासून वृद्धांपर्यंत सगळ्या त्यांच्या बळी पडतात. समाजात एकतर्फी प्रेमातून अंगावर ॲसिड फेकण्यापासून मारून टाकण्यापर्यंतच्या घटना घडतात आणि अपराधी मात्र छाती पुढे काढून फिरत असतात. ही आहे आजची व्यवस्था. स्त्री-पुरुष भेदभावाचे २१व्या शतकातीलही अत्यंत क्रूर उदाहरण म्हणजे स्त्रीलिंगी गर्भपात, म्हणजेच या समाजव्यवस्थेत विज्ञान आणि तंत्रज्ञानही आपल्याविरोधी वापरले जात आहे. एकंदरीत, आपल्याबरोबर होत असलेले भेदभाव हे गर्भलिंग तपासणी, मुलींची खरेदीविक्री, हुंडाबळी, पत्नी म्हणून होणारे अपमान आणि अत्याचार, विधवांना व घटस्फोटितांना मिळणारी वर्तणूक अशा अनेक रूपांमध्ये सतत सुरूच असतात. आपल्याला हे सगळे माहीत नाही किंवा आपण ह्यावर विचार करत नाही असे नाही. उलट आपण कुठल्या-ना-कुठल्या रूपात याची शिकार झालेले असतो; पण आपल्या डोळ्यांवर संस्कारांची पट्टी अशी काही बांधलेली असते, की आपण याकडे डोळेझाक करतो.

या चंगळवादी दुनियेमध्ये जाहिरातींच्या वाढत्या माध्यमातून भोगवस्तू म्हणून स्त्रीची प्रतिमा उभी केली जात आहे आणि यालाच सुंदरतेचे बिरुद लावले जात आहे. देशपातळीपासून गल्लीबोळांपर्यंत सौंदर्यस्पर्धांना उधाण आले आहे. स्वातंत्र्यानंतर ६५

वर्षांमध्ये आपल्या देशात भलेही लोकांना रोजी-रोटी मिळाली नसेल, पण ऐश्वर्या राय आणि सुश्मिता सेन तर मिळाल्या. असे असूनही गेल्या काही वर्षांत छोटासा का होईना, स्त्रियांचा एक हिस्सा 'बाईपणा'च्या चौकटी मोडताना दिसत आहे. व्यक्तिगत पातळीवर आज अनेक स्त्रिया पूर्वापार पद्धतीने जीवन जगण्यास नकार देत आहेत. गावापासून मैलोन्मैल चालत जाऊन मुली शाळा शिकत आहेत. सर्व प्रतिकूल परिस्थितीवर मात करून शाळा-महाविद्यालये, कार्यालये, इस्पितळे इत्यादी ठिकाणी नोकऱ्या करत आहेत; समाजाच्या प्रत्येक संघर्षात शिरकाव करण्याचा प्रयत्न करत आहेत. पण त्याचबरोबर आज आपल्या समाजाच्या समोर नवीन आव्हान उभे ठाकले आहे. महागाई, बेरोजगारी, कामगारकपात आणि महामंदी, जागतिकीकरण आणि खासगीकरण यांमुळे मोठ्या प्रमाणात रोज हजारोंनी आणि लाखोंनी नोकऱ्या कमी होत आहेत. अशा वेळी स्त्रीला कुटुंब चालवण्यासाठी कमीतकमी वेतनाचा रोजगार पत्कारावा लागत आहे. महागाई, बेकारी, उपासमार वाढली; तर अखेर अशा अभागी स्त्रिया शरीरविक्रयाकडे लोटल्या जातील.

जर राष्ट्रीय प्रसारमाध्यमांनी या प्रकरणांची दखल घेतली, लोकांचे दडपण वाढले, तर मग गुन्हे दाखल केले जातात. काही गुन्हेगारांना अटक केली जाते. पण असे काही झाले की, प्रकरण न्यायालयाबाहेर सोडवण्याचे दडपण जातपंचायतींकडून त्या दलित कुटुंबावर आणले जाते. तरीही जर कुटुंबे बधली नाहीत; तर गावातील जातीय परिस्थितीचा खेळखंडोबा करू नका, जातीय ऐक्याला काळिमा फासू नका असे सांगून त्यांना धमकावले जाते. गुन्हा नोंदवणाऱ्या कुटुंबाला गावातील जाट गावकऱ्यांच्या हर प्रकारच्या छळाचा सामना करावा लागतो. दुसरीकडे बलात्काराची केस सबळ करण्याचे प्रयत्न पोलीस करतच राहतात. डॉ. आनंद तेलतुंबडे यांनी त्यांच्या लेखातून या संदर्भात सविस्तर वेध घेतला आहे.

अर्थ-राजकारणामुळे समाजातील संस्थात्मक व्यवहार आणि नीतिमत्ता, चांगुलपणा यांच्याविषयीची तुच्छता वृत्ती वाढायला मदत होते. सार्वजनिक आणि व्यक्तिगत जीवन काही मूल्यांच्या आणि श्रेयकल्पनांच्या आधारे ठामपणे नांगरून ठेवण्याची आस कमी होते. शरण वृत्ती आणि हिंसा ही एकाच वेळी आदर्श मूल्ये बनू पाहतात. अर्थ-राजकीय व्यवस्थेतील उपरेपणा समाजात भरून उरतो. एका बाजूला भौतिक जीवनसंघर्ष आणि दुसऱ्या बाजूला न-नैतिक उपरेपणा यांच्या कातरीत सांस्कृतिक श्रेयसाची कुतरओढ होते. सामाजिक आणि आंतरवैयक्तिक संबंध हे निरर्थक, पोकळ बनतात. खरे तर माणसे ही माणसे न राहता कोणाच्या तरी पुरुषार्थाची किंवा स्वार्थाची साधनमात्र बनतात. पैसा खूप शहाणपण देतो, पण ते सगळे शहाणपण इतरांना 'साधने' बनवण्यात खर्ची पडते.

समाजातल्या सगळ्याच मूल्यकल्पनांशी आत्ताच टक्कर घेण्याचा प्रश्न आहे. स्त्रियांना ड्रेस कोड असायला हवा असे सांगणारे स्त्रियांचे वागणेच बलात्कार होण्याला कारणीभूत आहे असे सूतोवाच करतात. नैतिकतेचे पोलीस यासाठी स्त्रियांवर शारीरिक हल्ले चढवतात, परधर्माच्या मुलाबरोबर मैत्री केली म्हणून स्वत:च्या बहिणींना, मुलींना मारून टाकायलाही कमी करत नाहीत. हे एकीकडे सुरू असतानाच आजची मुक्त अर्थव्यवस्था स्त्रियांच्या देहाचा कसा वापर करते? संपूर्ण सौंदर्यप्रसाधनांचा उद्योगधंदा स्त्रीदेहाला आणि अर्थात काही प्रमाणात पुरुषांनाही केवळ लैंगिकतेभोवती, लैंगिक उपभोगासाठी दाखवतो; तेव्हा समाजातल्या विविध स्तरांतल्या घटकांचे काय शिक्षण होते? कोणतीतरी अंडरवेअर घातल्यामुळे किंवा कोणतातरी सुगंधी फवारा शरीरावर मारल्यामुळे मुली धावत येतात, सर्वांगाचे पापे घेतात अशा जाहिराती स्त्री-पुरुष संबंधांना कोणत्या पातळीवर आणून ठेवतात; आणि दूरचित्रवाणीच्या माध्यमातून जी काही मूल्ये रुजवण्याचे काम करत आहेत, यात आम्हांला स्त्री देहाकडे 'वापरा आणि फेकून द्या' या मूल्याची नाळ जोडलेली दिसत नाही का?

चोऱ्यामाऱ्या, खून, दरोडे, ठगबाजी, सट्टेबाजी आणि बलात्कार यांचे एकमेकांशी जवळचे आणि घट्ट नाते आहे. ते इथल्या नवआर्थिक धोरणाचे आणि जातिव्यवस्थेचे फलित आहे. जग हे एक खेडे झाले आहे असे म्हटले जाते, तेव्हा जगातल्या या कार्पोरेट विकासाचे परिणाम आंदोलनांवर कसे होतात, हे तपासण्याची गरज आहे.

आजची जातिव्यवस्था, पुरुषसत्ता आणि भांडवली अर्थव्यवस्था स्त्रियांना शिक्षण, स्वावलंबन, मुक्त स्वातंत्र्य देऊच शकत नाही. कारण बाजारपेठीय आणि इतर हितसंबंधांना त्याची गरज नाही. उलट स्वत:चे हितसंबंध अबाधित ठेवण्यासाठी बड्या कॉर्पोरेट जगाने एनजीओकरणाचेही राजकारण सररास वापरात आणले आहे. बडी राष्ट्रे गरीब राष्ट्रांवर वाढती शस्त्रास्त्र स्पर्धा लादत आहेत. जुन्या वैर भावनांना खतपाणी घालून वंशवाद, धर्मवाद, मूलतत्त्ववाद व या जोडीला तथाकथित देशभक्तीहातात घेऊन सतत युद्धजन्य स्थितीत जग लोटले जात असताना स्त्रियांवरचे अन्याय जहाल भाषा वापरून नष्ट होऊ शकणार नाहीत.

यापूर्वीची आंदोलने आणि या वेळचे आंदोलन यांत काय वेगळेपण आहे?

दिल्लीतल्या सामुदायिक बलात्काराला बळी पडलेल्या तरुणीसाठी अवघी तरुणाई रस्त्यावर उतरली. या पूर्वीही सामूहिक बलात्काराची प्रकरणे झाली. त्यांविरुद्ध आवाज उठवला गेला. पण या पूर्वीची आंदोलने आणि या वेळचे आंदोलन यांत काय वेगळेपण आहे? आंदोलन करणारी ही पिढी मुख्यत्वे आहे ती अर्थव्यवस्थेत जगात चमकू पाहणाऱ्या नवश्रीमंत मध्यमवर्गाची; अर्थव्यवस्थेचे धोरण आपल्या देशाने स्वीकारल्या

काळातच तरुण झालेली; आत्मोन्नतीचे अनेक पर्याय समोर असणारी, देशाच्या माहिती तंत्रज्ञानात अव्वल स्थान पटकवण्याचे स्वप्न स्वत:च्या खांद्यावर वाहून नेणाऱ्यांची; जी.आर.ई. देऊन अमेरिकेत करिअर करण्यात काही गैर आहे असे न वाटणाऱ्यांची; ही पिढी आहे. म्हणजे या आंदोलनावरचा प्रभाव या प्रकारचा म्हणायला हरकत नाही. पण म्हणून आंदोलनकर्त्यांना कणभरसुद्धा कमी लेखता येणार नाही. उलट असंख्य अत्याचारांनी आणि विसंगतींनी भरलेल्या, भरडल्या जाणाऱ्या तळागाळातल्या जनसमुदायांशी नाते जोडायला ही पिढी यावी ही अपेक्षाही करायला हरकत नाही. बलात्काराला आणि तितक्याच घृणास्पद अत्याचाराला बळी जाणाऱ्या दलित आदिवासी स्त्रियांच्या दु:खासाठीही याच संवेदनक्षमतेची अपेक्षा करायला आधार मिळतो.

स्त्रियांची छेडछाड प्रतिबंध

आज चित्रपटांत, सिनेसंगीतात आणि वेगवेगळ्या मालिकांमध्ये जी दृश्ये दाखवण्यात येतात; त्यांच्यामुळे समाजामध्ये एक असा गैरसमज झालेला आहे की, स्त्रियांची छेडछाड केल्याशिवाय आपण सिनेमाचा हीरो असल्यासारखी स्वत:ची प्रतिमा ठेवू शकतो. अशा छेडछाडीचे विश्लेषण आणि वर्गीकरण करताना यांतील पहिला भाग म्हणजे सार्वजनिक ठिकाणी कामाच्या वेळेत होणारे स्त्रियांचे लैंगिक शोषण. दुसरा भाग असा की, खास करून स्त्रिया ज्या वेळेला प्रवास करत असतात किंवा अनेक वेळेला सार्वजनिक ठिकाणी जात असतात; अशा वेळेला आणि तिसरे म्हणजे शिक्षण क्षेत्रामध्ये स्त्रिया आणि मुलींच्या होणाऱ्या छेडछाडीची एकतर्फी प्रेमाची किंवा हत्येची महाराष्ट्रात अनेक उदाहरणे आहेत. आपण नेहमी म्हणतो की, स्त्रियांचे सक्षमीकरण झाले पाहिजे, मुलींनी पुढे आले पाहिजे. काही ठिकाणी अनेक लोकांचे ऑर्ग्युमेन्ट असे असते की, मुली स्वत: त्याला प्रोत्साहन देतात. परंतु एखाद्या व्यक्तीने कायदा हातात घेऊन त्या मुलीने आपले जीवन जगण्याचा अधिकार नष्ट करणे किंवा तिच्या अंगावर ॲसिड टाकून तिला विद्रूप करणे या गोष्टींचे समर्थन हुकूमशाहीदेखील करू शकत नाही. तर मग लोकशाहीमध्ये प्रश्नच उद्‌भवत नाही.

कामाच्या ठिकाणी होणारी छेडछाड यासाठी सर्वोच्च न्यायालयाने दि. १३ ऑगस्ट १९९७ रोजी निकाल दिला आहे; त्यानुसार स्त्रियांची छेडछाड रोखण्यासाठी प्रतिबंधात्मक समित्या कराव्यात, असा आदेश शासनाला दिलेला आहे. असे जरी असले, तरी आदिवासी आश्रमशाळांत घडलेल्या घटना पाहिल्या किंवा शिक्षण क्षेत्रामध्येदेखील मुलींवर होणाऱ्या बलात्कारांचे आणि अत्याचारांचे प्रमाण पाहिले; तर अशा गुन्ह्याच्या बाबतीत एक चित्र स्पष्ट दिसते, या मुलींचे शोषण होत आहे अशी कल्पना आसपासच्या लोकांना असते. ते लोक मोठ्या प्रमाणावर पुढे येण्याचे धाडस करत नाहीत.

कारण हा माणूस परत आपला वरिष्ठ म्हणून बसणार आहे आणि तोच आपला गोपनीय अहवाल लिहिणार आहे. आपल्या पुढच्या आयुष्याच्या संपूर्ण दोऱ्या याच माणसाच्या हातामध्ये आहेत; म्हणून समोर छळ होताना दिसला, तरीसुद्धा कामाच्या ठिकाणी होणारे शोषण थांबवण्यासाठी लोक तेवढ्या प्रमाणात पुढे येत नाहीत, ही वस्तुस्थिती आहे. दुसरा भाग असा की, रेल्वेप्रवासामध्ये किंवा बसस्थानकावर सगळे लोक अनोळखी असतात. लोकलमध्ये जिथे शेकडो लोक प्रवास करत असतात; अशा ठिकाणी भर लोकलमध्ये स्त्रियांची छेडछाड होणे, त्यांच्यावर हल्ले होणे आणि त्याचबरोबर त्यांच्यावर बलात्कार केला जाणे या प्रकारच्या घटना घडलेल्या आहेत. द्व्यर्थी बोलणे, सिनेमातील गाणी गुणगुणणे; इतकेच नव्हे, तर स्त्रियांच्या डब्यामध्ये जात असताना त्यांना अंगविक्षेप करून दाखवणे, वेगवेगळ्या प्रकारे त्यांना त्रास देणे अशा घटना वारंवार घडत असलेल्या दिसतात. ज्या वेळी एखादी स्त्री मतिमंद असते, मनोरुग्ण असते, अपंग असते; अशा वेळी लांबच्या रेल्वेप्रवासामध्ये अशा अंध किंवा मतिमंद मुलींवर एकदा नव्हे, तर वारंवार बलात्कार झाल्याची उदाहरणे दिसून येतात.

या सगळ्या गोष्टी कायदा केल्याने संपुष्टात येतील असे जरी होत नसले, तरीसुद्धा कायद्यामधून आपल्या हातामध्ये एक चांगल्या प्रकारचे माध्यम सापडते; ज्यातून अशा त्रस्त होणाऱ्या मुलींना आणि स्त्रियांना एक विश्वास मिळू शकतो, एक दिलासा मिळू शकतो की, आजूबाजूला असे प्रसंग घडत असताना आम्ही केवळ दु:शासनगांधारीची भूमिका बजावणारे नाही.

गंभीर प्रश्नाचे अतिउथळ आकलन

ग्रहदशा बदलल्यामुळे स्त्रियांवर अत्याचार होत आहेत, अशी मुक्ताफळे छत्तीसगडचे गृहमंत्री नानकी राम कंवर यांनी उधळली आहेत. कांकेर येथील सरकारी आश्रमशाळेतील शिक्षकांनीच नऊ मुलींचे लैंगिक शोषण केल्याचा प्रकार उघडकीस आला आहे. या संदर्भातील प्रश्नाला उत्तर देताना कंवर यांनी ही मुक्ताफळे उधळली.

ते म्हणाले, ''महिलांवरील अत्याचारांसंदर्भात माझ्याकडे कोणतेही उत्तर नाही. संबंधित महिला तसेच तरुणींचे ग्रह ठीक नसल्याने त्यांना या दुर्दैवी प्रकाराला सामोरे जावे लागले असावे. एखाद्या व्यक्तीचे ग्रह चांगले नसतील, तर तिला त्याचा फटका बसतोच. त्यामुळे या समस्येवर आपल्याकडे उत्तर नसून याबाबत ज्योतिषीच काय ते सांगू शकतील.''

आजही हुंड्यावरून छळ, मारहाण, लग्नानंतर टाकून देणे, दारुड्या नवऱ्याचा जाच, विष पाजणे, जाळून टाकणे किंवा जाळून घेण्यास भाग पाडणे, पहिल्या पत्नीला अंधारात ठेवून दुसरे लग्न करणे व दोन्ही पत्नींचे स्वप्न धुळीस मिळवणे, पतीच्या निधनानंतर कुटुंबीयांनी घराबाहेर काढणे, इच्छा नसताना गरोदरपण लादणे, मुलीचा गर्भ

असल्यास गर्भपातास सक्ती करणे, मुलगा होत नाही म्हणून दूषणे देणे, नवऱ्याचे अनैतिक संबंध झाकण्यासाठी उलटा पत्नीवरच आळ घेणे, तिला वेडे ठरवणे, तिच्या चारित्र्यावर शिंतोडे उडवणे, स्त्रीला उपभोगाची वस्तू समजणे, बाजारपेठीय व्यवस्थेत तिला विक्रेय वस्तू बनवणे अशा अनेक प्रकारच्या छळांच्या घटना दैनंदिन जीवनात ऐकावयास मिळतात. थोड्यांची नोंद होते, तर अनेक घटना दबलेल्याच राहतात. सर्व सोपस्कार करून परिस्थिती काय आहे? वर्षानुवर्षे खटले चालतात. फिर्यादी स्त्रीलाच आरोपीच्या पिंजऱ्यात उभे केले जाते. नको ही असली झंझट असे त्यांचे मत बनते.

युवतींवर आणि महिलांवर होणारे बलात्काराचे प्रकार समजू शकतात, पण लहान मुलींवर असे अत्याचार करणे सर्वाधिक वाईट कृत्य आहे. असे कृत्य करणाऱ्यांना फाशीच दिली पाहिजे, असे वक्तव्य भाजपचे ज्येष्ठ खासदार आणि माजी केंद्रीय मंत्री रमेश बैस यांनी केले.

'बराबरी या बडे लोगों के साथ बलात्कार समझ में आता है, लेकिन नाबालिग बच्चीओं के साथ इस तरह का जहान्य अपराध है, इनको तो फांसी पर लटका देने चाहिए...' असे बैस म्हणाले. कंकेर जिल्ह्यातील सरकारी आश्रमशाळेमधील अल्पवयीन मुलींवर झालेल्या बलात्कारप्रकरणी ते बोलत होते; परंतु कोणावरीलही हल्ला हे कृत्य निंदनीयच आहे... मग ती अल्पवयीन मुलगी असो वा युवती असो वा महिला असो... बैस यांचे विधान आक्षेपार्ह आहे म्हणून त्यांचा निषेध केला पाहिजे.

'बलात्कार 'इंडिया'त होतात, भारतात नव्हे.' असे भागवत म्हणतात. भारतात मथुरा, भंवरीदेवी, कोठेवाडी, खैरलांजी या घटना कुठे घडल्या? खेड्यातच घडल्या. स्त्रियांवरील अत्याचार सर्वाधिक प्रमाणात ग्रामीण भागात होत असल्याची आकडेवारी उपलब्ध आहे. मुळात पाश्चात्त्य संस्कृतीमुळेच स्त्रियांवर अत्याचार होतात हे खरे नाही. तसे असते तर प्रगत देशांत घरोघरी 'रेपिस्ट' निर्माण झाले असते.

स्त्रीच्या लैंगिक चारित्र्याचा पूर्वेतिहास हा बलात्काराच्या खटल्यात गैरलागू आहे, हा मुद्दा न्यायाधीशांनी सुमनरानी खटल्यातील पुन:परीक्षणाचा अर्ज फेटाळताना दिलेल्या निकालपत्रात मांडला होता. स्त्रीची बाजू घेणाऱ्या निकालपत्रामध्ये हे न्यायाधीश जी मनोवृत्ती दाखवतात ती परंपरावादीच असते. त्यांना स्त्रीचे कौमार्य, पावित्र्य, लग्नाची शक्यता यांची फक्त काळजी लागलेली असते. स्त्रीच्या लैंगिकतेवर हल्ला झाल्याने तिला होणाऱ्या मानसिक आघाताचे त्यांना भानही नसते.

बलात्काराच्या कायद्याबाबतचे अनेक प्रश्न आज स्त्रीचळवळीला भेडसावत आहेत. अपील करण्याची परवानगी देणारा, दोनतीन वर्षांनंतर लागणारा हा निकाल स्त्रीला खरा न्याय देऊ शकतो का हा महत्त्वाचा प्रश्न आहे. शहरातील स्थिती तर याहूनही वाईट आहे.

याखेरीज विचारात घेण्यासारखा मुद्दा म्हणजे प्रागतिक कायदा सिद्धान्त आरोपीकडे सहानुभूतीने पाहणे व कमी तुरुंगवास यांची मांडणी करतो. बलात्काराचे कायदे या सिद्धान्ताबाहेरचे बालगुन्हेगार म्हणून शिक्षा कमी होण्याची, शिक्षा न होण्याची भीती निर्माण झालेली असतानाच वृत्तपत्रात दिल्ली बलात्कार प्रकरणाची सुनावणी बंद खोलीत, बलात्कारप्रश्नी कायद्यात तातडीने दुरुस्ती आवश्यक-उपराष्ट्रपती, मुलीच्या कुटुंबीयांचा माफीच्या साक्षीदारास विरोध अशा आणि या संदर्भातील इतर बातम्या वाचताना किंवा ऐकताना काही दिवसांपूर्वी राष्ट्रीय सरसंघचालक मोहन भागवत यांनी बलात्कार फक्त इंडियातच होतात, भारतात नाही असे विधान करत खळबळ उडवून दिली होती. या घटनेला आठवडाही उलटत नाही तोच इंदोर येथे संघ स्वयंसेवकांसमोर बोलताना त्यांनी स्त्रियांनी घराचा उंबरठा ओलांडू नये, लग्न हा करार असून स्त्रियांनी केवळ घरच सांभाळावे असे वक्तव्य केले. त्यामुळे देशभरात, विशेषत: स्त्रियांमध्ये तीव्र नाराजी पसरली होती. सरसंघचालकांचे विधान हे समतेच्या तत्त्वाला बाधक असून असे विधान केल्याबद्दल त्यांनी देशाची तसेच स्त्रियांचीही माफी मागितली पाहिजे होती.

यापाठोपाठ आसाराम बापू यांनी बलात्काराला ती तरुणीही जबाबदार असल्याचे बेजबाबदार वक्तव्य केले. दिल्लीतील सामूहिक बलात्कार प्रकरणानंतर वादग्रस्त वक्तव्य करण्यामध्ये आसाराम बापू यांनी नंबर लावला होता.

'बलात्कारामध्ये फक्त पाचसहा जण दोषी नाहीत. जिच्यावर बलात्कार झाला तीही तितकीच दोषी आहे. तिने बलात्कार करणाऱ्यांना 'भाऊ' असे संबोधून त्यांच्याकडे तसे न करण्याची याचना करायला हवी होती. त्यामुळे तिची प्रतिष्ठा आणि जीव दोन्हीही वाचले असते.' असे आसाराम बापूंनी म्हटले. राजस्थानमधील भरतपूर येथे बोलताना आसाराम बापू म्हणाले की, मी त्या मुलीच्या नातेवाइकांना संदेश पाठवला आहे की, स्वत:ला एकटे समजू नका. आता मला मुलगा माना. मी थोडीफार अडचण दूर करू शकेन. पण सत्य स्थिती ही आहे की, त्या घटनेमध्ये केवळ पाचसहा दारुडे लोक दोषी नाहीत. त्या मुलीने सरस्वती मंत्र म्हटला असता, तर मुळात ती त्या बसमध्ये चढलीच नसती.'

'अशा प्रकारच्या गुन्ह्यांसाठी कडक शिक्षेची तरतूद करण्याच्या मी विरोधात आहे.' असे मतही बापूंनी मांडले होते. या संदर्भात पुढील प्रतिक्रिया व्यक्त करण्यात आल्या होत्या.

१) संत आसारामजी यांचे टाळके फिरले आहे. त्यांचे हे वक्तव्य म्हणजे 'उचलली जीभ लावली टाळ्याला' असा प्रकार आहे. भारतीय महिलांचा अपमान करणाऱ्या बापूंसारख्या व्यक्तीचा तीव्र निषेध. - श्याम निफाडकर

२) कुणीही उठावे आणि दिल्लीतील बलात्काराच्या घटनेवर बोलावे, हा चुकीचा पायंडा पडला आहे. स्वत:ला चर्चेत ठेवण्याचा यामागील हेतू आहे. आसाराम बापूही त्यातलेच निघावेत, याला काय म्हणावे? – मानसी मगरे

३) माझ्या मते, या बाबा लोकांना वेड लागले असावे. कारण कुणी मंत्रोच्चार करून बलात्कार थांबवण्याचा सल्ला देतोय .... तर कुणी बलात्कारप्रसंगी रक्षाबंधन करायला सांगताहेत. यांना समाजाशी काहीही देणेघेणे नसल्याचे एकंदरीत दिसून येत आहे. (महाराष्ट्र टाइम्स, ८ जाने. १३, पुणे)

४) ९ जाने. २०१३च्या महाराष्ट्र टाइम्स (पुणे) या दैनिकामध्ये मुलींच्या जीन्सवर 'खाप'ची बंदी अशी बातमी प्रकाशित झाली होती. त्यामध्ये तरुणींनी मोबाइल वापरू नये, डी. जे. पार्टीचे आयोजन करू नये, तसेच मुलींनी जीन्स आणि टीशर्ट घालू नये असे फतवे हरियाणाच्या हिंसाचारामधील खाप पंचायतीने काढले आहेत. त्याचप्रमाणे संपूर्ण गावामध्ये दारूबंदीही लागू करण्यात आली आहे. खेडार गावात झालेल्या खाप पंचायतीच्या बैठकीत हे आदेश देण्यात आले. या निर्णयाची अंमलबजावणी करण्यासाठी सदस्यांची एक समिती स्थापन करण्यात आली आहे. डी.जे.पार्टीचे आयोजन करणाऱ्यास हजार रुपयांचा दंड ठोठावण्यात येणार आहे. या निर्णयांविषयी खेडारचे सरपंच समशेर सिंग म्हणाले, 'बलात्कार होण्यामागे दारू हेच मुख्य कारण असल्याने आम्ही दारूबंदी केली आहे. मुलींसाठी जीन्स-टीशर्ट हा योग्य पेहराव नसल्याने आम्ही मुलींना हा पोशाख न वापरण्याचा आदेश दिला आहे.' त्या वेळी पंचायतीत उपस्थित स्त्रियांनी या निर्णयाचे स्वागत केले आहे.

'मुलींसाठी ड्रेसकोड असावा.' 'मुलींना जीन्स घालण्यास व मोबाइल वापरण्यास बंदी घालावी.' 'जातीतच लग्न करावे.' 'प्रेमविवाह करू नये.' 'सोळाव्या वर्षी मुलींचे लग्न व्हावे.' अशा तऱ्हेची बंधने घालणारे फतवे काढले जात आहेत. खाप पंचायतीचे ठराव होत आहेत किंवा धर्ममार्तंड वा नेते जाहीर भाष्य करत आहेत. डावे किंवा प्रागतिक नेते व सामाजिक कार्यकर्ते सोडल्यास एकही पक्ष या आध्यात्मिक बंडलबाजीच्या विरोधात रस्त्यावर येऊन लढत नाही. वाहिन्यांवरच्या चर्चांमध्ये तोंडपुजेपणा करण्यात समाधान मानले जात आहे.

हरियाणाचा मंत्री गोपाळ कांडाने आपल्या विमान कंपनीतील कर्मचारी गीतका शर्मा हिचे शोषण केले. त्यानंतर तिने आत्महत्या केली व या प्रकरणात त्याला अटकही झाली; परंतु राज्यातल्या काँग्रेसने या कांडाचे उदात्तीकरण सुरू केले .... त्याच्या जयजयकाराच्या घोषणा देण्यात आल्या. हरियाणाचे मजूरमंत्री शिवचरण शर्मा तर म्हणाले होते, 'ये इतना बडा केस नही है। गोपाल ने गलत नौकर रख दिया था वो तो

उसकी सर्व्हंट थी ।' अर्थात या उद्गाराबद्दल या मजूरमंत्र्याला नंतर माफी मागावी लागली, हा भाग अलाहिदा! आपल्याकडचे अनेक नेते आपल्या कर्मचाऱ्यांना गुलामासारखे वागवत असतातच. ग्वाल्हेरमधल्या एका स्त्री-सबलीकरण परिसंवादात भाषण करताना राजमाता विजयाराजे शिंदे विद्यालयातल्या वैज्ञानिक अनीता शुक्ल म्हणाल्या होत्या, 'दिल्लीतली ती तरुणी शरणागत झाली असती, तर तिला आपले आतडे गमवावे लागले नसते; तसेच मुळात रात्री दहानंतर तिला घराबाहेर पडण्याचे कारणच काय होते?' समाजातल्या शास्त्रज्ञांच्या, मंत्र्यांच्या धारणा या अशा आहेत.

राष्ट्रपती प्रणव मुखर्जी यांचे पुत्र अभिजित मुखर्जी कसेबसे निवडून आले व खासदार झाले. दिल्लीतल्या बलात्काराविरुद्ध आंदोलन करणाऱ्या स्त्रियांचे वर्णन 'नटूनथटून येणाऱ्या व फॅशनेबल' अशा शब्दांत करणाऱ्या अभिजित यांना पुढच्या निवडणुकीत पराजितच करावे लागेल ...!

पॅरोलवर सुटलेल्या कैद्याकडून बलात्कार आणि खून

शिर्डी येथून अपहरण झालेल्या नऊ वर्षे वयाच्या मुलीवर बलात्कार करून तिचा खून केला गेल्याचे १२ जानेवारी २०१३ रोजी उघड झाले.

पॅरोल हा कैद्याचा हक्क असला, तरी त्याला पॅरोल नाकारू शकते. पॅरोल मानवी दृष्टीकोनातून दिलेली सुट्टी असल्यामुळे त्या संदर्भातील नियमांत तातडीने सुधारणा करून त्यात कॅटॅगरी करणे गरजेचे आहे. त्यामुळे स्त्रियांवरील, बालिकांवरील अमानवी अत्याचारांमध्ये जे सहभागी आहेत; त्यांना पॅरोल नाकारण्याची भूमिका घेण्याची तरतूद त्या नियमांमध्ये असणे गरजेचे आहे. कायद्याने मिळालेल्या पॅरोलच्या हक्काचा गैरवापर कैद्याने केला, तर हा हक्क तत्काळ रद्द होतो. शिवाय भविष्यात त्याला मिळणारी सुट्टीदेखील पोलीस रद्द करू शकतात. त्यामुळे पॅरोलचा दुरुपयोग होणार नाही, याचे भान आरोपीनेदेखील ठेवायला हवे.

फौजदारी कायदा पद्धतीचा बलात्कारित स्त्रीला काय अनुभव येतो?

बलात्काराच्या संदर्भात अभ्यास करताना भारतीय दंड संहिता (आयपीसी), भारतीय पुरावा कायदा (इंडियन एव्हिडन्स ॲक्ट) फौजदारी प्रक्रिया संहिता (क्रिमिनल प्रोसिजर कोड) केस लॉज, बचाव पक्षाच्या वकिलासोबत चर्चा करणे आवश्यक असते.

न्यायाच्या एका तागडीत सर्वशक्तिमान शासनयंत्रणा आहे, तर दुसऱ्या तागडीत आहे अगतिक आणि शक्तिहीन आरोपी. या तराजूचा समतोल साधला जावा यासाठी फौजदारी प्रक्रिया संहितेमधील पद्धती अशा आहेत की, फौजदारी खटल्यात आरोपीविरुद्ध सत्तेचा गैरवापर व न्यायाचा विपर्यास होऊ नये. कायद्याची सर्व पुस्तके या दृष्टीकोनातूनच हा प्रश्न हाताळतात.

पण जेव्हा स्त्रीचा संबंध येतो, तेव्हा आणखी एक मुद्दा येतो लिंगसापेक्षतेचा. जेव्हा स्त्री लैंगिक अत्याचाराची बळी असते, तेव्हा याच पद्धतीमुळे, कायद्यांमुळे तिच्याबाबत न्यायाचा विपर्यास घडतो. ती शासन व आरोपी यांच्यातील सत्तासमीकरणाच्या बाहेर राहते, आगंतुक ठरते. बलात्काराचा खटला हा खरे पाहता, तिचा न्यायासाठीचा लढा असतो. सत्ता समीकरणांच्या बाहेर राहून व दूर राहून फौजदारी कायदा पद्धतीचा तिला काय अनुभव येतो?

आरोपीला बचावासाठी वकील असतो. कायदेविषयक मदत मिळवण्यास आरोपी पात्र असतो, तर शासनासाठी सरकारी वकील असतो; पण कोर्टापुढे स्त्रीची बाजू मांडायला मात्र कुणीही नसते. खटला सुरू होण्यापूर्वी सरकारी वकिलाची व तिची भेटही झालेली नसते.

बलात्कार घडल्यापासून खटल्याचा निकाल लागेपर्यंत घरी, शेजारीपाजारी, पोलीसठाणी, सार्वजनिक इस्पितळे, कोर्ट यांतील प्रत्येक पायरीवर सहानुभूतीचा अभाव, स्थितिशीलता, भावनाशून्यता तसेच शत्रुत्व व स्त्रीविरोधी पूर्वग्रह या सर्वांशी सामना देत बलात्कारित स्त्रीने घेतलेल्या न्यायाच्या ध्यासाचा वेध घेण्याचा आणि तिच्या नजरेतून न्याययंत्रणा पाहण्याचा प्रयत्न करणे आवश्यक आहे.

सर्व तांत्रिक मुद्दे माहीत असले, तरी बलात्कारित स्त्रीला न्याय मिळेलच असे नाही. पण कायद्यातील काही फटी बुजवल्या गेल्या, तर न्याय मिळण्याची शक्यता वाढेल अशी आशा वाटते. अशी जागरूकता नसेल, तर गुन्हा दाखल करण्यातही अर्थ नसतो. कारण परिस्थिती स्त्रीच्या विरोधात आहे. पोलिसात तक्रार करण्याने अधिकच मानहानी आणि मानसिक वेदना वाट्याला येतील. ८०च्या दशकात बलात्कारविरोधी मोहिमेदरम्यान म्हटले गेले की, मथुरेवर दोनदा बलात्कार झाला, पहिल्यांदा पोलिसांकडून तर दुसऱ्यांदा कोर्टाकडून. ते तेव्हा जितके खरे होते, तितकेच आजही आहे.

जरी प्रत्येकच बलात्कार हा स्त्रीच्या शरीरमनाची हिंसा व तिच्या लैंगिकतेवरील अत्याचार असला, तरीही बलात्कार कोणत्या परिस्थितीत घडला व तो घडण्यामागे तिचा 'दोष/हात' किती 'किंवा' तिच्यावर बलात्कार व्हायलाच हवा होता असे तिच्या कुटुंबाला व समाजाला कितपत वाटते यावर बलात्काराचा गुन्हा दाखल होणे किंवा न होणे अवलंबून असते. याबाबतीत स्त्रीच्या भावना काहीही असल्या; तरी बलात्काराविरुद्ध आवाज उठवायचा की मौन राखायचे याचा निर्णय कुटुंबातील, वस्तीतील, जातीतील पुरुषच घेतात. कारण बलात्कार ही त्यांच्या लेखी त्यांची 'मानहानी' असते. हा निर्णय बलात्कारी पुरुषाचे बलात्कारित स्त्रीच्या कुटुंबाशी काय नाते आहे किंवा तो जातीत किंवा वस्तीत किती सत्ता गाजवू शकतो यावरही अवलंबून

असतो. उदाहरणार्थ, बलात्कारी पुरुष जर त्या कुटुंबाचा मित्र किंवा नातेवाईक असेल, किंवा जातीत, वस्तीत वजन असणारा असेल; तर बहुधा प्रकरण दडपले जाते.

पोलिसांची भूमिका तो बलात्कार 'खरा' होता का यावर अवलंबून राहील. त्यांच्या दृष्टीने 'आदर्श' परिस्थिती म्हणजे एखाद्या बालिकेवरचा सामूहिक बलात्कार म्हणजे ज्यात तिला बऱ्याच दुखापती झालेल्या असतात, तसेच साक्ष द्यायची तयारी असणारे साक्षीदार असतात तोच. अशा वेळी त्या मुलीचे चारित्र्य किंवा सादर केलेल्या पुराव्याच्या विश्वासार्हतेबद्दल कोणतेही प्रश्न विचारले जाणार नाहीत. पण बहुतेक बलात्कार काही अशा 'आदर्श' परिस्थितीत घडत नसतात.

स्त्रीची पोशाखाची पद्धत व वर्तणूक, तिचा पेशा, तिची आर्थिक किंवा सामाजिक स्थिती, तिला कुणी मित्र आहे का, बलात्कारी पुरुष तिच्या माहितीचा होता का, बलात्कार झाला तेव्हा ती कुमारी होती का, बलात्कार ताबडतोब पोलिसांकडे नोंदला का, तिला झालेल्या दुखापतींचे स्वरूप आणि गांभीर्य, वैद्यकीय तपासणी ताबडतोब केली गेली का, साक्षीदाराची साक्ष देण्याची तयारी आहे का, बलात्कारी पुरुष व बलात्कारित स्त्री यांच्या कुटुंबांमध्ये वैर होते का अशा सर्व गोष्टी बलात्काराच्या खटल्यात महत्त्वाचे घटक ठरतात.

जर बलात्कारी पुरुष वयाने कोवळा असेल, तर जरी त्याने एखाद्या बालिकेवर बलात्कार केला असला व त्यामुळे तिला बऱ्याच दुखापती झाल्या असल्या, तरी कठोर शिक्षेची तरतूद करणाऱ्या सर्व कायद्यांवर मात करून कोर्ट त्याला दयाच दाखवते. असेही असते की, आपली कोर्ट्स सर्व पुरुषांना त्यांच्या आयुष्यात निदान एक बलात्कार करण्याची मुभा देऊ इच्छितात. ('बलात्काराचा पहिलाच गुन्हा' म्हणून गंभीर शिक्षा दिली जात नाही.)

समाजाच्या व कोर्टाच्या दृष्टीकोनांत विरोधाभास आहे. स्त्रियांनी तो लाजिरवाणा शब्द उच्चारूदेखील नये असे संस्कार असतात. बलात्काराच्या परिस्थितीबद्दल व त्या परिस्थितीशी कसा सामना करावा याबद्दल विचार करणे हे तर बलात्काराची स्वप्ने पाहिल्यासारखे समजले जाते. पण स्त्रीवर बलात्कार झाल्यानंतर लगेचच तिने स्वत:ला बदलून नवीन मूल्ये आत्मसात करावीत अशी अपेक्षा केली जाते. आपल्या कायद्याच्या यंत्रणेची अशी अपेक्षा असते की, स्त्रीने बलात्काराच्या वेदनेतून बाहेर तर पडावेच. पण सर्व भीड त्यागून घडल्या प्रकाराचे स्पष्ट व तपशीलवार वर्णन करावे; आणि तेही सर्वांसमोर म्हणजे कुटुंब, शेजारीपाजारी, पोलिसठाणी व दवाखान्यातील अपरिचित यांच्यासमोरसुद्धा. जर स्वत:त हा बदल ती घडवून आणू शकली नाही, तर तिला 'खोटारडी' ठरवले जाते आणि तिचा पुरावा 'कपोलकल्पित' ठरवला जातो.

बलात्कार केला जात असताना डोळे बंद करून तिने गप्प पडून राहावे ज्यायोगे

ती अटळ गोष्ट कमीतकमी दुखापत व वेदना देईल, हे मंजूर नसते. कारण तिचे निरपराधित्व सिद्ध करण्यासाठी तिने निकराचा लढा द्यावा, स्वत:ला जखमा करून घ्याव्यात, तसेच बलात्कारी पुरुषाच्या शरीरावर जखमा होतील असे पाहावे. विशेषत: त्यांच्या 'गुप्त भागांवर किंवा गुप्तांगावर.' बलात्कारासंबंधीच्या निकालपत्रांमध्ये लैंगिक अवयवांचा उल्लेख असा केला जातो अशी अपेक्षा असते. जर एखादी तरुण मुलगी असेल, तर तिने अतिशयच जोरदार लढा द्यावा अशी अपेक्षा असते. कारण नाहीतर तिचा 'कौमार्यभंग' होणार असतो. (कौमार्य म्हणजे भारतीय स्त्रीचा सर्वांत किमती अलंकार.) एखाद्या स्त्रीच्या आयुष्यात असा लैंगिक अनुभव पहिल्यांदाच येत असेल म्हणजेच ती हे सर्व पहिल्यांदाच पाहत असेल, तर ती गर्भगळित होईल; या वस्तुस्थितीचे भान न्यायाधीश, परीक्षक (ज्यूरी) आणि वकील यांना (सर्वच पुरुष असल्यामुळे) बिलकूल नसते.

त्याखेरीज अशीही अपेक्षा असते की, तिने डोळे नीट उघडे ठेवून बलात्कारी पुरुषाला काळजीपूर्वक पाहावे, त्यांच्या अंगावर काही खुणा आहेत का हे पाहावे, तसेच तो जर नग्न असला; तर तो कपडे घालून कसा दिसेल याची कल्पना करावी म्हणजे ओळखपरेडमध्ये ती त्याला ओळखू शकेल. जर आजूबाजूला लोक असतील, तर त्यांनी उभे राहून बलात्कार नीट पाहावा याचीही तिने खातरी करून घ्यावी म्हणजे मग ते तिच्या साक्षीला पुष्टी देतील. बलात्कारानंतर तिने जर अंघोळ केली, तशी करावी असे वाटणे स्वाभाविक असले; तरी महत्त्वाचा पुरावा नष्ट होईल.

हे सर्व कदाचित विचित्र वाटेल, पण ज्यामधून बलात्कारित स्त्रीकडून कोर्टाच्या काय अपेक्षा असतात यावर प्रकाश पडतो अशा लॉ जर्नल्समध्ये दिलेल्या निकालपत्रांमधून असेच ध्वनित होते. स्त्री आणि पुरुष यांमध्ये केला जाणारा मूलभूत भेदभाव कायदा लक्षात घेत नाही, पण पुरुषांनी स्त्रियांविरुद्ध केलेल्या गुन्ह्यांच्या वेळी मात्र समानतेचे तत्त्व पाळले जाते. त्यामुळे कायद्याच्या यंत्रणेत अंतिमत: स्त्रीवर घोर अन्याय होतो. शिवाय 'संशयाचा फायदा आरोपीला मिळावा व फिर्यादी पक्षाने गुन्हा संशयातीतपणे सिद्ध करावा.' या तत्त्वावर कायदा आधारलेला आहे. परंतु स्त्रियांवर जे खासगी व वैयक्तिक स्वरूपाचे अत्याचार केले जातात, उदाहरणार्थ, बलात्कार, कुटुंबाअंतर्गत हिंसाचार वा बायकोचा खून इत्यादी. त्या वेळी ही गोष्ट जवळजवळ अशक्य असते.

शेवटी बलत्कार, बलात्काराचा प्रयत्न व विनयभंग यांतील भेद रद्द करायला हवेत. कारण या सर्वांमध्ये फक्त टक्क्यांचा फरक आहे, म्हणून ही सर्व कृत्ये एकाच प्रकारचे गुन्हे मानायला हवीत. तरीही न्याय मिळवण्यासाठी कोर्ट हे एकमेव व्यासपीठ उपलब्ध असल्यामुळे व बलात्कारित स्त्रीला त्याचा उपयोग करण्यावाचून गत्यंतर

नसल्यामुळे कोर्टाच्या कामकाजाची पुरेशी माहिती असणे गरजेचे आहे.

बलात्कार आणि सहमती यांविषयी असणाऱ्या प्रभावी आकलनाशी झुंज

बलात्काराच्या घटनांच्या संदर्भात आजवर अनेक अभ्यास झाले आहेत. त्यांतील दोन निरीक्षणे खूप महत्त्वाची आहेत. त्यांतील पहिले निरीक्षण असे सांगते की, अनेकदा ते ओळखीच्या किंवा परिचयाच्या व्यक्तीकडूनच होतात आणि दुसरे निरीक्षण असे सांगते की, सुमारे ६५ टक्के प्रकरणांमध्ये 'पुरुषी अहं' दुखावलेला असतो; म्हणून चिडून जाऊन त्या पुरुषाने कधी स्वत: तर कधी त्याच्या साथीदारांच्या साहाय्याने बलात्कार केलेला असतो.

मतिमंद मुलीवर बलात्कार झाल्याच्या घटनेची तक्रार पोलिसांकडे देण्यास तिला झालेला विलंब क्षमा करण्यास योग्य आहे. बौद्धिक वाढ न झालेल्या मुलीसोबत संभोग करायचा व तिची संमती होती असा पवित्रा घ्यायचा हे चुकीचे आहे. एखाद्या दडपणाला बळी पडणे म्हणजे संमती देणे होत नाही. (मिअर ॲक्ट ऑफ सबमिशन डझ नॉट इनव्हॉल्व्ह कन्सेन्ट) असा निर्णय सर्वोच्च न्यायालयाने २००३ साली एका खटल्यात दिला, तर २००९मध्ये मानसिक अपंगत्व असलेल्या एका मुलीवर बलात्कार झाला व ती गर्भवती झाली अशा वेळी तिला मातृत्वाचा अधिकार आहे, ती बाळाला जन्म देऊ शकते; असा कुणालाही चुकीचाच वाटेल असाही निर्णय एका केसच्या निकालात सर्वोच्च न्यायालयानेच दिलेला आहे. आपण सर्वांनी कायद्याचा आदर ठेवलाच पाहिजे, पण प्रत्येक न्यायनिर्णयाची प्रामाणिक व अभ्यासपूर्ण चिकित्सा करण्याचा असलेला अधिकार वापरून असे निर्णय नुसतेच चुकीचे नाहीत; तर अनेक गुंतागुंतीचे प्रश्न निर्माण करणारे व म्हणून धोकादायक आहेत, हे आपल्याला म्हणावेच लागेल. इतक्या प्रकारचे शारीरिक अपंगत्व आणि मानसिक अपंगत्व यांमध्ये खूप मोठा फरक असतो.

१९७०च्या दशकात मथुरा या आदिवासी स्त्रीवर पोलीस कोठडीत झालेल्या बलात्कारासंदर्भात हाय कोर्ट, सुप्रीम कोर्ट इत्यादी व्यासपीठांनी जो काही न्यायनिवाडा केला; त्या संदर्भात मोठा गदारोळ माजून स्त्रियांवरील लैंगिक अत्याचाराचा प्रश्न धसाला लागला.

या संदर्भात स्त्रियांच्या चळवळीतून आलेली जी मोहीम होती, तिच्यामधून बलात्कार आणि सहमती या संदर्भात अस्तित्वात असणाऱ्या कायद्याच्या चौकटीतील आणि सामाजिक आकलनातील त्रुटींवर बोट ठेवले गेले. सहमती गृहीत धरली गेली, म्हणजे बलात्कारित स्त्रीच्या शरीरावर जखम नसणे किंवा तिने उदासीन पद्धतीने शरण जाणे या मुद्द्यांवर स्त्रीने जर का 'खऱ्या अर्थाने प्रतिकार' केला, तरच तिने संमती दिली नाही असे सिद्ध होते. इतकेच नाही तर 'सैल नैतिकता' असणाऱ्या बाईकडे तर असे बघितले गेले होते की, तिची सहमती गृहीतच धरली गेली होती. मोहिमेतील चर्चाविश्व

समतेच्या प्रश्नाविषयी बोलत नव्हते, तर पुरुषसत्ताक व्यवस्थेच्या चर्चाविश्वाविषयी बोलत होते. थोडक्यात, स्त्रियांवरील हिंसाचाराचा हा प्रश्न पुरुषांनी स्त्रियांच्या व्यवस्थात्मक दडपणुकीच्या प्रश्नाशी जोडला होता. माध्यमांनी मोठ्या उत्साहाने स्त्रीवादी मोहिमा आणि पोलिसी बलात्कार या गोष्टी उचलून धरल्या. हरियाणा येथील माया त्यागी या स्त्रीच्या पोलिसी बलात्काराविषयी तीव्र संघर्ष उभा राहिला, तेव्हा राजकारणी मंडळी स्त्रियांवर होणाऱ्या हल्ल्यासंदर्भात बोलू लागली आणि त्यांनी या साऱ्यातून स्त्रिया आणि त्यांची कुटुंबे यांना कसे लांछन आणि अवमानाचे अनुभव घ्यावे लागतात, या प्रश्नावर लक्ष केंद्रित केले. आता हे चर्चाविश्व पुरुषसत्ताक व्यवस्थेविषयी बोलत नव्हते, तर संरक्षणवादी चौकटीतल्या स्त्रियांच्या मानसन्मानाबद्दल आणि शुद्धतेबद्दल बोलत होते.

कायदेविषयक आयोगाने बलात्कारविषयक कायदा सम्यक पद्धतीने सुधारावा, अशी शिफारस केंद्र शासनाने केली. या शिफारशींमध्ये बलात्कारित स्त्रीचा सहमतीविषयक पुरावा देण्याची जबाबदारी त्या बळी गेलेल्या स्त्रीवर घालणे चुकीचे आहे, असे सुचवले गेले आणि बलात्कारविषयक खटल्यामध्ये स्त्रीच्या पूर्वचरित्राचा मुद्दा संदर्भहीन किंवा असंगत ठरवला गेला. अर्थात, जेव्हा हे विधेयक मांडले गेले, तेव्हा या शिफारशींच्या संदर्भात हे विधेयक अपुरेच होते आणि या विधेयकात काही घातक, प्रतिगामी स्वरूपाच्या तरतुदी घुसडल्या गेल्या. या विधेयकावर फार मोठ्या प्रमाणात टीकाटिप्पणी केली गेली आणि मग आणखी चर्चेसाठी ते संसदीय समितीपुढे आणले गेले. या समितीचा अहवाल १९८२ आणि १९८३पर्यंत बाहेर आला नव्हता. आणि शेवटी या काळात बलात्कारविषयक कायद्यामध्ये दुरुस्त्या होऊन तो मंजूर झाला. या दुरुस्त्यांमध्ये पोलीस कोठडीतील बलात्कार या गोष्टीची आणि त्यातील अंतर्विरोधांची दखल घेतली गेली आणि त्यांमधील संमतीचा मुद्दा असंगत ठरवला गेला. बलात्कारासाठी सक्तीची किमान शिक्षासुद्धा प्रस्थापित केली गेली.

एकीकडे पोलीस कोठडीतील बलात्कारविषयक प्रश्न सार्वजनिक कार्यक्रमपत्रिकेवर आणण्यामध्ये स्त्रीवादी चळवळ यशस्वी झाली असली; तरी एकूण व्यापक चर्चा विश्वात्मक संघर्षाच्या दृष्टीने विचार केला, तर मात्र बलात्काराचा अर्थ कसा लावायचा या प्रश्नासंदर्भात स्त्रीवादी मोहिमांना अपयश आलेले दिसते. फ्लेविया ॲग्नेस यांनी आपल्या मूल्यमापनात्मक अभ्यासातून दाखवून दिले आहे की, बलात्कारविषयक पारंपरिक व्याख्येला शह देण्यासंदर्भात तसेच स्त्रियांच्या लैंगिकतेविषयीच्या गृहीतांसंदर्भात या कायदेविषयक सुधारणांमुळे परिवर्तन घडले नाही. उदाहरणच घ्यायचे तर मथुरा खटल्यानंतर दहा वर्षांनी आलेल्या सुमनराणी खटल्यामध्ये सुमनराणीच्या चारित्र्याचा पंचनामा पुन्हा एकदा मांडला गेला. कौमार्याची, शुद्धतेची

आणि स्त्रियांच्या लैंगिकतेचे पिसाट स्वरूप यांविषयी जी गृहीते होती; ती स्त्रियांच्या चळवळीला बदलता आली नाहीत. उलट बलात्कारविषयक कायद्यांमध्ये सुधारणा व्हावी ही मागणी केल्यानंतर इतर अधिक कर्मठ राजकीय गटांनी त्या मागणीला पाठिंबा देऊन लांछन आणि अप्रतिष्ठा या पारंपरिक चर्चाविश्वामध्ये जखडून टाकले.

स्त्रियांच्या चळवळीने जेव्हा स्त्रियांच्या जीवनातील हिंसाचाराचे वास्तव साकार केले, तेव्हा हा हिंसाचार प्रकाशात आणणे आणि त्याचा धिक्कार करणे या संदर्भात मोठ्या प्रमाणात मजल मारली. बलात्कार, हुंडा, सती, गर्भजलपरीक्षा यांच्या विरोधातील चळवळींनी एक महत्त्वाची गोष्ट साधली. ती म्हणजे स्त्रियांच्या विरोधातील हिंसाचारासंदर्भातील सामाजिक आणि सांस्कृतिक क्षेत्रांतील प्रस्थापित अर्थांना शह दिला. स्त्रियांच्या हिंसाचाराचा प्रश्न सार्वजनिक क्षेत्रात आणून स्त्रीवाद्यांनी त्याची पुनर्व्याख्या केली. कायदेशीर तरतुदींमधून हिंसाचार समूळ नष्ट होणे शक्य नव्हते. तसेच स्त्रीवाद्यांना कायदेशीर व्याख्यांमध्येही आमूलाग्र परिवर्तन करणे शक्य नव्हते. परंतु ज्या सामाजिक प्रथांना आपण नाहीसे करू पाहतो; त्या सामाजिक प्रथांना अस्तित्व वा नाव देण्यामध्येच कायदेविषयक चर्चाविश्व केंद्रस्थानी असते हे विसरून चालणार नाही.

कुटुंब, परंपरा आणि संस्कृती तसेच लिंगभाव आणि हिंसाचार या संदर्भातील स्त्रीवादी संघर्ष महत्त्वाचे असले; तरी 'जितं मया' या चौकटीत त्याचे सोहळे करण्याची गरज नाही. अनेकदा स्त्रीवादी चर्चाविश्व राज्यसंस्थेने गिळंकृत केले आणि राज्यसंस्थेची सत्ता वाढवण्याचे समर्थन देताना स्त्रियांच्या संरक्षणाची सबब पुढे केली. अनेकदा कायदेविषयक सुधारणांमधून लिंगभाव, हिंसाचार आणि कुटुंब या चौकटींच्या पायाशी असणाऱ्या गृहीतांना शह दिला गेला नाही. अनेक ठिकाणी धर्मवादी संकुचिततेला आणि त्यातून येणाऱ्या प्रतिशह देणाऱ्या चर्चाविश्वांना चालना मिळाली. या चर्चाविश्वाला संघर्षाचे निकाल बऱ्याच वेळा अंतर्विरोधी स्वरूपाचे दिसतात. स्त्रियांवर होणाऱ्या विषमतेचा आणि अत्याचाराचा प्रश्न एकीकडे सार्वजनिक कार्यक्रमपत्रिकेवर पुढे आणला जातो, तर दुसरीकडे कायद्याच्या चौकटीतील या प्रश्नांसंदर्भातील अर्थ बदलणे स्त्रीवादी चळवळीला शक्य झाले नाही. **शहरातील तरुणांचे गट कायदेविषयक सुधारणांसाठी एकत्र येऊन फारसे काही न साधताच आपली शक्ती वाया घालवतात. स्त्रियांवरील वाढत्या अत्याचाराचा जो सामाजिक आणि संस्थात्मक पाया असतो, त्याला फारसा शह या प्रक्रियेतून बसत नाही. जनाधारित लढवय्या राजकारणामधूनच खरे शह निर्माण होऊ शकतात.**

मृत्युदंडाची शिक्षा – तात्कालिकतेच्या पलीकडे विचार करायला हवा

प्रा. सुहास पळशीकर म्हणतात, 'एक समाज आणि व्यवस्था म्हणून आपल्या प्रतिक्रियांना तात्कालिकतेचा शाप आहे. एकीकडे सगळी व्यवस्था आमूलाग्र बदलणे,

'प्रस्थापित' सत्ताधारी घाऊकपणे हटवून त्या जागी सत्प्रवृत्त सत्ताधारी बसवणे अशांसारखी उद्दिष्टे असे स्वयंस्फूर्त शहरी सहभागाचे भागीदार व्यक्त करत असतात. अर्थात, तातडीचा मार्ग म्हणून त्यांना कोणाचा तरी बळी हवा असतो, कोणावर तरी खापर फोडायचे असते. समस्यांचे सुलभीकरण हा अशा शहरी गर्दीच्या लोकसहभागातील कळीचा घटक असतो. दिल्लीतील लैंगिक अत्याचाराविरोधात दीर्घकाळ चाललेला लोकसहभाग हे अशा अतिव्यापक सुलभीकरणाचे उदाहरण होय.

गुन्हा करणाऱ्याच्या मनाचा, गुन्ह्याच्या परिणामाचा विचार उमटताच थरकाप व्हावा व तो गुन्हा करण्यापासून परावृत्त व्हावा असा एक साधा विचार फाशीच्या शिक्षेमागे आहे. कायद्याची दहशत असल्याशिवाय समाजातील सुव्यवस्था टिकणारच नाही अशी फाशीसमर्थकांची ठाम समजूत आहे.

बलात्काराच्या गुन्ह्यासाठी आरोपीला फाशीची शिक्षाच देण्यात यावी अशी चर्चा सर्वत्र सुरू आहे. माणसाच्या खुनासारख्या अत्यंत गंभीर अपराधासाठीही फाशीची शिक्षा असू नये, याबाबत जागतिक स्तरावर एकमत होत असतानाच आपल्या देशातील जनता बलात्काराच्या गुन्ह्यासाठी फाशीच्या शिक्षेची तरतूद असावी, अशा निष्कर्षाप्रत आली आहे.

फाशीच्या शिक्षेला फार मोठा इतिहास आहे, असे जगाच्या कायदेविषयक प्रवासाचा मागोवा घेतला तर लक्षात येते. आज जगाच्या पाठीवर अनेक देशांमध्ये फाशीची शिक्षा रद्द होत असताना भारतातही हा प्रकार बंद व्हावा, याबाबत पोटतिडकीने आवाज उठवला जात आहे. मानवी हक्काच्या संरक्षणासाठी कार्यरत असणाऱ्या संस्था व संघटना अत्यंत गांभीर्याने या विषयांवर मतप्रदर्शन करत आहेत.

'मृत्युदंडाची शिक्षा आवश्यकच आहे काय? याचे उत्तर केवळ भावनिक किंवा मानवतावादी दृष्टीकोनातूनच न देता वैज्ञानिक तसेच तर्कसंगत आधारावर देणारे मानवी हक्कवाले सामान्य लोकांच्या मनाशी आपली नाळ जुळवताना दिसतात. 'ॲम्नेस्टी इंटरनॅशनल'सारख्या मानवी हक्क संघटनांनी तर फाशीच्या शिक्षेविरुद्ध मोहीमच उघडली होती. त्यांच्या मते, फाशी म्हणजे एक प्रकारे कायदेशीर खूनच आहे. डॉक्टरांच्या दृष्टीकोनातून विचार केलाए तर फाशी देणे हा खरोखरच यातनामय प्रकार आहे.

बलात्कार हा जरी स्त्रीच्या शरीरावर होत असला, तरी त्यानंतर ज्या प्रकारच्या घटनांना बलात्कारित स्त्रीला तोंड द्यावे लागते, त्यामुळे तिच्या मनावर अनेक वेळा बलात्कार होत असतो. त्यामुळे बलात्कार अत्यंत घृणास्पद, अमानुष आणि मनुष्यहत्येपेक्षाही भयानक गुन्हा आहे; म्हणून बलात्कार करणाऱ्याला सरळ फाशीवरच चढवले पाहिजे, अशी रागीट प्रतिक्रिया समाजातून व्यक्त होताना दिसते. बलात्कार झालेल्या स्त्रीला ज्या प्रकारे आयुष्यभर नरकयातनेसमान अपमानित जीवन जगावे

लागते, त्या दृष्टीकोनातून पाहिल्यास बलात्कारासाठी फाशीच द्यावी हे म्हणणे कोणालाही पटते. बलात्कारासाठी फाशी असावी, याला काही विधीज्ञ आणि सामाजिक कार्यकर्ते मात्र स्पष्टपणे विरोध करतात. त्यांच्या मते, बलात्कारासाठी जर फाशीची तरतूद करण्यात आली, तर यानंतर बलात्कार केल्यावर त्या स्त्रीला जिवंत सोडण्याचे प्रमाण कमी होऊन जाईल. त्यामुळे अशा गुन्हेगारांना फाशीची शिक्षा देण्यापेक्षा बलात्काराचे खटले चालवण्याची पद्धती बदलवून बघावी. त्यामुळे बलात्कार करणारा गुन्हेगार सहसा सुटणार नाही. सध्या बलात्काराच्या गुन्ह्यातून आरोपी निर्दोष किंवा पुराव्याअभावी सुटण्याचे प्रमाण गुन्हा सिद्ध होऊन शिक्षा होण्यापेक्षा फार जास्त आहे. मात्र बलात्कार करणाऱ्या व्यक्तीबद्दल समाजामध्ये लगेच संतापाची लाट व्यक्त होत असते.

कायदेतज्ज्ञांच्या मते, तीन गोष्टींमुळे गुन्हेगार गुन्हा करण्यापासून दूर पळत असतो किंवा परावृत्त होत असतो. पहिली गोष्ट म्हणजे गुन्ह्यासाठी शिक्षा मिळेल याची खातरी असते–तेव्हा. दुसरी गोष्ट खटल्यासाठी लागणारा कालावधी किती असतो आणि तिसरे म्हणजे शिक्षेचे स्वरूप कसे राहणार? सध्या बलात्कारासाठी सात वर्षांची शिक्षा आहे. ती वाढून थेट फाशीची शिक्षा करण्यापेक्षा बलात्काराचा गुन्हा करणारा गुन्हेगार कायद्यातील पळवाटांचा लाभ घेऊ शकणार नाही, त्याला नक्की शिक्षा होईल याची काळजी घेणे जास्त आवश्यक आहे. बलात्काराच्या खटल्याचा निपटारा कमीत कमी वेळात होऊन अत्याचारग्रस्त स्त्रीला न्याय मिळण्यासाठी विशेष न्यायालये स्थापन करूनसुद्धा अस्तित्वात असलेल्या 'जलद गती न्यायालयाप्रमाणे' झटपट न्याय मिळण्याची खातरी निर्माण व्हायला हवी. बलात्काराच्या घटनांबद्दल केवळ २० टक्के तक्रारी आज नोंदवल्या जातात. त्यांपैकी अर्ध्या खटल्यांचा निकाल लागण्यापूर्वीच त्या तक्रारी मागे घेतल्या जातात आणि केवळ पाचसहा टक्के खटल्यांमध्ये आरोपीला शिक्षा होते, हे चित्र कायद्याच्या मर्यादा स्पष्ट करणारे आहे.

तेव्हा बदल आणि सुधारणा करण्याबाबत आपण प्रामाणिक असू, तर त्या सुधारणा व्यवस्थेत व्हायला हव्यात. याखेरीज आणखी एक महत्त्वाचा मुद्दा असा की, समजा, जनक्षोभास बळी पडून सरकारने बलात्काऱ्यांना फाशीची शिक्षा देण्याची तरतूद कायद्यात केली; तरी दिल्ली प्रकरणात तिचा कसा वापर करणार? कायद्यातील शिक्षेबाबतचे बदल हे पूर्वलक्ष्यी प्रभावाने अमलात येऊ शकत नाहीत; म्हणजे उद्या कायद्यात सुधारणा झाली, तरी काल झालेल्या गुन्ह्यास ती शिक्षा कशी काय लागू करणार? तेव्हा शिक्षा गंभीर आहे म्हणून गुन्हा होण्याचे थांबत नाही. ते थांबवता येते; ते आहे त्या कायद्याचे, नियमांचे कर्तव्यकठोर पालन करून. मुळात त्याचीच वानवा आपल्याकडे असल्यामुळे नियमांचा आणि कायद्यांचा आणखी एक थर वाढवून काहीच

हाती लागणार नाही.

सध्याच्या वातावरणात लोकप्रियतेच्या कसोटीवर फाशीची तळी उचलून धरणे शहाणपणाचे असेलही, पण सामाजिक पातळीवर लोकप्रियतेच्या पलीकडे जाऊन विचार करायची सवय आपण लावून घ्यायला हवी.

बलात्काऱ्यांना फाशी नकोच – राष्ट्रीय अल्पसंख्य आयोगाची शिफारस

'बलात्काराचा गुन्हा सिद्ध झालेल्यांना सरसकट मृत्युदंड नकोच. अशा कठोर शिक्षेची तरतूद केल्यास पीडित युवतीला, स्त्रीला जीवे मारले जाण्याची शक्यता नाकारता येत नाही. त्याऐवजी तुरुंगवासाचा कालावधी वाढवा.' अशी शिफारस राष्ट्रीय अल्पसंख्य आयोगाने माजी सरन्यायाधीश जेएस. वर्मा यांच्या समितीला केली आहे.

आयोगाचे अध्यक्ष वजाहत हबीबुल्लाह यांनी समितीला पाठवलेल्या शिफारशी पुढीलप्रमाणे–

१) रासायनिक खच्चीकरण, नपुंसक करणे, जाहीरपणे फाशी देणे अशा टोकाच्या मागण्या केल्या जात आहेत. सरकारने मात्र तशी पावले टाकू नयेत.

२) फास्ट ट्रॅक कोर्ट स्थापन करावेत. शंभर दिवसांत खटल्याचा निकाल लागला पाहिजे. फारतर सहा महिन्यांचा कालावधी असला पाहिजे.

३) महिला वकिलांकडेच हे खटले चालवायला दिले पाहिजेत.

४) महिलांविरुद्धच्या अत्याचारांबाबत पोलिसांना संवेदनशील बनवले पाहिजे आणि ते हाताळण्याचे खास प्रशिक्षण दिले पाहिजे.

सामूहिक बलात्काराच्या घटनेनंतर देशभरात तरुणांनी केलेले आंदोलन हे अरब देशांमधील 'जस्मीन क्रांती'शी साधर्म्य राखणारे आहे. मात्र या आंदोलनाची धग टिकवून ठेवण्याची आवश्यकता आहे. भारतातील नेत्यांनी या आंदोलनाचे महत्त्व जोखले, तर कदाचित भविष्यातील भारतातील चित्र आमूलाग्र बदललेले असेल.

बलात्काराच्या गुन्ह्याकरिता फाशीच्या शिक्षेच्या तरतुदीबाबत सामान्य लोकांचा आक्षेप नाही, पण अशा प्रकारे शिक्षेच्या स्वरूपात बदल करून आम्ही देशातील स्त्रियांसाठी खूप काहीतरी भरीव काम करत आहोत; असा जर राजकारणी लोकांचा समज असेल, तर तो मात्र निराधार आहे. बलात्काराचा गुन्हा निर्विवादपणे सिद्ध होण्यात अनेक अडचणी येतात. कायद्याच्या तरतुदीपेक्षा कायद्याची अंमलबजावणी हा भाग महत्त्वाचा ठरतो. आपल्या भारतातील सामाजिक परिस्थिती अशी आहे की, बलात्कार करणाऱ्याला शिक्षेची अद्दल घडवण्यापेक्षा बलात्कारी स्त्रीच्या माथी लागलेला कलंक पुसला जाणे हाच महत्त्वाचा भाग आहे. आपल्या संस्कृतीतील शुद्धतेची सर्व कल्पना शरीराशी संबंधित असल्याने स्त्रीच्या मनाविरुद्ध तिच्या शरीरावर होणारा अत्याचारसुद्धा तिला अशुद्ध करू शकतो, ही विचारसरणीपण बदलली पाहिजे.

यासाठी व्यापक समाजप्रबोधन हा एकमेव मार्ग आहे. पण समाज म्हणून किंवा पुरुषप्रधान व्यवस्था म्हणून शुद्धतेची जी परिमाणे आपण स्त्री-शरीराशी चिकटवली आहेत; ती बदलण्यासाठी आमचा दृष्टीकोन बदलणे कठीण वाटते. त्यापेक्षा 'फाशी' द्या असे म्हणणे खूपच सोपे आहे.

सारांश – संवेदना आणि निराशा आणि स्त्रीप्रश्नांच्या गुंतागुंतीचे भान

प्रा.सुहास पळशीकर म्हणतात, 'मोठ्या शहरांमध्ये अस्वस्थ आणि असंतुष्ट अशा अनेक गटांचे अस्तित्व असते आणि त्या गटांना अस्वस्थता व्यक्त करण्यासाठीचे सार्वजनिक निमित्त हवे असते. भ्रष्टाचार किंवा लैंगिक अत्याचार हे सर्वच समाजाची नैतिकता हलवून सोडतात आणि म्हणून ते शहरी अस्वस्थता व्यक्त करण्याचे समर्थनीय निमित्त ठरू शकतात. अलीकडे दिल्लीत उठलेल्या सहभागाच्या लाटेचा अनुभव पाहण्यासारखा आहे. तिथे घडलेल्या आणि कोणालाही सुन्न करेल अशा घटनेनंतर ठिकठिकाणी निषेध होणे स्वाभाविकच होते; पण दिल्लीत निषेधाचे सत्र दीर्घकाळ चालूच राहिले. त्यातून काय परिणाम साधला?

राजकीय पक्षांनी आपापली पोळी भाजणे चालू ठेवले; निषेधसत्र चालू असतानाच लैंगिक अत्याचाराची आणखी एक घटना दिल्लीजवळ घडली. एक आयोग नेमला गेला. संसदेच्या खास अधिवेशनाची निरर्थक मागणी पुढे आली. बलात्काराला फाशीची शिक्षा देण्याची मागणी जास्त मोठ्या आवाजात झाली. नवे कायदे करण्याची चर्चा नेहमीप्रमाणे पुढे आली. सामाजिक संवेदनहीनता कशी बदलायची, लैंगिक अत्याचारामागे असणाऱ्या मानसिकतेची उकल कशी करायची, पोलिसांना अधिक संवेदनशील आणि कार्यक्षम कसे बनवायचे यांसारख्या प्रश्नांपर्यंत आपण पोहोचलोच नाही.

प्रा. सुहास पळशीकर म्हणतात, 'लोकांच्या सहभागातून सार्वजनिक जीवनाबद्दल जागरूक आणि चिकित्सक अशा समाजाची जडणघडण व्हायला हवी. प्रगल्भ असा सार्वजनिक विवेक साकारायला हवा.' (लोकसत्ता, बुधवार, २ जानेवारी २०१३) बलात्कारासारखी प्रकरणे थांबावीत अशी आपली खरोखरच इच्छा असेल, तर केवळ कायद्याने प्रश्न सुटणार नाहीत, याचेही भान ठेवायला हवे. कायद्याने प्रश्न सुटणार असते, तर आधीच आपल्याकडे एवढे कायदे आहेत. त्यामुळे समाजातील गुन्ह्यांची संख्या कमी होणे अपेक्षित होते. पण ती वाढतेच आहे. कारण कायद्याने प्रश्न सुटत नाहीत, मात्र प्रश्नांची सोडवणूक करण्याचा तो एक प्रभावी मार्ग आहे एवढेच.

आजची जात आणि अर्थव्यवस्था स्त्रियांना शिक्षण, स्वावलंबन, मुक्त स्वातंत्र्य देऊच शकत नाही. कारण या व्यवस्थेला ते करायचे नाही. बाजारपेठीय हितसंबंधांना त्याची गरज नाही. एकतर पुरुषाला स्त्रीपेक्षा जास्त सत्ता असणे यात आपल्याला काही वावगे वाटत नाही आणि ती सत्ता त्याने कशी वापरावी यावरही काही बंधन नाही.

छेडछाड हा त्या मुलीचा लैंगिक छळ आहे असे आपण मानतच नाही. मग अशा छळाच्या प्रसंगी मुलीच्या बाजूने उभे राहिले पाहिजे ही कल्पनाच कुठून उगवणार?

सार्वजनिक ठिकाणच्या हिंसाचाराला इतके महत्त्व देण्यातला आणखी एक मोठा धोका म्हणजे त्यातून एक प्रकारे कुटुंब आणि समाज यांच्यातर्फे स्त्रियांवर जी बंधने घातली जातात त्यांना दुजोरा मिळतो. जेव्हा एखाद्या स्त्रीबाबत सार्वजनिक ठिकाणी झालेल्या हिंसेबद्दल खूप चर्चा होते; तेव्हा तिच्यासोबत अनेक जणींच्या स्वातंत्र्याचा बळी दिला जातो. अशा घटनांनंतर सगळ्याच मुलींच्या बाहेर येण्याजाण्यावरची बंधने हमखास जास्त कडक होतात.

परवा जे तरुण दिल्लीतल्या घटनेच्या विरुद्ध रस्त्यांवर आले होते, त्यांच्यापैकी किती जणांनी अशा लहानसहान भासणाऱ्या हिंसाचाराच्या प्रसंगी मदत केली असेल? किती जण बायकांबद्दलच्या अश्लील विनोदांना हसत नसतील? किती जण जाणीवपूर्वक आईबहिणीवरून शिव्या देणे टाळत असतील? किती जण आवडीने दबंग किंवा रावडी राठोड पाहत नसतील? वर्तमानपत्रातून रोजच्या रोज छापली जाणारी अर्धनग्न चित्रे कोण चवीने पाहत नाहीत? जाहिरातीमधल्या, सिनेमा-नाटकांतल्या बायकांच्या आणि पुरुषांच्या ठोकळेबाज प्रतिमांना आपण किती जण विरोध करतो? घरकाम ही एकट्या बाईचीच जबाबदारी नाही असे आपल्यापैकी किती जण मानतात? स्त्रियांवर पुरुषांची सत्ता प्रस्थापित करणाऱ्या अशा अनेक घटना आपल्याला अजिबात खटकत नाहीत. मग फक्त बलात्कारासारख्या घटनेच्या वेळी इतके चवताळून उठणे तरी किती खरे मानायचे? समजा, दिल्लीतल्या त्या घटनेत जर त्या मुलीबाबत बलात्काराऐवजी नुसतीच इतर काही शारीरिक हिंसा झाली असती, तर इतका जनक्षोभ दिसला असता?

(प्रस्तुत लेख 'परिवर्तनाचा वाटसरु' या पाक्षिकात प्रकाशित करण्यात आला होता.)

संदर्भसूची

१) गोऱ्हे निलम, 'विधान परिषद व माझे कामकाज' (२००८), पद्मगंधा प्रकाशन, पुणे.

२) महाराष्ट्र टाइम्स, पुणे, बुधवार व जानेवारी २०१३ (महाराष्ट्र टाइम्स, ८ जाने. १३, पुणे.)

3) Aloysius Irudayam S. J., Jayashree P. Mangubhai, Joel. G. Lee, 'Dalit Women Speak Out,' 'Violence Against Dalit Women in India,' Vol.1, 2006, New Delhi, NCDHR, P. 108

4) YASHADA, Pune Caste Atrocity in Khairlangi-Manuski' Advocacy Centre, Pune, P. 2

८ समकालीन कुटुंब, विवाह आणि नातेसंबंध यांचे बदलते स्वरूप

कुटुंब एका व्यापक समाजरचनेचा घटक आहे. समाजातील इतर आर्थिक, धार्मिक, राजकीय, सामाजिक व शैक्षणिक संस्थांशी तो संबंधित असतो; म्हणून कुटुंबाचे स्वरूप, समाजातील त्याचे स्थान, त्याची आंतररचना व त्याचे कार्य इत्यादी लक्षणे सापेक्ष आहेत. एकूण संस्कृतीतील जीवनमूल्ये, धर्म व तद्अनुषंगिक आचार, नीतिनियम, अर्थव्यवस्था, राजव्यवस्था इत्यादींच्या संदर्भात समाजा-समाजांत आणि एकाच समाजात कुटुंबसंस्थेची भिन्न-भिन्न रूपे व प्रकार आढळणे अपरिहार्य आहे. कुटुंबाकुटुंबांतील भिन्नता ही कुटुंबाची रचना, त्याचे स्वरूप, त्याच्या विस्ताराच्या दृष्टीने असलेला त्याचा आकार, विवाहप्रकार आणि कुटुंबाची कार्ये या पाच घटकांतून मुख्यत्वे दिसून येते. पैकी कुटुंबाच्या निवासस्थानाचे स्वरूप व त्याचा आकार हे एकमेकांशी व कुटुंबाची रचना व कार्य हे एकमेकांशी अधिक निगडित असतात.

अर्थशास्त्रीय विवेचनात घर वा गृहकुल या नावाखाली निवासस्थान व इतर सामाईक गोष्टीही येतात. उदाहरणार्थ, वसतिगृह, मठ इत्यादी. परंतु अशा रीतीने एकत्र राहणाऱ्या माणसांचे एकमेकांशी नाते असतेच असे नाही. शिवाय त्यांचे इतर हितसंबंध स्वतंत्र असू शकतात, म्हणून केवळ अर्थशास्त्रीय संदर्भातील घर हे कुटुंब होऊ शकत नाही. त्याचप्रमाणे लोकसंख्याशास्त्रात कुटुंब या संज्ञेला वेगळा संदर्भ आहे. स्त्रियांच्या प्रसवक्षमतेचा व संततिप्रमाणाचा अभ्यास करताना जन्मलेल्या एकूण मुलांची संख्या त्यात लक्षात घेतली जाते. अर्थातच, शिक्षणाकरिता व नोकरीकरिता दुसरीकडे राहणाऱ्यांचीही गणना त्यात होतेच; पण समाजशास्त्रातील अर्थानुसार या सर्व व्यक्ती कुटुंबाचे सभासद असतातच असे नाही.

भारतीय समाजात कुटुंबसंस्थांमध्ये आणि विवाहसंस्थांमध्ये थोडे थोडे का होईना मात्र सातत्याने बदल होत आहेत. असे असले तरीही शतकानुशतके आपली

कुटुंबव्यवस्था टिकून राहिली, हे आज पाश्चात्त्य देशातील समाजशास्त्रज्ञही मानतात. कुटुंबसंस्थेचे शाश्वत रूप अबाधित राहावे, यासाठी साधन म्हणून विवाहसंस्थेचेही तितकेच महत्त्व आहे. इथून पन्नास वर्षांनंतर कुटुंबव्यवस्थेचे आणि विवाहसंस्थेचे स्वरूप कसे असेल, त्यात कोणते ठळक बदल संभवतात, त्या संस्थांच्या व्यवच्छेदक लक्षणांपैकी इतक्या वर्षांनंतरसुद्धा काय टिकून राहील, कशात बदल होईल आणि कोणती वैशिष्ट्ये कालप्रवाहात वाहून जातील, अशा प्रश्नांची उत्तरे भविष्यकथनाद्वारे देण्याचे धाडस कुणीही करणार नाही. कारण सामाजिक शास्त्रांजवळ ज्या संशोधनपद्धती आज उपलब्ध आहेत, त्यांद्वारे केवळ भाकिते (अंदाज) केली जाऊ शकतात. येणाऱ्या बदलांचा कल (Trend) असा असेल, एवढे अनुमान स्थूलमानाने केले जाऊ शकते. भविष्यवाणी करता येणार नाही.

नातेवाइकांची निवड कुणाच्या हातात नसते. जन्माबरोबर नातीही अस्तित्वात येतात आणि जन्मभर सोबत करतात. नातेसंबंध आपण गृहीत धरलेले असतात; पण या संबंधांतून निर्माण होणारे केवढे मोठे नाट्य प्रत्येकाच्या जीवनाला व्यापून राहते हे कधी आपल्या लक्षात येत नाही. कालानुरूप नात्यांच्या ताण्याबाण्यात बदल होऊ लागतात आणि प्रत्येक ऋतूमध्ये निसर्गाचे नवेच दर्शन व्हावे तसे नात्यांनाही नवे धुमारे फुटताना दिसतात. मानवी जीवनाचे नव्यानेच दर्शन होते.

जन्माने निर्माण झालेल्या नातेसंबंधांत भर पडते ती लग्नसंस्थेने. स्वत:पासून नातवंडांपर्यंत होणाऱ्या विवाहसंबंधांतून नातेसंबंधांचे महाजाळे विणले जाते. नातेसंबंधांना भावनिक आधार असतो. तो आईवडिलांपासून सुरू होतो. नातेसंबंधांचा दुसरा आधार असतो तो भौतिक व्यवहाराचा. कुटुंबाची मालमत्ता आणि वारसव्यवस्था यांतून नात्यांना व्यावहारिक आधार मिळतो. नातेसंबंध आकारण्यात भौतिक परिस्थितीचाही सहभाग असतो. कोण कुठे जन्माला आला; कुणाच्या घरी जन्माला आला; कोणत्या वर्ग-जाती-धर्मात जन्माला आला; गावात आला की शहरात; वाड्यात की झोपडीत; वस्तीत की गावकुसाबाहेर; झोपडीत, चाळीत, फ्लॅटमध्ये की बंगल्यात; गरिबा घरी की श्रीमंता घरी; सुशिक्षित कुटुंबात की अशिक्षित; कष्टकरी, शेतकरी, शेतमजूर, व्यावसायिक, उद्योगपती यांपैकी कुणाकडे... भौतिक परिस्थितीच्या कितीतरी तऱ्हा समोर येतात. युद्धस्थिती, दुष्काळ, रोगराई, आपत्ती या अस्थिर परिस्थितीतील नातेसंबंध आणि स्थिर समाजातील नातेसंबंध एकच असू शकतात काय? भौतिक परिस्थितीत भौगोलिक परिस्थितीचा वाटा किती असतो? राज्यव्यवस्थेचा आणि राजकीय व्यवहाराचा वाटा किती असतो? धर्म-जाती-परंपरा-रूढींचा वाटा किती असतो? भाषा व्यवहाराचे काय? सांस्कृतिक संकल्पना तर जीवनाच्या सर्व व्यवहारांत झिरपलेल्या असतात. त्यांचे भौतिक जीवनसंकल्पनांशी दृढ

नाते असते. म्हणजे मुळात नातेसंबंधांची चर्चा कोणत्या गृहीताच्या आधारे करतो, ते स्पष्ट केल्याशिवाय पुढे पाऊलच टाकता येत नाही.

भौतिक व्यवस्थेतील सर्वांत महत्त्वाचा घटक असतो तो समाजव्यवस्थेतील उत्पादनव्यवस्थेचा आणि उत्पादनसंबंधांचा. आर्थिक बदलाबरोबर कुटुंबव्यवस्थेमध्ये बदल होऊ लागतात आणि त्याचे परिणाम नातेसंबधांवर होतात. धर्म, रूढी, परंपरा त्यांतूनही नातेसंबंध ठरत असतात. उत्पादनव्यवस्था, धर्म संकल्पना आणि समाजव्यवस्था या तिन्हींच्या संयोगातून सांस्कृतिक घटित आकारत जाते, बदलत जाते आणि त्याचे नातेसंबंधांच्या संकल्पनेवर आणि व्यवहारावर परिणाम होत राहतात.

मानवी समाजातील कुटुंबव्यवस्थेतील बदलाचे तीन प्रमुख टप्पे दिसतात. टोळी समाजातील कुटुंबव्यवस्थेचा प्रचलित चर्चेत समावेश करण्याची गरज नाही. शेतीसमाज, औद्योगिक किंवा आधुनिक समाज आणि उत्तर आधुनिक समाज यांमधील कुटुंबव्यवस्थेत का आणि कसा फरक पडत गेला आणि त्यांचे नातेसंबंधांवर काय परिणाम झाले याचा शोध घेणे गरजेचे आहे. अशा व्यवस्थेतील घर मुलामाणसांनी भरलेले असे. ते सर्वसमावेशक असे. वृद्ध, प्रौढ, तरुण, लहान, सर्व वयोगटांतील व्यक्ती त्यात असत. आजी-आजोबा, काका-मामा, मावशी-आत्या, आई-वडील, बहीण-भाऊ असे सगळे स्त्री-पुरुष एकत्र राहणे ही शेतीव्यवसायाची पूर्वअट होती. अशा व्यवस्थेत कुणीच निरुपयोगी नव्हते आणि कुणाचाच भार नव्हता. वृद्धांना एकाकी वाटण्याचा प्रश्न नव्हता आणि मुलांना एकटे राहण्याचे कारण नव्हते. इतकेच काय विधवा, परित्यक्ता, अपंग सगळे कुटुंबात सामावून जात होते. संयुक्त कुटुंबातील आईवडील आणि मुलांची जवळीक अर्थातच आजच्यासारखी नव्हती.

कुटुंबसंस्थेचा अभ्यास – साहित्य आणि त्यातील प्रवाहांचा स्थूल आढावा

कुटुंबसंस्थेविषयक जे अभ्यास झाले, त्यांनी प्रामुख्याने कुटुंब, कुटुंबाच्या व्याख्यांसंदर्भातील प्रश्न आणि भारतीय एकत्र कुटुंबामध्ये होणारे किंवा झालेले बदल या गोष्टींचा अभ्यास केला. हे अभ्यास एका प्रकारच्या पूर्वनियोजित प्रश्नावर आधारित होते. 'एकत्र कुटुंब ढासळते आहे का?' हा प्रश्न केंद्रस्थानी ठेवून बदलाचे एकापाठोपाठ एक होणाऱ्या स्वरूपाचे संकलीकरण करून मग एकूण आधुनिकीकरणाच्या सिद्धान्तनामध्ये त्यांना जडवले गेले. इतकेच नाही तर अभिजात हिंदू संहितांकडे चुकीच्या प्रतिनिधित्वाच्या चौकटीतून पाहून त्यांचा आशय आदर्शात्मक वर्णन म्हणजेच 'कसे असावे' असा असताना 'कसे होते' असे मानले गेले. या प्रवाहांना जी प्रतिक्रिया आली त्याने काही काळ वादळी वातावरण निर्माण केले. या प्रतिक्रियेतून सातत्यावर भर देऊन मांडणी केली गेली आणि भारतीय कुटुंब बदलत नाही आणि कोणत्याही बदलाप्रति एकूण रागाची वा तिरस्काराची भावना व्यक्त केली गेली. 'कुटुंब' आणि

'घरदार' यांच्या नात्यासंदर्भात फार मोठा गोंधळ होता. काही लेखकांनी या दोहोंना एकच मानले, तर काहींनी घरदार ही गोष्ट स्वतंत्र मानून 'कुटुंब' या गोष्टीशी त्याचा काही संबंध नाही असे मांडले. अशा तऱ्हेने जेव्हा कुटुंबरचनेवर सुरुवातीला भर दिला गेला, तेव्हा सापेक्षत: कुटुंबातील व्यक्ती-व्यक्तींमधील नाती, तसेच घरादाराअंतर्गत किंवा कुटुंबाअंतर्गत असणारी सर्जनशील गती आणि उतरंडी यांकडे दुर्लक्ष झाले.

फ्रेडरिक एंगल्स यांनी एकोणिसाव्या शतकाच्या अखेरीस (१८८४) 'The Origin of the Family, Private Property and the State' हा अतिशय मूलगामी असा ग्रंथ लिहिला. त्या ग्रंथातील काही संदर्भ व गृहीतके पुढे अनेक सामाजिक शास्त्रज्ञांनी खोडून काढली. तरीही त्या प्रंबधातील काही मूलभूत सिद्धान्त आजही अर्थपूर्ण राहिले आहेत.

खरेतर १९व्या शतकातील या मुद्द्यांची चर्चा पुन्हा एकदा कम्युनिस्ट पक्षामुळे आणि ऑक्टोबर १९१७च्या रशियन क्रांतीमुळे पुढे आली. समाजवादी-साम्यवादी स्त्रियांनी पुरुषांच्या विशेषाधिकारांची चर्चा केली. पुरुषांची संपत्ती, खासगी संपत्ती आणि भांडवली मालकी यांना प्रश्न विचारले. नंतरच्या समाजवादी, साम्यवादी विचारांच्या स्त्रियांनी सामाजिक, आर्थिक व्यवस्थेचा निषेध केला. आर्थिक-सामाजिक संबंध एकमेकांशी कसे जोडले आहेत, याचे स्पष्टीकरण दिले. या दृष्टीने फ्रेडरिक एंगल्स यांचा 'The Origin of the Family, Private Property and the State' हा व अन्य ग्रंथ महत्त्वाचे ठरले. कारखान्यांमधून आणि घरांमधून होणारा संघर्ष प्रकट करून स्त्रियांचे दुय्यमत्व निर्माण करणारे घटक एंगल्स यांनी तपासले.

स्त्रियांचे सर्व सामाजिक व्यवस्थांमधील दुय्यम स्थान कसे निर्माण झाले याचे स्पष्टीकरण या ग्रंथात देण्याचा प्रयत्न केला आहे. एंगल्सच्या मते, सुरुवातीच्या टप्प्यावर केवळ कार्यात्मक अशी विभागणी होती. त्याला दुय्यम, वर्चस्वशाली अर्थ चिकटले नव्हते. निसर्गाची निवड म्हणून पुरुष आणि स्त्रिया सहजपणे कामे करत होते. पुरुष हे शिकार व मासेमारी करणे अन्न मिळवणे, हत्यारे आणि आयुधे बनवणे अशी कामे करत होते; तर स्त्रिया घर सांभाळणे, अन्ननिर्मिती, कपड्यांची निर्मिती व बालसंगोपन करणे अशी कामे करत होत्या. प्रत्येक जण आपल्या क्षेत्राचा स्वामी होता. पुरुष जंगलात व स्त्रिया घरात प्रमुख होत्या. घरे ही कम्युनसारखी होती. या कम्युनमध्ये अनेक कुटुंबे एकत्र राहत होती आणि संपत्ती ही सामुदायिक होती.

कम्युनच्या आणि घराच्या केंद्रस्थानी स्त्रिया होत्या. आपल्या अपत्याचे वडील कोण आहेत, एक आहेत की अनेक आहेत, हे फक्त स्त्रियांनाच माहीत होते. लैंगिक संबंधांमध्ये मुक्तता होती आणि स्त्रीला निवडीचे स्वातंत्र्य होते. घरावर तिचेच नियंत्रण होते. पुरुष हे 'तात्पुरते' होते. पाहिजे तेव्हा त्यांना घरातून दूर करता येत होते. पुढे काही

काळाने अन्न शोधणे हे सहज झाले. भटके जीवन स्थिर झाले. स्थिरतेमुळे शेती व पशुपालन यांतून रोजचे अन्न मिळू लागले. अतिरिक्त अन्न निर्माण होऊ लागले, जतन केले जाऊ लागले. अन्न-मुबलकता, आयुधे व पशुपालन यांमुळे कम्युन स्वरूपातील समाज बदलला. संसाधनांवर नियंत्रण मिळवण्यासाठी समूहांमध्ये संघर्ष होऊ लागले. पराभूतांना गुलाम बनवले गेले. एंगल्स यांच्या मते, यातूनच समाजातील पहिले दोन वर्ण निर्माण झाले. मालक आणि गुलाम, अथवा शोषक आणि शोषित. अशा प्रकारे समाजाची रचना बदलली, स्त्री-पुरुषांचे संबंध बदलले. स्थिरतेमुळे उत्पादनाशी जोडले गेले. उत्पादन ही पुरुषांची कृती होती; तर घरगुती कामे स्त्रिया करत होत्या, स्त्रियांचे महत्त्व कमी झाले. जुन्या कम्युन घरांचे स्वरूप बदलले. पुरुषांना अन्न देण्याचे काम स्त्रिया करत होत्या. उत्पादनामुळे ते कमी महत्त्वाचे ठरले. उत्पादनामुळे घरकामाची किंमत कमी झाली. घरकाम ही 'खासगी सेवा' झाली आणि बायको ही घरातील पहिली गुलाम बनली. स्त्रिया या सामाजिक उत्पादनातून बाहेर फेकल्या गेल्या आणि घरगुलाम बनल्या.

अशा प्रकारे निसर्गातून निर्माण झालेली कामाची शुद्धता व साधेपणा नष्ट झाला. उत्पादनामुळे 'खासगी संपत्ती' ही नवी संस्था उदयाला आली. पुरुष उत्पादन करून स्वत:साठी देऊ लागले. जमीन, पशू, गुलाम यांत आता स्त्रियांचा समावेश झाला. पुरुषांना आता स्त्रियांवर पूर्ण मालकी हवी होती. कारण स्त्रिया या मुलांना जन्म देतील आणि संपत्ती पुढील पिढ्यांमध्ये संक्रमित होईल. स्त्रियांचा मुलांवरचा हक्क गेला. आधी आईचा वारसा मुलगा सांगत असे, त्याला मातृहक्क असे संबोधत. घरावरचा हक्क नष्ट होण्याबरोबर मातृहक्क नष्ट झाला. अपत्य पुरुषावरून ओळखले जाऊ लागले. पुरुषांचा घरातील संपत्तीमध्येही हस्तक्षेप वाढला. यातून पितृसत्तेचा उदय झाला. पित्याची सत्ता अस्तित्वात आली.

युरोपात १९व्या शतकापासून संततिनियमनाची चळवळ सुरू झाली. गर्भनिरोधक साधनांच्या शोधामुळे अनावश्यक गर्भधारेणपासून स्त्रीची सुटका झाली. लैंगिक पावित्र्य वा योनिशुचिता या धर्मनिर्मित कल्पना मिथ्या आहेत याची जाणीव होऊ लागली. विवाहसंस्था, विवाहविषयक नीतिकल्पना आणि अर्थोत्पादनव्यवस्था यांच्यातील अन्योन्यसंबंध स्पष्ट करत, इतिहासाच्या उदयापासून काळाच्या विविध टप्प्यांवर विवाहविषयक नीती कशी बदलत गेली, याची चर्चा बर्ट्रान्ड रसेल यांनी 'मॅरेज ॲण्ड मॉरल्स' (१९२९) या पुस्तकात केली.

वैवाहिक एकनिष्ठता ही अतिशय कृत्रिम आहे; जोडीदाराच्या विवाहबाह्य संबंधाबाबत असूया न बाळगता आदर हा त्यांनी सुखी जीवनाचा मूलमंत्र सांगितला.

वैवाहिक जीवन हे स्त्री-पुरुषांतील शारीरिक संबंधांवर नव्हे; तर प्रेमसंबंधांवर उभारलेले असावे असे त्यांनी मांडले. रसेलच्या या विचारांचा प्रभाव महाराष्ट्रात जाणवू लागला. अनंत काणेकर यांनी त्यांच्या या पुस्तकाचा स्वैर अनुवाद मराठीत 'रसेलनीती' (१९४१) या शीर्षकासह प्रकाशित केला. गर्भनिरोधक साधनांच्या शोधानंतर संभोग आणि अपत्यनिर्मिती या दोन गोष्टी बर्ट्रान्ड रसेल यांनी स्वतंत्र मानल्या. असा विचार 'मॅरेज अॅण्ड मॉरल्स' (१९२९) या पुस्तकात त्यांनी मांडला; म्हणून आता विवाहविषयक नीती बदलली पाहिजे असा पवित्रा घेतला. रसेलच्या विचारांचा प्रभाव महाराष्ट्रावर पडला असे म्हणण्याचा प्रघात आहे. मात्र रसेलचा विचार महाराष्ट्राच्या पचनी पडला नाही, हे सत्य आहे.

वि. का.राजवाडे यांनी 'भारतीय विवाहसंस्थेचा इतिहास' या ग्रंथातून भारतामध्ये विवाहसंस्था कशी उत्क्रांत होत गेली; याची अतिशय प्रखर, विवेकनिष्ठ मांडणी केली. वात्सायनाचा प्राचीन ग्रंथ 'कामसूत्र' 'रतिशास्त्रमीमांसा' या नावाने तुकाराम तोळवलकर यांनी १९२४मध्ये प्रकाशित केला.

मानवी समाजाचा महत्त्वाचा घटक म्हणजे 'कुटुंब' ही संस्था. ती जर सशक्त व प्रगतिशील असेल, तर तो समाज आदर्श व संपन्न जीवनाकडे निश्चितपणे वाटचाल करू लागतो. आईवडील व मुले हे कुटुंब या संस्थेचे प्रमुख घटक. त्यांच्यातला परस्पर विश्वास, प्रेम व सुसंवाद हा अत्यावश्यक; पण जगाच्या पाठीवर अनेक ठिकाणी कुटुंबांमध्ये 'विसंवाद'च जास्त आढळतो. या विसंवादाच्या परिणामी मुलांच्या संगोपनाची हेळसांड होऊन संपूर्ण कुटुंबेच उद्ध्वस्त होताना दिसत आहेत. यामागच्या संभाव्य भौगोलिक, समाजशास्त्रीय, राजकीय, आर्थिक व मानसिक कारणांचा मागोवा सातत्याने घेतला जात असतो; पण याच्या मुळाशी प्राणिजीवनातली आदिम कुटुंबव्यवस्था आहे, असे निरीक्षण स्कॉट फोर्ब्स यांनी 'अ नॅचरल हिस्टरी ऑफ फॅमिलीज' या पुस्तकात मांडले आहे.

प्रो. फोर्ब्स कॅनडातल्या विनिपेग विद्यापीठात जीवशास्त्राचे प्राध्यापक असून प्रदीर्घ काळ निसर्गातल्या कुटुंबव्यवस्थेचा अभ्यास करताना विशेषत: पक्ष्यांच्या कुटुंबजीवनातली सखोल निरीक्षणे त्यांनी अतिशय चिकाटीने नोंदवली आहेत. 'कुटुंब' हे एक मिथक व मिथ्या बाब आहे की काय, अशीच सुरुवात करून लेखक एकूण विवेचनाचा रोख स्पष्ट करतो. शेवटच्या प्रकरणात (Decunking the Family Myth) लेखकाने कुटुंबव्यवस्था खरोखरीच समाजधारणेत महत्त्वाची आहे का? असा प्रश्न उपस्थित केला आहे. कारण विसंवादी सूर आळवणारी कुटुंबे खूप मोठ्या संख्येने वाढत आहेत; पण हे असे का घडत आहे, हा प्रश्न आहे.

मार्क्सवाद आणि मातृसत्ताक पद्धती – भारतीय स्त्रीदास्याच्या उदय-विकासाची सामाजिक आणि ऐतिहासिक मुळे

लिंगभाव हा ऐतिहासिकदृष्ट्या आणि सामाजिकदृष्ट्या रचला जातो, एवढेच जाणून घेणे पुरेसे नसते. येथे आपल्याला लक्षात घ्यायला लागते की, अगदी एकाच संस्कृतीमध्ये जगणारे स्त्री-पुरुष यांचा विवाद करताना एकात्म कोटिक्रम म्हणून मांडणे चूक आहे. ही गोष्ट आपल्या विश्लेषणामध्ये सामावली पाहिजे. हे करणे आणि जनसामान्य ज्या संरचनांमध्ये जगतात आणि ज्या संरचनांमध्ये घडवले जातात, त्यांविषयी काही प्रमाणात आकलन प्राप्त करणे यांतून आपण लिंगभाव संबंधापाशी पोहोचतो.

सुरुवातीलाच एक कळीचा मुद्दा मांडावा लागतो. तो म्हणजे ज्या प्रकारे बहुतांश स्त्रीवादी साहित्यामध्ये वैवाहिक संबंधांकडे एक प्रारूप म्हणून तसेच लिंगभावसंबंधीच्या चौकटीचा कणा म्हणून पाहण्याची प्रवृत्ती दिसते, त्यापासून दूर जाणे आवश्यक ठरते. आणखी असे की, लिंगभाव संबंधांचे विश्लेषण ज्यावर उभारले जाते; त्यातील बरेचसे साहित्य हे स्त्रियांच्या आणि पुरुषांच्या भिन्न हक्कांच्या कल्पनांवर किंवा कल्पनांभोवती फिरत असते. बऱ्याच वेळा हक्क ही कल्पना व्यक्ती किंवा कोटिक्रम यांच्या संदर्भात अमूर्त लक्षणे असलेली गोष्ट असे मानले जाते. परंतु हक्कांची कल्पनाही जनांच्या परस्पर नात्यांशी, दोन वर्गांशी आणि राज्यसंस्थेशी असलेल्या त्यांच्या नात्याशी जोडलेली दिसते. हक्क ही गोष्ट व्यक्तिगत किंवा संरचनात्मक नातेसंबंधांवर आधारलेली असते; म्हणजेच जेव्हा आपण स्त्रियांच्या वारसाहक्काविषयी बोलतो, तेव्हा आपण वारस असणाऱ्या व्यक्तींच्या नात्याच्या शक्यतेबद्दल बोलत असतो; म्हणजे वारसाहक्क ज्याच्यापासून मिळणार आणि ज्यांना वारसाहक्कांमधून वगळले जाणार त्यांच्या संबंधांबद्दल बोलत असतो.

धर्म, रूढी, परंपरा यांनी शेती-समाजातील काटेकोर नातेसंबंध निर्माण केले होते. कुणी, कुणाशी, कसे बोलावे; वागावे याचे अलिखित नियम तयार केले होते. या सगळ्या नातेसंबंधांना सरंजामी व्यवस्थेची आणि पुरुषप्रधानतेची चौकट होती. या चौकटीत राहूनच प्रत्येकाला नाती सांभाळावी लागत. त्या कुटुंबव्यवस्थेत स्त्रियांवर अनेक बंधने होती.

कॉ. शरद पाटील जातिव्यवस्था अंताचा प्रश्न भारतीय राजकीय विचारधारेच्या केंद्रस्थानी आणण्यासाठी महाप्रयास करतात. स्त्रीमुक्तीचा प्रश्न जातिप्रश्नांशी संलग्न आहे म्हणून जातिसंघर्षाची जोड स्त्रीमुक्तीला दिली पाहिजे, हे शरद पाटील यांचे या संदर्भातील योगदान आहे. पितृसत्तेसंदर्भात त्यांनी समाजशास्त्रीय मांडणी केलेली नसली, तरी त्यांचे इतिहासलेखन स्त्रीसत्ताक गणसमाज ते आजचा जातवर्ग समाज यांतील

स्त्रीकर्तृत्वाला समर्थ ऐतिहासिक भौतिकवादावर उभे करते. त्यामुळे भारतीय स्त्रीवादाला नवी दिशा मिळण्याचे विचारसामर्थ्य प्राप्त होते.

त्यांच्या विचारांतील काही महत्त्वाचे मुद्दे पुढीलप्रमाणे आहेत.

१) आदिम गणसमाज समताधिष्ठित नव्हता, तर कृषिमायेवरील नियंत्रणामुळे तो स्त्रीसत्ताक होता. स्त्री ही जीवशास्त्रीय आधारावरच दुर्बल आणि सत्ताहीन आहे, या सिद्धान्ताला शरद पाटील यांचा विचार आव्हान देतो.

२) स्त्रीसत्ताक गणसमाज ते दासप्रथाक गणसमाज ते मध्ययुगीन शक्ती आणि भक्ती चळवळी या सर्वांमध्ये स्त्री ही पुरुषावलंबी मूक पात्र नाही; तर धर्म, तंत्र, शेती आदींत योगदान देणारी आहे. बुद्धाच्या भिक्खुणी संघातही विद्रोही स्त्रियांची परंपरा आहे, हे प्राच्यविद्येच्या आधारे कॉ. पाटील दाखवून देतात. पारंपरिक स्त्रीवादात स्त्रिया इतिहास घडवणाऱ्या नायिका होत्या. त्यांचा विद्रोह स्थानिक, व्यक्तिकेंद्री आणि फुटकळ होता, येथपर्यंतच पारंपरिक स्त्रीवाद स्त्रीचे नायकत्व मर्यादित करतो. माफुआ मात्र पारंपरिक स्त्रीवादाच्या मर्यादा तोडतो, जातिसंघर्ष आणि स्त्रीमुक्ती यांची सांगड घालणारे सूत्र पुढे आणतो. कॉ. शरद पाटील यांचे हे योगदान आहे. (परदेशी रणजित, परिवर्तनाचा वाटसरू, १ ते १५ ऑक्टोबर, २०१४) प्राथमिक साम्यवाद, मातृशासन आणि स्त्रीसत्ता हे प्रकरण तर भारतातील समाजशास्त्रज्ञांसाठी मोठेच कोडे आहे.

कॉ. शरद पाटील यांनी पाश्चिमात्य बिफ्रॉ, मॉर्गन यांचे संशोधन भारताला कोठे लागू पडते त्याची उदाहरणे तर दिलीच आहेत. पण भारतीय संदर्भात आद्य व्याकरणकार संकटायनापासून पाणिनीपर्यंत, भाषांतील धातुशास्त्रापासून मातृशासन आणि स्त्रीसत्ता ही साऱ्या जगातील भौगोलिक खंडांतून किती प्रभावी होती व तीतूनच स्वातंत्र्य, समता आणि मित्रत्व या तत्कालीन समाजव्यवस्थेच्या तत्त्वांचे विश्लेषण नव्याने मांडले आहे. उदाहरणार्थ, गणसमाज हा स्त्रीसत्तेचाच होता. नंतर 'कुल' आणि 'ज्ञाती' यांची समिती पुरुषांनी स्थापन केली. भारताप्रमाणेच चीनमध्येही तशीच व्यवस्था मातृशासित मोसुओइस्ट होती. महायान बुद्धिम (इ.स.१०० शतकांपुढे) भारतीय बुद्धिझम शिकण्यासाठी तिबेटच्या लामांनी नालंदामध्ये महाविहारातून त्याची मांडणी केली होती. बुद्धिस्ट यात्रेकरू आंध्रमधील श्रीशैल या धर्मस्थानातून यात्रा करत. कारण ते स्त्रीराज्य होते. स्त्रीसत्तात्मक तांत्रिझमचे त्या काळात प्रभावी स्थान होते. त्यांनी चीनला गेल्यावर चीनमधील दिग्नाग विचारपीठाची स्थापना केली आणि नेणिवेच्या संकल्पनेचा बोध आणि शोध सुरू केला.

चीनमधील मोसुओइस्ट यांनी ते मातृशासित असल्यामुळे सर्वोच्च स्थान आहे. त्यांची लोकसंख्या ३० हजार असून ते युनान आणि सिचुआन या प्रांतांच्या सीमेवर

राहतात. त्यांची स्वतंत्र भाषा असून तिची लिपी नाही. उत्तर आफ्रिकेत काबाइल प्रदेशात मातृसत्ताक वस्ती आहे. इटलीमध्ये एट्रस्कॉन वस्तीतही मातृसत्ताक धर्तीवरची लैंगिक समता आहे. पॅसिफिक महासागरातील वनाटीनाइज वस्तीमध्ये मातृसत्ताक पद्धती आहे. केरळमध्ये मल्याळी लोकांत मातृसत्ताक शासन मौर्यकालापर्यंत होते. हे शरद पाटील यांच्या दासशूद्रांच्या गुलामगिरीच्या खंडात विस्तृतरीत्या दिले आहे. इंडोनेशियामध्ये पश्चिम सुमात्रा प्रदेशात आजही 'मिनांगनास' या प्रदेशात मातृसत्ताक समाज आहे. उत्तर अमेरिकेच्या दक्षिण-पश्चिमेकडील प्रदेशात प्युब्लोज, होपीज आणि झुनिस या प्रदेशांतील भागांत मुलांना जन्म देणारी म्हणून स्त्रीदेहाला धार्मिक पावित्र्य मिळते. मनुष्यजन्म आणि शेतीउत्पादन ही आदिम समाजात सर्वश्रेष्ठ माया (जादू) समजली जाते. या प्रदेशात रक्तसंबंधांमुळे माता स्त्रीकुळांना गणांचे स्वरूप देते. गण हे तांत्रिक श्रुतीचे अपत्य आहे. वैदिकी नव्हे. युरोपात सोआमी जमातीत आजीची सत्ता असते. उत्तर आफ्रिकेत त्वारेगल (पश्चिम सहारा) ही मातृशासित जमात आहे आणि स्त्रियांपुरतीच शिक्षणाची तरतूद मर्यादित आहे. पश्चिम आफ्रिकेत गिनी बिसॉ येथे स्त्रियाच कुटुंबप्रमुख आहेत. या प्रदेशातील हौसा भागात १७ राज्यांच्या घराण्यांची सत्ता होती. तसेच टोगोमध्ये स्त्रियांच्या हाती व्यापार आहे. अरबांमध्ये दक्षिण अरबस्तानातील कृषी प्रदेशात अभिजात स्त्रीसत्ता नांदत होती. महंमदी धर्मापूर्वी तेथील स्त्रियांना नवरा निवडण्याचे स्वातंत्र्य होते, तर येमेन हे स्त्रीसत्ताकच होते. उत्तर अमेरिकेत विवाहित स्त्रियांना मालकीचा अधिकार होता आणि वारसाहक्क स्त्रियांमार्फत प्रस्थापित होई. कॅनडामध्ये मोन्टमनेन-नस्कापी येथे स्त्रियांना समाजात मान होता. उत्तर अमेरिकेत मातृशासित समाजात स्त्रिया आपले प्रतिनिधी पंचायतीत निवडून देत. स्त्रिया कुलप्रमुख समजल्या जात. स्त्रियांच्या काउन्सिलमधील प्रतिनिधींतून युद्धप्रमुख स्त्रीला प्रिय महिला अशी उपाधी होती. स्त्रियांच्या संतती उत्पादकतेमुळे प्वेन्लोमध्ये त्यांना सर्वश्रेष्ठ मानमरातब मिळत होता. झुनी प्रदेशात धर्मात प्रवेश करण्याचा अधिकार स्त्रियांना होता. ते जमिनीला आई मानत, तिच्यातील धान्याला बालके समजत. आणि शिकारीच्या जनावरांना पितृस्थानी मानत. स्त्रियांना जगातील मध्यवर्ती स्थान असे. नवडो प्रदेशातील संस्कृती मातृसत्ताक आहे. तेथे स्त्री सत्तेवर असून स्वतंत्र आहे. (शेट्ये मधू, 'मार्क्सवाद आणि मातृसत्ताक पद्धती', लोकसत्ता (पुणे), (लोकरंग), रविवार, २८ नोव्हेंबर २०१० पृ.७)

उत्पादन, पुनरुत्पादन आणि पितृसत्ता - जागतिक चर्चाविश्व

फ्रान्समध्ये आणि इंग्लंडमध्ये १८३०नंतर कामगारांचा मोठ्या प्रमाणात उदय झाला. कामगार स्त्रियांची संख्या लक्षणीय झाली. कामगार स्त्रिया आणि मध्यमवर्गीय स्त्रिया यांच्या समकालीन विचारांमधून काही जहाल वाटणाऱ्या संकल्पना पुढे आल्या.

१८५०नंतर औद्योगिक भांडवलशाहीचा वेग वाढला. यांतूनच समाजवादी, साम्यवादी गटांचा उदय झाला. नव्या युगाच्या निर्मितीच्या पर्यायी कल्पना या गटांनी प्रकट केल्या. भांडवलशाही शोषण कशा प्रकारे घडवून आणते; या शोषणाचा पुरुष कामगारांप्रमाणेच स्त्रियांच्या जीवनावर, स्त्रीकामगारांवर काय परिणाम होतो; स्त्रियांवर आणि कुटुंबावर भांडवलशाहीचा काय परिणाम होतो याची चर्चा अनेक समाजवादी विचारपीठांवरून होऊ लागली. घरगुती काम, बालसंगोपन (चूल व मूल) यांची जबाबदारीही राज्यसंस्थेने घेतली पाहिजे असा विचार पुढे आला. तंत्रज्ञानातील वेगाने नातेसंबंधांवर होणारे परिणाम यांची चर्चा सुरू झाली. भांडवलशाहीने निर्माण केलेले शोषण 'सहकार' अथवा 'सामूहिक' प्रयत्नांतून नष्ट करता येईल काय याचाही विचार पुढे आला.

सेन्ट सिमाँन यांनी स्त्रियांवर आणि पुरुषांवर होणारा विज्ञानाच्या वापराचा परिणाम याची जशी चर्चा केली, तशीच खासगी मालमत्तेच्या संकल्पनेवर टीका केली. स्त्रियांवर पुरुषांचा हक्क कसा निर्माण केला जातो ते स्पष्ट केले. तसेच हक्क आणि समानता देण्यासाठी पुरुष नकार का देतात ते स्पष्ट केले.

सुझॅन व्हाइलक्यूझन (Suzanne Voilguin) या सीमाँचे तत्त्व स्पष्ट करणाऱ्या सांगतात की, 'आमच्या स्त्रियांच्या इच्छांवर पुरुषांचे नियंत्रण असते. शासनासाठी जसे लोक असतात, तसे आम्ही पुरुषांसाठी असतो. नेहमीच कुटुंबप्रमुख असणाऱ्या पुरुषाकडे प्रचंड लैंगिक व भावनिक वर्चस्वशाली सत्ता असते. खरे तर घरकाम आणि बालसंगोपन यांची समान जबाबदारी असली पाहिजे.'

१८५०च्या दशकात इंग्रजी समाजवादी आणि फ्रेंच जहाल विचारवंत स्त्रिया यांनी कुटुंबाची चिकित्सा केली. स्त्रियांचे कुटुंबातील दुय्यम स्थान, स्त्रियांवरील नियंत्रण यांची साधने शोधली. हे दुय्यमत्व विचारांमधून, आर्थिक मिळकतीमधून, सामाजिक प्रतिष्ठेमधून स्त्रियांवर कसे लादले जाते याचे स्पष्टीकरण दिले.

१९व्या शतकाच्या सुरुवातीच्या कालखंडामध्ये इंग्लंडमध्ये आणि अमेरिकेमध्ये घरापासून दूर राहणाऱ्या स्त्रियांची संख्या विपुल होती. कारखान्यातील काम, कामासाठीचे विस्थापन इत्यादी कारणांमुळे स्त्रिया घरापासून दूर होत्या. आपल्या स्वत:ला जे पाहिजे आणि जे योग्य आहे ते मिळाले पाहिजे असा आग्रह याच काळात शिकलेल्या, मध्यमवर्गीय स्त्रिया धरू लागल्या. आपल्या स्वायत्त जीवनाला विवाहसंस्था अनुकूल नाही, विवाहसंस्थेमुळे नागरी समाजात स्त्रियांचे महत्त्व कमी होते, स्त्रियांचे स्वातंत्र्य नष्ट होते असे त्या म्हणत होत्या. लैंगिक जीवनावर स्वत:चे नियंत्रण निर्माण करण्याचा प्रयत्न करत होत्या. १८५०च्या दशकात त्याचाच परिणाम म्हणून जन्मदर कमी झाल्याचे दिसते. स्वत:च्या स्वातंत्र्याचा विचार १८४०च्या दशकानंतर स्त्रियांमध्ये रुजू लागला. यातूनच काही स्वतंत्र स्त्रिया मुक्तप्रेम (Free Love) म्हणजे

काय ते स्पष्ट करू लागल्या. 'मुक्तप्रेम' हा हक्क आहे, स्वत:चा अधिकार आहे. सक्तीच्या लैंगिक बंधनांपासूनची मुक्ती म्हणजे 'मुक्तप्रेम' आहे, विवाहसंस्थेच्या दमनाचा निषेध म्हणजे मुक्तप्रेम आहे. इतरांचे अवलंबित्व कमी करण्याचा तो मार्ग आहे. व्हिक्टोरिया वुडहुल यांच्या मते, व्यक्तिगत सार्वभौमत्व जपण्याचा Fidelity of Oneself तो सहआविष्कार आहे. आपले जीवन कशा प्रकारे जगायचे या विषयीचा हा अधिकार आहे. याच काळात कथित सामाजिक प्रमाणकांनुसार स्त्रियांनी जीवन जगण्याला प्रश्न विचारले गेले. पितृसत्ताक लैंगिक नियंत्रणाचा निषेध केला गेला. स्त्रियांच्या लैंगिक इच्छांची अभिव्यक्ती आणि स्त्रियांचा लैंगिकतेचा अधिकार यांसाठी खुलेपणाने चर्चा होऊ लागली. मुक्तप्रेमासाठी स्वातंत्र्य आणि जबाबदारी या दोहोंचे भान प्रकट झाले.

समाजवादी–साम्यवादी विचारांनी उत्पादन, पुनरुत्पादन यांचा संबंध जोडला. पुरुष कामगारांचे शोषण होताना स्वहित, नफा व स्पर्धा या भांडवलशाहीच्या प्रेरणा कार्यरत असतात. त्याच प्रेरणांचा लैंगिकतेवर नियंत्रण ठेवताना वापर केला जातो. कुटुंबातील जीवन, लैंगिक नैतिकता यांना याच भांडवली प्रेरणा आकार देतात.

केवळ आर्थिक समानता नव्हे; तर लैंगिक समानता, लैगिकदृष्ट्या समान मानण्याची प्रवृत्ती, स्त्रीस्वातंत्र्य, स्त्रियांची निवड व निवडीचा अवकाश, प्रेमाचा मुक्त विचार, शोषणात्मक कुटुंबापासून मुक्ती, लैंगिक दमन, दैनंदिन जीवनात लादलेले मातृत्व या सर्वांचाही विचार झाला पाहिजे. सार्वजनिक जीवनात स्त्रियांचा सहभाग पुरुषी पूर्वग्रहांपासून मुक्त असला पाहिजे.

आज जरी कुटुंबव्यवस्था दोलायमान अवस्थेत दिसत असली, काही ठिकाणी ती विसकटलेली असली, तरी मानवी इतिहासात सर्वांत प्रदीर्घ काळ टिकून राहिलेली ती एकमेव सामाजिक संस्था आहे. धर्मसंस्था व राज्यसंस्था यांच्याही अगोदर कुटुंबव्यवस्थेने आकार घ्यायला सुरुवात केली होती. टोळीसदृश सामूहिक जीवन पद्धतीतून संघटित कुटुंबव्यवस्थेकडे कसा व कधी प्रवास सुरू झाला; ती व्यवस्था अनेकदा मोडकळीस आली असे वाटले, तरी प्रत्यक्षात कशी लवचीक व बळकटही ठरली; कौटुंबिक नात्यांना 'पावित्र्य' का व कसे प्राप्त झाले; त्या नात्यामंधील नैतिकता कधी लपवूनछपवून, तर कधी उघडपणे झुगारून देऊनही कुटुंबसंस्था कशी तग धरून टिकू शकली; आणि स्त्री–पुरुष संबंधांमधील तथाकथित आचार व्यभिचार कसे ठरले; हा समाजशास्त्रज्ञांच्या अभ्यासाचा, संशोधनाचा व चिंतनाचा विषय राहिला आहे. 'नैतिक' काय आणि 'अनैतिक' काय, हे कुणी ठरवले, व ते ठरवण्याचे निकष कोणते होते? बहुतेक निकष काळाच्या ओघात बदलले, तरी बरेच टिकूनही राहिले. शिवाय प्रत्येक समाजात वेगवेगळे निकष आणि नीतिनियम तयार झाले. असे असले, तरी

कुटुंबसंस्था विविध स्वरूपांत टिकून राहिली. कुठे मातृसत्ताक, कुठे पितृसत्ताक, अलीकडे 'सिंगल पॅरन्ट फॅमिलीज' किंवा 'गे किंवा लेस्बिअन फॅमिलीज' उदयाला आल्या. कुटुंब नावाची संस्था अजून तरी पूर्णपणे कालबाह्य झालेली नाही.

शेती-अर्थव्यवस्थेत कुटुंबसंस्थेचा उदय झाला असे बहुतेक तज्ज्ञांचे मत आहे. शेतीव्यवस्था येईपर्यंत माणसाला अतिरिक्त उत्पादन करण्याची शक्यता लक्षात आली नव्हती. या अतिरिक्त उत्पादनातून बचत होऊ लागली. त्यातून संचय, मग संपत्ती. अर्थात ती संपत्ती त्या 'कुटुंबा'चीच झाली. ढोबळ अर्थाने खासगी संपत्तीचा उदय त्या काळी झाला. पुढे ती खासगी संपत्तीच कुटुंबसंस्थेचा आत्मा ठरली. 'खासगी संपत्तीचा मूलभूत हक्क' हे सूत्रच पुढे बहुतेक कुटुंबांमधील वादांना, मारामाऱ्यांना, न्यायालयीन खटल्यांना कारणीभूत ठरू लागले. भावाभावांमधील कलह, एकत्र कुटुंबांतील संपत्तीच्या वाटपांचे वाद, स्त्रियांच्या संपत्तीविषयक हक्कांचे प्रश्न, वारसाहक्काचे प्रश्न, दत्तकविधानासंबंधीचे प्रश्न या व इतर अनेक मुद्द्यांच्या मुळाशी 'खासगी संपत्ती'चाच प्रश्न असतो.

बालविवाह – भारताचे सामाजिक वास्तव

एकोणिसाव्या शतकात बालविवाह प्रचलित होते. विधवाविवाहांना मान्यता नव्हती. शंभर वर्षांनंतर त्यांत लक्षणीय बदल झाले. विधवांचे केशवपन हे काळाच्या पडद्याआड गेल्यातच जमा आहे. विधवा-विधुर विवाह आज सररास होऊ लागले आहेत. तरीही २००१च्या आणि २०११च्या जनगणनेनुसार मध्य प्रदेशात, राजस्थानात, उत्तर प्रदेशात आणि महाराष्ट्रातही अजूनही जवळपास ४० टक्के स्त्रियांचे विवाह १५ ते २० या वयोगटात होत आहेत, मुलींचे व मुलांचेही लग्नाचे सरासरी वय इथून पुढे शंभर वर्षांत निश्चित वाढेल. कारण शिक्षणाचा प्रसार जसजसा वाढेल, तसतसा २१ ते २५/२६ हा वयोगट विवाहयोग्य मानला जाईल.

बालविवाह हा बलात्कारापेक्षा भयानक आहे, अशी टिप्पणणी नुकतीच दिल्लीमधल्या एका महिला न्यायाधीशांनी केली. १४ वर्षे वयाच्या एका बायकोने नवऱ्याच्या आणि सासरच्या मंडळींविरुद्ध हुंड्यावरून छळ केल्याचा खटला दाखल केला होता. त्या वेळी न्यायाधीशसाहेबांनी त्या मुलीच्या आईवडिलांना फैलावर घेऊन बालविवाहाविषयी टिप्पणी केली होती. (वारुंजीकर उदय, बालविवाह अजूनही? रविवार, १४ सप्टेंबर २०१४ लोकमत (मंथन) पृ.९)

बालविवाह प्रतिबंधासाठी १९ जानेवारी १९२७ रोजी नामदार हरिविलास सारडा यांनी बिल सादर केले. The Hindu Child Marriage Bill हा कायदा १९२९मध्ये पास झाला. नाटककार गोविंद बल्लाळ देवल यांनी 'शारदा' या आपल्या नाटकात बाला-जरठ विवाहाचा प्रश्न मांडलेला होता. या नाटकाच्या लोकप्रियतेने बालविवाह प्रतिबंधक कायदा 'शारदा कायदा' या नावाने प्रसिद्ध झाला.

बालविवाह का होत असे याची कारणे शोधायचा प्रयत्न केल्यावर लक्षात येते की, महिलासुरक्षा, अज्ञान अशी अनेक कारणे आहेत. वयात येणाऱ्या मुलीला सांभाळणे हे अवघड वाटल्यानेदेखील बालविवाह घडतात. त्याचप्रमाणे कुटुंबनियोजन न केल्याने खाणाऱ्या तोंडाची संख्या वाढल्याने बालविवाह घडतात. याचा परिणाम मुलगा आणि मुलगी या दोघांच्या शिक्षणावर होतो. एवढेच नव्हे, तर घरावरही होतो. लहान वयामध्ये लग्न झाल्यामुळे बालपण संपून जाऊन नको त्या वयामध्ये जबाबदारी येऊन पडते. शारीरिक समस्या निर्माण होतात. कमी वयामध्ये मातृत्व आल्यास साहजिकच त्याचा परिणाम आरोग्यावर होतो. शिवाय अनेक परिणाम होतात.

१९२९च्या या कायद्याला विरोध झालाच. या कायद्याला मुस्लीम समाजाकडून विरोध झाला. त्याचा परिणाम म्हणजे १९३७च्या शरियत कायद्यामध्ये मुलीच्या संमतीने बालविवाह होऊ शकतो अशी तरतूद करण्यात आली. दुसरीकडे समाजसुधारक कायद्याला हिंदू धर्मीयांकडूनही विरोध झाला. त्यामुळे प्रथा-परंपरा यांमध्ये अडकलेल्या समाजामध्ये हा कायदा पुस्तकामध्येच राहिला. या कायद्यामध्ये असलेल्या त्रुटींमुळे आणि सामाजिक मानसिकतेमुळे हा कायदा प्रभावीपणे लागू झाला नाही. शिक्षा झाल्याची काही तुरळक प्रकरणे वगळता हा कायदा पुस्तकामध्येच राहिला.

१९५०च्या राज्यघटनेमुळे चित्र बदलून गेले. सरकारसाठी असलेल्या मार्गदर्शक सूचनांमध्ये अनुच्छेद ३९नुसार बालकांना त्यांचे बालपण उपभोगण्यासाठी तरतूद केली पाहिजे, असा अधिकार दिला. असे असूनसुद्धा बालविवाह चालूच राहिले. शहरांमध्ये हळूहळू लग्नाचे वय पुढे ढकलले जाऊ लागले; परंतु ग्रामीण भारतामध्ये बालविवाह चालूच होते.

१९९८मध्ये घेतलेल्या एका छोट्या सर्वेक्षणानुसार ४८ टक्के बालविवाह भारतामध्ये होतात, अशी धक्कादायक आकडेवारी मांडली गेली; तर २००५ला संयुक्त राष्ट्रसंघाच्या वतीने ३० टक्के विवाह हे बालविवाह होतात असे जाहीर केले गेले. परंतु १९८१पासून जनगणनेच्या अहवालात आकडेवारी जाहीर करण्यात आली. त्यानुसार बालविवाह हळूहळू संपुष्टात येत आहेत, असे म्हणणे शक्य आहे. १९८१ला ४३.४ टक्क्यांवरून १९९१ साली ३५.३ टक्के आणि २००१ साली १४.४ टक्केपर्यंत ही आकडेवारी खाली आली. आणि २०११च्या जनगणना अहवालामध्ये बालविवाहाचे प्रमाण कमी होत - ३.७ या टक्केवारीपर्यंत आल्याचे जाहीर केले.

अर्थात, समाजप्रबोधनाच्या बरोबरीने कायद्याने घडवलेले बदल हेदेखील कारणीभूत होते. मात्र झारखंड, पश्चिम बंगाल, बिहार, उत्तर प्रदेश, आसाम या राज्यांमध्ये सरासरी दहा टक्के विवाह हे बालविवाह होत आहेत, ही सत्य परिस्थिती अस्वस्थ करणारी आहे.

विवाहविषयक जाहिरातींवर संशोधन करताना

विवाहसंस्थेवरील नियंत्रण हे जातिव्यवस्था चिरंतन आणि मजबूत करण्याचे एक साधन आहे. जातीतल्या जातीत विवाह करण्याच्या पद्धतीने स्त्रीप्रश्नाला मोठ्या प्रमाणात चालना दिली आणि समाजाला बंदिस्त केले. एका बाजूला जातिधर्माचा आणि विवाहाचा परस्परसंबंध नाही असे म्हणायचे; तर दुसऱ्या बाजूला वंश शुद्ध राखण्यासाठी आणि आवडीनिवडी, जेवणखाणे, रहनसहन, संस्कृती एकसारखी वाटली पाहिजे म्हणून जातीतच विवाह केला जातो. इतर वेळा तर समाजात जातीचे अस्तित्वच नाही असा अभास निर्माण करायचा आणि विवाह ठरवण्याची वेळ येते त्या वेळी व्यक्ती स्वत:च्या जातीचाच आधार घेतात. पण वास्तविक पाहता, आज आंतरजातीय विवाह ज्या प्रमाणात वाढायला पाहिजेत त्या प्रमाणात वाढताना दिसत नाहीत. दिवसेंदिवस सुशिक्षित मुले आपल्याच जातीतील मुलगी पाहिजे असे म्हणताना दिसतात. विवाहविषयक जाहिरातींवर संशोधन करताना भारताला स्वातंत्र्य मिळून ६१ वर्षे पूर्ण झाली होती त्या १५ ऑगस्ट २००८ या दिवशी प्रसिद्ध झालेल्या जाहिरातीसंदर्भात अभ्यास करून प्रा. हरी नरके सांगतात, 'विवाह कोणासोबत करावा हा ज्याचा-त्याचा 'खासगी' प्रश्न आहे. पण ४२७ जाहिरातींपैकी ३११ जाहिरातींत स्वत:च्या जातीतलीच मुलगी/मुलगा पाहिजे असे त्यात म्हटले गेले. म्हणजेच ४ पैकी ३ लोक जातीतच विवाह करतात. आपण जात नाकारण्याचे ढोंग करतो याचे हे उदाहरण देताना या जाहिरातींतील २९ जाहिरातींत आंतरजातीय चालेल; पण उच्च आंतरजातीय चालेल, कनिष्ठ नाही असे म्हटल्याचे अधोरेखित करतात. २३ जाहिराती म्हणजे ५.३८ टक्के जाहिरातींत आंतरजातीय चालेल, पण एस. सी. / एस. सी. बौद्ध क्षमस्व असा स्पष्ट उल्लेख करून त्यासोबत लिहिले होते की, या लोकांनी चौकशी करू नये, काहीही विचारू नये, माहितीच घेऊ नये. त्यांच्याशी विवाहविषयक कसलीही चर्चा करण्यात येणार नाही. पण आपणास माहीत आहे की, राज्यघटनेच्या १७व्या कलमानुसार अस्पृश्यता नष्ट करण्यात आली आहे. या कायद्याचा भंग करणे हा गुन्हा आहे. हे कलम तर २६ जानेवारी १९५० या दिवशी आपण स्वीकारले. पण १५ ऑगस्ट २००८ रोजी आणि इतर वेळी दिलेल्या जाहिरातींतून एस. सी./एस. टी. बौद्ध क्षमस्व असे लिहून ते राज्यघटनेतील कलम १७चे उल्लंघन करणारी जाहिरात देतात. ते अस्पृश्यता पाळतात याचा हा उघडउघड लेखी पुरावा आहे. आपण काहीतरी गुन्हा करतो हे जाहिरात देणाऱ्याला आणि छापणाऱ्यालाही लक्षात येत नाही. आणि आले तर त्याचे वाईटही वाटत नाही.

थोडक्यात, ज्यामधून जातीच्या आणि लिंगाच्या आधारे एखाद्या व्यक्तीला किंवा समुदायाला अपमानितपणा वाटेल किंवा त्यांची प्रतिष्ठा कमी होईल याचा आज

तरी कसलाही विचार केला जाताना दिसत नाही. हे असंवेदनशीलतेचे लक्षण आहे.

पण हेदेखील लक्षात घ्यावे लागेल की, एकूण जाहिरातींपैकी ११६ जाहिरातींत आंतरजातीय विवाह चालणार आहे, असे म्हणताना त्यांनी जातीबाबत मर्यादित गट बनवला नाही हे स्वागतार्ह आहे. हा विचार समाजाला पुढे घेऊन जाणारा आहे. यांकडेही लक्ष देऊन त्यांना बळकटी कशी येईल, ते पाहिले पाहिजे.

दुसरे उदाहरण म्हणजे के. स्टॅलिन या दिग्दर्शकाने 'Untouchacle' हा माहितीपट तयार केला आहे. त्यांनी भारतात कुठे कुठे आणि कशी जात आणि अस्पृश्यता पाळली जाते-ते लोकांच्या तोंडूनच स्पष्टपणे दाखवले आहे. आजसुद्धा कुठे कपबशा वेगळ्या ठेवल्या जातात, कुठे अजूनही पाणी वेगळे आहे, कुठे रस्ता वापरू दिला जात नाही, दलित मुलांना शाळेत कुठे बसवले जाते, हे सगळे या माहितीपटात दाखवले आहे. म्हणून हे सगळे कर्मठ विचार आणि अत्याचारांचे स्वरूप आपण बघायला लागतो, तेव्हा जात आणि अस्पृश्यता कशी कार्यरत आहे याची वास्तविकता आपणास समजते. जातीयवाद, अस्पृश्यता ही सर्व जातींत, सर्व धर्मांत दिसून येते. याला ख्रिश्चन, मुस्लीम, शीख हे धर्मसुद्धा अपवाद नाहीत. शीख धर्मात अनेक मागासवर्गीय जाती आहेत. तसेच मुसीमांचेसुद्धा आहे.

२०१२मधील किशोर वयोगटातील मुले आणि मुली यांच्यावरील युनिसेफच्या (Unicef) 'ग्लोबल रिपोर्ट कार्ड'ने सर्वेक्षणानंतर काही आकडेवारी प्रसिद्ध केली आहे. त्यानुसार भारतातील सलमधील ५७ टक्के मुलांनी आणि ५० टक्के मुलींनी नवऱ्याने बायकोला मारण्याचे समर्थन केले आहे. मुख्य म्हणजे १५ ते १९ वयोगटातील तरुण मुली आणि ४५ ते ४९ वयोगटातील प्रौढ स्त्रिया या दोन्ही गटांनी 'पत्नीस मारण्याचे' सारखेच समर्थन केले आहे. यावरून अजूनही भारतात स्त्रीला कुटुंबात दुय्यम स्थान दिले जात आहे; तसेच कौटुंबिक हिंसाचार वाढतच आहे असे दिसते. तात्पर्य, स्त्री-पुरुष समानतेचे मूल्य किंवा तत्त्व तेवढे स्वीकारले जाते. मात्र कुटुंबव्यवस्थेची अंतर्गत सत्तारचना ही पुरुषकेंद्रित आहे असे दिसते. त्या सत्तारचनेत आमूलाग्र बदल होईल असे वाटत नाही.

कौटुंबिक सत्तारचना बदलली नाही किंवा तिच्यामधील बदल मुंगीच्या पावलांनी झाले आणि दुसरीकडे स्त्री-शिक्षणाच्या प्रसारामुळे स्त्रिया नोकरी करू लागल्या व आर्थिकदृष्ट्या स्वतंत्र होऊ लागल्या, तर अशा विरोधाभासाची परिणती विवाहित जोडप्यांच्या घटस्फोटाचे, विभक्त होण्याचे प्रमाण वाढण्यात होईल. ते अटळ असेल. असे असले, तरीही पाश्चात्त्य देशांतील घटस्फोटांच्या प्रमाणापेक्षा भारतातील प्रमाण पुष्कळच कमी असेल. कारण भारतात विवाह हा संस्कार मानला जातो, तर पाश्चात्त्य देशांत तो केवळ एक करार आहे. तीव्र मतभेद असले, तरीही कुटुंबातील पतिपत्नीचा

कल विवाहसंबंध टिकवून ठेवण्याकडेच राहील.

अलीकडे औपचारिक विवाहपद्धतीचा स्वीकार न करता स्त्री-पुरुष युगलाने एकत्रपणे गृहजीवनाचा आनंद लुटण्याचा प्रकार भारतीय समाजातही थोड्या प्रमाणात सुरू झाला आहे. यौनसंबंध आणि परस्परांना भावनिक आधार देण्याचे काम सहजीवन (Live-in-relationship) करत असेलही; मात्र या प्रकारामुळे कुटुंबसंस्थेच्या सामाजिक प्रयोजनाकडे दुर्लक्ष करण्याची प्रवृत्ती बळावते. अशा सहजीवनातून संतती झाली, तर त्या मुलांचा कायदेशीर दर्जा काय असेल? त्यांना त्यांच्या मातापित्यांकडून मिळणाऱ्या पैतृक संपत्तीत रीतसर वाटा मिळेल की नाही, असे प्रश्न अनुत्तरित राहतात. अशा 'सहजीवन' पद्धतीच्या यौनसंबंधाला सामाजिक प्रतिष्ठा आणि अधिमान्यता (Legitimacy) निदान भारतात तरी मिळालेली नाही. पुण्यासारख्या ५०-६० लाख वस्तीच्या महानगरात अशी १०-२० युगले आहेत असे म्हणतात. शंभर वर्षांनंतर त्यांची संख्या फारतर २००-३०० होईल; पण त्यामुळे भक्कम पायावर उभी असलेली कुटुंब-विवाहसंस्था खिळखिळी होईल, अशी सुतराम शक्यता नाही. आपल्या पद्धतीतील दोष दूर करण्याचा प्रयत्न आहे त्या चौकटीत होत राहील.

सरतेशेवटी, एकत्र कुटुंब पद्धतीची अखेरची घरघर सुरू झाली आहे आणि पतिपत्नी व त्यांची मुले एवढेच कुटुंब वेगळे राहण्याकडे कल वाढत आहे. स्थलांतर, नोकरी या कारणांमुळे ती काळाचीही गरज आहे असे मानले जाते. मात्र भारतात ज्येष्ठ नागरिकांची संख्याही लक्षणीय प्रमाणात वाढणार आहे. त्या मानाने वृद्धाश्रमासारख्या संस्थांमध्ये किंवा बालसंगोपन, पाळणाघरे (क्रेच) अशा संस्थांमध्ये फार वाढ होताना दिसत नाही. त्यामुळे तीन पिढ्या म्हणजे आजीआजोबा, आईवडील आणि मुले असे एकत्र कुटुंब कालांतराने उपयुक्त वाटेल. चारपाच भाऊ, त्यांच्या पत्नी आणि मुलाबाळांसह राहणारे एकत्र कुटुंब (Collateral Joint Family) आता दुर्मीळ होईल; मात्र मुलगा-सून नोकरीवर गेल्यानंतर आजोबाआजी, नातवाचा सांभाळ करतील आणि आईवडिलांना वृद्धाश्रमात ठेवून लोकनिंदा ओढवून घेण्याचे टाळले जाईल; म्हणून तीन पिढ्या एकत्र राहत आहेत अशा एकत्र कुटुंबांच्या संख्येत दिवसेंदिवस वाढ होत जाईल हे स्पष्ट दिसते. भारतीय कुटुंबव्यवस्थेत आणि विवाहसंस्थेत काही स्थित्यंतरे, चढउतार येतील व जातील; पण पन्नास वर्षांनंतर थोड्याफार फरकाने या संस्था भक्कमपणे उभ्या असतील.

पहिल्या महायुद्धाच्या समाप्तीनंतर बालविवाह बंदीचे विधेयक; संमती वयाची मर्यादा वाढवणारे विधेयक; स्त्रियांसाठी घटस्फोट, गर्भपात व वारसाहक्क यांची मागणी करणारी विधेयके; मिश्रविवाहाचे विधेयक; बहुपत्नीत्वाची चाल बंद करण्याची मागणी करणारे विधेयक; हुंडाबंदीसंबंधीचे विधेयक; स्त्रीमतदानाच्या हक्काची मागणी करणारे

विधेयक यांसाठी काही संघटना संघर्ष करत होत्या.

जहाल स्त्रीवादाने पितृसत्ता, लिंगभावरचित व लैंगिकता यांची चिकित्सा केली. पुरुषप्रधानतेचे वैशिष्ट्य हे अर्थकारण व सार्वजनिक जगापुरते मर्यादित नसते; तर खासगी जीवनातील कामसंबंध, विवाह, कुटुंब यांतही ते अबाधित राहते. खासगी क्षेत्रामध्ये म्हणजेच घरात स्त्री सुरक्षित असते हे मिथ्या आहे. खासगी जीवनातील नातेसंबंध केवळ प्रेम, त्याग, परस्परसहकार्य यांवर आधारलेले असतात असा एक पूर्वीपासूनचा गैरसमज आहे. खासगी जीवनातील नातेसंबंध हे मूलत: सत्तात्मक व सोपानात्मक नातेसंबंध असतात हे स्त्रीवादाने दाखवून दिले.

'जे-जे खासगी ते राजकीय' (Personal is Political) अशी घोषणा देत जहाल स्त्रीवाद १९६०नंतर अवतरला आणि त्याने कुटुंबव्यवस्थेतून व विवाहसंस्थेतून होणाऱ्या स्त्रीच्या शोषणाकडे लक्ष वेधले. जात, कुळ, धर्म यांपेक्षा स्वत:चे भवितव्य लक्षात घेऊन विवाहाचा निर्णय घेतला जात नाही. आपल्या समाजात जोडीदाराच्या निवडीसाठी, स्त्री-पुरुषांना एकत्र मिसळण्यासाठी आवश्यक तो अवकाश (Space) मिळत नाही. स्त्री-पुरुषांचे मिसळणे नैतिक-अनैतिक निकषांवर मोजले जाते.

भारतीय पितृप्रधान व्यवस्थेत पतीखेरीज इतर कोणाशी केलेला शरीरसंबंध अनैतिक मानला गेला आहे. विवाहबाह्य शरीरसंबंधांमुळे स्त्रीचे शरीर भ्रष्ट होते असे मानले जाते. कारण पत्नी ही पुरुषाची खासगी मालमत्ता आहे, या सुप्त धारणेतून या व्यवस्थेत स्त्रीची योनिशुचिता महत्त्वाची असते. विवाहसंस्थेचे पावित्र्य राखण्यासाठी पवित्रता आणि स्त्रियांची मिथके निर्माण करण्यात आली आणि समस्त स्त्रियांपुढे ती आदर्श म्हणून ठेवण्यात आली. स्त्रीचे आर्थिक स्वावलंबन स्त्रीला लैंगिक दास्यातून मुक्त करेल असा आशावाद एंगल्सने मांडला.

१९व्या शतकात स्त्रीच्या पारंपरिक स्थानामध्ये बदल होऊ लागले. मात्र राष्ट्रवादी परिप्रेक्ष्यात 'पतिव्रता, पवित्र, आर्य स्त्री' अशीच मध्यमवर्गीय जडणघडण केली गेली.

विसाव्या शतकात नागरीकरणाची प्रक्रिया, पहिले महायुद्ध व त्यानंतर आलेल्या आर्थिक महामंदीमुळे व महागाईमुळे अनेक स्त्रिया नोकरी करू लागल्या. मुलगी किंवा स्त्री ही पुरुषाची जबाबदारी असते असे भारतीय परंपरेत मानले आहे. मनुस्मृतीतील 'पिता रक्षति कौमार्ये....' हा श्लोक प्रसिद्ध आहे. पितृसत्ताक कुटुंबपद्धतीत मुलगा हा वंशाचा दिवा मानला जातो. तो म्हातारपणाची काठी असतो. आईवडिलांच्या अंत्यविधीचे अधिकार मुलालाच दिलेले आहेत. भारतीय परंपरेत मुलाला आयुष्यात तीन ऋण फेडायला लागतात- त्यातले एक ऋण हे मात्यापित्याचे असते.

बदलत्या काळात स्त्रीचे कार्यक्षेत्र म्हणजे चूल व मूल आणि पुरुषाचे क्षेत्र म्हणजे सार्वजनिक क्षेत्र, हे जुने संकेत बदलत होते. काही अविवाहित प्रौढ कुमारिका आपल्या

पगारातून आईवडिलांचा संसार चालवत. साहजिकच, त्यांची विवाहाची वये वाढली. एकीकडे तिच्या पैशावर अवलंबित्व वाढले, तरी पितृसत्ताक कुटुंबात मुलगामुलगी यांमध्ये जो भेद केला जातो, तो कायम होता.

१९व्या शतकात बालविवाह बंदी, विजयालक्ष्मी केस, संमती वयाचे विधेयक, विधवाविवाहाचा प्रश्न यांवरून हा प्रश्न चर्चिला गेला. राष्ट्रवादी परिप्रेक्ष्यात स्त्रीच्या लैंगिकतेवर नियंत्रण ठेवण्याचा प्रयत्न विसाव्या शतकात प्रौढविवाह हा प्रघात बनला नसला, तरी वय वाढलेल्या कुमारिकांची लग्ने आपल्या आर्थिक हितसंबंधांसाठी लांबणीवर टाकणारे आईवडील स्त्रीचे आर्थिक शोषण करत होते. स्त्रीची लैंगिकता नियंत्रित करण्याचा तो वेगळा प्रकार होता. स्त्री आर्थिकदृष्ट्या स्वावलंबी झाली म्हणजे स्वतंत्र होतेच असे नाही. आपल्या पगाराचा विनियोग कसा करायचा याबाबतही तिचे वडील हस्तक्षेप करतात.

लिंगभाव ही स्त्रियांच्या शोषणाची मूलभूत यंत्रणा आहे. प्रत्येक समाजामध्ये कुटुंबातून व समाजातून स्त्रीत्वाचे व पुरुषत्वाचे साचेबंद आदर्श व निकष यांचे संस्कार लहानपणापासूनच बालकावर केले जातात, म्हणून माणसाची अस्मिता घडवण्यात कुटुंबव्यवस्था महत्त्वाची भूमिका बजावते. सिमाँ द बुव्हाँ या स्त्रीवादी विचारवंताने 'द सेकंड सेक्स' (१९४९) या ग्रंथातून 'One is not born but becomes a woman.' असे घोषित केले.

विसाव्या शतकात स्त्री आत्मनिर्भर झाली, तरी विवाहाच्या बाबतीतले निर्णय घेण्याचा तिचा अधिकार कित्येकदा डावलला जात होता. त्या काळातील खानपाणंदीकर विवाह खूप वादग्रस्त ठरला. प्रत्येक स्त्रीला व पुरुषाला आपल्या जीवनाचा जोडीदार निवडण्याची मुभा असली पाहिजे, किंबहुना तो त्यांचा हक्क आहे हा विचार त्या काळी पडलेला नव्हता. त्या काळात अनेक प्रेमविवाह घडून आले. त्यातले कित्येक वादग्रस्त ठरले. आंतरजातीय विवाहाला अधिकच विरोध होई. याच काळात स्त्रिया हे जातीचे प्रवेशद्वार आहेत, हे स्त्रीप्रश्नविषयक संशोधनाचे सूत्र डॉ.आंबेडकरांनी मांडले. जातिअंतर्गत विवाहाची सक्ती आणि जातीबाहेरील विवाहास बंदी हा जातिव्यवस्थेचा पाया आहे. स्त्रियांवर असंख्य बंधने लादून जातिव्यवस्था युगानुयुगे टिकवली गेली, अशी मांडणी डॉ.आंबेडकरांनी केली.

स्त्रियांच्या प्रगतीला एकोणिसाव्या शतकातच प्रारंभ झाला होता. विसाव्या शतकात त्या प्रगतीला वेग आला. शिक्षणाला असणारा विरोध जवळपास संपला. स्त्रिया सार्वजनिक कार्यात सहभागी होऊ लागल्या. स्वातंत्र्यचळवळीतील स्त्रियांच्या सहभागाने स्त्रीमुक्तीची जाणीवही झाली होतीच. शिक्षण, साहित्य, कला, समाजकारण आणि राजकारणातही स्त्रियांनी कार्य करण्यास सुरुवात करून स्वत:ची क्षमता सिद्ध

केली. समाजानेही स्त्रियांना जुना संकुचितपणा सोडून देऊन अधिक मोकळीक देण्यास सुरुवात केली.

कुटुंबसंस्थेची वाटचाल – सामाजिक, आर्थिक, सांस्कृतिक बदलांचे कुटुंबव्यवस्थेवरील परिणाम

मानव समाजात आता तिसरे स्थित्यंतर सुरू झाले आहे. शेती समाज, औद्योगिक समाज आणि आता औद्योगिकेतर समाज. या तीन आर्थिक रचनांतून तीन समाजरचना उभ्या राहिल्या, सरंजामी समाजव्यवस्था, आधुनिक समाजव्यवस्था आणि उत्तर आधुनिक समाजव्यवस्था. ज्याप्रमाणे आधुनिक व्यवस्थेमध्ये संयुक्त कुटुंबव्यवस्था कालबाह्य होत गेली. त्याप्रमाणे उत्तर आधुनिक समाजव्यवस्था विभक्त कुटुंबव्यवस्था कालबाह्य करण्याच्या वाटेवर आहे. अर्थात, समाजातील हे बदल दीर्घ काळ आणि मंद गतीने होतात. त्यामुळे असे बदल होत आहेत हेच लक्षात येत नाही. त्यातून भारतातील समाज एकाच वेळी तिन्ही टप्प्यांवर जगत असतो. त्यामुळे सरंजामी व्यवस्था, आधुनिक व्यवस्था आणि उत्तर आधुनिक व्यवस्ष्था यांची एकाच वेळी उपस्थिती असते. पण समाजाच्या वाटचालीची दिशा स्पष्ट असते.

कुटुंब, विवाह नातेसंबंधासाठी

आज जरी कुटुंबव्यवस्था दोलायमान अवस्थेत दिसत असली, काही ठिकाणी ती विसकटलेली असली; तरी मानवी इतिहासात सर्वांत प्रदीर्घ काळ टिकून राहिलेली ती एकमेव संस्था आहे. धर्मसंस्था वा राज्यसंस्था यांच्याही अगोदर कुटुंबव्यवस्थेने आकार घ्यायला सुरुवात केली. टोळीसदृश सामूहिक जीवनपद्धतीतून संघटित कुटुंबव्यवस्थेकडे कसा व कधी प्रवास सुरू झाला; ती व्यवस्था अनेकदा मोडकळीस आली; असे वाटले तरी प्रत्यक्षात कशी लवचीक व बळकटही ठरली. कौटुंबिक नात्यांना 'पावित्र्य' का व कसे प्राप्त झाले; त्या नात्यांमधील नैतिकता कधी लपवूनछपवून तर कधी उघडपणे झुगारून देऊनही कुटुंबसंस्था कशी तग धरून टिकू शकली आणि स्त्री–पुरुष संबंधांमधील तथाकथित आचार व्यभिचार कसे ठरले; हा समाजशास्त्रज्ञांच्या अभ्यासाचा, संशोधनाचा व चिंतनाचा विषय राहिला आहे.

सर्वत्र व्यभिचारच बोकाळला आहे, असे आपल्या टीव्ही सीरिअल्स पाहून कुणालाही वाटू शकेल. त्यामुळे बहुतेक कुटुंबे सर्वसाधारणपणे नात्यांची व नैतिकतेची चौकट पाळूनच व्यवहार करतात हे लक्षातही येत नाही. कधीकधी वरकरणी ती चौकट टिकवू पाहणारी तरुण मुलेमुली स्वत:ला किती सहजपणे स्वैराचारात स्वच्छंदपणे झोकून देतात, हेही आपल्या लक्षात येत नाही. तसे पाहिले तर तशी 'अनैतिकता' अगदी महाभारत काळापासून चालत आली आहे. 'नैतिक' काय आणि 'अनैतिक' काय, ते कुणी ठरवले व ते ठरवण्याचे निकष कोणते होते? बहुतेक निकष काळाच्या ओघात

बदलले, तरी बरेच टिकूनही राहिले. शिवाय प्रत्येक समाजात वेगवेगळे निकष आणि नीतिनियम तयार झाले, असे असले तरी कुटुंबसंस्था विविध स्वरूपांत टिकून राहिली. कुठे मातृसत्ताक, कुठे पितृसत्ताक, अलीकडे 'सिंगल पॅरन्ट फॅमिलीज' किंवा 'गे किंवा लेस्बिअन फॅमिलीज' उदयाला आल्या. कुटुंब नावाची संस्था अजूनतरी पूर्ण कालबाह्य झालेली नाही.

कुटुंब नियोजनाच्या तंत्रज्ञानामुळे निसर्गाची गुलामगिरी करायला लावणाऱ्या पुनरुत्पादनाच्या क्रियेला खीळ बसली आहे. आता उत्पादक श्रमाशी समीकरण करावे असे पुनरुत्पादनाचे स्वरूप झाले आहे. तसेच स्त्रीच्या पालकत्वाची जबाबदारी पुरुषाने घेण्याची भूमिकाही अदृश्य होते आहे. तरीपण स्त्रिया पारंपरिक मूल्यांचे वर्चस्व असणाऱ्या समाजाचा भाग आहेत हेसुद्धा लक्षात घेतले पाहिजे.

परंपरा अजूनही विवाह हे स्त्रीचे भागधेय आहे असेच मानते. तसेच स्त्रीचे कार्य पुरुषाच्या लैंगिक गरजा भागवणे, घरादाराची काळजी घेणे असेही मानले जाते. समाजाने स्त्रीवर लादलेल्या या कर्तव्यांना आपल्या जोडीदाराला दिलेल्या सेवा अशा स्वरूपात पाहिले जाते. या बदल्यात त्याने मात्र तिला काही भेट द्यावी किंवा विवाहाअंतर्गत एकूण तिची देखभाल करावी अशी अपेक्षा असते. विवाहाव्यतिरिक्त कोणतीही लैंगिक कृती हक्क म्हणून मानवी समाज स्त्रीला देत नाही. खरे तर एकट्या राहणाऱ्या बाईला परिपूर्ण सामाजिक अस्तित्व असते हेच मान्य केलेले नसते. अशा परिस्थितीत विवाह हे प्रेमावर आधारित नसतात, तर त्यामागे व्यावहारिक गती असतात. नवराबायकोंमधील नाते समता आणि परस्परसमन्वय यांवर आधारित नसते, तर ह्यामध्ये एक स्वच्छपणे उतरंड असते. विवाहामध्ये लैंगिक सार्थकता आणि प्रेमाची पूर्तता प्राप्त करणे असाध्यच होते आणि स्त्री एका कृतघ्न अशा परिस्थितीमध्ये सापडलेली दिसते. स्त्रीच्या प्रेमाविषयीच्या किंवा लैंगिकतेविषयीच्या सर्जनशील कल्पना विशेषत: विवाहाअंतर्गत एका तुच्छतेच्या प्रवृत्तीतून पुरुषांकडून हेटाळणीच्या स्वरूपात पाहिल्या जातात.

विवाह ही संस्था तत्त्वत: अश्लील वाटते. कारण अत्यंत उत्स्फूर्त अशा इच्छाआकांक्षांवर आधारित जे स्त्री-पुरुषांचे परस्परांशी नाते असते, त्या नात्याला हक्कांच्या आणि कर्तव्यांच्या चौकटीत परावर्तित करण्याचे काम विवाहसंस्था करते. स्त्री-पुरुषांच्या देहाला फक्त देहपातळीवर ओळखले जावे असे अध:पतन करणारे साध्यात्मक मूल्य देण्याचे काम ही संस्था करते, म्हणजेच त्यांना व्यक्ती वा माणूस होण्याचे नाकारते. विवाहसंस्था स्त्रीला नेहमीच आणि सतत नष्ट करत राहते. पुरुषाला ती फार तर काही प्रमाणात स्वातंत्र्याचा लोप पावण्याचा अनुभव देते.

कुटुंब आणि कुटुंबाचे मिथक, आणि मातृत्व आणि मातृत्वाशी निगडित

अंत:प्रेरणा हे मिथक नष्ट होत नाही; तोपर्यंत स्त्रिया आजही दडपलेल्या राहणार.

आपल्याकडे कुटुंबव्यवस्था जी काही आहे, तेथे मुलीचे एकदा लग्न झाले की तिला काही आपले मानत नाही. गावाच्या, कुटुंबाच्या, घरच्यांच्या ज्या काही वंशावळी सांगितल्या जातात; त्या वंशावळींमध्ये विवाहित स्त्रीचे नाव नसते.

समाजातल्या शहरी, निमशहरी आणि ग्रामीण भागांत आजही कुटुंब आणि विवाहसंस्था बऱ्याच प्रमाणात टिकून राहिलेली दिसत असली, तरी महानगरांमधले चित्र मात्र यापेक्षा काहीसे वेगळे आहे. या संदर्भात वाचकांचे लक्ष वेधले आहे ते लेखिका माधुरी बॅनर्जी यांनी 'स्कॅन्डल्स हाउसवाइव्ह्ज' या कादंबरीद्वारे.

मुंबईतल्या उच्चभ्रू सोसायटीत राहणाऱ्या चार मैत्रिणींच्या कौटुंबिक जीवनाला कलाटणी देणारे स्कॅन्डल्स हा या कादंबरीचा विषय. मात्र हे स्कॅन्डल्स केवळ मौजमजा किंवा उपभोगाच्या विचारातून घडत गेलेले नाही, तर वर्षानुवर्षे 'गृहिणी' म्हणून स्त्रियांना सगळ्याच बाबतींत 'गृहीत' धरण्याच्या मानसिकतेविरुद्ध ते नकळतपणे घडलेले बंड आहे.

या कादंबरीत विवाहसंस्थेवर आणि कुटुंबव्यवस्थेवर नेमकेपणाने भाष्य केले आहे. उच्चभ्रू कुटुंबातील स्त्रियांची घुसमट, आर्थिक स्वातंत्र्यावरील मर्यादा, परंपरेच्या नावाखाली आचारविचारांना घातलेले कुंपण या सगळ्यांचे मार्मिक वर्णन आधुनिक म्हणवणाऱ्या कुटुंबांबद्दलचे वास्तववादी चित्र रेखाटते. आपल्याच विश्वात रमलेल्या आणि मुलांवर आपली स्वप्ने लादणाऱ्या किशोरवयीन मुलांच्या पालकांच्या मानसिकतेवरही कादंबरी चपखल भाष्य करते.

सेक्स हा या कादंबरीचा केंद्रबिंदू असला, तरी त्या विषयाचा परीघ मात्र सहजीवन, कुटुंबसंस्था, विवाहसंबंध, किशोरवयीन मुलांच्या समस्या, पालकत्व, कौटुंबिक हिंसाचार, परंपरा यांच्या ओझ्याखाली स्वत्व हरवून बसलेल्या गृहिणी अशा असंख्य मुद्द्यांभोवती विस्तारत जातो.

लग्न म्हणजे स्त्री-पुरुषाने केवळ एका घरात राहणे किंवा एका पलंगावर झोपणे इतका त्याचा मर्यादित अर्थ निश्चितच नाही. पती आणि पत्नी या दोघांचे परस्परावलंबित्व, तडजोड, सहवास, समजूतदारपणा, ॲडजेस्टमेन्ट्स, निकोप शरीरसंबंध या कशाचाच पत्ता नसलेल्या या लग्नांमध्ये होरपळून गेलेल्या मैत्रिणींचे हे भावनांदोलन आहे. मुख्य म्हणजे शरीरसुख हा मानवी जीवनातला महत्त्वपूर्ण (किंवा अपरिहार्य) घटक मानून लेखिकेने मांडणी केली आहे.

१९६०-१९७० - कुटुंबाची व नात्यांची वीण घट्ट होती.

देशाला स्वातंत्र्य मिळून नुकतीच काही वर्षे झाली. आदर्शवाद, स्वातंत्र्य चळवळीशी नाते सांगणाऱ्या व्यक्ती, सळसळता उत्साह, तत्त्वाधारित विचारांचा पगडा

समाजजीवनावर होता. औद्योगिक वाढ राज्याच्या काही ठरावीक भागांमध्ये होत होती. तेथे चाकरमानी वर्ग वाढत होता. कुटुंबाकुटूंबातून चाकरमानी कर्ता पुरुष नोकरीच्या शोधात शहरात स्थलांतरित होत होता व कालांतराने त्याचे कुटुंबही. पण त्याची गावाशी नाळ तुटली नव्हती. कुटुंबाची व नात्यांची वीण घट्ट होती.

नात्यातील कोणी शिक्षणासाठी येऊन शहरातल्या नातेवाइकांच्या घरी राहत होते. नोकरीनिमित्त घरातला कर्ता पुरुष बाहेर पडल्याने आपसूकच स्वतंत्र कुटुंबाची सुरुवात नुकतीच होत होती. पण एकत्र कुटुंबे; घरी सासूसासरे, दीर, नणंदा असणे; त्यांची उस्तवार हा कौटुंबिक जीवनाचा अविभाज्य भाग होता.

स्त्रिया मोठ्या प्रमाणावर शिकत होत्या, नोकरी करू लागल्या होत्या; पण त्या नोकऱ्या पठडीतल्या होत्या, कुटुंबाची जबाबदारी सांभाळून करण्याजोग्या. यातही काही जणींनी विवाहानंतरही कष्ट करून मुलांच्या, घरच्या जबाबदाऱ्या सांभाळून, रात्री जागून अभ्यास करून एम.ए.बी.एड्. या काळात केले. वेगळी वाट चोखाळणाऱ्या, 'करिअर' करणाऱ्या स्त्रिया विरळा होत्या. एकूणच या दशकात कुटुंब हा समाजाचा खऱ्या अर्थाने एक अतिशय महत्त्वाचा घटक होता. कुटुंबाशी, गावाशी, जातीशी असलेली बांधिलकी घट्ट होती. विवाहाविषयीचे आणि नातेसंबंधांविषयीचे सामाजिक नियम व बंधने मान्य केली जात होती. आंतरजातीय, आंतरधर्मीय विवाह होत होतेच, पण त्यांच्याबद्दल नाराजीदेखील व्यक्त होत होतीच.

हे दशक संपतासंपता स्त्रीचळवळीने मूळ धरले. नामवंत स्त्रीवादी नेत्यांच्या नेतृत्वाखाली राज्यातील स्त्रियांनी पाणी, महागाई अशा कौटुंबिक प्रश्नांवर आंदोलने करून राजकारणातील स्त्रीशक्तीची चुणूक दाखवली. राज्यातील स्त्रियांच्या सक्षमतेसाठी ही आंदोलने व या चळवळी पायाभूत ठरल्या. महाराष्ट्राच्या साहित्यिक व कलाविश्वावर दूरदर्शनचे आक्रमण अद्यापि झालेले नव्हते. एकूणच कुटुंब आणि पर्यायाने समाजस्वास्थ्य त्याच्या ठरलेल्या आखीवरेखीव चौकटीत बांधलेले होते. त्यामुळे समाजात व कुटुंबात स्थैर्य होते. सगळेच काही सुखाचे होते असे नाही; पण चार भिंतीतल्या दु:खांना बाहेर सहजासहजी वाचा फुटत नव्हती हेही खरे.

१९७०-८० – ग्रामीण आणि शहरी कुटुंबाच्या राहणीमानात जाणवण्याइतका फरक होता.

स्त्रीचळवळीने मूळ धरल्याचा सकारात्मक परिणाम राज्यातील स्त्रियांच्या प्रगतीवर झाला. स्त्रीस्वातंत्र्याविषयीची व स्त्रीअस्मितेविषयीची सजगता वाढली. विविध स्त्रीवादी लेखिका तसेच स्त्रीसाहित्यिकांचे लिखाण प्रसिद्ध होऊ लागले. स्त्रीमासिके लोकप्रिय झाली. या काळात केवळ 'पुरुषांची कामे' म्हणून गणल्या गेलेल्या कार्यक्षेत्रात स्त्रिया मोठ्या संख्येने पदार्पण करताना दिसू लागल्या. अजूनही स्त्रीचे घरातील चूल

आणि मूल हे प्रमुख काम होतेच. घरकामाच्या पारंपरिक वाटणीतून स्त्रियांची सुटका झालेली नव्हती. पण शिक्षण व करिअर करण्याचा तिचा हक्क निदान वैचारिक पातळीवर मान्य झाला होता. त्यामुळे करिअर आणि घर यांतील स्त्रीची ओढाताण या दशकात सुरू झाली. तिच्या करिअरची झळ अजून तितकीशी कुटुंबाला बसत नव्हती, कारण बऱ्याच घरांतून अजून सासूसासरे मुलांबरोबर राहत होते.

औद्योगिकीकरणाने समाजव्यवस्थाच बदलली असे नाही, तर कुटुंबव्यवस्थाही बदलून टाकली. गावकूस सोडून संयुक्त कुटुंबाबाहेर पडून रोजीरोटीसाठी शहरात येणारे काही काळ बायकोमुलांना गावात ठेवून एकेकटे शहरात राहत असले, तरी लवकरच शहरातच संसार करणे अपरिहार्य झाले. विभक्त कुटुंबांतील नातेसंबंधही बदलून गेले. नवराबायकोचा सहवास आणि संवाद वाढला. घरातील वृद्धांची उपस्थिती कमी झाल्याने त्यांत मोकळेपणा आला. अर्थात, समाजव्यवस्था पुरुषसत्ताक राहिल्याने आणि कमावता पुरुष असल्याने स्त्रीच्या वाट्याला दुय्यम भूमिकाच आली; पण पुरुष कामावर गेल्यावर स्त्रीला अधिक मोकळीक मिळू लागली. शिवाय बाजारहाट करण्यात ती सहभागी होऊ लागली.

कुटुंबातल्या नातेसंबंधांत आघाती बदल होतात. ते मध्यमवर्गीय चाळीतून ब्लॉकमध्ये जातात, तेव्हा किंवा गावातून चाळीऐवजी झोपडपट्टीत येतात, तेव्हा चाळीतील विभक्त कुटुंब आणि ब्लॉकमधले विभक्त कुटुंब यांत फार मोठा फरक पडला. चाळीतील बारा तास उघडे असणारे दरवाजे ब्लॉकमध्ये चोवीस तास बंद झाले. शेजार संपला. त्याच्याबरोबर शेअरिंग ॲन्ड केअरिंगही संपले. मुलांना कॉलनीतील मित्र भेटायचे ते शाळा सुटल्यावर इमारतीच्या मोकळ्या जागेत, तेही जागा असल्यास. परिणामी, मुलांचा जास्तीतजास्त वेळ घरातच जाऊ लागला. त्यामुळे टीव्ही आणि आई या दोन गोष्टी त्यांच्या वाट्याला आल्या. ब्लॉकमध्ये आता आईच खेळगडी, मित्र झाली.

पुरुषी मानसिकतेत वावरणाऱ्या वडिलांचा घरातला वावर हा मालकासारखा असतो आणि घरात आल्यावर बायकोने आपल्या सेवेत असावे असे त्याला वाटते. मुले तेच शिकतात आणि प्रत्येक बाबतीत आईला ऑर्डर करू लागतात. त्यात भर पडते ती घरात जर पतिपत्नीमध्ये विसंवाद असेल तर त्याची. असा विसंवाद पूर्वीही होता; पण संयुक्त कुटुंबांत तो मुलांपर्यंत फारसा पोहोचत नव्हता. आता तो विसंवाद मुलांना समोर दिसतो. त्यातून आईवडिलांबद्दलच्या त्यांच्या धारणा बनतात आणि नात्यांना आकार मिळतो. आजची मुले आईवडिलांशी जशी वागतात, त्यामागे हे बदललेले वास्तव असते.

जरी शहरातील व्यवस्थेत परस्परांसाठी मिळणारा वेळ कमी झाला असला, तरी

घरातील सहवासही दोन व्यक्तींपुरता मर्यादित. दिवसभर घरी असलेली किंवा कामाच्या अन्य ठिकाणी असलेली पत्नी आणि बाहेर असलेला पुरुष यांच्यातील परस्परविश्वासावर एखादा ओरखडा उठला, तरी बघताबघता नाते दुखरे होऊन जाते.

घरातील कोणी-ना-कोणी तरी परदेशी शिकण्यासाठी जाऊ लागले होते. या काळात दूरदर्शनने हळूहळू आपले बस्तान बसवले. कौटुंबिक कार्यक्रमांमधील एक हिस्सा दूरदर्शनने तेव्हापासून आपल्यासाठी राखून ठेवायला सुरुवात केली. शहरी कुटुंबांचा तोंडवळा बदलण्यास या दशकापासून सुरुवात झाली.

या दशकापर्यंत ग्रामीण आणि शहरी कुटुंबांच्या राहणीमानात जाणवण्याइतका फरक होता. आर्थिक सुबत्ता, घरातील सोयीसुविधा, कपडेलत्ते व जीवनपद्धती यांवर शहरी भागांत आधुनिकतेची छाप होती; तर ग्रामीण भाग याबाबतीत अजूनही रूढींना धरून होता.

१९८०-१९९० – कुटुंबाचा प्रवास ठामपणे एकत्रितपणाकडून स्वतंत्रपणाकडे

या दशकात कुटुंबाचा प्रवास ठामपणे एकत्रितपणाकडून स्वतंत्रपणाकडे सुरू झाला. नव्या लग्नाळू मुलींची नवऱ्यांचे 'स्वतंत्र घर' हवे अशी मागणी येऊ लागली. स्वतंत्र घराची मागणी करणारी मुलगी 'घर तोडते' अशी पालकांची भावना होती. स्त्रियांच्या करिअर करण्याबद्दल दुमत राहिले नाही. शहरांतून मुलींचे शिक्षण 'करिअर' डोळ्यांसमोर ठेवूनच सुरू होत होते. या दशकात स्त्रियांचा 'करिअर की घर' हा संघर्ष तीव्र झाला. स्त्रीने अर्थार्जन करायचे झाले; तर पुरुषांनीदेखील घराची, मुलांची जबाबदारी घ्यायला हवी हे वैचारिकदृष्ट्या मान्य होऊ लागले.

पाळणाघरांचे जाणवण्याजोगे अस्तित्व गल्लोगल्ली आले. कमी प्रमाणात का होईना, पण स्त्रिया आपल्या हक्कांची मागणी करताना दिसू लागल्या. कुटुंबातले प्रश्न गरजेला पोहोचू लागले. पण कुटुंबातील बेबनाव अजूनही चोरीचा मामला होता. शक्यतो चार लोकांत कळू नये असाचा प्रयत्न असे.

या दशकात शहरी भागांत तरुण पिढीत व्यक्तिस्वातंत्र्य मूळ धरत होते. दोन पिढ्यांमधला संघर्ष तीव्र होऊ लागला. शहरी जीवन झपाट्याने बदलत होते, तर ग्रामीण भागात स्त्रियांची शैक्षणिक स्थिती सुधारल्याने कुटुंबजीवन बदलण्यास नुकतीच सुरुवात झाली होती. अजूनही समाजाचा, रूढींचा पगडा ग्रामीण कुटुंबांवर जोरकस होता; पण शिक्षणामुळे शहरातील नातेवाइकांच्या प्रभावाखाली बदलांना सुरुवात झाली होती.

१९९०-२००० – धक्का प्रसारमाध्यमांच्या स्फोटातून – नातेवाईक म्हणजे 'कर्तव्य', तर मित्र म्हणजे 'दिलखुलास नाते'

या दशकात कुटुंबातल्या बदलांची, एका नव्या कुटुंबाची पावले दिसू लागली.

दोन अतिशय मोठ्या आणि महत्त्वाच्या गोष्टी या दशकात घडल्या. भारतात कॉम्प्युटर आला आणि टीव्हीची विविध चॅनेल्स दिसू लागली. इंटरनेटद्वारे माहितीच्या महाजालाची दारे उघडली. अतिशय अनेपक्षितरीत्या या तांत्रिक प्रगतीचा खूप मोठा परिणाम समाजाच्या आणि कुटुंबाच्या जीवनावर झाला. जागतिकीकरणामुळे इतकी वर्षे इम्पोर्टेड असणाऱ्या वस्तू भारतात सहजी मिळू लागल्या. भपकेबाज मॉल्स आले आणि कौटुंबिक जीवन पार बदलून गेले. जीवनपद्धतीचा अर्थच बदलला. रूढी आणि परंपरा दूर सारून व्यक्तिस्वातंत्र्य ठामपणे आपला 'हक्क' मागू लागले. मला ज्याच्यात आनंद मिळतो, समाधान मिळते-ते मी करणार; मग ते समाजाला न का पटेना, हा सुखाचा मूलमंत्र ठरू लागला. केवळ 'नोकरी' न करता 'करिअर' करणारी स्त्री आपल्या अपेक्षा, मागण्या स्पष्टपणे मांडू लागली. नसेलच जमणार तर स्पष्टपणे घटस्फोटाच्या पर्यायाचा विचार करू लागली. स्त्रीला स्वत:चे करिअर असल्याने आपसूकच घर चालवण्यासाठी लागणाऱ्या इतर सेवांवरील अवलंबित्व वाढले. पाळणाघरे, २४ तास घरी राहणारे कायमस्वरूपी नोकर, पोळीभाजी केंद्रे इत्यादी सेवांची मागणी वाढली. घरकामातला आणि बालसंगोपनातला नवऱ्यांचा सहभाग अपरिहार्यपणे का होईना, पण वाढला. पण याबरोबर घरातील 'मी' आणि 'माझे कुटुंब'च्या व्याख्येतून वृद्ध आईवडील हळूहळू बाद व्हायला लागले. वयोवृद्धांची मानसिकतादेखील या काळापर्यंत वृद्धापकाळी मुलासुनेबरोबर राहण्यापेक्षा आपले आपण स्वतंत्र राहिलेले बरे, अशी तयार झाली होती. एकूणच शहरी आयुष्याची गती इतकी वाढली की, लोकांचे एकमेकांकडे येणेजाणे कमी झाले. नातेवाईक म्हणजे 'कर्तव्य', तर मित्र म्हणजे 'दिलखुलास नाते' असे वाटू लागले. घरबसल्या कॉम्प्युटरवरून हवी ती माहिती आणि टीव्हीवरून जगातल्या कुठल्याही कोपऱ्यातले मनोरंजन आपल्यापर्यंत पोहोचू लागल्याने आत्मकेंद्रितपणा वाढू लागला. मीडिया एक्स्प्लोजन आणि जागतिकीकरणाच्या धमाक्यातून ग्रामीण भागही सुटला नाही. शहरांमधून उपलब्ध असलेल्या सर्व वस्तू गावागावांत पोहोचल्या. याचा प्रभाव कौटुंबिक जीवनावर पडला नसता तरच नवल!

या दशकात ग्रामीण भागांमध्ये झपाट्याने बदल घडून आला आणि ग्रामीण व शहरी कौटुंबिक जीवनात वरवर पाहता तरी फारसा तुलनात्मक फरक राहिला नाही. या सगळ्यांत जुन्या मंडळींना कुठेतरी काहीतरी हातातून निसटते आहे, याची जाणीव होत होती, पण नेमके काय ते उमगत नव्हते.

२०००-२०१० - कौटुंबिक सौख्याचे महत्त्व मागे पडून करिअरला प्राधान्य मिळाले.

या दशकात सामाजिक आणि आर्थिक केंद्रबिंदू मध्यमवयीन कर्त्या पुरुषांकडून तरुणाईकडे निर्णायकरीत्या सरकला. शहरी भागात कॉल सेंटर्स, आउटसोर्सिंगच्या

धूममुळे तरुण पिढीची जीवनशैली आणि ॲटिट्यूड या गोष्टी पार बदलल्या. सोशल नेटवर्किंग साइट्स, मोबाइल्स, प्रसारमाध्यमे यांच्या वापरात वाकबगार असलेल्या तरुण पिढीने जीवनशैलीचा ताबा घेतला. व्यक्तिवाद आणि संपूर्ण वैयक्तिक स्वातंत्र्य ही युवा पिढीची प्रमुख मागणी होती. जुन्या रूढीपरंपरांवर रिमिक्सचे कलम झाले. रिमिक्स आणि फ्युजन केवळ कला, गायन, वादन या क्षेत्रांपर्यंत न थांबता त्यांनी भारतीय पारंपरिक सणसमारंभांचा ताबा घेतला. कुटुंबसंस्था आणि विवाहसंस्था यांविषयी मूलभूत शंका उपस्थित करणारे विषय, उदाहरणार्थ विवाहपूर्व लैंगिक संबंध, मूल नको असलेली करिअरिस्ट जोडपी, समलिंगी संबंध, लिव्ह इन रिलेशनशिप्स हे विषय उघड चर्चेत येऊ लागले. घटस्फोट या शब्दातील लांछन नाहीसे झाले. आयुष्याचा वेग प्रचंड वाढला. करिअरमधील अस्तित्व टिकवण्याची स्पर्धा जीवघेणी झाली. या सगळ्यांमध्ये कौटुंबिक सौख्याचे महत्त्व मागे पडून करिअरला प्राधान्य मिळाले. नातेसंबंध पूर्वी कधीही नव्हते इतके तणावपूर्ण झाले. रोजच्या जीवनातील नाती टिकवण्यासाठी तज्ज्ञांच्या मदतीची आवश्यकता भासू लागली.

आता ग्रामीण भागात खेड्याखेड्यांतून जगात काय चालले आहे, हे माध्यमांद्वारे दिसत होते. आणि घराघरांतून त्याची नक्कल होत होती. माध्यमातून दिसणारे पाश्चात्त्य मॅनर्स, सौंदर्यप्रसाधने, फॅशन्स, हेअरस्टाइल्स सही-सही उचलले जाऊ लागले. छोट्या-छोट्या गावांमध्ये ब्युटी कॉन्टेस्ट होऊ लागल्या. माध्यमाची शिडी वापरून छोट्याशा गावातले तरुण-तरुणीदेखील संपूर्ण भारताचे 'इंडिअन आयडॉल' बनणे शक्य होऊ लागले. छोट्या शहरांमधून फ्लॅट्स, मॉल्स, मोठी चकचकीत डिपार्टमेन्टल स्टोअर्स, मल्टिप्लेक्स हे सारे जीवनाचा हिस्सा बनू लागले. छोट्या गावांतून भले या बदलांची गती जरा कमी असेल, पण बदल मात्र नक्की घडत होता.

२०१० आणि पुढे - अस्वस्थ कुटुंबव्यवस्था, आकांक्षांचा स्फोट आणि व्यक्तिवाद

आपल्या देशात आता घटस्फोटांचे प्रमाण एकदम वाढू लागले आहे. कित्येक नवराबायको घटस्फोट घेणे शक्य नाही वा तितके सामाजिक, सांस्कृतिक धैर्य नाही म्हणून एकत्र, पण घटस्फोटसदृश दुराव्यात राहत आहेत. ठरलेली लग्ने मोडत नाहीत. कित्येक जण आपल्याला वैवाहिक जीवन झेपणार नाही म्हणून अविवाहितच राहत आहेत. तिशी-पस्तिशी ओलांडलेले असंख्य तरुण-तरुणी एक प्रकारच्या 'लोन्ली' भावविश्वात अडकून पडले आहेत. ते अविवाहित तरुण-तरुणी ज्या कुटुंबाचे घटक आहेत, त्या कुटुंबात त्यांच्यामुळे वेगळेच प्रश्न निर्माण होत आहेत.

लग्न, मातृत्व यांप्रमाणे कुटुंबसंस्थेभोवती असणारे आकर्षक वलयही येथे लोप पावताना दिसते. 'लग्न' या एका घटनेतून कितीतरी गुंते, विशेषत: स्त्रीच्या आयुष्यात

उत्पन्न होतात. एके काळी लग्न म्हणजे स्त्री-पुरुष सहजीवनाचा शुभंकर संस्कार मानला जात होता. परंतु आता त्यातले तथाकथित पावित्र्य लोप पावत चालले आहे. शरीरसंबंध ठेवण्यासाठी लग्न करण्याची अपरिहार्यता उरलेली नाही. विवाहाने नेमके काय साधते? खरोखर 'हक्काचे' म्हणावे असे माणूस मिळते का? मिळाले तर ते टिकवून धरण्यासाठी स्त्रीला अट्टाहास करावा लागतो का? आणि मग जे कृत्रिमपणे बांधून ठेवावे लागते-ते 'आपले' आहे असे म्हणता येईल का?

उद्वेगाने घर सोडून जाणे, आत्महत्या करणे वा तसा विचार करणे, सर्व संबंध झिडकारून नव्याने स्वत:चे जीवन घडवणे वा तशा कल्पना करणे, नातेवाइकांशी संबंध तोडून टाकणे हे जागोजागी प्रत्ययास येत आहे. भाऊ-भाऊ वा बहिणीबहिणी, बाप-मुलगा वा आई-मुलगा किंवा मुलगी यांचे जमेनासे झाले आहे. जीवनात उशिराने स्वत:च्या व्यक्तित्वाची व स्वातंत्र्याची जाणीव झालेल्या स्त्रिया अगदी पन्नाशी-साठीनंतरही तरुणांना लाजवेल अशा रीतीने आपली तडफ, ताठा आणि तडाखा दाखवत आहेत. बऱ्याचा जणांना एकदम असा साक्षात्कार होत आहे की, आपले कोणाशीच जुळेनासे, पटेनासे झाले आहे. कधी या तणावाला ते इतर सर्वांना जबाबदार धरतात आणि म्हणून स्वत:ची इतरांपासून अधिकच फारकत करून घेऊन 'लोन्लीनेस'च्या सापळ्यात अडकतात. कधी आत्मकरुणा तर कधी इतरांबद्दल बेफिकिरी, कधी चिडचीड तर कधी बंडखोरी यांमुळे सबंध कुटुंबाचे मानसिक स्वास्थ्य विसकटून जावे, असे अनेकांचे वागणे आता प्रत्येक ठिकाणी दिसत आहे.

उद्याची नवी पिढी अतिशय व्यवहारी आहे. स्वार्थी नसली तरी आत्मकेंद्रित आहे. नव्या पिढीतील अनेक जण घटस्फोटित किंवा ब्रोकन कुटुंबाचे सदस्य असणार आहेत. कौटुंबिक नातेसंबंधांतील ताणतणाव त्यांनी आपल्या लहान वयामध्ये केवळ पाहिलेच नाहीत, तर अनुभवलेही असणार आहेत. त्यामुळे विवाह आणि कुटुंब यांमध्ये भावनिक सुरक्षितता असते, याबद्दलच त्यांच्या मनात शंका असणार आहे. त्यातच नवीन प्रयोग म्हणून किंवा वैयक्तिक आवड आणि लैंगिक स्वातंत्र्य म्हणून विवाहपूर्व लैंगिक संबंध, समलिंगी संबंध, लिव्ह-इन-रिलेशन्स तरुणाई अजमावून पाहत आहे. लवकरच या सर्व नव्या जीवनपद्धती नियंत्रित करण्यासाठी नवे कायदे करण्याची गरज भासणार आहे.

'नात्यांची पुंगी वाजली तर वाजली, नाहीतर ...' इतका व्यवहारी दृष्टीकोन नात्यांमध्ये येऊ पाहतो आहे. समाजाची गरज भागवण्यासाठी यापुढे पाळणाघरे, वृद्धाश्रम व्यावसायिक व व्यापक स्तरावर उपलब्ध करावे लागतील. त्यांच्या सुयोग्य व्यवस्थापनासाठी खास नवे कायदे करावे लागतील.

संगणक क्रांतीने अर्थव्यवस्थेत महत्त्वपूर्ण बदल घडवून आणले. संगणक क्रांतीने सेवाक्षेत्राचा पाया घातला. आयटी हेच स्वतंत्र क्षेत्र बनले. शिक्षण, रोजगार, भांडवलनिर्मितीचे साधन बनले. आयटीची बाजारपेठ जागतिक झाली. औद्योगिक कालखंडातील दहा ते सहाच्या नोकऱ्या संपल्या. बारा-बारा तासांचा दिवस झाला. स्त्रियांनी नोकरी केल्याशिवाय अपेक्षापूर्ती होणार नाही अशी स्थिती झाली. स्त्रीमुक्तीची आणि आर्थिक स्वातंत्र्याची नाळ जुळली. त्यातून नवराबायकोची दिवसा सोडा, पण रात्रीही भेट होणे कठीण झाले. नवरा मुंबईत तर बायको बेंगळुरूला; बायको भारतात तर नवरा दुबईला किंवा अमेरिकेला, ब्रिटन, कॅनडात असे सुरू झाले. त्यातून विभक्त कुटुंबेही दुभागू लागली आणि डिजिटल कुटुंबव्यवस्थेकडे वाटचाल सुरू झाली. आता नको असलेले नातेसंबंध सांभाळण्याची गरज राहिली नाही. आणि विवाहविच्छेद वाढू लागला. सिंगल पॅरन्ट ही नवी व्यवस्था जन्माला आली. मुले नकोत असेही वाटू लागले. दत्तक मुलांचा विचार वाढू लागला. घरची जबाबदारी एकट्या स्त्रीनेच का घ्यावी, असे प्रश्न विचारण्यात येऊ लागले. आता तर 'लिव्ह-इन-रिलेशनशिप'च्या घटना समोर येऊ लागल्या आहेत.

कौटुंबिक सौख्य करिअरच्या तुलनेत मागे पडते आहे. एखाद्याला कौटुंबिक जीवन स्वीकारण्याचा निर्णय घ्यायचा असेल; तर पोळीभाजी केंद्र, घरगुती नोकरांसाठीचे ब्यूरो इत्यादी 'सपोर्ट सिस्टिम्स'ची उपलब्धता तपासणे अनिवार्य ठरेल. यातूनच पुढे पाश्चात्त्य देशांना आज भेडसावत असलेल्या सामाजिक आणि मानसिक समस्या उदाहरणार्थ, स्वैर-स्वच्छंदी तारुण्यामुळे भावनिक सुरक्षिततेचा अभाव, विवाहपूर्व किंवा विवाहबाह्य संबंधांतून होणाऱ्या मुलांची जबाबदारी, वृद्ध मंडळींना भेडसावणारा एकटेपणा इत्यादी समस्या आज ना उद्या प्रत्येकाच्या वाट्याला येण्याची शक्यता वाढते आहे. अशा परिस्थितीत शासनाला 'वेल्फेअर स्टेट' म्हणून मोठी जबाबदारी उचलावी लागेल. पाश्चिमात्य देशांप्रमाणे कुमारी मातांसाठी, त्यांच्या मुलांसाठी निर्वाहनिधी व आधारगृहे यांची सुविधा देता येण्यासाठी नियोजनाचा आतापासून विचार करावा लागतो. त्यामुळेच या प्रश्नांचे महत्त्व आणि सर्वव्यापी स्वरूप वेळीच लक्षात घेऊन कुटुंब न्यायालये व कौटुंबिक दावे यांचे काळजीपूर्वक 'डॉक्युमेन्टेशन आणि ऑडिट' करण्याची गरज आहे.

केरळमधील एकाकी आणि उपेक्षित जीवन जगणाऱ्या स्त्रिया, केरळबाहेर गेलेल्या कुटुंबीयांच्या प्रश्नांचा अभ्यास

परदेशांत आणि त्यातही विशेषत: आखाती देशांमध्ये नोकरी करून पैसे कमावणाऱ्या भारतीयांची संख्या खूप मोठी आहे. काही प्रमाणात स्त्रियाही परदेशी

नोकऱ्या स्वीकारत असल्या, तरी प्रामुख्याने पुरुषच आखाती देशांकडे वळत असतात. त्यातही केरळमधील पुरुष मोठ्या प्रमाणावर या नोकऱ्यांमध्ये असतात. केरळमधल्या अनेक गावांमधले ७०-८० टक्के तरुण पुरुष नोकऱ्यांच्या निमित्ताने आखाती देशांत वास्तव्य करून असतात. ते अधूनमधूनच येथे येतात; एरवी भरपूर पैसे पाठवतात आणि चांगली घरे वगैरे बांधतात. त्यांच्या बायका मात्र भारतातच असतात; त्यांच्या वाट्याला एकटेपणा आणि उपेक्षा येते, तीही अटळ अशीच बनते. गेल्या अनेक वर्षांपासून केरळमधून मोठाच प्रवाह आखाती देशांकडे जात असल्याने तेथील समाजजीवनात विशिष्ट असे प्रश्न निर्माण होत आहेत. गावागावांतून मागे उरणाऱ्या स्त्रिया, मुले आणि वृद्ध यांच्या आयुष्यात उद्‌भवणाऱ्या समस्या आणि दुःखे वाढत आहेत.

कुटुंबातील कर्ते पुरुष केरळबाहेर गेल्यामुळे तेथील स्त्रिया आयुष्याशी आणि परिस्थितीशी कसे जुळवून घेत आहेत याचा विचार केला, तर अतिशय विचित्र अशा परिस्थितीच्या कचाट्यात सापडलेल्या या स्त्रियांच्या कहाण्या मन व्यथित करून जातात. त्यांचे शारीरिक आणि मानसिक आजार, त्यांची विदीर्ण मने आणि डगमगती आयुष्ये या देशातील स्त्री-जीवनाचा एक वेगळाच चेहरा दाखवतात.

एका लहान गावातली जमीला यांत भेटते. अवघी वीस वर्षांची आहे ती. बहरीनला काम करणाऱ्या अब्दूल रझाकशी लग्न ठरल्यावर ती खूप आनंदित झाली होती. हा निकाह झाला आणि काही दिवसांतच तिच्या नवऱ्याला कामावर रुजू व्हावे लागले. थोड्या दिवसांची रजा घेऊनच तो आला होता. आता तीन वर्षे झाली, तरी त्याचे दर्शन जमीलाला होणार नव्हते. तिच्याच गावातली तिची एक शेजारीण गेल्या पाच वर्षांमध्ये एकदाही नवऱ्याला भेटलेली नाही. तिचा नवरा तिथेच आजारी पडला आणि त्याला हॉस्पिटलमध्ये ठेवावे लागले. त्याच्या तब्येतीची काहीच खबर तिला कित्येक महिने कळली नव्हती. त्या दिवसांतली अस्वस्थता, व्याकूळता या बाईला असह्य बनली होती. अनेक स्त्रियांच्या आयुष्यात थोड्याफार फरकाने असेच प्रसंग आले होते. २४ वर्षांच्या ज्योतीला नवऱ्याच्या एखाद्या पत्रावरच समाधान मानावे लागते, कारण फोन ही एक चैनच आहे; तीन मिनिटांच्या कॉलला ५०० रुपये तरी पडतात. तिच्या लग्नाला चार वर्षे झाली आहेत, या कालावधीत ती आपल्या नवऱ्याला फक्त दोन आठवडेच भेटली आहे.

या स्त्रियांना एकट्यानेच खूप सोसावे लागते. संकटे, दुःखे झेलावी लागतात. केरळच्या तिरुवल्ला गावची स्मिता फक्त २६ वर्षांची आहे. नवरा परदेशी गेल्यानंतर तिच्या एकटीवरच घरची जबाबदारी पडली आहे. तिचे वडील वारले, तेव्हा तिच्या नवऱ्याच्या अरब मालकाने त्याला रजाच दिली नाही. वडिलांच्या अंत्यसंस्कारापासून सर्व काही तिला बघावे लागले. तिच्या भावाला एका मोटारने धडक दिली आणि त्याला

हॉस्पिटलमध्ये दाखल करावे लागले. अशा संकटाच्या प्रसंगी जवळ आपला नवरा हवा होता असे तिला वाटते. पण गेल्या काही वर्षांपासून तिला एकटीलाच अशा दु:खांचा सामना करावा लागत आहे.

केरळ हे राज्य साक्षर राज्य म्हणून आज ओळखले जाते. एक प्रगत राज्य म्हणून त्याची ख्याती आहे. पण बेकारीचा प्रश्न तेथे कित्येक वर्षांचा आहे. उद्योगधंदे कमी आहेत. आपापल्या बायकांवर घरांची जबाबदारी टाकून हे पुरुष परदेशी जात राहिले. १९९८मध्ये केरळातून सुमारे सव्वापाच लाख पुरुष आखाती देशांकडे गेले. हिंदू, मुस्लीम आणि ख्रिश्चन अशा तिन्ही धर्मीयांचा यात समावेश असतो. विसकळीतपणे जगणारी ही कुटुंबे आणि त्यांचे जीवन हा एखाद्या कादंबरीचाच विषय आहे. अनेक प्रकारच्या नोकऱ्यांमध्ये या पुरुषांना कुटुंबासकट आखाती देशांत राहणे शक्य नसते. त्यांना तसा व्हिसाही मिळत नाही. त्यामुळे ताटातुटीचे जीवन हा अनेक कुटुंबांचा स्थायिभावच बनला आहे. तिकडे राहणाऱ्या पुरुषांच्याही समस्या असतातच. त्यांनाही एकटेपणा येतो. आपल्या मुलांची आठवण काढत ही माणसे जगत असतात. बायकोच्या विरहात दु:खी होतात आणि आपली बायको व्यभिचारी संबंधांमध्ये तर गुंतली नसेल ना, या विचाराने अनेकदा अस्वस्थ होतात. कल्पनेच्या पातळीवरच हा प्रकार थांबत नाही असेही होते. मायभूमीला चुटपुटती भेट देऊन जाणारे आणि काही दिवस कुटुंबात काढून परत आखाती देशांकडे उडून जाणारे हे पुरुष आपल्या बायकांबाबत संशयी बनतात. त्यांना पत्रांनी भंडावून सोडतात. काही वर्षांपूर्वी तर स्वत:ला झालेले मूल हे नवऱ्यापासूनच झाले आहे हे सिद्ध करण्यासाठी नवरे परदेशी असलेल्या केरळमधील अनेक बायकांना डीएनए परीक्षणाला (जनुक चाचणीला) सामोरे जावे लागले, असे वृत्त प्रसिद्ध झाले होते. विज्ञानाची प्रगती बायकांना कशाकशा प्रकारे त्रासदायक ठरत असते याचा हा एक नमुनाच आहे. मुळ प्रवृत्ती हीच असेल, तर कितीही भौतिक प्रगती झाली, तरी ती व्यर्थच ठरते.

आज केरळमधल्या अनेक गावांमधून आलिशान बंगले, अद्ययावत उपकरणे, डिश ॲन्टेना, मोठे टी.व्ही. आणि शाही सोफासेट दिसतात. महागडी खेळणी, चैनीच्या अनेक वस्तू घरांघरांतून असतात. पण पैसा असला म्हणजे सुख मिळते असे नाही, याचा अनुभव या गावांतून एकाकीपणे जगणाऱ्या स्त्रिया घेत आहेत. इथल्या गावांमधून जो शोध घेण्यात आला, त्यांत ३० वर्षे वयाखालील एकट्या स्त्रियांची संख्या सर्वाधिक म्हणजे ५५ टक्के असल्याचे आढळले आहे. चाळिशीच्या पुढच्या स्त्रियांनीही आपल्या एकटेपणाचे दु:ख बोलून दाखवलेले दिसते. लग्नानंतर काही दिवसांतच असे एकाकीपण वाट्याला आलेल्या स्त्रियांची संख्याही मोठी आहे.

तरीही अलीकडच्या काळात सुधारलेली फोनची सुविधा आणि इंटरनेट यांमुळे

नवराबायकोंना एकमेकांशी संपर्क साधणे तुलनेने सोपे झाले आहे. वीसएक वर्षांपूर्वी तर सहा-सहा महिने उलटले, तरी आपल्या नवऱ्याची खुशाली बायकांना समजत नसे. आजही तिथल्या सर्वसामान्य कामगाराला ई-मेलसारखे साधन अजून माहीतही झालेले नाही. शिकलेल्या, श्रीमंत लोकांना तेवढा ई-मेलचा फायदा होतो.

आज अनेक स्त्रियांना आपल्या नवऱ्याने परत यावे असे वाटते. तर बहुतांश लोकांना आपल्या मुलींची लग्ने आखाती देशातील नोकरदारांशी होऊ नये, असे वाटते. केरळमधल्या सरासरी १२.६ टक्के विवाहित स्त्रिया (सुमारे दहा लाख) या प्रकारे एकट्या राहत आहेत. एकटेपणाचा एक फायदा असा होतो की, अशिक्षित स्त्रियांनाही घराची सत्ता मिळते. त्यामुळे त्यांच्यात आत्मविश्वास निर्माण होतो. कुटुंबाचे आर्थिक नियोजन, बँक व्यवहार इत्यादींची त्यांना माहिती होते. पैसा जास्त हवा, तर 'बाहेरगावी' जायला पर्याय नाही हे सत्य त्यांनी स्वीकारले आहे. असे असले, तरी कुटुंबातील इतरांचे सहकार्य नसेल, तर या स्त्रियांना त्रासही होतो. त्यांना नवऱ्याची पत्रे आधी फोडून मग दिली जातात, फोनवर पाळत ठेवली जाते, मनीऑर्डरचे पैसे पूर्ण हाती पडत नाहीत, असेही घडते. हा सासूरवास सहन करण्याशिवाय त्यांना गत्यंतर नसते. तसेच आपला नवरा आपल्यासाठी आणि कुटुंबासाठी तिकडे राहतो, याची जाणीव ठेवून त्या हे सर्व सहनही करतात.

अर्थात पैशांचा ओघ समस्याही निर्माण करतो. एखादीला तिचा नवरा पैसा पाठवत असेल, तर सासरच्या इतर नातेवाइकांना तिचा मत्सर वाटतो. ते तिला मानसिक त्रास देतात. कधी पैसा खूप असल्याने मुले बिघडण्याचा संभव असतो. बहुतेक जणींना याच गोष्टीची धास्त वाटते. 'आपले वडील वाळवंटातल्या त्या उन्हात १४ वर्षे राबत आहेत, म्हणून एवढा पैसा मिळतो ही गोष्ट माझ्या मुलींना समजेल का?' अशी भीती काही जणींना वाटते.

विशिष्ट परिस्थितीमुळे या स्त्रियांच्या शारीरिक व मानसिक आरोग्यावरही परिणाम होतो. तणाव, वेदना, प्रजननविषयक समस्या यांच्या त्या शिकार बनतात. लैंगिक उपासमार होते आणि क्वचित विवाहबाह्य संबंधही निर्माण होतात. पण या संबंधांचे आरोप हे अधिक वेळा केले जातात. याचाही ताण या स्त्रियांना सहन करावा लागतो.

२५ लाखांवर स्त्रिया कुटुंबप्रमुख – स्त्रियांनी आज स्वकर्तृत्व सिद्ध करत पुरुषांची मक्तेदारी असलेली विविध क्षेत्रे पादाक्रांत केली आहेत.

स्त्रियांनी आज स्वकर्तृत्व सिद्ध करत पुरुषांची मक्तेदारी असलेली विविध क्षेत्रे पादाक्रांत केली आहेत. वर्षानुवर्षे कुटुंबप्रमुखाच्या निर्णयाचे ओझे वाहून स्वत:च्या क्षमतेचा अंदाज नसलेल्या स्त्रियांचीही कमतरता नाही. कधी पतीच्या, कधी

वडिलांच्या, तर कधी सासूसासऱ्यांच्या निर्णयावर अवलंबून राहणाऱ्या या स्त्रियांनी संधी मिळताच स्वत:ला सिद्ध केल्याचे चित्र आकडेवारीवरून स्पष्ट होत आहे.

राज्यात २५ लाख १३ हजार स्त्रिया कुटुंबप्रमुख आहेत. वर्ष २०११च्या जनगणनेच्या आधारे राज्यातील स्त्री-कुटुंबप्रमुखांची आकडेवारी पुढे आली आहे. त्यात राज्याच्या ११ कोटी २४ लाख लोकसंख्येपैकी ५ कोटी ४० लाख स्त्रिया आहेत. यांतील ७ टक्के स्त्रिया अर्थात २५ लाख १३ हजार स्त्रिया कुटुंबप्रमुखाची जबाबदारी पार पाडताना दिसत आहेत. कधी काळी स्त्रिया केवळ चूल आणि मूल करताना दिसत होत्या. त्यानंतर मोठमोठ्या कॉर्पोरेट कंपन्यांच्या प्रमुख पदांवरही स्त्रिया आहेत. विदर्भातील शेतकरी-आत्महत्याग्रस्त जिल्ह्यांमध्ये स्त्रिया जिद्दीने व चिकाटीने आव्हान पेलत प्रेरणादायी काम करत आहेत.

कुटुंबसंस्था उदयाला आल्यापासून तिच्यात खूप बदल होत गेले. बदल चांगले का वाईट असा सरसकट शेरा मारण्याऐवजी त्यांची अपरिहार्यता समजून घेतली पाहिजे. आर्थिक स्तरावर सर्व जरी नाही तरी पुष्कळशी सुखदु:खे अवलंबून असतात. आज सर्व आर्थिक स्तरांतील कुटुंबांचा आकार, प्रकार, विचार, विकार यांत तफावत आहे. इथून पुढे ज्या कुटुंबांत अजून संततिनियमन रुजले नाही, त्या कुटुंबांत ते पुष्कळशा प्रमाणात रुजलेले दिसेल. रोज ज्यांची जगण्याची लढाई आहे, अशी कुटुंबे लक्षणीयदृष्ट्या नियोजित दिसतील. मध्यम व उच्चमध्यम वर्गांत दोन अपत्यांवर थांबण्याची मानसिकता रुजलेलीच आहे. पण 'एक कुटुंब एक मूल' हा जो प्रचार सध्या चालू आहे, त्याला ही कुटुंबे खूप प्रतिसाद देतील असे वाटत नाही.

अजिबात मूल नको किंवा निराधार मूल दत्तक घेऊ ही वृत्ती आजही अभावानेच दिसते. त्यात वाढ होईल, पण कासवाच्या गतीने. आजच काका, मावशी, मामा, आत्या ही नाती नाहीशी होत चालली आहेत; तेव्हा नातेसंबंधांबद्दल बराच विचार कुटुंबाला करावा लागणार आहे. मामाचा गाव आजच हरवून गेला आहे. रक्ताची नाती कमी होत असताना नवीन नाती जोडावी लागणार आहेत. शेजारीपाजारी, ज्यांचा व आपला सूर जुळू शकतो अशी मित्रमंडळी, विचारांची जुळवणूक ज्यांच्याशी होते अशा व्यक्ती यांचा शोध घेऊन नाती निर्माण करावी लागतील. नात्यागोत्याशिवाय माणूस राहू शकत नाही. एरवी समाजात वावरताना कुणीही कोणाच्या भानगडीत पडायचे नाही, 'हाय, हॅलो' इतपतच संबंध ठेवले जातील. जितके जग जवळ येत आहे; तितकी अस्थिरता, असुरक्षितता, शुष्कता कुटुंबात वाढत जाणार; मग मानसिकदृष्ट्या कोणाच्या तरी आधाराची गरज पडणार आहे.

विकतची खाद्यसंस्कृती जी आता फोफावलीच आहे, चंगळवाद जो आता प्रस्थापित झाला आहे, हे दिसेलच. पण यात एक सूक्ष्म बदल सध्या दृष्टीस पडतो आहे.

तो म्हणजे स्वआरोग्याबद्दलची जागरूकता. त्यामुळे व्यायामशाळा, योग यांना सध्या बरे दिवस आलेले आहेत. पण खाणेपिणे, व्यायाम हे आरोग्यसुद्धा पैसे फेकून आज मिळवले जाते, या वृत्तीत खूप वाढ होत आहे. शिक्षण, संस्कार, आरोग्य सर्व विकतच घ्यावयाचे असते ही भावना सार्वत्रिक झाली आहे.

एका बाजूला विभक्त, कुटुंबव्यवस्थेतील स्थिर संबंध आणि स्वास्थ्य हवे आहे; तर दुसरीकडे उत्तराधुनिक अर्थव्यवस्थेमुळे पूर्वीसारखे जगणेही अशक्य झाले आहे. यांतून पतिपत्नीचे, आईवडिलांचे आणि मुलांचे नातेसंबंध आमूलाग्र बदलत आहेत. आता डिजिटल कुटुंबव्यवस्थेत कोणती भावना महत्त्वाची असेल? अर्थार्जन करून कुटुंबाचे पालनपोषण करायचे, कुटुंबाचे संरक्षण करायचे हे पतीचे कर्तव्य होते. मात्र आता स्त्रिया अर्थार्जन करू लागल्यावर ते पूर्वीइतके महत्त्वाचे राहिले नाही. स्त्री-पुरुष ही समान आणि स्वतंत्र व्यक्तिमत्त्वे आहेत आणि त्यांनी परस्परांचा आदर केला पाहिजे हा विचार जसा विस्तारत जाईल, तसे पतिपत्नी संबंधांत मैत्रीचे नाते महत्त्वाचे ठरत जाईल. मैत्रीला तडे गेले, तर विवाहसंबंध टिकवणे अशक्य होईल. नातेसंबंधांचे हे नवे रूप आहे. हे केवळ पतिपत्नीमध्येच नाही, तर आईवडिलांमध्ये आणि मुलांमध्येही घडणार आहे.

नव्या कुटुंबांत पतिपत्नी दोघेही दिवसभर घराबाहेर असतील, तर वृद्धांची व्यवस्था कशी करणार? समाजरचनेतील हे बदल आजच्या अनेक नातेसंबंधांच्या बदलत्या स्वरूपामध्ये आहेत. बदलत्या नातेसंबंधांची चर्चा करायला घेतली खरी; पण शेती-समाजातील नातेसंबंधांचा अर्थ आणि उत्तर आधुनिक समाजरचनेतील नातेसंबंधांचा अर्थच जर सर्वस्वी भिन्न झाला असेल, तर चर्चा केवळ बदलापुरती सीमित न राहता एका नव्या घटितापर्यंत जाऊन पोहोचते.

नात्याचा पट आता कर्तव्य, प्रेम यांपलीकडे जाऊन त्यांतील व्यवहार अधिक महत्त्वाचा होत आहे. म्हणून वारसाहक्काचा कायदा कधी नव्हे एवढा महत्त्वाचा ठरत आहे आणि घराघरांत समृद्धी येऊनही समाधान मात्र हरवत आहे. आईवडिलांच्या मृत्यूपूर्वीच मालमत्तेतील वाट्याचे प्रश्न निर्माण होत आहेत. अगदी एकुलते एक अपत्य असले, तरी संपत्ती लवकर ताब्यात यावी म्हणून आईवडिलांचे जीवन लवकर संपवण्यापर्यंत परिस्थिती जाऊ शकते अशी अवस्था आहे. ज्यांनी मृत्यूपूर्वी संपत्तीचे हस्तांतर केले, त्यांना विजनवासात जावे लागते असेही घडताना दिसते. आईवडिलांनी आपल्यासाठी काय केले यापेक्षा काय केले नाही याचाच राग धरून मुले वागताना दिसतात आणि भावनिकदृष्ट्या तुटत जातात. मूल स्वतंत्र झाल्यावर अपेक्षाभंग होतो, तेव्हा नातेसंबंधांत येणारी कटुता क्लेशकारक असते.

मुलांचे वैवाहिक जीवन हाही नातेसंबंधांच्या बदलत्या पटातला महत्त्वाचा प्रश्न

झाला आहे. अस्थिर विवाहसंबंध हा नव्या व्यवस्थेचा अपरिहार्य भाग बनतो आहे. त्यातून पतिपत्नी नात्याचेच स्वरूप बदलत आहे, असे नाही तर मुलांच्या आणि पालकांच्या संबंधांची गृहीतकेही बदलत आहेत. आता तर परदेशात शिक्षणासाठी, नोकरीसाठी गेलेली मुले तिथेच जोडीदाराची निवड करताना दिसतात, विवाह करताना दिसतात. मुलांचा विवाह ही प्रत्येकाच्या जीवनातील एक महत्त्वाची घटना असते. पण आता विवाह ठरवणे, संपन्न करणे यांतील सहभाग तर संपतोच आहे, पण उपस्थित राहणेही अशक्य होत आहे हे नवे वास्तव आहे.

नव्या व्यवस्थेत मैत्रीभाव हाच नातेसंबंधांचा दृढ पाया होऊ शकतो; पण हे सहजसोपे नाही. कारण मैत्रीमध्ये हक्क भावनेला थारा नाही. मैत्रीसाठी परस्परविश्वास ही पूर्वअट असते आणि मैत्रीमध्ये व्यावहारिक अपेक्षा ठेवता येत नाहीत. ज्या व्यावहारिकतेत आपली कुटुंबव्यवस्था सापडली आहे, त्यामध्ये अशा प्रकारच्या मैत्र भावनेचे अंकुर फुटू शकतात का?

मिळवत्या स्त्रीविषयीच्या गैरसमजुती

कुटुंबातील स्त्रीने अर्थार्जन करावे किंवा कसे, हे आपल्या देशात कुटुंबाच्या आर्थिक गरजेवर प्रामुख्याने अवलंबून असते. भविष्यामध्ये आर्थिक विकासामुळे कुटुंबाच्या प्राप्तीमध्ये जर भरघोस वाढ घडून आली आणि गरज संपली, तर स्त्रियांचा अर्थार्जनामधील सहभाग कमी होत जाण्याची शक्यता अगदीच नाकारता येणार नाही असे अलीकडच्या जनगणनेवरून दिसते.

साधारणत: १९५० सालापासून भारतात नोकरदार वर्गामध्ये स्त्रियांचे प्रमाण वाढत असल्याचा सार्वत्रिक समज आहे. विशेषत: शहरी भागांतील नोकरदारवर्गाकडे सहज पाहिल्यास हा समज दृढ होतो.

त्याचप्रमाणे १९५१पासून २०११पर्यंत कुटुंबांतील, निदान शहरी कुटुंबांतील मुलांची संख्या हळूहळू परंतु निश्चितपणे कमी-कमी होत असल्याचेही जाणवते. बहुतेक शहरी कुटुंबांमध्ये 'घरटी एकच मूल' असे चित्र दिसते. यापुढची पायरी म्हणजे कुटुंबात पती व पत्नी दोघेही मिळवते आणि एकही अपत्य नको या जीवनशैलीचा काहींनी स्वेच्छेने केलेला स्वीकार! या नवीन जीवनशैलीस 'ड्युअल इन्कम, नो किड्स' म्हणजेच 'डिंक' असे म्हटले जाते. त्यामुळे दुहेरी उत्पन्न असण्याचे, नोकरदार स्त्रियांत वाढ झाल्याचे, तसेच 'डिंक' कुटुंबांचे प्रमाण शहरांत खूप वाढले असल्याचे व कुटुंबांतील मुलांचे प्रमाण ग्रामीण भागात अधिक असल्याचे समज प्रचलित आहेत. मात्र हे दोन्हीही समज चुकीचे ठरवणारी अधिकृत सरकारी आकडेवारी २०११च्या जनगणनेमधून उपलब्ध झाली आहे.

कुटुंबातील मिळवत्या सदस्यांच्या संख्येचा विचार केल्यास असे स्पष्ट दिसते की, शहरी भागामध्ये एकूण कुटुंबांपैकी ५१ टक्के कुटुंबांमध्ये एकच सदस्य मिळवता होता; दुहेरी मिळकत (डबल इन्कम) असणारी केवळ २६ टक्के कुटुंबे होती; १० टक्के कुटुंबांमध्ये ३ मिळवते सदस्य होते; तर केवळ ६ टक्के कुटुंबांमध्ये मिळवते सदस्य ४पेक्षा अधिक होते. म्हणजेच शहरी भागात बहुसंख्य कुटुंबांमध्ये दोघेही नोकरी वा अर्थार्जन करतात हा समज प्रत्यक्षामध्ये खरा आहे असे दिसत नाही.

ग्रामीण भागात काय दिसते? २०११ची जनगणना दाखवते की, येथे एकच मिळवता सदस्य (सिंगल अर्नर) असणारी कुटुंबे ३४ टक्के आहेत. तथापि, दोघेही मिळवते असणारी कुटुंबे ३५ टक्के आहेत. याचाच अर्थ असा की, 'दोघेही मिळवते' हा समज ग्रामीण भागामध्ये शहरी भागापेक्षा अधिक योग्य आहे. मात्र शहरी असो वा ग्रामीण, दोघेही मिळवते असणारी कुटुंबे कोठेही ५१ टक्क्यांच्या आसपासही नाहीत. सर्वसाधारणपणे भारतीय कुटुंबे २०११पर्यंत तरी आर्थिकदृष्ट्या एकाच सदस्यावर, एकाच पगारावर अवलंबून होती. बहुसंख्य कुटुंबांमध्ये हा सदस्य पुरुष असतो आणि स्त्रियांच्या अर्थार्जनाच्या संदर्भात हा निष्कर्ष निश्चितच महत्त्वाचा आहे.

'Dual Income, No Kids' ही जीवनशैली महानगरीय, कॉस्मोपॉलिटन संस्कृतीने स्वीकारली आहे असा समाज आहे. परंतु आकडेवारी तसे दाखवत नाही. कारण ही जीवनशैली ग्रामीण भागात केवळ २२ टक्के कुटुंबांनी अवलंबलेली दिसते. म्हणजे 'डिंक' जीवनशैली हे ग्रामीण भागाचे वैशिष्ट्य होऊ पाहत आहे. त्यामुळे या जीवनशैलीचा वास्तवतेपेक्षा गाजावाजाच फार झाला आहे असे म्हणता येईल.

कुटुंबामध्ये 'दोघेही मिळवते' याचा अधिक विचार केल्यास जाणवते की, गेल्या दहा वर्षांमध्ये यात फार फरक पडलेला नाही. कारण शहरी व ग्रामीण मिळून दोन पगार असणारी कुटुंबे २००१मध्ये ३२ टक्के होती, तर २०११मध्ये ती केवळ ३३ टक्के झाली. यातून असे दिसते की, बहुसंख्य भारतीय कुटुंबांमध्ये अजूनपर्यंत तरी एकच मिळवता सदस्य आहे.

स्त्रियांनी नोकरी करण्याचे प्रमाण भरपूर वाढले, तरी शहरामध्ये बहुसंख्य स्त्रिया नोकरी करतात असे समज अजून तरी वरवरचे आहेत. ते वास्तववादी नाहीत. त्यांना पुरेसा 'सांख्यिकीय' पुरावा नाही. कुटुंबाची आर्थिक गरज हे स्त्री 'मिळवती' होण्याचे किंवा असण्याचे सर्वांत महत्त्वाचे कारण आहे, असे जनगणना अहवाल २०११ म्हणतो. गरज हे कारण शहरी विभागापेक्षा ग्रामीण विभागामध्ये अधिक प्रकर्षाने जाणवते. याचे कारण गेल्या अनेक वर्षांमध्ये देशात झालेला आर्थिक विकास ग्रामीण विभागामध्ये समाधानकारकपणे झिरपलेला नाही. परिणामी, ग्रामीण विभागामध्ये दरडोई वार्षिक सरासरी उत्पन्न साधारण सहा हजार रुपये, तर शहरी विभागातील दरडोई वार्षिक सरासरी

उत्पन्न ११ हजार रुपये आहे; म्हणजे ग्रामीण कुटुंबाचे उत्पन्न खूपच कमी आहे. शिवाय शहरी वास्तव उत्पन्न हे ग्रामीण उत्पन्नापेक्षा अधिक वेगाने वाढत आहे. (शहरी उत्पन्नामध्ये दरवर्षी ३ टक्के, तर ग्रामीण उत्पन्नामध्ये दरवर्षी २ टक्के वाढ होते.) त्यामुळे शहरी विरुद्ध ग्रामीण अशी विषमता निर्माण झाली असून ती वेगाने वाढतही आहे.

ग्रामीण कुटुंबांना आर्थिक गरज अधिक प्रमाणात भासते. उदाहरणार्थ, भूमिहीन शेतमजूर, लहान शेतकरी, ऊसतोड कामगार या वर्गवारीतील कुटुंबांत 'गरज' अधिक असलेले 'दोघेही' मिळवते असतात. मात्र ते सुखवस्तू असतात असे नाही. या ग्रामीण कष्टकरी कुटुंबांमध्ये दोघेही मिळवते असूनसुद्धा त्यांचे एकत्रित उत्पन्न अपुरे असते.

देशातील एकूण गरीब कुटुंबांमध्ये सर्वांत मोठी संख्या व जास्त प्रमाण शेतमजूर कुटुंबांचे आहे. संसाराला हातभार लागण्यासाठी म्हणूनच स्त्रीला रोजगार शोधणे भाग पडते. अशा प्रकारे कुटुंबातील स्त्रीने अर्थार्जन करावे किंवा कसे, हे आपल्या देशात कुटुंबाच्या आर्थिक गरजेवर प्रामुख्याने अवलंबून असते असे स्पष्ट होते. भविष्यात काय होईल हे सांगणे कठीण आहे. तथापि, आर्थिक विकासामुळे कुटुंबाच्या प्राप्तीमध्ये जर भरघोस वाढ घडून आली आणि गरज संपली, तर स्त्रियांचा अर्थार्जनामधील सहभाग कमी होत जाण्याची शक्यता अगदीच नाकारता येणार नाही असे दिसते. किंबहुना २०११ सालच्या जनगणना अहवालाने तो एक महत्त्वाचा निष्कर्ष आधीच काढला आहे. २०११ची २००१शी तुलना करता देशाच्या एकूण कामगारसंख्येमध्ये स्त्रियांचे प्रमाण निश्चितपणे कमी झाले असून त्याचे प्रमुख कारण 'संबंधित कुटुंबांच्या उत्पन्नातील वाढ' हे सांगण्यात आले आहे.

देशाचे अर्थकारण, समाजकारण, स्त्री-पुरुष समानता (Gender Equality) यांवर वरील परिस्थितीचा नेमका काय परिणाम होऊ शकेल, हे आताच सांगणे कठीण आहे. भविष्यामध्ये काहीही विपरीत परिणाम होणार नाही एवढीच आशा करू या.

आभासी वास्तविकता आणि मालिका

सुखासीन मालिकांत कोणत्या समाजाचे चित्रण केले जात आहे? अनेक व्यक्ती, प्रसंग, घटना आणि प्रक्रिया यांमधून वाहणाऱ्या या काळाचे एक लघुरूप दर्शन माध्यमे आपल्याला करून देत असतात. माध्यमे काळाचा एक आरसा आपल्यापुढे धरत असतात, आपले आणि आपल्या नजरेच्या टप्प्यात येणारे, न येणारे प्रतिबिंब दाखवण्यासाठी. ही प्रतिबिंबे आपण हरघडी वाचून, ऐकून, पाहून समजून घेत असतोच. त्यांना वर्षांच्या चौकटीत बांधत आणि समजून घेत असतो.

साँस-बहू मालिकांनी मांडलेला उच्छाद ओसरतो-न्-ओसरतो तोच एखाद्या स्त्रीपात्राचे अवास्तव स्तोम माजवणाऱ्या मालिकांची लाट आली आहे. विवाहबाह्य संबंध आणि स्त्रीप्रतिमेचे अतिरंजित-अवाजवी चित्रण हा या मालिकांचा गाभा. हे

चित्रण प्रमाण मानून त्याचा परिणाम समाजमनावर नकळत होत असतो.

आपले नेहमीचे जीवन आणि मालिकांमधील जीवन यांचा काही ताळमेळच नसतो. मालिकांमध्ये आज ज्या स्त्रिया दाखवल्या जातात, त्यांचे चित्रण कमालीचे विसंगत असते. आता मोठी कुटुंबे राहिली नसताना विराणी परिवार, अगरवाल परिवार दाखवले जातात. जणू काही एक-एक कुटुंब म्हणजे एक-एक संस्थान. यांच्या घरात माणसेही खूप. मग एकमेकांच्या उखाळ्यापाखाळ्या करण्यापलीकडे यांना काही कामेच नसतात. प्रत्येक मालिकेत स्त्री हीच खलनायिका दाखवली जाते. 'स्त्रीच स्त्रीचा शत्रू असते.' असे ठसवले जाते. त्यामुळे समाजात चुकीचा संदेश जातो. मध्यमवर्गीय स्त्रीच काय, समाजही मालिकांमधून लोप पावत चालला आहे. आपला संपूर्ण समाजच उच्चभ्रू झाल्यासारखे वाटते. मद्यपान, सिगरेट ओढणे, विवाहबाह्य संबंध यांची नुसती रेलचेल झाली आहे या हे मालिका पाहताना जाणवते.

मालिकांमध्ये प्रेम दाखवतात तेही प्रचंड चुकीच्या पद्धतीने. खरे तर प्रेम ही फारच सुंदर गोष्ट आहे, पण आपल्याला पाहायला मिळते-ते बदल्याच्या रूपात. प्रेमाचे रूपांतर नेहमी बदल्यात का होते? प्रेम इतके वाईट असू शकते? दुसरीचा नवरा हिसकावण्यात कसला आला आहे मोठेपणा? पण मालिकांमध्ये याच गोष्टींचे उदात्तीकरण होते. हे फारच वाईट आहे. याचे समाजावर निश्चित परिणाम होतात.

मालिका हेच स्त्रियांचे विश्व होते. एकमेकांतला संवाद कमी झाला आहे, वाचन कमी झाले आहे. त्यामुळे आजूबाजूला काय चालले आहे त्यांना माहीत नसते. सामाजिक बांधिलकी कमी झाली आहे.

महागाईचा डोंब उसळला असूनही मालिकांमधून तो दाखवावा असे कोणाला वाटतच नाही. एकता कपूर कधी सर्वसाधारण माणसांसारखी जगली आहे काय? मग तिच्या मालिकांमध्ये हे प्रश्न कसे येणार? कितीतरी सामाजिक प्रश्न आहेत, ते चुकूनही मालिकांमध्ये डोकावत नाहीत. या मालिका वर्षानुवर्षे चालतात. हे बदलायला हवे. यावर नियंत्रण हवे.

ठरावीक स्त्रिया पुढे गेल्या आहेत. पण काही ठरावीक उच्चभ्रू समाजातील स्त्रिया आहेत तिथेच आहेत. शिक्षणावर भर नाही. पैसा गाठीशी. त्याचेच चित्रण मालिकांमध्ये होत असते. तिकडे मालिका सुखासीन, इथे समाजही तसाच झाला आहे. आपण आणि आपले घर एवढेच त्याचे ध्येय. आजच्या मध्यमवर्गाला वाईटाची झळ पोचतच नाही. त्यांच्या घरात आग लागली तरच त्यांना कळणार, शेजारी पाहायचे नाही. विवाहबाह्य संबंध आणि स्त्रीप्रतिमेचे अतिरंजित, अवाजवी चित्रण हा हल्लीच्या मालिकांचा गाभा असतो. त्याचा समाजमनावर काही परिणाम होत असतो. अगोदर चित्रपट पाहण्यासाठी चित्रपटगृहात जावे लागायचे. त्यात जे घडते-ते क्षणिक असायचे. 'रिअल लाइफ'

आणि 'रील लाइफ' यांतला फरक जाणवायचा. तीही फॅन्टसीच असायची. आता ही फॅन्टसी घरबसल्या मालिकांद्वारे मिळत आहे. या मालिका पाहायला तयार होऊन बाहेर जावे लागत नाही. येताजाता आपल्यासमोर घटना घडत असतात. त्यामुळे पडदा आणि आपण यांतली मोकळी जागा कमी झाली आहे. त्यामुळे त्यातल्या व्यक्तिरेखा जवळच्या वाटायला लागतात. बरेच जण या मालिकांमधल्या व्यक्तिरेखांमध्ये स्वत:ला पाहतात. स्वत:च्या भावजीवनावर त्यांचा परिणाम करून घेतात. अमुक एका पात्राच्या वेदना, त्याची दु:खे, त्याचा आनंद हे माझ्यासारखेच आहेत असे प्रेक्षकांना वाटायला लागते. परंतु आपले आयुष्य तसे सावकाश जात असते. पुढे काय होणार - हे आपल्याला त्या-त्या वेळेला कळते - लवकर कळत नाही. तसे मालिकांत नसते. मालिकेत एखाद्याच्या आयुष्यात काय होणार हे लगेच कळायला लागते.

काही जणांना या मालिका पाहून थोडा रिलिफही मिळतो. या मालिका, त्यातल्या स्त्रिया या गोष्टी स्त्री-प्रेक्षक जास्त तन्मयतेने पाहत असतात. कारण स्त्री जास्तीतजास्त वेळा भावनिक वादळात वाहून जात असते. आपल्या टीव्हीमालिका उथळ आहेत, कारण लोकांना गंभीरपणे काही पाहायची सवय नाही. ते एक नशापाणी आहे. हल्ली आध्यात्मिक मार्केट्स जशी वाढली आहेत, तसेच हे आहे. या मालिकांमध्ये प्रेक्षक गुंतून जातो. सर्वसाधारणपणे स्त्री स्त्रीची शत्रू आहे असे दाखवले जाते. तिने शत्रुत्व सोडले तर समाज बदलेल असे दाखवले जाते. हे बरोबर नाही. मुळात असे कधी असते का?

दुसरी गोष्ट म्हणजे प्रकर्षाने आढळणारे मालिकांमधले विवाहबाह्य संबंध. त्यांतले स्त्री-पुरुष लग्नानंतर ऊठसूट बाहेर गुंतले आहेत, असे पाहायला मिळते. पण वस्तुस्थिती अशी कुठे आहे? इतक्या मोठ्या प्रमाणात समाजात विवाहबाह्य संबंध कधीच नसतात. आज मध्यमवर्गीय स्त्रीला सकाळी उठून, जेवण करून गर्दीची लोकल गाठावी लागते. पुन्हा कार्यालयात काम, त्यानंतर संध्याकाळी त्याच गर्दीतून घामाघूम होऊन परतावे लागते. घरच्या काळज्या वेगळ्या. या सर्व गडबडीत शेजारी कोण पुरुष उभा आहे याकडे लक्ष द्यायलाही तिला सवड नसते. ती काय विवाहबाह्य संबंधांत अडकणार? पुरुषांचे झगडे खूप वेगळे असतात. लग्न झाल्यानंतर तो सहसा बाहेरच्या भावनिक गुंतवणुकीत अडकू इच्छित नाही. तो आपल्यामागे जास्त ताण वाढवू इच्छित नाही. मालिकांमध्ये हे संबंध फार उघड-उघड दाखवले जातात. बऱ्याचदा ते घरापर्यंत पोहोचतात, स्वीकारलेही जातात. खऱ्या आयुष्यात असे संबंध इतके उघड कधीच नसतात. असतील तर ते चोरीछुपे असतात. आपल्याकडे मुळुमुळु रडणारी स्त्री काय किंवा बंडखोर स्त्री काय, सर्व गोष्टी कृत्रिम वाटतात. आयुष्यात खऱ्या वाटणाऱ्या स्त्रिया मालिकांत दाखवल्या जातच नाहीत. मग दाखवली जाते ती एकच बाजू. दुसऱ्या

बाजूचा विचार कमी केला जातो.

आज प्रेम, सेक्स 'कमॉडिटी' झाले आहेत. त्यांचा बाजार झाला आहे.

मालिकांमध्ये स्त्रियांची दोन टोके दाखवतात. अवास्तव आदर्शवादी तरी, नाही तर खलनायिका. अन्याय सहन करणारी, सतत त्याग करणारी स्त्री कशी काय आदर्श होऊ शकते? त्याग आणि आदर्श हे आदर्शच होऊ शकत नाहीत. ते जे काही दाखवतात ते अनैसर्गिक असते, अस्वाभाविक असते. निर्मात्यांना भडकही दाखवायचे असते. एखादी स्त्री कितीही दु:खी असली, तरी ती पूर्ण मेकअपमध्ये दाखवणार. दलित, आदिवासी, शेतातली स्त्री दाखवली; तर ती कुणीच बघणार नाही असे निर्मात्यांचे म्हणणे असते. प्रेक्षकांना नेत्रसुख हवे असते.

दिवसेंदिवस तरुण स्त्रियांच्या मनातला संभ्रम वाढत जाणार आहे. आपले करिअर, आपले घर, आपली मुले या सगळ्यांचा मेळ कसा घालायचा हा प्रश्न तिला जास्त भेडसावणार आहे. मुले वाढवणे, मुलांचे मानसशास्त्र वगैरे विषय निदान सुशिक्षित स्त्रियांच्या तरी कानांवरून अगर डोळ्यांखालून गेल्यामुळे मुलांकडे दुर्लक्ष झाले; तर आपले काहीतरी चुकत आहे ही बोचणीही तिच्या मनाला त्रास देईल. आणि घरातली स्त्री अशांत आणि असमाधानी, म्हणून घरातल्या सुखालाही ओहोटी लागेल.

या सर्व स्तरांत आणि व्यक्तींमध्ये झपाट्याने बदल होत आहेत. जुनी नाती कोसळत आहेत आणि नवी निर्माण होत नाहीत. जुनी मूल्ये संदर्भहीन वाटत आहेत, आणि नवी टिकू शकत नाहीत. या सर्व झपाटलेल्या संक्रमणाचा अन्वयार्थ कुटुंबसंस्थेच्या व्यवहारातून लावता येऊ शकेल. कुटुंब हा कधी आधार वाटतो, तर कधी जाचक तुरुंग; कधी संस्काराचा वाहक, तर कधी हितसंबंधांमुळे अतिशय दाहक. 'मी कोण आहे' या प्रश्नापेक्षाही मग महत्त्वाचा प्रश्न ठरू लागतो, तो 'मी कोणाचा आहे' हा. या सर्व विषयाचा मूलभूत अन्वयार्थ लावण्याचा प्रयत्न डेव्हिड कुपर या ब्रिटिश लेखकाने केला आहे.

'द डेथ ऑफ द फॅमिली' (व्हिन्टेज प्रकाशन, न्यू यॉर्क) या त्याच्या पुस्तकाने कुटुंबव्यवस्थेच्या मानसशास्त्रीय व समाजशास्त्रीय चिंतनाला वेगळेच परिमाण दिले. अगदी आपण नव्याने स्वीकारत असलेल्या मूल्यांविषयक चिंतनालाही. उदाहरणार्थ, आपण जीवनात 'यशस्वी' आहोत की नाही, हा प्रश्न अलीकडे अनेकांना पडू लागला आहे. तसा हा प्रश्न तद्दन मध्यमवर्गीय आहे. तरीही २५-३० वर्षांपूर्वीपर्यंत हाही प्रश्न बहुतेक मध्यमवर्गीयांना पडत नव्हता. जीवनाकडून आणि स्वत:च्या आयुष्याकडून त्यांच्या फारशा अपेक्षाच नव्हत्या. व्यक्तिगत महत्त्वाकांक्षेचा तेव्हा नुकताच कुठे उदय झाला होता; या महत्त्वाकांक्षेने सामाजिक, सांस्कृतिक झेप अजून घेतलेली नव्हती.

विवाहसंस्था नष्ट करणे हा अघोरी उपाय ठरेल. पिकावर कीड पडते म्हणून

शेतच लावू नये असे म्हणणे कितपत बरोबर आहे? निवळ औरस संततीची निर्मिती करण्यासाठी विवाह केला जात नाही. स्त्री-पुरुषांना प्रेम, सहवास, संरक्षण अशा अनेक गोष्टींची आवश्यकता असते. विवाह करून व कुटुंब प्रस्थापित करूनच स्त्री-पुरुष आजवर या गरजा पूर्ण करत आले आहेत; पण बदलत्या परिस्थितीतील स्त्रियांचा मानसिक, भावनिक कोंडमारा आणि त्यांतून निर्माण होणारा व्यक्तिस्वातंत्र्याचा संकोच याही गोष्टींना महत्त्व प्राप्त झाले आहे, होत आहे. विवाहसंस्थेला नवे पर्याय शोधण्याचे प्रयत्न चालू राहतील.

नाती जेव्हा जाचक होऊ लागतात, तेव्हा माणसे त्यांतून बाहेर पडण्याचा प्रयत्न करू लागतात. तसे बाहेर पडणे तर शक्य होत नाही. कारण चहूबाजूंनी आपले भावविश्व विविध प्रकारच्या नात्यांनी वेढलेले असते. काही नात्यांनी तर आपल्याला करकचून बांधलेले असते. हल्ली जवळजवळ प्रत्येक व्यक्ती त्या जाचाला कंटाळलेली दिसते. तसे पाहिले तर हा जाच नक्की कशाचा असतो? ज्यांच्याबरोबर आपल्याला राहणे अशक्य होत असते; त्यांच्याबरोबरच राहणे, संसार करणे 'बंधनकारक' असते.

माणसाच्या नात्यांना घातलेली बंधने झुगारली पाहिजेत आणि स्वच्छंदी जीवन जगले पाहिजे असा विचार अमेरिकेतील वुडस्टॉक येथे मांडण्यात आला. अशा स्वच्छंदी जीवनाची कल्पना अगदी पूर्वीही काही कवींनी केली होती. ती स्वच्छंदीपणाची अलीकडील अभिव्यक्ती अतिशय प्रखरपणे प्रकट झाली ती १९६८ साली अमेरिकेतील 'वुडस्टॉक' संगीत संमेलनात. 'वुडस्टॉक फेस्टिव्हल' म्हणून गाजलेल्या त्या संगीत महोत्सवात लाखो तरुणतरुणींनी सामूहिकरीत्या गाणी गायली. 'वुडस्टॉक'मधील गाण्यांच्या त्या ओळींनी देशोदेशीच्या सीमा भेदल्या गेल्या. त्यातूनच हिप्पी चळवळ फोफावली. लग्न न करता मित्राबरोबर वा मैत्रिणीबरोबर राहायला सुरुवात झाली. संसाराचे ओझे अंगावर वागवायचे नाही असा निश्चय काहींनी केला. हजारो मुलामुलींनी घरदार सोडून दिले. काही जण जंगलात निघून गेले. कौटुंबिक नातीगोती निर्माण होण्यापूर्वीच आणि शक्यतो 'प्रॉपर्टी'विरहित जीवन नव्याने उभे करण्याचा प्रयत्न त्यांनी सुरू केला. माणसाने भ्रामक ऐहिक सुखाच्या मागे लागून आपल्या नात्यांमधील गुंता वाढवला आहे, म्हणून ती ऐतिहासिकताच झुगारून द्या असाही विचार पुढे आला. काही जण अध्यात्माच्या मागे लागले. काहींनी संगीत, चित्रकला, शिल्पकला अशा माध्यमांतून स्वत:चा आणि विश्वाचा शोध घ्यायला सुरुवात केली.

ऑफिसमध्ये प्रमोशन मिळवणे, भरपूर पैसे कमवणे, आलिशान मोटार विकत घेणे, उंची कपडे परिधान करणे, चैन-चंगळ करणे हे या हिप्पी संस्कृतीत अपवित्रच नव्हे; तर अनैतिकही ठरू लागले. स्वच्छंदपणालाही नवे नीतिनियम लागायला सुरुवात झाली. मुक्ततेचेही निकष ठरू लागले. अमेरिकेतील उत्स्फूर्त वुडस्टॉक क्रांतीने जे प्रश्न

उपस्थित केले, तेच चीनमधील सांस्कृतिक क्रांतीनेही केले. १९६८च्या सुमाराला स्वच्छंदीपणाची ही लाट भारतातही आली. नातेसंबंधांतील उतरंड तेव्हापासून झपाट्याने बदलू लागली, म्हणजे प्रस्थापित नातेसंबंधांतील उतरंडीला आव्हान मिळू लागले. भारतातील शहरांमध्ये साठीच्या पुढील वयोगटातील जी माणसे आहेत, त्यांच्यावर या बंडखोरीचा प्रत्यक्ष-अप्रत्यक्ष संस्कार झाला आहे. त्यामुळेच त्यांना नात्यांचा त्रास होत आहे. नात्यांच्या संकल्पना कालबाह्य होत असल्या, तरीही त्यांच्याच आधारे पुन्हा जीवनाला आकार देण्याचा प्रयत्न होऊ लागला.

जीवनात 'यशस्वी' होण्याचा विचार, महत्त्वाकांक्षा म्हणजे हा व्यक्तिवाद शीतयुद्धाच्या काळात फोफावला. हा व्यक्तिवाद म्हणजे व्यक्तिस्वातंत्र्यवाद नव्हे. जीवनात 'यशस्वी' होण्याचा अर्थ या मध्यमवर्गाच्या लेखी संपत्ती, पद, प्रतिष्ठा, लौकिक, अधिकार वा प्रसिद्धी असा असतो. व्यक्तिवादी माणसाला नेमक्या याच गोष्टी हव्या असतात आणि त्यांपैकी सर्व वा काही जर संपादन करता आल्या नाहीत, तर आपण जीवनात 'अपयशी' ठरलो असे तो मानू लागतो; म्हणजे व्यक्तिवाद आणि व्यक्तिस्वातंत्र्यवाद या परस्परविरोधी संकल्पना आहेत.

भारतातील कुटुंबसंस्थेस एकदम सुरुंग लागायला सुरुवात झाली, कारण येथे एकत्र कुटुंबव्यवस्था विसकळीत होणे आणि लगेच विभक्त (न्यूक्लिअर) कुटुंब पद्धतीही अडचणीत येणे या प्रक्रिया चाळीसपन्नास वर्षांच्या काळात म्हणजे दोनतीन पिढ्यांत झाल्या. लोकांची मानसिक तयारी व्हायला आवश्यक तो अवधी मिळाला नाही. नेमका याच काळात स्त्री-मुक्तीचा विचारही वेगाने पसरला. त्यामुळे तर सर्वच कौटुंबिक परिमाणे बदलली.

कुटुंबसंस्था हेच स्त्रीच्या फसवणुकीचे प्राथमिक केंद्र

आजघडीला भारतात शाही विवाह सोहळ्यांना लोकमान्यता लाभली आहे. दिखाऊ स्त्रीवाद आणि नवउदारमतवाद बोकाळायला लावणारी दुर्दैवाने 'बाजार' ही एकच जागा नव्हे. आर्थिक बाबींना प्रभावी स्थान मिळवून देतानाच ही बाजारपेठीय व्यवस्था स्त्रीप्रश्नांबाबतच्या प्रागतिक विचारसरणीलाही प्रभावित करत आहे. मालमत्ताविषयक हक्कांच्या अनुषंगाने अनेक देशांमध्ये अर्थसत्तेच्या दोऱ्या आजही कुटुंबसंस्थेच्याच हाती आहेत. प्रागतिक विचारसरणीसुद्धा आज 'घर म्हणजे स्त्रीसाठीची सर्वाधिक सुरक्षित जागा' असे चित्र रंगवत पारंपरिक कुटुंबसंस्थेच्या परिप्रेक्ष्यातच स्त्रीची आवडनिवड जपण्याला प्राधान्य देत आहे. 'प्रोटेक्शन ऑफ वीमेन फ्रॉम डोमेस्टिक व्हायलन्स ॲक्ट २००५' हा गेल्या काही वर्षांत संमत झालेल्या सर्वाधिक प्रगत कायद्यांपैकी एक कायदा आहे. तो बऱ्याच अंशी स्तुत्य असला; तरी त्याचा कल

विवाहसंस्था टिकवण्याकडे, पर्यायाने अत्याचारग्रस्त स्त्रीची छळवणूक झालेल्या सासरीच पुन्हा तिचे पुनर्वसन करण्याकडे दिसतो.

न्यायालयाच्या सर्व नेमणुका करताना ती व्यक्ती 'कुटुंबसंस्थेवर विश्वास ठेवणारी, कुटुंबसंस्था अबाधित ठेवू पाहणारी असावी.' असे एक मार्गदर्शक तत्त्व १९८४च्या कायद्यात घातलेले आहे. याविरुद्ध अनेक स्त्रीसंघटना-कार्यकर्त्यांनी प्रथमपासून नाराजीही दाखवलेली आहे, तेव्हा या दृष्टीकोनातून मॅरेज काउन्सिलचे काम तपासायला हवे. प्रश्न असा आहे की, त्यांच्यापुढे जे कुटुंब येते, ते मोडकळीस आलेलेच कुटुंब असते. मग कुटुंबसंस्था कशी जपणार? परंतु होते असे की, कुटुंबसंस्था जपणे म्हणजे बाईने तडजोड करणे असे समीकरण मात्र डोक्यात फिट्ट बसलेले असते. त्यामुळे "नवरा नांदावयाचे म्हणतो आहे, तरी तुला नांदायचे नाही ना? मग तुला काहीच मिळणार नाही." इथपासून तर "नवरा घटस्फोट मागतो आहे ना? मग तो देईल तेवढे पैसे घे आणि घटस्फोट द्यायला तयार हो." इथपर्यंतचे सल्ले हे मॅरेज समुपदेशक देतात. अर्थात सल्ला देणे त्यांचे काम असते. बाई आपल्याच म्हणण्याशी ठाम राहिली, तर तिचे व त्याचे म्हणणे सांगणारा अहवाल तयार करणे एवढेच त्यांच्या हाती असते. मुळातच या पदांवरील व्यक्तीला कायदा नीट माहीत हवा व तिचा दृष्टीकोन 'कुटुंबसंस्थावादी' नसून 'स्त्रीवादी'च असायला हवा; म्हणजे स्त्रीला वाटेल तो अन्याय, अत्याचार, छळ, अवमान सोसायला लावून कुटुंबसंस्था टिकवायची असे न घडता स्त्रीला मिळेल असा न्याय मिळावा म्हणून प्रयत्न होतील. नवरा नांदवायला तयार असला तरी ते वरवरचे आहे, तेथे गेल्यावर आपला छळ होईल असे स्त्रीला माहीत असल्याने तिने नांदायला जायचे नाकारले; तर तिला काहीच पोटगी मिळणार नाही असे कोणताच कायदा सांगत नाही. तरी हा धाक तिला घातला जातो. तडजोडीलासुद्धा इतर म्हणतील ती किंमत भरून किंवा नुकसान सोसून बाईने संमती द्यावी अशी अपेक्षा केली जाते.

१९७०च्या आणि १९८०च्या दशकात विवाहसंस्थेतल्या पितृसत्तेला आव्हान देणाऱ्या स्त्रीवादी स्त्रिया आज कुठे आहेत? आज आपण अगदी जाणीवपूर्वक या पितृसत्ताकतेचाच पुरस्कार करत आहोत. स्त्रीच्या हितासाठी चालणारे घटस्फोटाचे कितीतरी खटले न्यायालयात दीर्घ काळ प्रलंबित राहतात. अशा वेळी विवाहाअंतर्गत बलात्कारावर आवाज उठवणारी याचिका आपल्या न्यायव्यवस्थेने २०१३ला पहिल्याच झटक्यात फेटाळून लावली, यात काहीच नवल नाही. कुटुंबसंस्था हेच स्त्रीच्या फसवणुकीचे प्राथमिक केंद्र आहे, ही बाब स्त्रीवादी विचारसरणीने खूप आधीच उजेडात आणली होती; पण गेल्या १५-२० वर्षांपूर्वीपेक्षाही आज कुटुंबसंस्थेचे पावित्र्य आणि प्रस्थ अधिकच वाढले आहे.

थोडक्यात

प्रत्यक्षात मानवी कुटुंबातसुद्धा सर्वांचे हितसंबंध फक्त वेळप्रसंगी एकच असतात. सर्वांच्या गरजा आणि क्षमता एक नसतात. फार तर त्या एकाच प्रकारच्या असू शकतात. आणि गरजा किंवा क्षमता एकाच प्रकारच्या असल्या, तरी त्यांना वैधता मात्र सम प्रमाणात नसते. इतरांचे हक्क मान्य करायला माणसे सहज राजी होत नाहीत. स्वत:च्या हक्कांना मात्र ती सररास विशेषाधिकार मानतात. पुरुषप्रधान कुटुंबव्यवस्थेत मूलभूत राजकीय, सामाजिक आणि आर्थिक विषमता असते. आपली राष्ट्रीय संसदसुद्धा पुरुषप्रधान आहे. स्त्रियांसाठी काही प्रमाणात राखीव जागा असाव्यात याला सर्वच राजकीय पक्षांचा विरोध आहे असे दिसते. उघडपणे ते मान्य केले जात नाही, कारण मानभावीपणे मानवी हक्क सर्वच मान्य करतात. घरातली कामे करणारी, मुलांचे पालनपोषण करणारी स्त्री तिच्या 'कर्त्या' पतीच्या उत्पन्नातून स्वत:चा वाटा हक्क म्हणून मागू शकत नाही. तिच्या घरकामाचे निश्चित आर्थिक मोल कोणत्याही न्यायालयाला अजून ठरवता आलेले नाही. समजा, पत्नी मिळवती असेल आणि घरच्या जबाबदाऱ्या तिचा पती सांभाळत असेल, तर तिच्या उत्पन्नातला त्याचा वाटा किती, याही प्रश्नाला समाधानकारक उत्तर मिळत नाही.

कुटुंबातल्या वृद्ध व्यक्तींना तरुण आणि मिळवत्या व्यक्तींनी त्यांनी पूर्वी केलेल्या कुटुंबसेवेच्या प्रमाणात निवृत्तिवेतन देण्याची प्रथा नाही. कुटुंबव्यवस्थेतच जिथे शोषण आहे आणि हितसंबंधांमध्ये एकात्मता नाही, तिथे राष्ट्र-राज्य यांसारख्या काल्पनिक महासमूहांत ती कुठून येणार? प्रत्येक समाजामध्ये स्त्रीत्वाचे व पुरुषत्वाचे आदर्श वा निकष ठरवले जातात. लिंगभावरचिते कुटुंबातून व समाजव्यवस्थेतून परावर्तित होतात आणि अधिक दृढ केली जातात. साचेबंद लिंगभावरचितांना धर्म, संस्कृती व परंपरा यांचे अधिष्ठान असते. समाजातील बदलांकडे थांबून बघण्याची, नवी वळणे आपल्याला कुठे घेऊन जात आहेत हे तपासण्याची उसंत समाजाच्या स्तरावर कमी-कमी होत आहे. ज्या समाजाला उसंत नसते, त्या समाजात संत निर्माण होणे कठीण असते.

चार माणसे एकत्र राहिल्यामुळे 'कुटुंब' नावाची इमारत उभी राहत नाही. नात्यांचा घट्ट धागा, एकी आणि परस्परसहकार्याची चिवट बंधने, एकमेकांचा सांभाळ आणि संरक्षण करण्याचे आश्वासन आणि इच्छा हे सर्व कुटुंबात असते आणि असावे लागते. म्हणूनच भारतीय संस्कृतीत आणि समाजात कौटुंबिक ऐक्यावर नेहमी भर दिलेला आहे. समाजाचे सातत्य टिकवण्यात कुटुंबव्यवस्थेचा आणि विवाहसंस्थेचा वाटा असतो. अर्थात येणाऱ्या नव्या पिढीच्या प्रजननापासून तर मुलाबाळांचे संगोपन आणि त्यांच्यावर चांगले संस्कार करण्याचे; तसेच समाजातील सर्वमान्य रूढी, परंपरा,

आणि चालीरिती यांची कालसुसंगत प्रस्तुतता नव्या पिढीपर्यंत पोहोचवण्याचे महत्त्वपूर्ण कार्य या संस्था करत असतात. कुटुंबव्यवस्थेत अनेक प्रकारचे नातेसंबंध दृढ होत जातात; तसेच कुटुंबाचे सदस्य या नातेसंबंधांमध्ये भावनिक पातळीवरही गुंतत जातात. ही भावनिकता आज सर्वांना रेशमी बंधनात बांधून ठेवते; मात्र कालांतराने हे भावबंध कमी होतील आणि कुटुंब-विवाहसंस्थेचा व्यावहारिक पातळीवर उपयोग होतो; या व्यावहारिक, तसेच उपयुक्ततावादी जाणिवेतून ही संस्था टिकवून ठेवली जाईल. सर्वांना एकमेकांची गरज आहे या व्यवहारी जाणिवेतून निर्माण होणारी अपरिहार्य तडजोड म्हणून का होईना, कुटुंब-विवाहसंस्था कायम राहतील. केवळ एखाद्या विशिष्ट धार्मिक समुदायातच किंवा जाती-पंचायतीतच नव्हे, तर संपूर्ण भारतीय समाजातच असा व्यावहारिक दृष्टीकोन बळावलेला दिसण्याची शक्यता आहे.

माणसाला कुटुंब फक्त आधार देते असे नाही, तर कुटुंब त्याला या जगात जगायला लायक बनवते. माणूस आयुष्यात जे काही मिळवतो, त्यात कुटुंबाचीच भूमिका महत्त्वाची असते. घरातला प्रत्येक जण या कुटुंबरूपी इमारतीला आधार देणारा खांब असतो. कोणत्याही संकटांनी कोसळून न पडणारी एक भक्कम भिंत असावी. घर नावाची इमारत एखाद्या किल्ल्यासारखी कडेकोट राहील असा घरातल्या प्रत्येकाचा प्रयत्न असायला हवा. याचे कारण हे की, कुटुंबात येणाऱ्या नवीन माणसांमुळे फारसा फरक पडत नाही. पण एक जरी माणूस दूर गेला; तरी घरादाराची शांतता विसकटते, घर तुटून जाते.

कुटुंब म्हणजे असे संघटन की, जिथे माणसे सुखाच्या लाटांवर असताना आणि दु:खाच्या वादळात सापडलेली असतानाही एकत्र राहतात, एकत्र हसतात आणि एकत्र रडतातसुद्धा! आनंदाच्या आणि दु:खाच्या प्रसंगांत ही माणसे एकमेकांना सोडून जात नाहीत, उलट आधार देतात. आपले आपापसांतले संबंध घट्ट असतील, एकमेकांवरचा विश्वास अभंग असेल, घराच्या अखंडपणासाठी आणि सुखसमृद्धीसाठी सगळे जण झटून प्रयत्न करत असतील; तर असे कुटुंब फक्त कुटुंब राहत नाही, त्यात अवघे जग सामावते. प्रेमाची अडीच अक्षरे जर आपल्याला प्रीतीचा पाठ शिकवत असतील; तर तीन अक्षरांच्या 'आपण' या शब्दामुळे एकात्मतेचे आणि सहानुभवाचे, आपलेपणाचे संस्कार मिळतात. आयुष्य आपल्याला अशा प्रकारचे जे धडे देत असते, त्यांत वैवाहिक जीवनातल्या निर्भेळ सुखाचा कानमंत्र असतो.

(प्रस्तुत शोधनिबंध श्रीमती सुशिलादेवी महिला महाविद्यालय, लातूर यांनी आयोजित केलेल्या समाजशास्त्राच्या दोन दिवशीय राष्ट्रीय चर्चासत्रात प्रस्तुत करण्यात आला होता. या चर्चासत्राच्या समन्वयक प्रा. उल्का देशमुख या होत्या. (१२, १३ डिसेंबर २०१४)

संदर्भसूची

१) सराफ दत्ता, 'वसुधैव कुटुंबकम्' : पारंपरिक कुटुंबाची खिळखिळी चौकट मोडून नव्या जगात प्रत्यक्षात येऊ पाहणारे विशाल स्वप्न, दै. लोकमत, दि. ४-२-२००० पृ. ३०

२) दिवाण सुभदा, 'लग्न ठरविणं एवढं जिकिरीचं का?', सकाळ (सप्तरंग), रविवार, १५ डिसेंबर २०१३

३) खांडेकर संजीव, 'समलिंगीच्या कलाकलाने!', लोकसत्ता, रविवार, पृ. ७, १५ डिसेंबर २०१३, (पुणे)

४) माने हर्षद, 'समलिंगी संबंधांचा सर्वोच्च गोंधळ', लोकसत्ता, रविवार, पृ. ७, १५ डिसेंबर २०१३, (पुणे)

५) आमले रवि, 'विवाहसंस्थेचा (बदलता) इतिहास', लोकसत्ता, रविवार, १५ डिसेंबर २०१३.

६) ताटके शिल्पा, 'लिंगबदल शस्त्रक्रिया कधी? केव्हा?' लोकसत्ता (चतुरंग), शनिवार, १६ नोव्हेंबर २००५.

७) कुलकर्णी वंदना सुरी, 'का रे भुललात वरलिया रूपा?' लोकसत्ता, (चतुरंग), शनिवार, ९ जुलै २००५.

८) कुलकर्णी वंदना, 'लग्न समस्या वाढत्या वयाची!', लोकसत्ता, (चतुरंग), शनिवार, २० नोव्हेंबर २००४.

९) कुलकर्णी वंदना, 'एकेरी पालकत्वाचे आव्हान', लोकसत्ता, (चतुरंग), शनिवार, २७ डिसेंबर २००३.

१०) दामले प्रवीण, 'हवंय कणखर, आनंदी घर', लोकसत्ता, (चतुरंग), शनिवार, १२ जुलै २०१४.

११) पवार संध्या नरे, 'कायदा झाला! सन्मान कधी?', चित्रलेखा, ५ मे २०१४

१२) वांबुरकर जास्वंदी, (संपा.) अभय कांता. 'स्त्रीवास्तव, स्त्रीवाद आणि कळ्यांचे नि:श्वास', परिवर्तनाचा वाटसरू, दिवाळी २००८.

१३) पवार संध्या नरे, (संपा.) ज्ञानेश महाराव, 'प्रेमा तुझा धर्म कोणता?', चित्रलेखा, २२ सप्टेंबर २०१४.

१४) मेहता हिरेना, ज्ञानेश महाराव (संपा.), 'कायदा त्यांना गुन्हेगार मानतो... समाजही कुठे त्यांना आपलं मानतो?' चित्रलेखा, ३० डिसेंबर २०१३.

१५) दुबे श्यामचरण, 'कुटुंब आणि नातेसंबंध', 'भारतीय समाज', अनुवाद-प्रकाश देशपांडे-केळकर, (१९९४), नॅशनल बुक ट्रस्ट इंडिया.

१६) धनागरे द. ना., 'शतकानंतरही भक्कमच राहील कुटुंबसंस्था', सकाळ पुणे, (सप्तरंग), रविवार, ६ मे २०१२.

१७) जोशी शरद, 'चांदवडची शिदोरी : स्त्रियांचा प्रश्न', प्राचार्य सुरेशचंद्र म्हात्रे (संपा.), जनशक्ती वाचक चळवळ, समर्थनगर, औरंगाबाद. (२०१०).

१८) मोहनी दिवाकर, हरीश सदानी (संपा.), 'स्त्री-पुरुषांची लैंगिकता व उद्याचे कुटुंब', 'पुरुषस्पंदन' लैंगिकता विशेषांक, रवींद्र रुक्मिणी पंढरीनाथ, प्रकाशन-मेन अगेन्स्ट व्हायलन्स ॲन्ड अब्यूज (मावा), मुंबई - ४०००१६.

१९) गीथा व्ही. स्वैर अनुवाद : प्रवीण चव्हाण, 'उत्पादन, पुनरुत्पादन आणि पितृसत्ता : जागतिक चर्चाविश्व, 'पितृसत्ता समजून घेताना', क्रांतिज्योती सावित्रीबाई फुले स्त्रीअभ्यास केंद्र, सावित्रीबाई फुले पुणे विद्यापीठ, पुणे.
२०) कुलकर्णी वंदना सुरी, 'स्थित्यंतर - वैवाहिक नात्यातील!', लोकसत्ता (चतुरंग) शनिवार, १५ जानेवारी २००५.
२१) वैद्य शांता, 'बदल फक्त बाह्यांगी', लोकसत्ता, (चतुरंग), शनिवार, २२ मे २००४.
२२) मेहंदळे सुमन, 'अस्थिरता, शुष्कतेची सावली', लोकसत्ता, (चतुरंग), शनिवार, २२ मे २००४.
२३) 'आजची व्यग्र स्त्री आणि अपराधभाव', लोकसत्ता चतुरंग, शनिवार, ६ सप्टेंबर २०१४.
२४) कानिटकर गौरी, 'लग्न इतक्यात नको!', महाराष्ट्र टाइम्स, संवाद, १७ ऑगस्ट २०१४.
२५) गोडबोले मंगला, 'मुलगा नि मुलगी', महाराष्ट्र टाइम्स, संवाद, १७ ऑगस्ट २०१४.
२६) वैद्य जाई, 'कुटुंबसंस्थेची वाटचाल', लोकसत्ता चतुरंग, शनिवार, १५ मे २०१०.
२७) 'लग्नाविषयी बोलू काही', लोकसत्ता, शुक्रवार, १८ ऑक्टोंबर २०१३.
२८) पडोशी अनिल, 'मिळवती स्त्री आणि 'गैर' समजुती', महाराष्ट्र टाइम्स, पुणे, बुधवार, २४ सप्टेंबर २०१४.
२९) भुजबळ संजय, 'शुद्ध देशी विवाह', मेनका दिवाळी २०१४, वर्ष ५५ वे, अंक क्र. ९ व १०, मेनका प्रकाशन, २११७, सदाशिव पेठ, पुणे - ३०.
३०) अग्निहोत्री प्रतिमा, 'विवाहाविना कुटुंबासह', मेनका दिवाळी २०१४, वर्ष ५५ वे, अंक क्र. ९ व १०, मेनका प्रकाशन, २११७, सदाशिव पेठ, पुणे - ३०.
३१) 'शेट्ये मधू, 'मार्क्सवाद आणि मातृसत्ताक पद्धती', लोकसत्ता, (पुणे), (लोकरंग), रविवार, २८ नोव्हेंबर २०१०, पृ. ७.
३२) परदेशी रणजित, वर्ग, जात, आणि ब्राह्मणवाद, शरद पाटील यांचे योगदान कोणते? परिवर्तनाचा वाटसरू, १ ते १५ ऑक्टोबर, २०१४.
३२) केतकर कुमार, कुटुंबव्यवस्थेतील सुरुंग.
३३) केतकर कुमार, जीवनाची बिघडलेली घडी.
३४) केतकर कुमार, स्वच्छंद जीवनाचे मृगजळ.
३५) केतकर कुमार, मी कोण आणि कुणाचा?
३६) केतकर कुमार, व्यक्तिवादाच्या सापळ्यात धोक्याची पायरी.
37) Ahmad Imtiaz; Family, Kinship and Marriage among Muslims in India; Dehi-Manohar.
38) Evelym Reed, 'Women's evolutions : from matriarchal plan to patriarchal family.'
39) Fletcher Ronald. 'Marriage and family in India.'
40) Shalini Bharat (ed.), 'Family measurement in India.'
41) Shah A. M. 'Family in India', Oberoi Patricia (ed.), 'Family, kinship and marriage in India.'
42) Indrani Chatterjee (ed.), `Unfamiliar Relations: Family and History.'
43) Anderson. M (ed.), 'Sociology of the Family.' Harmondsworth; Penguin Books.

44) Engels, F. 'The origin of the family private property and the state,' Mascow, 1948, Progress Publications.
45) Gore M. S., 'Huscand-Wife and Mother-Son Relationships;' Sociaological Bulletin, (1962), 11 (1 & 2); 91-102.
46) Shah, A. M., 'The Family in the Census of India, Sociological Bulletin, (1 & 2); (1999) 235-38
47) Singer, M, 'The Indian Joint Family in Modern Industry', in Milton Singer and B. S. Cohn (eds), Structrue and change in Indian Society, (1968), New York : Wenner-Gren Foundation for Antropological Research.
48) Palriwala Rajani; 'Changing Kinship, Family and Gender Relation in South Asia: Process,' Trends and Issues (Introduction pp 1-16) 'Women and Autonomy Series,' Liden University Publishing in 1994.
49) Palriwala Rajani; 'Changing Kinship, Family and Gender Relation in South Asia: Process, Trends and Issues' (Introduction pp 91-112) Women and Autonomy Series, Liden University Publishing in 1994.
50) Dasgupta Sanjukta and Malshri Lal (ed.), 'The Indian Family in Transition: Reading Literary and Cultural Texts', 2007, Sage Publications, New Delhi.
51) Rocert W. Stern, 'Changing India' (Second Edition), (2003) Cambridge University Press.
52) Patel Tulsi, 'The Family in India', 2005, Sage Publications India Pvt. Ltd. New Delhi-44.
53) Injamuri Rajshree; 'लिव्ह इन : रिलेशनशीप या प्रश्नांचे तोकडे वर्णन करणारी संकल्पना', Youth Cultures: Defamiliarising the Familiar, (ed.) Kamble Sanjaykumar, Sneha Gole and Sharmila Rege. (2011) Krantijyoti Savitribai Phule Women's Studies Centre, Savitribai Phule University of Pune, Pune - 7.

१ जात, जनगणना आणि विषम लिंगगुणोत्तराचा प्रश्न

प्रस्तावना

भारतातील लिंगगुणोत्तरातील बदल हा गेली अनेक दशके लोकसंख्यातज्ज्ञ, सामाजिक शास्त्रज्ञ व आरोग्य विशेषज्ञ यांच्यामध्ये चर्चेचा विषय बनून राहिला आहे. लिंगगुणोत्तर म्हणजे दर १००० पुरुषांमागे लोकसंख्येत स्त्रियांचे प्रमाण होय. कोणत्याही प्रकारच्या लिंगनिर्धारणासाठीचा मानवी हस्तक्षेप वजा केला, तर नैसर्गिकरीत्या दर १०० मुलींच्या पाठी १०४-१०७ मुलगे जन्माला येतात. मुलींच्या प्रमाणातील सुरुवातीची कमतरता जलद गतीने भरून निघते. कारण जैविकरीत्या लहान मुलगी ही मुलाच्यापेक्षा बळकट असते; अर्थात जर कुठल्याही सामाजिक नीतिमूल्यांचा आणि वर्तणुकींचा त्यात हस्तक्षेप झाला नाही, तर कदाचित जैविकरीत्या स्त्री बळकट असण्याचा संबंध मानववंशाच्या जगूनतगून राहण्याशी असेल.

आंतरराष्ट्रीय स्तरावरदेखील सारख्या पूर्णत: भिन्न संस्थांनी, वेगवेगळ्या कारणांसाठी, लक्षावधी भारतीय मुलींच्या जन्मापूर्वी किंवा जन्मानंतर केल्या जाणाऱ्या नि:शब्द संहाराबद्दल व परिणामी, भारताच्या विषम लिंगगुणोत्तराबद्दल चिंता व्यक्त केली आहे. प्रत्येक जनगणनेनंतर घटत गेलेला लिंगदर आणि त्याचे पुढे जाणवणारे परिणाम हे स्त्रियांच्या समाजातील एकूण घसरत जाणाऱ्या दर्जाचे लक्षण बनल्याने ते सर्वांच्याच काळजीचे कारण बनले आहे. लिंगदर हा विकासाचा एक महत्त्वाचा निर्देशांक असल्याने आज भारताची आंतरराष्ट्रीय पातळीवरची नाचक्की रोखण्यासाठी यावर तातडीने उपाययोजना करण्याची निकड शासनालादेखील जाणवत आहे.

लिंगभेदी गर्भपातातील जातीयवादी पैलू

उच्चजातीय, मध्यमवर्गीय आपापल्या मुलींना जन्माच्या आधी किंवा मुलगी मोठी झाल्यानंतर ठार मारत आहेत. त्यामुळे स्त्री-पुरुष यांच्या प्रमाणात या देशात प्रचंड

तफावत आली आहे. यावर बरीच अभ्यासपूर्ण चर्चा चालू आहे; तर दुसरीकडे पक्के जातीयवादी मातब्बरी राजकारणी आपापल्या राजकारणातील उपयुक्त प्रतीके ठरलेल्या लेकीसुनांना पुढे करत 'मुलगी' वाचवा या नवीन मोहिमेवर आगेकूच करत आहेत. मूळचे जातीयवादी मुली वाचवणार म्हणजे आपापल्या जातींचे भविष्यातील प्रजोत्पादन सुलभ करणार हे घडतच आहे. मुली मारण्यामागच्या अनेक सामाजिक कारणांमध्ये एक महत्त्वाचे, नव्हे... एकमात्र कारण जात आहे. उच्चजातीय मध्यमवर्गीयांना गेल्या दोन दशकांतील स्त्री-पुरुषांदरम्यानच्या उन्मुक्त सामाजिकीकरणात मुलगी जातीबाहेर शारीरिक किंवा वैवाहिक संबंध स्थापन करणार याचा घोर नाही तर खातरीच आहे. जातिसमाजातच आपले भौतिक, राजकीय उत्कर्ष शोधणारे बाप मुली मारणार हे उघडच आहे; म्हणजे दलित व इतर आपापल्या भागांतील निम्नजातीयांबाबत उच्च जातीयांचा तिरस्कार, द्वेष इतका तीव्र आहे की, मुलींनी मोठे होऊन खालच्या जातीतील पुरुषाबरोबर पळून जाण्यापेक्षा तिला ठार मारलेली बरी अशी त्यांची मानसिकता आहे. मुलीची हत्या हा दृश्य, हिंसक परिणाम आहे. मात्र त्यामागे खालच्या जातीबाबत एक अदृश्य, निर्घृण, तिरस्कार आहे. जात आता आत्मघातकी ठरू पाहत आहे. बाबासाहेबांचे स्त्रीदास्यासंबंधीचे विचार इथे प्रस्तुत ठरतात.

थोडक्यात, जातिवादी कन्याभ्रूणहत्येतील जातिवादी पैलू लावत, लेकीसुनांना पुढे करत, जात व त्यांचे जातिवादी राजकारण टिकवण्यासाठी मुली वाचवण्याचे आवाहन करत गावोगाव फिरत आहेत. कन्याभ्रूणहत्या निवळ स्त्री-पुरुष विषमतेचा मुद्दा नव्हे, तर बाबासाहेबांनी जात व स्त्रीदास्य यांची जी मांडणी केली आहे, त्यानुसार हा जातीयतेशी जोडलेला प्रश्न आहे. भारतभर तरुणींच्या हत्या त्यांचे पुरुष कुटुंबीय (बाप, भाऊ, काका इत्यादी मंडळी) करत आहेत आणि त्यात मुलीचे परजातीय पुरुषाबरोबरील संबंध कारण म्हणून दिले जात आहे. कन्याभ्रूणदेखील याच न्यायाने जात्यंध उच्चजातीय पुरुषी मानसिकतेचाच परिणाम आहे. ते त्यांच्या मुली जरी मारत असले; तरी त्याच्या मुळाशी कनिष्ठ जातींबाबतचा त्यांच्या मनातील द्वेष, आकस व क्रौर्यच आहे. मात्र ते, ज्यांनी हयातभर जात्यंध राजकारणे केली., यावर आंदोलने, पदयात्रा वगैरे काढत लोभसवाण्या बालिकांची चित्रे, बालिकालक्ष्यी योजना धडाक्यात काढत आहेत

'मारवाडी महासभा' या सामाजिक संस्थेने दुसऱ्या मुलीच्या जन्माच्या स्वागतासाठी दोन लाख, तर तिसऱ्या मुलीच्या जन्माच्या स्वागतासाठी तीन लाख रुपयांची फिक्स्ड डिपॉझिटची रक्कम पालकांना देण्याचा निर्णय घेतला आहे.

मारवाडी महासभेतर्फे 'बेटी बढाओ' उपक्रमाची सुरुवात जानेवारी २०११मध्ये ठाण्यात झाली. १४ कोटींपेक्षा अधिक लोकसंख्या असणाऱ्या मारवाडी समाजात सध्या

विवाहयोग्य मुलांना मुलींची कमतरता भासते हे समाजाच्या लक्षात येऊन हे पाऊल उचलले गेले होते. 'मुली कशासाठी पाहिजेत' याबद्दलचा वेगवेगळ्या संघटनांचा किंवा चळवळींचा वेगवेगळा दृष्टीकोन असल्याचे दिसते. (सकाळ, २६-१२-२०११)

प्रसारमाध्यमे – घटत्या लिंगदरासंबंधी जनजागृती

घटत्या लिंगदरासंबंधी जनजागृती होण्यासाठी स्त्रीभ्रूणहत्येच्या प्रश्नाविषयी वृत्तपत्रातून विविध ठिकाणच्या बातम्या, लेख मोहिमा, पोस्टर्स इत्यादींमधून चर्चा होत होती. स्त्रीभ्रूणहत्या रोखण्यास नगरसेविकांचाच अडसर; शासन, डॉक्टर व एनजीओ यांच्या समन्वयातून स्त्रीभ्रूणहत्येविषयी चित्र पालटेल; आज स्वागत स्त्रीजन्माचे महारॅली; स्त्रीभ्रूणहत्येचे निर्घृण वास्तव; स्त्रीभ्रूणहत्येवर नियंत्रण नाहीच; गर्भपाताच्या गोळ्या प्रिस्क्रिप्शनवरच; सुशिक्षितांतील स्त्रीभ्रूणहत्येचे वाढते प्रमाण चिंताजनक; कशाला हवाय वंशाला दिवाच, महापालिकेत महिला राज तरीही; यंदाची मॅरेथॉन देणार स्त्रीभ्रूणहत्येविरोधी संदेश; भयानक स्त्रीभ्रूणहत्या अशा शीर्षकांखाली बातम्या आणि लेख प्रामुख्याने प्रकाशित झाले. परिवर्तनाचा वाटसरूने स्त्रीभ्रूणहत्येविषयी विशेषांक काढला; तर समाजप्रबोधन पत्रिका, लोकराज्य, योजना, सकाळ, साप्ताहिक लोकप्रभा, चित्रलेखा इत्यादींमधून महत्त्वपूर्ण लेख प्रकाशित झाले. सकाळ वृत्तपत्रातून अनेक लेख प्रकाशित झाले. सकाळ वृत्तपत्रातून एक पानभर माहिती, २०११च्या जनगणनेचे लिंगगुणोत्तरासंबंधी माहिती देणारे तक्ते आणि विश्लेषण प्रकाशित करण्यात आले.

मुलांच्या घटत चाललेल्या संख्येला जनगणनेच्या अहवालानंतर प्रसिद्धी देण्यात माध्यमांची भूमिका सकारात्मक म्हणायला हवी. वर्तमानपत्रांत आणि दूरचित्रवाणीवरील कार्यक्रमांत याला बऱ्यापैकी प्राधान्य देण्यात आले. विशेषत: गोखले इन्स्टिट्यूटच्या अहवालासंबंधी तर बरेच लेख लिहिले गेले, आणि अनेक सामाजिक कार्यकर्त्यांनी व विचारवंतांनी या प्रश्नाची दखल घेतली. असे असले, तरीही स्त्रियांची प्रतिमा चित्रित करण्यात माध्यमांची भूमिका नेहमीच संमिश्र राहिली आहे.

बाजारपेठेने स्त्रीला लक्ष्य बनवून तिला महत्त्वाची उपभोक्ता, उपभोग्य वस्तू, परंपरेची वाहक अशा अनेक रूपांत उभे करण्याचा उपक्रम सुरू केला आहे आणि त्याला माध्यमांकडूनच महत्त्वाचा पाठिंबा मिळतो. तसेच हुंडा व खर्चीक विवाहपद्धतींचा सरळसरळ संबंध मुलींना ओझे मानण्याशी जोडला जातो व त्याला प्रोत्साहन देण्यात तर माध्यमांचे स्थान अग्रभागी मानावे लागेल. प्रसिद्ध व्यक्तींच्या, बॉलीवूडमधील नायक-नायिकांच्या लग्नांची व तिथे चालणाऱ्या उधळपट्टीची रसभरीत वर्णने देण्यात माध्यमांत चढाओढच चालू असते. या सर्वांचा परिणाम म्हणजे आपल्या कुवतीबाहेर जाऊन भपकेबाज लग्ने करण्याची प्रवृत्ती दिवसेंदिवस वाढत चालली आहे. स्वाभाविकच, मुलींसाठी हे करण्याची जबाबदारी वाढत असल्याने मुली म्हणजे ओझे वाटू लागतात.

एका बाजूला वर्तमानपत्रासारखे प्रसारमाध्यम स्त्री लिंगभेदी हत्येसंबंधी आणि घटत्या लिंगदरासंबंधी जनजागृती करत असताना, तसेच या प्रश्नाचे गांभीर्य आणि विविध पैलू जनतेपुढे मांडत असतानाच इतर प्रसारमाध्यमे काय भूमिका घेत होती हे पाहणे महत्त्वाचे ठरते.

'फिर आना ना इस देस लाडो'सारखी दूरचित्रवाणीवर दाखवण्यात येणारी मालिका आज तरुण मुलींमध्ये आणि स्त्रियांमध्ये फारच लोकप्रिय होत चालली आहे. एकीकडे उच्च शिक्षण होऊन उच्चपदस्थ नोकऱ्या करणाऱ्या स्त्रिया सुपरपॉवरच्या दिशेने प्रवास करणाऱ्या भारताची शान ठरत असतानाच 'बालिका वधू', 'लाडो' सारख्या मालिका बहुसंख्य स्त्रियांची परिस्थिती मांडत स्त्रियांवर अन्याय करणाऱ्या प्रथा, रूढी, परंपरा यांचा लेखाजोखा मांडतात.

या मालिकांबरोबरच चित्रपटांच्या माध्यमातून हे प्रश्न कसे पुढे आणले जातात, किंबहुना हे प्रश्न कसे घडवले जातात हे बघण्याचा प्रयत्न 'स्त्रीभ्रूणहत्या आणि चित्रपट' या लेखात प्रा. वैशाली दिवाकर यांनी केला आहे. त्या म्हणतात, "वरवर केवळ करमणूक करणाऱ्या या माध्यमातून प्रभावीपणे काही कल्पिते लोकांच्या मनामध्ये रुजविली जातात. यासाठी चित्रपट या माध्यमाचा विचार करणे महत्त्वाचे ठरते आणि म्हणूनच आज पुढे असणारा घटत्या लिंगदराचा प्रश्न किंवा स्त्रीभ्रूणहत्येसंबंधीची समस्या चित्रपट या माध्यमातून कशी पुढे येते किंवा घडविली जाते हे बघणे महत्त्वाचे ठरते." (दिवाकर वैशाली, २०११, पृ. १९) २००० साली प्रकाशित झालेल्या 'बेटी नं. १', २००३ साली आलेला 'मातृभूमी', श्याम बेनेगल यांनी दिग्दर्शित केलेला आणि आरोग्य मंत्रालयाच्या साहाय्याने एनएफडीसीएने प्रस्तुत केलेला 'हरीभरी' हे चित्रपट स्त्रीलिंगभेदी हत्या, घटणारा लिंगदर, स्त्रियांचे आरोग्य आणि पुनरुत्पादनासंबंधीचे त्यांचे हक्क, मुलांना दिलेले प्राधान्य आणि त्यातून होणारी मुलींची अवहेलना हे प्रश्न मांडतात. दिवाकर यांनी त्यांच्या लेखात प्रामुख्याने 'मातृभूमी' आणि 'हरीभरी' या दोन चित्रपटांचा विचार केला आहे. या दोन्ही चित्रपटांच्या कथा अनुक्रमे बिहारमध्ये आणि उत्तर प्रदेशमध्ये साकारल्या आहेत.

'मातृभूमी' या चित्रपटाचे शीर्षक खूप महत्त्वाचे ठरते. 'मातृभूमी' हे शीर्षक स्त्रिया आणि राष्ट्र यांच्यामधील नातेसंबंधांवर, त्यांच्या जडणघडणीवर विचार करायला लावते. या चित्रपटामध्ये केवळ एकच स्त्रीपात्र आहे. चित्रपटामध्ये साकारलेल्या गावामध्ये आणि त्याच्या आसपासच्या कित्येक गावांमध्ये नमुन्यालादेखील एक स्त्री अथवा विवाहयोग्य मुलगी किंवा लहान मुलगी शिल्लक राहिलेली नसते. 'मातृभूमी' हा चित्रपट स्त्रीभ्रूणहत्या आणि त्याचे परिणाम यांसारखे गंभीर विषय अतिशयोक्तीच्या चौकटीत आणि ज्या बीभत्सपणे मांडतो, त्यांतून अनेक महत्त्वाचे मुद्दे दुर्लक्षिले जातात.

स्त्रीभ्रूणहत्येसारखा महत्त्वाचा विषय टोकाच्या किंवा अवास्तव चौकटीमध्ये मांडल्यामुळे मुळात त्या विषयाचे गांभीर्यच नष्ट केले जाते.

काही प्रसंगांमध्ये वर्षानुवर्षे स्त्रीच न पाहिल्यामुळे ज्या प्रकारे लैंगिक समस्यांचे चित्रण केले आहे (प्राण्यांबरोबर लैंगिक संबंध वगैरे), त्यांतून हा संपूर्ण प्रश्न स्त्री-पुरुष समानतेच्या चौकटीमध्ये न राहता एका अर्थाने नैतिकतेच्या चौकटीमध्ये हाताळला जातो. जर समाजामध्ये मुलीच राहिल्या नाहीत, तर लैंगिक अंदाधुंदी माजेल आणि म्हणून मुलींचे अस्तित्व महत्त्वाचे आहे, असे हा चित्रपट अधोरेखित करतो.

स्त्रियांची सद्य:स्थिती, मुलीचा जन्मच स्वत:ला मिळालेल्या दुय्यम स्थानामुळे नकोसा वाटणे आणि तरीही मुलीला स्वत:ला कधीच न मिळालेले अवकाश मिळवून देण्याचा अट्टाहास असणे हे मुद्दे वास्तववादी चौकटीमध्ये हाताळणारा 'हरीभरी' हा चित्रपट महत्त्वाचा ठरतो. हा चित्रपट प्रत्यक्ष स्त्रीभ्रूणहत्येविषयी किंवा लिंगदराविषयी स्पष्टपणे काही मांडत नाही, परंतु या चित्रपटातील सर्व स्त्रीव्यक्तिरेखांचे आयुष्य हे त्यांच्या 'स्त्री'पणाशी जोडले जाते. मुलगा होण्याला दिलेले प्राधान्य, मुलीला जन्म देऊन गुन्हा केल्याची सततची भावना हे सर्व मुद्दे आपल्याला स्त्रीभ्रूणहत्येच्या विविध पैलूंवर नव्याने विचार करायला लावतात.

'हरीभरी' चित्रपटातील पाचही व्यक्तिरेखा आजच्या समाजातील स्त्रियांना सहन कराव्या लागणाऱ्या समस्यांची मांडणी करतात. मात्र मुसलमान कुटुंबामध्ये घडणारी ही कथा आणि स्त्रीप्रश्नाचे चित्रण या प्रश्नांना विशिष्ट धर्माच्या चौकटीमध्ये बंदिस्त करते. स्त्रियांचा मागासपणा आणि दुय्यम दर्जा हा मुसलमान समाजाचे वास्तव आहे, असा आभास निर्माण करण्याचे काम हा चित्रपट करतो.

'मातृभूमी' आणि 'हरीभरी' या दोनही चित्रपटांचे कथानक बिहारमध्ये आणि उत्तर प्रदेशमध्ये घडते. दोनही चित्रपटांची कथानके ग्रामीण भारताशी जोडली जातात. त्यामुळे शहरातील मध्यमवर्गासाठी या चित्रपटांमधील वास्तव हे परकेच आहे, असा सोईस्कर आभास निर्माण केला जातो. 'शायनिंग इंडिया'च्या प्रतिमेला तडा देणारे हे वास्तव ग्रामीण भागाचाच भाग असून 'प्रगत' राज्यातील शहरी जीवन याचा हिस्साच होऊ शकत नाही, असा विचार हे चित्रपट देतात. आज जनगणनेनुसार पुढे आलेले आकडे मात्र हे सिद्ध करतात की, घटत जाणारा लिंगदर हे ग्रामीण भारताचे वास्तव नसून शहरांचे वास्तव आहे.

मालिकांबरोबरच चित्रपटांच्या माध्यमातून हे प्रश्न कसे पुढे आणले जातात, किंबहुना हे प्रश्न कसे घडवले जातात हे वरील चित्रपटांतून पाहता येते. समाजातील प्रश्न, लोकप्रिय कल्पित घडवण्याचे सामर्थ्य प्रसारमाध्यमांमध्ये आहे. ते वरील मुद्द्यांच्या आधारे आपणास स्पष्ट करता येते.

दिल्लीच्या राज्य आरोग्यमंत्र्यांच्या मतानुसार, मुलगा वंशाचा दिवा ही लोकांची मानसिकता, स्त्रियांना दुय्यम दर्जा, मुलांना मिळणारा सामाजिक व आर्थिक उच्च दर्जा, स्त्रियांवरील अत्याचार, हुंडाबळींची वाढती संख्या यांमुळे स्त्रीभ्रूणहत्या मोठ्या प्रमाणात होत असल्याचे दिसते. (टाइम्स ऑफ इंडिया, १७-८-२०११)

लिंगदरविषयक स्थिती काय आहे?

स्त्रियांचे घटते प्रमाण पुरुषांच्या मृत्युदरापेक्षा स्त्रियांचा मृत्युदर अधिक असल्यामुळे सिद्ध झाले आहे. यात अंतर्विरोध असा आहे की, स्त्रियांचे आयुष्यमान वाढलेले असूनही त्यांची संख्या इतकी खालावण्याचे कारण काय, याचा शोध घ्यावा लागतो.

या संदर्भात मुख्यत्वे लहान मुलांमधील स्त्री-पुरुष जन्मदराच्या प्रमाणाचा विचार करता असे दिसून आले आहे की, मुलींच्या जन्माची गणना कमी होण्याचे प्रमाण हा अपघात नसून ते जाणूनबुजून केलेले कृत्य आहे. बालिकांविषयीचा भेदभाव ही गोष्ट नवी नाही आणि वेगळीही नाही. उत्तर अमेरिकेत, जपानमध्ये आणि दक्षिण आशियात असा भेदभाव होताच. या प्रश्नामागील गूढ उकलण्यासाठी लहान मुलांमागील लिंगदर प्रमाण तपासावे लागेल आणि त्यासाठी नवजात बालकांमधील हे प्रमाण तपासणे गरजेचे आहे.

समाजात मुलींची संख्या कमी झाल्याने त्याचे समाजात काय परिणाम होतील, याविषयी अगदी पहिली प्रतिक्रिया म्हणजे 'मुलांना लग्न करायला मुलीच मिळणार नाहीत.' अशीच होती. काहींच्या मते, 'मुलींना अधिक असुरक्षित वाटू लागेल,' तर अनेकांच्या मते, त्यामुळे मुलींची किंमत वाढायला लागेल व त्यांना सन्मानाने वागवले जाईल. कुणाला तर हा हुंड्याच्या प्रश्नावर चांगला तोडगा असल्याचेदेखील वाटते. या प्रश्नामुळे स्त्रीचा दर्जा दुय्यम असल्याचे सिद्ध तर झालेच, परंतु तिच्या जबाबदाऱ्या कुटुंबाच्या चार भिंतींच्या आतच कशा बंदिस्त आहेत हेदेखील पुन्हा एकदा समोर आले.

जन्मत:च मुलीला मारून टाकण्याची प्रथादेखील गुप्ततेच्या आवरणाखाली पूर्वीपासून चालत आली आहे. त्यामुळे कधीकधी इतकी भीषण परिस्थिती निर्माण झाली की, काही गावांत किंवा काही समुदायांत मुली जन्मालाच येत नसत. इंग्रज सरकारच्या काळातदेखील ही परिस्थिती होती. ती पाहूनच १८७० साली पंजाब प्रांतात नवजात स्त्रीअर्भकाच्या हत्येविरुद्ध एक विशेष अधिनियम लागू केला गेला. या अधिनियमास सामाजिक अधिनियमाचा दर्जा देऊन या गुन्ह्यात सामील असणाऱ्या दाई, चौकीदार, पटवारी यांना आणि प्रसंगी संपूर्ण समुदायासच दोषी धरून शिक्षा देण्याची सोय केलेली होती. परंतु शिक्षेची अंमलबजावणी फार कठीण आहे असे पाहिल्यावर १९०६ साली

हा कायदा रद्द केला गेला. ब्रिटिश सरकारने जनगणनेची प्रथा सुरू केली, तेव्हापासूनच दर दहा वर्षांनी होणाऱ्या जनगणनेतून स्त्री-पुरुष गुणोत्तर दिसून येऊ लागले.

ज्योती म्हापसेकर यांनी १९८३मध्ये 'मुलगी झाली हो' हे नाटक सादर केले. आज ३० वर्षांनंतर दुर्दैवाने तशीच स्थिती आहे. मुलगा किंवा मुलगी यांपेक्षा 'आपले अपत्य' ही भावना निर्माण होण्याची आवश्यकता आहे. स्त्री लिंगभेदी हत्येच्या या वाढत्या घटना थांबवण्यासाठी सामाजिक, राजकीय तसेच सरकारी पातळीवरून प्रयत्न होत आहेत. महाराष्ट्राबरोबरच गुजरात, मध्य प्रदेश, पंजाब, बिहारसारख्या राज्यांमध्येही आता 'बेटी बचाओ अभियान' सुरू आहे. त्याला उत्स्फूर्त प्रतिसादही मिळत आहे.

पथनाट्यांच्या, गाण्यांच्या माध्यमातून मुली वाचवण्याचा संदेश घरोघरी पोहचवण्याचा प्रयत्न होत आहे. सातारा जिल्हा परिषदेने 'नकोशी' नावे असलेल्या २९१ मुलींचे महाबारसे घडवून आणले. 'नकोशी' हे आपले नाव सांगताना माझ्या आईवडिलांना मी नको होते, हाच संदेश स्वत:बरोबरच दुसऱ्यांनाही दिला जायचा, त्याला नक्कीच आळा बसेल. तसेच आमीर खान होस्ट करत असलेल्या 'सत्यमेव जयते' या कार्यक्रमातून स्त्री लिंगभेदी हत्येविषयी जागृती करण्याचा प्रयत्न झाला.

प्रत्येक कुटुंबात जन्माला येणाऱ्या मुलींना मुलांप्रमाणेच वारसा हक्क असला पाहिजे. मुलीचे शिक्षण, व्यवसाय यांना प्राधान्य दिले गेले पाहिजे. या आधुनिक विचारांकडे सर्वांनी गांभीर्याने पाहिले पाहिजे. वाढता बाजारवाद लग्नासाठी होणाऱ्या खर्चाला प्रोत्साहनच देतो आहे. शिवाय इतका खर्च करूनही मुलीला सुखाने नांदवले जाईलच याचीदेखील शाश्वती नाही, म्हणजे स्त्रीला परंपरेने दिलेल्या दुय्यम दर्जाशीच तिचे ओझे वाटण्याचा आणि त्यामुळे तिला गर्भातच खुडून टाकण्याच्या प्रवृत्तीचा एका प्रकारे थेट संबंध दिसतो. सर्व जातीजमातींच्या गरीब ते सुखवस्तू वर्गांपर्यंत परंपरागत विचार हाच आहे की, मुलगा म्हणजे म्हातारपणाची काठी, वंशाचा दिवा, संपत्तीचा वारसा इत्यादी. तेव्हा काही झाले तरी मुलगा हवाच. मग तो जन्माला येईपर्यंत मुलीच्या गर्भाने जन्माला येण्याची गडबड केली, तर तिला उमलण्यापूर्वीच खुडून टाकलेले बरे असा व्यवहारी हिशोब केला जातो.

ज्या वैद्यकीय व्यवसायाकडे समाजाने आजवर मोठ्या आदराने बघितले, त्याच व्यवसायातले काही डॉक्टर्स पैशाच्या लोभाने जीवनदान देण्याची आपली व्यवसायदत्त जबाबदारी सोडून जीव घेण्याच्या मागे लागले आहेत.

काही मानवतावादी स्त्रीसंघटना, आरोग्य संघटना, मानव हक्क संघटना यांच्या विरोधात आवाज उठवत असल्या; तरी शासनाची अनास्था, कायद्यातील पळवाटा आणि डॉक्टरवर्गाचा प्रबळ गट यांमुळे अद्याप तरी या प्रश्नाची कोंडी हवी तशी सुटली आहे असे म्हणता येणार नाही. संघटित प्रयत्नांची आवश्यकता फार मोठ्या प्रमाणात

अजूनही आहे.

लिंगभेदी हत्येला डॉक्टरांची नफेखोरी वृत्ती आणि समाजाची मानसिकता कारणीभूत आहे. विज्ञानाने केलेल्या प्रगतीचा वापर चुकीच्या मार्गाने करून 'अष्टपुत्र सौभाग्यवती भव' असा आशीर्वाद देणा-यांच्या आणि 'मुलगाच हवा' असा हट्ट धरणा-यांच्या मताला काही डॉक्टरांकडून खतपाणी घालण्यात येत आहे. मुलीचा जन्मही आनंददायी असतो हे पटवून देण्यासाठी अनेक चळवळी, आंदोलने झाली. त्याला चांगला प्रतिसादही मिळाला. सकारात्मक बदल होण्यासाठी जनजागृती सुरूच ठेवली पाहिजे.

मानवशास्त्रात 'बीज' आणि 'क्षेत्र' यांच्या संदर्भात सिद्धान्त मांडण्यात आले. या सिद्धान्तांतून पुरुषाचे पितृत्व गर्भधारणेसंदर्भात महत्त्वाचे असते, त्यामधूनच समाज आकारास येतो असे म्हटले गेले. याला कृषिसंस्कृतीतील उत्पादनपद्धतीचे उदाहरण देण्यात आले. त्यानंतरच्या काळात स्त्रीच्या गर्भधारणाक्षमतेवर नियंत्रण येऊन स्त्रीवर वेगवेगळ्या प्रकारची दडपणे येऊ लागली.

सुरुवातीला 'लिंग' ही गोष्ट स्थिर मानली गेली. परंतु मुळात 'लिंग' ही गोष्ट सातत्याने एकच एक अर्थकारण करणारी असते ही कल्पनाच आता मोडीत काढली गेली आहे.

आमीर खान प्रॉडक्शननिर्मित 'सत्यमेव जयते' या कार्यक्रमात काही दिवसांपूर्वी अभिनेता आमीर खानने लिंगआधारित गर्भपाताचा गंभीर विषय मोठ्या सामंजस्याने हाताळला होता. या कार्यक्रमात लिंगआधारित गर्भपाताच्या मुद्द्यावर समाजासोबत काही डॉक्टरांना जबाबदार समजले होते. पण काही डॉक्टरांना मात्र हे रुचले नव्हते. त्यांनी आमीरवर जोरदार टीका केली होती. लिंगआधारित गर्भपात आणि त्यानंतर लिंगभाव विषमता यांविषयी जनजागृती करण्यासाठी शिवसम्राट क्रिएशन्सतर्फे 'नकोशी?' हा म्युझिक अल्बम प्रसिद्ध होत असून प्रस्तुत विषयावरचा हा पहिलाच अल्बम असल्याची माहिती प्रसिद्धिपत्रकाद्वारे देण्यात आली आहे.

मुलगा जन्मला की जल्लोश! मुलगी झाली तर मात्र 'नशीबच फुटकं.' 'पुढच्या वेळेस मुलगा हवा हं!' असे स्त्रीला बजावले जाते. आणि ती माताही पुढच्या वेळेसही मुलगीच झाली तर? या विचाराने व्याकूळ होते. पुरातन काळापासून आशीर्वादही द्यायचे ते 'अष्टपुत्रा सौभाग्यवती भव.' कधी कोणी चार पुत्र आणि चार कन्या होवोत असा आशीर्वाद दिला नाही. मुलगी म्हणजे जबाबदारी - डोक्यावरचे ओझे, परक्याचे धन असे सररास उघडपणे बोलले जाते. आणि मग "धरती पे एक बोझ की सूरत हूँ मैं । एक औरत हूँ मैं ।" असे तिचे तिलाही जाणवू लागते. समाजात प्रचलित असणारी हुंडापद्धती, मुलीच्या लग्नावर करावा लागणारा भरमसाठ खर्च, सासरच्या माणसांचा

मानपान सांभाळताना मुलीच्या आईवडिलांची होणारी दमछाक! थोडक्यात, मुलीकडे खर्चीक बाब म्हणून पाहिले जाते. 'ज्याच्या पदरी पाप त्याने व्हावे पोरीचा बाप!' ही म्हण कित्येकदा ऐकायला मिळते.

याउलट मुलगा म्हणजे वंशाचा दिवा ही धारणा. मुलाने अग्नी दिला की मोक्ष मिळतो ही धार्मिक श्रद्धा (?); मुलगा म्हणजे लग्नाच्या बाजारातला 'ब्लँक चेक'; त्याच्या शिक्षणावर हवा तेवढा पैसा ओतायचा आणि हुंड्यामध्ये तो दामदुपटीने मिळवायचा मुलगी लग्न करून सासरी जाणार; मुलगा म्हातारपणी आधार देणार. कोणत्याही क्लिनिकमध्ये उपचारासाठी आईवडिलांना घेऊन येणाऱ्या ५० टक्क्यांपेक्षा जास्त मुलीच असतात. आणि त्यांना आईवडिलांविषयी वाटणारी काळजी आणि डोळ्यांतली वेदना ही मुलांपेक्षा नक्कीच जास्त असते. तरीही अनेक कारणांमुळे 'मुलगी नको', 'मुलगाच हवा' अशी समाजाची धारणा आहे.

'नको तो स्त्रीजन्म' असे एका उच्चशिक्षित स्त्रीला म्हणायची वेळ जिवंतपणी येते, तेव्हा स्त्रीभ्रूणहत्येची समस्या लक्षात यायला वेळ लागत नाही. मुली जन्माला घातल्यामुळे नवऱ्याने सोडून दिलेली स्त्री मन मारून जगत असते. तिचा काही दोष नसताना तिचे पूर्ण आयुष्य अश्रूंच्या सावटाखाली जाते. स्वत:बद्दल राग, द्वेष, चीड, मुलांना जगवण्याची धडपड, त्यांना जन्म दिला म्हणून वाटणारी अपराधीपणाची जाणीव हे सगळेच नकोसे वाटणारे असते. आणखी एक स्थिती इथे नमूद करावी लागेल. बऱ्याच वेळा आपण चारपाच मुलींनंतर मुलगा झालेला पाहतो. घरची परिस्थिती नसताना केवळ एक मुलगा हवा म्हणून कुटुंबाकडे एवढी मुले. अर्थात नंतर पैशाच्या अभावी मुलींना उपाशी मरायची वेळ येते व असलेल्या सोयी फक्त मुलालाच मिळतात. एका स्त्रीला आणखी एक गरोदरपण जिवावर बेतेल हे डॉक्टरांनी सांगूनसुद्धा कुटुंबातील व्यक्तींच्या दबावाखाली या स्त्रीने मुलांसाठी गर्भ ठेवला आणि तिला ते न सोसल्याने ती मृत्यू पावली. अगोदर असलेल्या मुली आईविना अनाथ झाल्या.

स्त्रिया आणि राष्ट्र – नातेसंबंध आणि जडणघडण

स्त्रिया आणि राष्ट्र यांमध्ये एक प्रकारे नाळेचेच नाते आहे. एखाद्या राष्ट्रामध्ये स्त्रिया महत्त्वाच्या का असतात, त्यामध्ये त्यांची भूमिका काय असते यांविषयी स्त्रीवादी सिद्धान्तन झालेले दिसते. राष्ट्र आणि लिंगभाव या दोन्ही कोटिक्रमांमधील नाते समजून घेण्याचे प्रयत्न स्त्रीवादी विचारवंतांनी केलेले दिसतात. स्त्रियांचा आणि राष्ट्राचा विचार करता, वेगवेगळ्या ऐतिहासिक काळांमध्ये स्त्रिया या राष्ट्रबांधणीच्या व राष्ट्रीय प्रक्रियेमध्ये कशा कार्यरत असतात, त्यांची भूमिका काय असते, त्यांमध्ये परस्परसंबंध कसा असतो हे पाहणे महत्त्वाचे ठरते.

राष्ट्रीय प्रक्रियेमध्ये स्त्रिया या प्रामुख्याने राष्ट्राचे जैविक, सांस्कृतिक आणि प्रतीकात्मक पुनरुत्पादन करण्याचे काम करतात. राष्ट्राच्या गरजेनुसार, मुले जन्माला घालण्याची जबाबादारी स्त्रियांवर असते असे अनेक अभ्यासांतून पुढे येते. कधी मुले जन्माला घालायची, किती मुले जन्माला घालायची आणि कोणापासून मुले जन्माला घालायची याचे निर्णय राष्ट्र आणि पर्यायाने राष्ट्राचे हक्कदार घेत असतात. स्त्रीचे प्राथमिक काम हे राष्ट्राच्या जैविक पुनरुत्पादनाचे, नवीन पिढी जन्माला घालण्याचे असते. त्याचबरोबर मुले जन्माला घालून त्यांचे 'योग्य' संगोपन करून त्यांना त्या-त्या राष्ट्रांचे नागरिक बनवणे, त्यांच्यामध्ये राष्ट्रीय मूल्यांची जोपासना करणे, राष्ट्राची भावना निर्माण करणे हे स्त्रियांचे राष्ट्राप्रती प्रमुख कार्य असते असे मानले जाते.

कुठल्याही जनसंख्येत लिंगभेदात्मक गर्भपाताचे प्रमाण व त्याची व्याप्ती जाणून घेण्यासाठी जन्मावेळचे लिंगगुणोत्तर (Sex Ratio at cirth) हे अधिक उपयुक्त मापक आहे. (रवींद्र रु. प., २००८, पृ. ४३) सामान्यत: प्रत्येक हजार पुरुषांमध्ये जन्मणाऱ्या स्त्रियांची संख्या ही ९३४-९५३ असणे स्वाभाविक मानले जाते. त्यामुळे कुठल्याही सांख्यिकीदृष्ट्या महत्त्वपूर्ण लोकसंख्येत या प्रमाणापासून विचलन आढळल्यास तो तज्ज्ञांसाठी व धोरणकर्त्यांसाठी धोक्याचा इशारा ठरतो.

जनगणनांचा अभ्यास केला तर आपणास दिसून येते की, अगदी सुरुवातीपासून म्हणजेच १९०१ पासून एकूण लोकसंख्येत स्त्री-पुरुष गुणोत्तर असमानच राहिले आहे. परंतु २००१च्या म्हणजेच एकविसाव्या शतकातील पहिल्या जनगणनेनंतर बरोबर १०० वर्षांनी ते इतके कमी झाले की, त्याचे परिणाम फार दूरगामी आणि भविष्यकाळात स्त्रियांच्या अस्तित्वाबद्दलच शंका निर्माण करणारे झाले आहेत.

भारतात जेव्हा जनगणना होते, तेव्हा तिचे विश्लेषण विविध अंगांनी केले जाते. स्त्रीच्या आणि पुरुषांच्या शिरगणतीचे स्वतंत्र आकडे हे अगदी प्राथमिक विश्लेषण झाले; परंतु पुढे जाऊन अनेक घटकांशी तुलनात्मक विश्लेषण करण्यामुळे संबंधित घटकांच्या एकूण सामाजिक, आर्थिक आणि सांस्कृतिक व्यवस्थेवर प्रकाश पडतो हे लक्षात घेऊन त्या दृष्टीकोनातूनदेखील आकडेवारी प्रसिद्ध केली जाते. यामागे अशीदेखील अपेक्षा असते की, या आकडेवारीतून पुढे आलेल्या समस्यांचे, प्रश्नांचे निराकरण होण्याच्या दृष्टीने शासनाला काही ध्येयधोरणे आखण्यास मदत मिळावी.

जागतिक पातळीवरील सरासरी सध्या १००० पुरुषांमागे ९८६ स्त्रिया अशी आहे. २००१च्या जनगणनेनुसार, भारतात मात्र हे गुणोत्तर ९३३/१००० असे आहे. ९३३ हा आकडा म्हणजे १९९१च्या जनगणनेतील ९२७ या आकड्यापेक्षा एका दृष्टीने बरा असला, तरी एक प्रकारे फसगत करणारा आहे. काही वेगळ्या पद्धतीने केलेला या आकड्याचा अभ्यास अनेक चिंता निर्माण करतो.

आपणांस माहीतच आहे की, स्त्री–पुरुषांच्या संख्येतील गुणोत्तर हे नेहमी १००० पुरुषांच्या तुलनेत किती स्त्रिया आहेत त्यावरून ठरवले जाते. विशिष्ट कालखंडात या दोन्ही गटांचे सामाजिक स्थान काय आहे, म्हणजेच स्त्री–पुरुषांमध्ये किती प्रमाणात समानता आहे हे ठरवण्यासाठी हा एक अत्यंत महत्त्वाचा निकष आहे. या निकषामागे अनेक कारणे दडलेली असू शकतात. ती शोधून काढणेदेखील महत्त्वाचे ठरते. उदाहरणार्थ, स्त्री–पुरुषांच्या आकडेवारीत निर्माण झालेल्या अंतराचा शोध घेण्यासाठी मुलगा व मुलगी यांच्या बालमृत्युदराचा अभ्यास करावा लागेल, त्यांचा जन्मदर तपासावा लागेल. तसेच एका स्थानाहून दुसऱ्या स्थानी होणाऱ्या स्थलांतराचा दोन्ही ठिकाणांच्या लोकसंख्येवर काय परिणाम होत आहे हेदेखील पाहावे लागेल.

विशेष काळजी करण्यासारखी गोष्ट म्हणजे १९६१पासून १९९१पर्यंत ०–६ या वयोगटातील मुलींचे प्रमाण एकूण लोकसंख्येतील स्त्री–पुरुष गुणोत्तरापेक्षा अधिक आहे. परंतु २००१मध्ये मात्र ते धक्कादायक पद्धतीने खाली घसरलेले दिसते. पुढील तालिकेवरून ही घसरण स्पष्ट होईल.

वर्ष	०–६ वयोगटातील गुणोत्तर	एकूण लोकसंख्येतील गुणोत्तर
१९६१	९७६	९४१
१९७१	७६४	९३०
१९८१	९६२	९६४
१९९१	९४५	९२७
२००१	९२७	९३३

लोकसंख्याशास्त्रज्ञ, समाजशास्त्रज्ञ, स्त्रीप्रश्नाचे अभ्यासक, स्त्रीचळवळीतील कार्यकर्ते, विकास योजनांशी संबंधित अर्थशास्त्रज्ञ यांच्यापुढे स्त्रियांची कमी होत जाणारी संख्या हा अलीकडील काळात गहन चिंतेचा विषय बनला आहे व सामान्यत: त्याची कारणे पुढीलप्रमाणे दिली जातात–

१) मुलींकडे केल्या गेलेल्या दुर्लक्षामुळे, विशेषत: आहाराकडे आणि आरोग्याकडे झालेल्या दुर्लक्षामुळे त्यांच्या मृत्युदरात वाढ होते.

२) मुलीला जन्म दिल्यामुळे मातेकडे दुर्लक्ष होऊन मातांच्या मृत्यूचे प्रमाण वाढते.

३) गर्भलिंगनिदान करून मुलीचा गर्भ आढळल्यास गर्भपात केला जातो.

४) दहा दिवसांच्या आत नवजात अर्भक बालिकेची हत्या केली जाते.

५) शेवटचे म्हणजे जन्माच्या वेळीच गुणोत्तराच्या स्वरूपात बदल घडून येतो.

स्त्रीभ्रूणहत्या, गर्भजल लिंगनिदान परीक्षा, स्त्रियांचा घटता लिंगदर हे प्रश्न आज

ऐरणीवर आले असले; तरी त्यांचे गांभीर्य आणि त्यांची भयावहता ही आपल्याला नेहमीच परिचित होती. महाराष्ट्रासारख्या 'प्रगत' राज्यातील घटत्या लिंगदराने हा प्रश्न सोडवण्याची निकड आणि अनिवार्यता पुढे आणली. परंतु काही दशके जनगणनेनुसार बिहार, हरियाणा, उत्तर प्रदेश, राजस्थान यांसारख्या राज्यांमध्ये स्त्रियांचा लिंगदर घटत आहे आणि या घटत्या लिंगदराचे परिणाम आज तेथील जनतेच्या समोर आले आहेत. अर्थात, म्हणूनच हा प्रश्न राहतोच की, कोणत्याही राष्ट्रात, समाजात, जमातीत स्त्रियांचा दर्जा काय आहे? आज मुलींना वाचवा हा नारा आपण देतो आहोत. त्यासाठी हर तऱ्हेने हर ठिकाणी प्रयत्न करतो आहोत; पण खरे तर प्रश्न हा आहे की, वाचवलेल्या मुलींना आपण सन्मानाचे आयुष्य देणार आहोत का? यूएनडीपीच्या २०११च्या मानवविकास अहवालानुसार विविध निर्देशांकांवर भारत अपयशी ठरला आहेच, परंतु याच अहवालानुसार लिंगभाव विषमतेच्या मुद्द्यावरदेखील भारतीय समाज हा खूपच खालच्या क्रमांकावर आहे. स्त्रियांचा श्रमव्यवस्थेतील सहभाग, स्त्रियांचे आरोग्य, राजकीय सहभाग, माध्यमिक शाळांमधील भरती आणि गळती अशा अनेक निकषांवर आपल्याला अपयश आलेले दिसते.

अमर्त्य सेन यांनी लिंगभेदाची किंवा स्त्री-पुरुष विषमतेची कारणे पुढीलप्रमाणे दिली आहेत. मृत्युदरातील विषमता, जन्मदरातील विषमता, मूलभूत सुविधांमधील विषमता, विशेष संधींमधील विषमता, व्यावसायिक विषमता, मालकी हक्कांमधील विषमता, कौटुंबिक श्रमविभागणीतील विषमता इत्यादी कारणे त्यांच्या संशोधनातून त्यांनी दिली आहेत.

'लिंगभेदाची भावना आणि ग्रामीण विकास' यांचा विचार केला; तर शिक्षण, आरोग्य, रोजगाराच्या संधी, निर्णयप्रक्रिया, राजकारण यांमध्ये स्त्रियांप्रति पक्षपात होत असल्याचे दिसते.

आज आपल्याला असे दिसते की, विविध कारणांमुळे अनेकांना याविषयी चिंता वाटत आहे. अर्थात लिंगगुणोत्तरातील वाढत्या असमतोलामुळे बलात्कार, बळजबरीने लग्न लावणे व बहुपतित्व या रूपांत स्त्रियांविरुद्धच्या हिंसेमध्ये व अत्याचारांत वाढ होत राहीलच. चीनमध्ये गुन्हेगार टोळ्या स्त्रियांचे अपहरण करून त्यांना लग्नेच्छुक पुरुषांना विकतात असे सांगितले जाते. (रवींद्र रु. प., जानेवारी-मार्च, २००८, पृ. ५१). भारतातील काही प्रदेशांमधील स्थितीही तितकीच बिकट आहे. हरियाणातील रोहतकमध्ये वधूंचा तुटवडा असल्याचे जगजाहीर आहेच, तर गुजरातमध्ये साटेलोटे विवाहपद्धतीचे पुनरुज्जीवन झाले असल्याचे सांगण्यात येते. अशा प्रकारचे विवाह स्त्रियांसाठी तुरुंग बनतात. अशाच प्रकारे हरियाणातील काही कुटुंबे वधूंच्या 'शॉपिंग'साठी पश्चिम बंगाल व ओरिसा यांसारख्या राज्यांकडे वळली आहेत.

लिंगभेदविषयक दृष्टीकोनांचा आढावा

काही अभ्यासकांना वाटते की, महिलांची स्थिती निश्चित करण्यासाठी लिंगप्रमाण हे खूपच कमकुवत मापदंड होऊ शकते. लिंगप्रमाणात मोठ्या प्रमाणात बदल दिसू शकतात. याची महत्त्वपूर्ण कारणे म्हणजे वय, हवामान, शिक्षण, संस्कृती इत्यादी; म्हणूनच भारताच्या न्यून लिंगप्रमाणास महिलाविरोधी संस्कृतीचे प्रतीक मानणे चुकीचे ठरते आणि हा पाश्चात्त्य अपप्रचाराचा एक भाग आहे. एकूण लोकसंख्येत मुलींची संख्या कमी असण्याची अनेक कारणे असू शकतात. जसे 'शाकाहारी' भोजन, उष्ण-शीत कटिबंध (हवामान) आणि अंतर्मुखी संस्कृती, पूजा करण्याच्या पद्धती या सर्वांचा अभ्यास होणे गरजेचे आहे. (मोहम्मद अयुब, भारतात महिलांची संख्या कमी का? योजना, जून २००२, पृ. २१-२२)

'भारतात महिलांची संख्या कमी का?' या लेखात लेखक म्हणतात की, 'हे स्पष्ट आहे की, मुलींच्या बाबत आमच्या देशात खरोखर आदर आहे. जन्मानंतर त्यांची संख्या वाढत जाते आणि पुरुषांची कमी होत जाते. ही आमच्या संस्कृतीची देणगी आहे. (उपरोक्त; पृ. २२) असे विचार हे पुरुषसत्ताक व्यवस्थेला खतपाणी घालण्यासाठी मांडलेले असतात. ते प्रस्थापित समाजव्यवस्थेला नकार देत असतात. मोहिमा राबवल्याचे कागदोपत्री असते. परंतु या योजनांचा कागद त्यांच्या घरापर्यंत पोहोचत नाही. ग्रामीण स्त्रियांच्या बाळंतपणाच्या काळासाठीही खास सोय करण्यात येते; परंतु ग्रामीण भागात आजही अप्रशिक्षित दाईकडून बाळंतपण केले जाते. गरोदरपणाच्या काळात पुरेसा वैद्यकीय सल्ला आणि पुरेशी साधने उपलब्ध होत नाहीत, हे विशेष.

मातामृत्यूची कारणे	प्रमाण
रक्तक्षय	३८%
रक्तस्राव	२४%
जंतुसंसर्ग	१६%
असुरक्षित गर्भपात	१४%
रक्तदाब	१२%
गुंतागुंतीचे बाळंतपण	०.६%

(संदर्भ - सकाळ, पुणे, मंगळवार, १० जुलै २०१२)

काही मान्यवरांनासुद्धा वाटते की, लोकसंख्यात्मक असंतुलनाचा धोका हा एक बागूलबुवा आहे. कारण 'स्त्रीभ्रूणहत्येचे प्रमाण अत्यल्प असल्यामुळे त्याचा देशाच्या

लोकसंख्येवर कोणताही विपरीत परिणाम होणार नाही, त्यावर क्वचितच उपाय शोधला जाईल; उलट स्त्रीभ्रूणहत्येमुळे 'मुलांचे उत्पादन करणाऱ्या यंत्रांचा नि:पात होऊन लोकसंख्येची समस्या सुटेल; वा स्त्रियांना निवडीचे स्वातंत्र्य मिळेल.' असा युक्तिवाद पुढे करून या उपचाराचे समर्थन करण्यात आले. लिंगभेद गर्भपातामुळे स्त्रियांना आवश्यक तेवढ्याच मुली जन्माला घालता येतील; किंवा त्यांचा तुटवडा निर्माण झाल्यामुळे त्यांच्यासाठी मागणी वाढेल व परिणामी हुंड्याचा प्रश्न निकालात निघेल; असाही तर्क लढवण्यात आला. त्यांतील काही निर्ढावलेल्यांनी तर सद्य समाजव्यवस्थेत लिंगभेदात्मक गर्भपात हा सती जाण्यापेक्षा वा वधू म्हणून जाळल्या जाण्यापेक्षा स्त्रियांना अधिक मानवीय मृत्यू प्रदान करतो असे मत मांडले.

परंतु २००१नंतरची लिंगभेदाबाबतची चर्चा ही स्त्रियांच्या नि:पातामुळे त्यांचे 'मूल्य' वाढेल, या 'मागणी-पुरवठा' गृहीतकावर बेतलेल्या युक्तिवादापासून पूर्णत: मुक्त आहे. तरीही लिंगगुणोत्तरातील वाढता असमतोल व त्याचा समाजाच्या, खासकरून स्त्रियांच्या वर्तमानावर व भविष्यावर होणारा परिणाम यांबद्दलचे गांभीर्य सार्वजनिक सदसद्विवेक बुद्धीत अजूनही झिरपायचे आहे. या वेळी असा विवाद करण्यात येत होता की, बाजारात केळी घ्यायची का सफरचंद याची जशी निवड केली जाते, त्याच पद्धतीने प्रत्येक कुटुंबाला मुलगा असावा की मुलगी हा पर्याय असण्याचे स्वातंत्र्य असावे. असा बुद्धिभेद करून काही चलाख डॉक्टर्स आणि तंत्रज्ञ त्याचे समर्थन करत आहेत. या प्रश्नात शासनाचा आणि काही प्रमाणात समाजाचा हस्तक्षेप अपुरा, एकांगी आणि मूळ मुद्द्यांना बगल देणारा आहे हे लक्षात घेतले पाहिजे.

२०११च्या जनगणनेतून लिंगगुणोत्तरातील बदलांची भयावहता

२०११च्या जनगणनेचा विचार करता, या जनगणनेचा प्राथमिक तपशील जाहीर झाला असून तो भारताबद्दल बरेच काही सांगून जातो. लिंगगुणोत्तर माहिती काही गोष्टींबाबत आशा वाढवणारी, तर काहींबाबत गंभीरपणे विचार करायला लावणारी आहे. आपण कुठे गतिशील आहोत आणि कुठे स्थितिवादी आहोत, व कुठे स्वत:वर नियंत्रण आणण्यास तयार आहोत हे या माहितीवरून कळून येते.

२०११च्या जनगणनेची आकडेवारी मार्च-एप्रिल महिन्यांत प्रसिद्ध झाली, तेव्हाच ०-६ वर्षे वयोगटातील १००० मुलग्यांच्या मागे फक्त ८०१ मुली असलेला बीड जिल्हा हा महाराष्ट्रातला सर्वांत कमी लिंगगुणोत्तर असलेला जिल्हा असल्याचे दिसले होते.

स्त्री-पुरुष गुणोत्तराबाबत जनगणनेतून मिळालेली माहिती आपल्या पुरुषसत्ताक विचारसरणीवर प्रकाश टाकते. मुलींबद्दलचा दुजाभाव अद्याप आपल्या समाजातून कमी झालेला नाही. याबाबत उत्तर व दक्षिण भारत सारखेच मागासलेले आहेत. गर्भाच्या

लिंगनिदानावर सरकारने बरेच निर्बंध आणले आहेत. मात्र जन्मानंतर मुलींच्या पालनपोषणाकडे मुलांच्या तुलनेत दुर्लक्ष झाल्यामुळे लहान वयात मृत्युमुखी पडणाऱ्या मुलींची संख्या अधिक असावी असा अंदाज येतो. चीनपासून आशियातील अनेक देशांत हीच समस्या असल्याचे दिसते. प्रगत देशही काही प्रमाणात या समस्येशी झगडत आहेत. मुलींकडे कुटुंबावरील भार म्हणून पाहण्याची ही वृत्ती लवकरात लवकर हद्दपार झाली पाहिजे. २०११च्या जनगणनेतून भारतीय जनमनाचा आणि समाजाच्या प्रगतीच्या दिशेने एक भलामोठा पट उलगडू लागला आहे.

स्त्री-पुरुष समानता, विकास, लोकशिक्षण यांचा सर्वाधिक प्रचार होणाऱ्या प्रगत भागात स्त्रियांचे प्रमाण वेगाने कमी होत असल्याचे निदर्शनास आले आहे. प्रगत राज्य असा ढोल बडवणाऱ्या महाराष्ट्रातही १९९१, २००१ व २०११ या तिन्ही जनगणनांत स्त्रियांचे प्रमाण घटल्याचे निदर्शनास आले असून ९४५वरून ९२७ व सध्या ते ९१० एवढे घटल्याचा अंदाज आहे. त्या तुलनेत बहुतांश आदिवासी जिल्ह्यांत मात्र हे प्रमाण टिकून असून गडचिरोलीत ते सर्वाधिक म्हणजे ९७४ इतके आहे. या भागात स्त्रीजन्माची प्रतिष्ठा अद्यापही टिकून असल्याचे आढळले आहे.

शहरी भागात आर्थिक स्तर उंचावलेला असला, तरीही स्त्रियांचे प्रमाण मात्र गेल्या दोन जनगणनांप्रमाणेच आणखी घटण्याचा अंदाज व्यक्त केला जात आहे. राज्यात १९९१मध्ये दरहजारी स्त्रियांचे प्रमाण ९४५ होते. ते २००१मध्ये ९२७ झाले. आता ते ९१०पर्यंत घसरल्याचा अंदाज आहे. याबाबतचे संख्याशास्त्रीय विश्लेषण करताना प्रगत शहरांत स्त्रियांचे अधिकार, हक्क, कायदे, समानता यांविषयी सर्वाधिक चर्चा होत असताना या भागातच स्त्रियांचे दरहजारी प्रमाण कमी होत असल्याचे चित्र आहे. उलट अशिक्षित, प्रगत वैद्यकीय सुविधांचा अभाव असलेल्या आदिवासी भागांत स्त्रीजन्माचा सन्मान अद्यापही टिकून असल्याचे चित्र आहे. या आदिवासी जिल्ह्यांत दरहजारी मुलींचे प्रमाण गडचिरोली ९४७, नंदुरबार ९६६, गोंदिया ९६४, भंडार ९५८, अमरावती ९४७, चंद्रपूर ९४४, सिंधुदुर्ग ९४६, अकोला ९३६, हिंगोली ९३५, धुळे ९०७ असे आहे. ते यंदाही टिकून आहे.

राज्यात सर्वाधिक नागरीकरण झालेल्या नाशीक व ठाणे जिल्ह्यांत मात्र शहरी भागात हे प्रमाण अनुक्रमे ९१३ व ९१०, तर आदिवासी भागात ९३६ व ९५०च्या पुढे असल्याने त्याचे सरासरी प्रमाण ९३३ आहे.

लिंग गुणोत्तर : आयुर्मान – लिंगभेदी गर्भपात : पार्श्वभूमी

कोणतेही अभियान चालवायचे असेल, तर आपल्याला अनेक वर्षे त्या विषयावर काम करावे लागते, तरच ते जनमानसात रुजते. अभियानामध्ये आपण

लोकांसमोर मांडत असलेल्या प्रश्नांचे गांभीर्य लोकांना पटण्यासाठी समाजामध्ये एखादी भीषण घटना घडावी लागते किंवा त्या घटनेची व्याप्ती देशभरातील असावी लागते. लिंगनिदानाच्या बाबतीत या प्रश्नाची भीषणता २००१ साली झालेल्या जनगणनेतून मोठ्या प्रमाणावर समोर आली. ज्या-ज्या राज्यांत पुरुषांच्या तुलनेत स्त्रियांची संख्या आधीच कमी होती, त्या-त्या राज्यांतही ती मोठ्या प्रमाणावर घसरली. एवढेच नव्हे, तर देशातील इतरही राज्यांमध्ये स्त्रियांची संख्या आणखी कमी व्हायला लागली आहे असे निदर्शनास आले. दु:खाची गोष्ट अशी की, ज्या ठिकाणी जास्त आर्थिक विकास झाला, त्या राज्यांमध्ये आणि जिल्ह्यांमध्ये स्त्रियांच्या लोकसंख्येतील ही घट अधिक प्रमाणात झाली. त्यामुळे सरकारला आणि सर्वोच्च न्यायालयाला या प्रश्नाची गंभीर दखल घ्यावी लागली.

१९८७ साली प्रसूतिपूर्व गर्भलिंगनिदान चाचणीविरोधात कायदा महाराष्ट्रात अस्तित्वात आला. असा कायदा निर्माण करणारे महाराष्ट्र हे पहिले राज्य होते. यानंतर काही वर्षांनी कर्नाटक आणि गुजरात या राज्यांनीही असा कायदा आणला. पण एकट्यादुकट्या राज्याने कायदा करून हे भागणार नव्हते. कारण एखाद्या राज्यात बंदी असेल, तर दुसऱ्या राज्यात जाऊन अशा तपासण्या करून घेतल्या जाऊ शकत होत्या. असे होऊ नये यासाठी गर्भलिंग निदान चाचण्यांवर देशपातळीवर बंदी घालणारा कायदा होणे गरजेचे होते. यानंतर पुन्हा अभियानाने जोरदार प्रयत्न केले आणि १९९४ साली संपूर्ण देशभर अंमलबजावणी केला जाणारा प्रसूतिपूर्व गर्भलिंगनिदान चाचण्यांवर बंदी घालणारा कायदा अस्तित्वात आला. या कायद्याचे नाव गर्भधारणापूर्व आणि प्रसवपूर्व निदान तंत्र (गर्भलिंग निवड प्रतिबंध) कायदा असे होते.

कोणत्याही समाजात लिंगगुणोत्तर हा स्त्रियांचा दर्जा दर्शवणारा संवेदनशील निर्देशक आहे. तत्कालीन समाजातील स्त्रियांशी संबंधित सामाजिक-सांस्कृतिक मूल्यांचे प्रतिबिंब त्यात दिसते. वेगवेगळ्या अहवालांतून भारतामध्ये 'हरवलेल्या स्त्रिया' हा गंभीर प्रश्न आहे. १९९७ सालच्या UNEPAच्या 'India Towards Population and Development Goals' (भारताची लोकसांख्यिकीय व विकास उद्दिष्टांकडे वाटचाल) या अहवालाच्या अंदाजानुसार, भारतात ४ कोटी ८० लाख स्त्रिया 'हरवलेल्या' आहेत. या अहवालानुसार १९९१ साली केरळमध्ये असलेले लिंगगुणोत्तर (१०३६/१०००) जर पूर्ण देशात आढळले असते, तर भारतातील स्त्रियांची संख्या ४ कोटी ७० लाखांऐवजी ४५ कोटी ५० लाख इतकी असती. म्हणजेच ९१ साली भारतामध्ये ३ कोटी २० लाख ते ४ कोटी ८० लाख 'हरवलेल्या स्त्रिया' होत्या.

स्त्रियांसाठी अतिशय प्रतिकूल लिंगगुणोत्तर दर्शवणारे अनेक प्रदेश हे आर्थिकदृष्ट्या पुढारलेले आहेत, म्हणजेच आर्थिक सुबत्ताही स्त्रियांच्या आरोग्याच्या

आणि अस्तित्वाच्या दृष्टीने पोषक ठरतेच असे नाही. उदाहरणार्थ, १९९१ ते २००१ या आर्थिक सुबत्तेच्या काळात पंजाब, महाराष्ट्र, हरियाणा, राजस्थान, हिमाचल प्रदेश आणि गोवा या राज्यांत लिंगगुणोत्तरात लक्षणीय घट झाली आहे.

पुण्याच्या गोखले राज्यशास्त्र आणि अर्थशास्त्र संस्थेने केलेल्या पाहणीत असे आढळून आले की, सोनोग्राफी केंद्रांची संख्या आणि ०-६ वर्षे वयोगटातील लिंगगुणोत्तरात होणारी घट यांचा परस्परसंबंध आहे. या अहवालातून असे निष्पन्न झाले की, महाराष्ट्रातील लिंगगुणोत्तर १९९१पासून २००१पर्यंत २९ अंकांनी खाली आले आहे. (१९९१मध्ये लिंगगुणोत्तर ९४६/१००० होते, तर २००१मध्ये ९१७/१००० होते.) अहवालाच्या पाहणीनुसार पश्चिम महाराष्ट्रातील ७८ सोनोग्राफी केंद्रे मुंबई, पुणे, नाशीक, सांगली आणि कोल्हापूर यांसारख्या संपन्न जिल्ह्यांमध्ये आढळतात. नेमक्या याच जिल्ह्यांमध्ये लिंगगुणोत्तरातील घट लक्षणीय आहे हे नोंद घेण्यासारखे आहे.

आतापर्यंत आपण पाहिले आहे की, शहरी भागातील वाढलेल्या समृद्धीतून बालिकांशी होत असलेला व्यवहार चांगला असेलच याची खातरी देता येत नाही. दुसऱ्या बाजूला सतीश अग्निहोत्री म्हणतात की, शहरातील दरडोई खर्चातील वाढीचा परिणाम म्हणून बाल-लिंगगुणोत्तर हे ढासळलेले दिसते. बाल-लिंगगुणोत्तर (० ते ६ वर्षे) हे स्त्रीगर्भहत्या आणि बालिकांशी भेदभावपूर्ण व्यवहार होतो, हे दर्शवणारा महत्त्वपूर्ण निर्देशांक आहे. अग्निहोत्री म्हणतात, 'स्त्रियांचे पुरुषांशी असलेले गुणोत्तर आणि त्यांच्यात होत जाणारी घट समृद्धीच्या स्तरानुसार देशभर वेगवेगळी आहे,' ते ५ वर्षांखालील स्त्रियांच्या मृत्युदराच्या अतिरिक्त प्रमाणात लिंगगुणोत्तरातील स्त्रियांच्या घटलेल्या प्रमाणाचे कारण शोधतात.

स्त्रीमृत्युदराच्या वाढत्या आणि घटत्या संख्येवर भर देत अग्निहोत्रींच्या अभ्यासातून विशिष्ट गट (जसे अनुसूचित जातीजमाती, त्यांनी दाखवले आहे की, अनुसूचित जमातीमध्ये मुलींना भेदभावपूर्वक वागणूक दिली जात नाही.) प्रदेश (जसे उत्तर-पश्चिम भारत) आणि आर्थिक किंवा सांस्कृतिक घटक (स्त्रियांचा श्रमशक्तीतील सहभाग किंवा नातीगोती) स्त्रियांना धोका निर्माण करतात असे दाखवून देतात. संपन्नतेच्या काळात पसरत जाणाऱ्या स्त्रियांच्या दुय्यमत्वावर ते बोट ठेवतात. भारतातील २००१च्या जनगणनेनुसार शहरी भागात लिंगगुणोत्तर ३२ गुणांकांनी कमी झाले आहे, तर ग्रामीण भागात ते १४ गुणांकांनी कमी झाले होते. स्त्रियांचा श्रमशक्तीतील सहभाग अधिक असतो. त्या वेळी त्यांची जगण्याची शक्यता अधिक असते याचा निर्देश केला आहे.

बालकांमधील ढासळत जाणारे लिंगगुणोत्तर हे केवळ भारतापुरते मर्यादित नाही, तर जागतिक स्तरावरदेखील आपल्याला ते पाहायला मिळते.

गेल्या काही वर्षांत जरी स्त्रियांच्या आणि पुरुषांच्या अपेक्षित आयुर्मानात सुधारणा झाली असली; तरीदेखील प्रचलित प्रगत राष्ट्रांतील स्त्रियांपेक्षा ते कमीच आहे. सामाजिक प्रथांमुळे स्त्रियांच्या जीवनाच्या प्रत्येक टप्प्यावर विपरीतपणाला सामोरे जावे लागत असल्याने ग्रामीण आणि नागरी भागांतील स्त्रियांच्या आणि पुरुषांच्या जन्मावेळच्या अपेक्षित जीवन-आयुर्मानात लक्षणीय असा फरक आहे. पुरुषांसाठी सहा वर्षे आणि स्त्रियांसाठी ८ वर्षे असा हा फरक आहे. शहरी पुरुषज्ञर्री आणि स्त्रियांचे आयुर्मान हे ग्रामीण भागापेक्षा जास्त आहे. फक्त १९८१-८५च्या काळात पुरुषांच्या आयुर्मानाशी बरोबरी करण्यात भारतातील स्त्रिया यशस्वी ठरल्या आहेत हे नोंद करण्यासारखे आहे.

कुठलेही लोकसंख्यात्मक बदल समजून घेण्यासाठी त्या-त्या काळचे सामाजिक संदर्भ जाणून घेणे आवश्यक ठरते. खोलवर रुजलेली पितृसत्ताक मूल्यव्यवस्था, परंपरा, रूढी, श्रद्धा व त्यांना शतकानुशतके पाठबळ पुरवणारे धर्माचरण यांच्या संदर्भचौकटीतच संपूर्ण भारतात वा त्याच्या विशिष्ट प्रदेशात होणारे लिंगगुणोत्तरातील वा बाललिंगगुणोत्तरातील बदल नीट उकलता येतील. त्यामुळे देशात सती, स्त्रीअर्भक हत्या, वधूला जाळणे, स्त्रीभ्रूणहत्या ते गर्भधारणापूर्व लिंगनिवड यांसारख्या स्त्री-निःपाताच्या विविध पद्धती एकत्र नांदताना आढळल्या; तर भारतात त्याचे आश्चर्य वाटण्याचे कारण नाही. जात, वर्ग, संस्कृती यांच्याबरोबर पितृसत्ताकतेची वीण हजारो छटांतून व्यक्त होत राहते. प्रसारमाध्यमांतून प्रसारित होणाऱ्या स्त्री-पुरुषांच्या साचेबंद प्रतिमा, पुत्रप्राप्तीसाठीचा हव्यास इत्यादी घटकांची परिणती मुलींप्रति भेदभाव वाढण्यात होते. जगातील बहुतेक देशांत लिंगाधिष्ठित विषमतेचे रानटी स्वरूप दिसून येते, त्यामुळे स्त्रियांचा मृत्युदर हा खूपच जास्त आहे. परिणामी, एकूण लोकसंख्येत पुरुषांची संख्या तुलनेने अधिक असल्याचे आढळते. नेमके त्याच्या उलट, ज्या समाजात आरोग्यसेवा आणि पोषक आहार यांबाबत लिंगाधिष्ठित पूर्वग्रह नाहीत, त्या समाजात स्त्रियांचे प्रमाण पुरुषांपेक्षा जास्त आढळते. (सेन अमर्त्य, पृ. २६४) हे एक सार्वत्रिक निरीक्षण आहे की, जिथे-जिथे स्त्री-पुरुषांना सारखीच आरोग्यसेवा आणि सारखाच पोषक आहार दिला जातो, तिथे-तिथे विशिष्ट वयोगटातील स्त्रियांचा मृत्युदर पुरुषांपेक्षा कमी आहे. ज्या-ज्या भागांत स्त्री-पुरुषांना सर्वसाधारण सारख्याच आरोग्यसेवा मिळतात आणि सारखेच लक्ष पुरवले जाते, तिथे पुरुषांची संख्या हळूहळू कमी होत जाते आणि नंतर ती स्त्रियांपेक्षा कमी होते. युरोपमध्ये आणि उत्तर अमेरिकेमध्ये १०० पुरुषांमागे १०५ स्त्रिया असे प्रमाण आहे. निरनिराळ्या वयोगटांत स्त्रियांचे जगण्याचे प्रमाण पुरुषांपेक्षा अधिक असल्यामुळे एकूण स्त्री-पुरुष प्रमाणात असा फरक पडला आहे. पण जगातील कितीतरी भागांत याउलट परिस्थिती आहे. पुरुषांची जितकी काळजी घेतली जाते, तितकी

स्त्रियांची काळजी घेतली जात नाही. मुलींना मुलांइतका पाठिंबा मिळत नाही. लिंगाधिष्ठित पूर्वग्रहांमुळे मुलींना पुरेशी आरोग्यसेवा आणि सामाजिक लक्ष दिले जात नाही. परिणामी, स्त्रियांचा मृत्युदर खूप जास्त आहे. खरे तर स्थानिक पातळीवर पुरुषांचा मृत्युदर स्त्रियांपेक्षा अधिक असला, तरी स्त्रियांचे प्रत्यक्ष मृत्यूचे प्रमाण जास्त आहे. खरोखरच पुरुषांपेक्षा अधिक प्रमाणात स्त्रिया मृत्यू पावतात. नैसर्गिक अपेक्षित प्रमाणापेक्षा हे पूर्णतया विरुद्ध आहे. युरोपमध्ये व उत्तर अमेरिकेमध्ये जी परिस्थिती दिसते ती याउलट आहे.

आताच्या ७ अब्ज लोकांपैकी १ अब्ज लोकसंख्या १० ते २४ वर्षे या वयोगटांतली आहे. इतिहासात पहिल्यांदाच एकूण लोकसंख्येच्या तुलनेत हे प्रमाण वाढले आहे. त्यामुळे एका अर्थाने हे तरुणाईचे जग आहे. मात्र त्यातली ९० टक्के तरुणाई विकसित देशांमधली असून २१व्या शतकातील आर्थिक आव्हानांचा त्यांना चकवा बसण्याची शक्यता आहे.

जगभरातील स्थिती : सांख्यिकीय आकडेवारी

७ अब्ज लोकसंख्येपैकी २१५ दशलक्ष स्त्रिया आजही कुटुंबनियोजनाच्या साधनांपासून वंचित आहेत. त्यामुळे प्रजननक्षमतेच्या मर्यादाही भौगोलिकतेप्रमाणे भिन्न आहेत. पूर्व आशियात प्रत्येक महिला अंदाजे दोन बाळांना जन्म देते, तर तेच प्रमाण आफ्रिकेच्या काही भागांत प्रत्येक महिलेगणिक ५ मुले असे आहे.

१९५०मध्ये ५पैकी एका बालकाचा साधारण ५ वर्षांपर्यंत मृत्यू होत होता. आता हा जन्मानंतरच्या पहिल्या पाच वर्षांतला मृत्युदर घटला असून ९३ टक्के बालके तग धरतात.

२०२५पर्यंत भारताची लोकसंख्या चीनपेक्षा वाढण्याचे संकेत आहेत. या वेळी अंदाजे ३ अब्ज लोकसंख्या चीन, भारत, ब्राझील व इंडोनिशिया या वेगाने विकसित होणाऱ्या देशांमधली असेल.

(संदर्भ - लोकसंख्या सात अब्जांवर ... वाढता वाढता वाढे, लोकसत्ता : पुणे, मंगळवार, नोव्हें. २०११, पृ.८).

चीनमध्ये स्त्री-पुरुष संख्येत मोठी तफावत झाल्याने चीनच्या आजूबाजूच्या देशांतून प्रामुख्याने व्हिएतनाम, लाओस, नॉर्थ कोरिया येथून लग्नासाठी मुली आणल्या जातात. कारण चीनमध्ये अनेक पुरुषांना विवाहासाठी वधूच मिळत नाहीत. (टाइम्स ऑफ इंडिया, ३०-८-२०११).

३६००० वधू दरवर्षी चीनच्या झाजिआंग प्रांतातून आणल्या जातात. श्रीमंत मुलगा नवरा मिळावा म्हणून मुली एका प्रांतातून दुसऱ्या प्रांतात स्थलांतर करतात. त्यामुळे तेथील समस्येत भरच पडत आहे. यामुळे सामाजिक संतुलन बिघडण्याची भीती

चीनमधील कम्युनिस्ट पार्टीला वाटत आहे. नुकत्याच झालेल्या जनगणनेच्या अहवालानुसार, चीनमध्ये पुरुषांची संख्या स्त्रियांपेक्षा १३ टक्क्यांनी जास्त आहे. १९८२मध्ये १०० मुलींचा जन्मदर होता, तर मुलांचा १०८.४७ टक्के इतका होता. १९९० साली मुलांचा जन्मदर दरशेकडा मुलींच्या जन्मदरापेक्षा १११ इतका वाढला, तर गेल्या दशकात ११९ इतका वाढला, तर २००५मध्ये १२०-४९ इतका वाढला आहे.

गरीब पुरुषांना बायको मिळणे अतिशय अवघड झाले आहे. कारण मुली विवाहाचा जोडीदार म्हणून श्रीमंत मुलाची निवड करत आहेत. चीनच्या लोकसंख्येविषयीच्या डायरेक्टरांच्या मतानुसार, मुलींचा जन्मदर सातत्याने घटत असल्याने लग्नासाठी बायको विकत घेण्याचे, तसेच मुलींचा काळा बाजार होण्याचे प्रमाण वाढत असून सामाजिक स्थैर्यालाच त्यामुळे धोका निर्माण झाला आहे. (टाइम्स ऑफ इंडिया, ३०-८-२०११)

रजिस्ट्रार जनरल ऑफ इंडिया (आरजीआय) यांच्या मतानुसार, जगभरातील काही प्रमुख, मोठ्या देशांतील स्त्री-जन्मदर सातत्याने घटत असल्याचे दिसते. चीनमध्ये २००१ साली ९४४ स्त्री-जन्मदर होता, तो घटून २०११ साली ९२६ इतका कमी झाला; भूतानमध्ये २००१ साली स्त्री-जन्मदर ९१९ होता, तो घटून २०११ साली ८९७ इतका कमी झाला. अमेरिकेचा स्त्री-जन्मदर २००१ साली १,०२५ इतका झाला आहे.

इंडोनेशियामध्ये स्त्री-जन्मदर (२००१) साली होता त्याहून घटून २०११ साली ९८८ इतका झाला, तर नायजेरियाचा स्त्री-जन्मदर २००१ साली १०१६ इतका होता. तो घटून ९८७ (२०११) इतका कमी झाला आहे.

युनिअन हेल्थ मिनिस्टरी ऑफिसर्सच्या मते, भारतातील ०-६ वर्षे वयोगटातील लिंगगुणोत्तराचे प्रमाण २००१ साली ९२७ होते. त्यावरून २०११ साली हे प्रमाण ९१४ इतके झाले आहे. २०११च्या जनगणनेनुसार ग्रामीण जन्मदर ९१९ आहे, तर शहरी जन्मदर ९०२ इतका आहे. काही देशांच्या जन्मदरात घट झालेली आढळली, तर काही देशांत मात्र वाढ झालेली आढळली. उदाहरणार्थ, बांगलादेशात जन्मदर २००१ साली ९५८ इतका होता. तो वाढून २०११मध्ये ९७८ इतका झाला आहे. जपानचे जन्मप्रमाण २००१ साली १०४१ इतके होते. ते २०११मध्ये १०५५ इतके वाढले आहे. रशियामध्ये २००१ साली १,१४० इतका जन्मदर होता, तो वाढून २०११ साली १,०४२ इतका झाला. श्रीलंकेमध्ये जन्मदर १,०३४ इतका वाढला आहे. नेपाळमध्येही २००१ साली १००५ स्त्रिया १००० पुरुषांच्या तुलनेत होत्या. ही संख्या वाढून १,०१४ इतकी २०११ साली झाली आहे. म्यानमारमध्ये २००१ साली १,०११ इतका जन्मदर होता, २०११ साली तो १,०४८ इतका वाढला आहे.

नुकत्याच प्रकाशित झालेल्या अहवालानुसार, येत्या दोन दशकांत पुरुषांची

संख्या स्त्रियांच्या तुलनेत २० टक्क्यांनी जास्त होणार आहे. कारण काही राज्यांत मुलगाच हवा ही लोकांची तीव्र भावना व स्त्रीलिंगी गर्भपात ही महत्त्वाची कारणे सांगता येतील. ५ ते ७ हजार मुली दरवर्षी भारतात गायब होतात किंवा दरदिवशी २० मुली लिंगभेदी हत्येमुळे गायब होत आहेत.

मुलींचा घटता जन्मदर ही जागतिक समस्या

दिल्लीच्या राज्य आरोग्य मंत्र्यांच्या मतानुसार, मुलगा वंशाचा दिवा ही लोकांची मानसिकता, महिलांना मिळणारा दुय्यम दर्जा, मुलांना मिळणारा सामाजिक व आर्थिक उच्च दर्जा, महिलांवरील अत्याचार, हुंडाबळींची वाढती संख्या यांमुळे लिंगभेदी हत्या मोठ्या प्रमाणात होत असल्याचे दिसते. (टाइम्स ऑफ इंडिया, १७-८-२०११)

लिंगभेद आणि 'हरवलेल्या स्त्रिया'

अमर्त्य सेन यांनी त्यांच्या 'स्त्रिया आणि पुरुष' या लेखात हरवलेल्या स्त्रिया ही संकल्पना वापरली आहे. या संकल्पनेसंदर्भात अमर्त्य सेन म्हणतात, ''हरवलेल्या स्त्रिया ही संकल्पना अशासाठी तयार केली की, ज्या स्त्रिया आज अस्तित्वातच नाहीत; त्यांचे ते नसणे ही काय घटना आहे आणि त्याची व्याप्ती किती प्रचंड आहे याची आपल्याला कल्पना यावी. त्याचे एक मुख्य कारण असे आहे की, स्त्रियांचा मृत्युदर हा सर्वसाधारण स्त्री-पुरुष मृत्युदरापेक्षा कितीतरी अधिक आहे. त्यासाठी मी जी पद्धती वापरली, ती जरा ओबडधोबडच आहे. ते एक प्रकारे अपरिहार्यच होते. या देशांमध्ये स्त्रियांची प्रत्यक्ष संख्या किती आहे आणि जर तिथे लिंगाधिष्ठित विषमता अस्तित्वात नसती, तर ती संख्या किती झाली असती यांमधील फरक मला अजमावायचा होता. स्त्री-पुरुष जगण्याचा दर जर समान राहिला, तर काय अपेक्षा करता येईल याचेही गणित मी करत होतो. त्याच वेळी मला ती आकडेवारी, अन्य देशांतील जिथे स्त्रीविरोधी खास पूर्वग्रह अस्तित्वात नाहीत आणि आरोग्यसेवा तसेच अन्य सामाजिक प्रभाव सर्वसाधारणपणे सारखे आहेत अशा आकडेवारीशी पडताळून पाहायची होती.'' (सेन अमर्त्य २००८, पृ. २६५)

उदाहरणादाखल आपण सब-सहारन आफ्रिकेमधील स्त्री-पुरुषांचे प्रमाण पाहू या. हा नमुना अशासाठी घेतला की, तिथे आरोग्यसेवा, सामाजिक स्थान आणि मृत्युदर यांबाबतीत स्त्री-पुरुषांच्या प्रमाणात फारसा मोठा फरक नाही. पण स्त्री-पुरुषांच्या एकूण मृत्यूचे प्रमाण मात्र तिथे फारच मोठे आहे. त्याचा उपयोग आपल्याला ज्या देशात स्त्रियांचे प्रमाण पुरुषांपेक्षा कमी आहे, अशा देशातील हरवलेल्या स्त्रिया किती असाव्यात ते शोधून काढण्यासाठी करता येईल. सब-सहारन आफ्रिकेमध्ये १००० पुरुषांमध्ये १०२२ स्त्रिया आहेत, तर भारतात १००० पुरुषांमागे ९३० स्त्रिया आहेत;

म्हणजे स्त्रियांचे प्रमाण पुरुषांपेक्षा ९ टक्के कमी आहे. त्याचे गणित मांडले, तर १९८६ साली भारतातील 'हरवलेल्या' स्त्रियांची संख्या जवळजवळ ३७ दशलक्ष होती. सब-सहारन आफ्रिकेचे प्रमाण जसे भारतासंबंधी तुलनेसाठी घेतले. तसेच ते चीनसंबंधी तुलनेसाठी घेतले, तेव्हा असे आढळून आले की, १९८६ मध्ये चीनमध्ये ४४ दशलक्ष स्त्रिया 'हरवलेल्या' होत्या. या सर्वांचा एकत्रित विचार केल्यावर असे आढळून आले की, १९८६ साली एकूण जगातील राष्ट्रांमध्ये मिळून १०० दशलक्ष स्त्रिया 'हरवलेल्या' आहेत किंवा जन्म घेऊ शकलेल्या नाहीत. त्यानंतर ही संख्या दोन्ही देशांत वाढत्या लोकसंख्येबरोबर वाढतच गेली आहे.

केवळ लोकसंख्येच्या कक्षेत विचार केला, तर असे आढळून येईल की, स्त्री-पुरुष विषमता ही केवळ जन्माच्या वेळी मुलग्यांचे वा मुलींचे मृत्यूचे प्रमाण काय आहे या एकाच जुन्या प्रकारातून व्यक्त होते असे नाही. अलीकडे एक नवी रीत पडायला लागली आहे. गर्भ मुलीचा आहे हे कळल्यानंतर जे गर्भपात केले जातात ते मुलीचा जन्मच होऊ नये या उद्देशाने केले जातात. ही जन्मजात विषमता यावर प्रकाश टाकते की, बऱ्याच आईबापांना मुलगाच हवा असतो आणि मुलगी नको असते. पुरुषी वर्चस्व असलेल्या समाजामध्ये सर्वसाधारणपणे मुलगा असण्याला प्राधान्य दिले जाते. आधुनिक तंत्रज्ञानाच्या मदतीने गर्भाचे लिंग माहीत होऊ लागले आणि त्यातून कोणता गर्भ वाढवायचा, मुलाचा की मुलीचा, याची निवड करून गर्भपात करणे शक्य आणि सोपे झाले आहे. कितीतरी समाजांमधून हे आता सररास केले जाते.

भारतात आणि दक्षिण आशियाई देशांतसुद्धा गर्भलिंगनिवडीचे प्रमाण बरेच वाढले आहे. उच्च तंत्रज्ञानाच्या साहाय्याने माहीत करून घेऊन गर्भलिंगनिवड केली जाते. त्यामुळे स्त्री-पुरुषांचा जन्मदर बदलून गेला आहे. सर्वसाधारण शरीरशास्त्राच्या नैसर्गिक नियमानुसार पाहिले, तर ९५ मुलींमागे १०० मुलगे जन्मतात. हे प्रमाण युरोप-अमेरिकेत आढळते. कारण तिथे लिंगाधिष्ठित गर्भपात ही काही तशी वैशिष्ट्यपूर्ण गोष्ट नाही.

भारतात तर जन्मनोंदणीही पूर्णपणे केली जात नाही. त्यामुळे स्त्री-पुरुष जन्मदराचे बिनचूक प्रमाण काढणे सोपे नाही. पण मुलामुलींचे प्रमाण जरी पाहिले, तरी जन्मदरांतील तफावत कळायला मदत होईल. स्त्री-पुरुष मृत्युदराच्या प्रमाणामुळे त्यावर परिणाम होण्याची शक्यताही आपण लक्षात ठेवली पाहिजे. दोन्ही घटक समाजातील स्त्रीविरोधी पूर्वग्रहाचे निदर्शक आहेत. (लिंगनिवडीवर आधारित गर्भपात आणि बालकांच्या मृत्यूमधील स्त्री-पुरुष प्रमाण.) आणि या दोन्हींचा एकत्रित परिणाम हा स्त्रीविरोधी पूर्वग्रहाचाच भाग होतो. आजची भारतीय आकडेवारी पाहिली, तर स्त्री-पुरुषांचा मृत्युदर जवळजवळ सारखाच असल्याचे आढळत आहे. तरी १९९१च्या

जनगणेनुसार, सहा वर्षांखालील बालकांमध्ये १०० मुलग्यांमागे ९४.५ मुली जगत होत्या; (म्हणजे जवळजवळ युरोप-अमेरिकेचे प्रमाण) तर २००१च्या आकडेवारीनुसार, १०० मुलांमागे ९२.७ मुली असे प्रमाण खाली घसरले आहे. मुख्यत: आपल्याला लिंगनिवडीवर आधारित गर्भपात आणि जन्मसमयीची विषमता कशी पसरते आहे ते दिसून येईल. मृत्युदरामध्ये फारसा फरक दिसणार नाही.

ही जी काही नवी परिस्थिती दिसते आहे, तिच्यातील प्रादेशिकताही लक्षात घेण्याजोगी आहे. भारतातील पूर्वेकडील व दक्षिणेकडील प्रदेशांत हे प्रमाण फारसे घसरलेले नाही; पण अन्य भागांत ते चांगलेच घसरलेले आहे. भारतात परंपरागत स्त्रीविरोधी पूर्वग्रह असल्यामुळे लिंगनिवडीवर आधारून स्त्री-गर्भपात केले जात होते. त्यामुळे काही वर्षांपूर्वी भारतीय संसदेने गर्भलिंग चिकित्सेवर बंदी घालणारा कायदा (१९९१ साली) केला. आरोग्यदृष्ट्या आवश्यक असेल, तरच अपवाद म्हणून गर्भलिंगचिकित्सा करण्याची तरतूद आहे; पण या कायद्याची अंमलबजावणी करण्याकडे मात्र पूर्णपणे दुर्लक्ष केलेले दिसते आहे.

भारतात काही गोष्टींबाबत काळजी करण्यासारखी परिस्थिती आहे. त्यासाठी आपल्याला मुलामुलींच्या भारतीय सरासरीव्यतिरिक्त इतर गोष्टी पाहाव्या लागतील. एक म्हणजे भारतातीलच निरनिराळ्या प्रदेशांत वेगवेगळी परिस्थिती आहे. त्यामुळे भारताच्या सरासरीत अनेक गोष्टी लपून जातात. पश्चिमेकडील आणि उत्तरेकडील राज्यांत तफावतीचे प्रमाण भारतीय सरासरीपेक्षा कितीतरी अधिक आहे.

स्त्री-पुरुषांमधील लिंगभेदाची अथवा विषमतेची चर्चा करताना 'स्त्रिया आणि पुरुष' या लेखातील प्रमुख भागात अमर्त्य सेन यांनी जन्मदर आणि मृत्युदर यांमधील विषमतेची छाननी केली आहे. या संदर्भात त्यांनी भारतासकट बहुसंख्य विकसनशील देशांतील परिस्थिती अतिशय वाईट असल्याचे दाखवले आहे.

भारतात उत्तरेकडील व पश्चिमेकडील राज्यांतील बालकांमध्ये स्त्री-पुरुष प्रमाण अत्यंत विषम आहे. दक्षिण व पूर्वमध्ये स्थिती जरा बरी आहे. तामिळनाडूसुद्धा त्यात चपखल बसते. तर चित्र असे आहे की, देशाचे बरोबर दोन भाग पडलेले दिसतात.

अमर्त्य सेन म्हणतात, 'लिंगनिवडीसाठी केले जाणारे गर्भपात आणि गर्भपाताच्या सोयी उपलब्ध असणे यांचाही परस्परसंबंध जोडता येत नाही. जिथे प्रगत वैद्यकीय सेवा जास्त उपलब्ध आहेत, तिथे लिंगनिवडीतून गर्भपाताचे प्रमाण अधिक आहे असे गृहीत धरता येत नाही. (सेन अमर्त्य, २००८, पृ.२६९) केरळ आणि पश्चिम बंगालमधील वैद्यकीय सेवांची तुलना मध्य प्रदेशाशी आणि राजस्थानशी केली, तर या दोन राज्यांत मुलींचे प्रमाण मुलांपेक्षा कितीतरी कमी आहे. याचा अर्थ असा की, वैद्यकीय सेवांची उपलब्धता किती आहे यावरून स्त्री-पुरुष प्रमाणाच्या प्रश्नाचा खुलासा

होत नाही. त्यामुळे आपल्याला वैद्यकीय तंत्रज्ञानाच्या पलीकडे जाऊन इतर घटकांचा विचार करावा लागेल. ज्या राज्यांत लिंगनिवडीचे तंत्रज्ञान आणि वैद्यकीय सेवाही विकसित झाल्या आहेत आणि लिंगनिवडीसाठी गर्भपात केले जातात त्यांचा विचारही वैद्यकीय सेवांची उपलब्धी या निकषावर करता येणार नाही. तिथे मागणीचे तत्त्व लागू करावे लागेल. परंतु कालिंदी देशपांडे यांनी त्यांच्या 'खुडलेल्या कळ्या' या पुस्तिकेत महाराष्ट्रातील काही जिल्ह्यांतील आर्थिक आणि वैद्यकीय उपलब्धेतच्या आधारावर विश्लेषण करताना जिथे सधनता आणि वैद्यकीय सेवांची उपलब्धता आहे, तिथे लिंगगुणोत्तर कमी असल्याचे दाखवले आहे.

भारताच्या संदर्भात वेध घेताना अमर्त्य सेन म्हणतात की, लिंगगुणोत्तर विषमतेच्या कारणांसंदर्भात आर्थिक निकष लावून योग्य खुलासा होत नाही. पंजाब आणि हरियाणा ही श्रीमंत राज्ये आहेत आणि तेथे स्त्रीविरोधी दृष्टीकोनही मजबूत आहेत. यावरून हे स्पष्ट होते की, आपल्याला भौतिक साधनसंपत्ती, आर्थिक विकास किंवा ग्रॉस नॅशनल प्रॉडक्टच्या पलीकडे जाऊन सर्वसाधारण सांस्कृतिक आणि सामाजिक प्रभावांचा विचार करायला हवा.

जन्मदरातील विषमता दूर करण्यासाठी जर काही पावले उचलायची असतील, तर ती तुलनात्मकदृष्ट्या सुरक्षित समजल्या जाणाऱ्या भागातही उचलायला हवीत.

या प्रश्नाच्या तपशिलात अधिक खोलवर जाऊन तपास केल्याखेरीज प्रादेशिक आणि सांस्कृतिक प्रभावांचा परिणाम किती खोलवर होतो याबद्दल निष्कर्ष काढणे अतिशय अवघड आहे. पण भारताचे स्त्री-पुरुष प्रमाणासंबंधात हे जे विभाजन विविध आकडेवारींतून दिसते, त्यांत दोन्ही प्रकार दृष्टीस पडतात. लिंगनिवडीतून होणारे गर्भपात आणि जन्मानंतरच्या काही वर्षांमधील मृत्युदर हे ते दोन प्रकार आहेत, हे एकतर आपण मान्य करायला हवे आणि त्यांचा अधिक तपासही करायला हवा. त्याचप्रमाणे ज्या राज्यांत आजमितीला लिंगनिवडीवर आधारित गर्भपातांचे प्रमाण कमी दिसते आहे, त्या राज्यांवरही नजर ठेवणे अत्यंत आवश्यक आहे.

गर्भजल चिकित्सेनंतरच्या गर्भपातावर सध्या खूप चर्चा होत आहे. त्यामुळे काही नैतिक आणि तात्त्विक मुद्दे उपस्थित झाले आहेत. मोनिकादास गुप्ता आणि मारी भट या दोघांनी मांडल्याप्रमाणे, दक्षिण कोरियात लिंगचिकित्सेनंतरच्या गर्भपाताचे प्रमाण सर्वांत जास्त आहे. लिंगचिकित्सेनंतरच्या गर्भपात प्रमाणाच्या बाबतीत भारतातील उच्चमध्यमवर्ग दक्षिण कोरियाच्या खूप जवळ जातो. स्त्रीचे आयुष्यमान वाढत असले, तरी स्त्री-पुरुष प्रमाण घटत आहे. ज्या स्त्रिया तगतात, त्या जास्त काळासाठी जगतात. परंतु जे जीव मोठ्या प्रमाणावर जन्मानंतर किंवा त्याही आधी जन्म घेण्यासच नाकारले जातात, ते मृत्यू पावतात; म्हणून ही गंभीर अशा धोक्याची घंटा आहे.

अनेकदा आपण समाजशास्त्रीय घटनांचे विश्लेषण ऐतिहासिक माहितीच्या आधारे करण्याचे टाळतो. परंतु ही गंभीर चूक आपण स्त्री-पुरुष लिंगदराच्या अभ्यासाबाबत करता कामा नये. भारताच्या उत्तरेकडच्या २३ जिल्ह्यांच्या एका पट्ट्यात लिंगदर भीतिदायकरीत्या कमी झालेले आहेत. हरियाणा, पश्चिम बंगाल, उत्तर प्रदेश, अलवार, भारतपूर, सवाई माधवपूर हा राजस्थानचा भाग, मध्य प्रदेशचा ग्वाल्हेर विभाग या सर्व भागांना सतीश अग्निहोत्री 'कुरुक्षेत्र संस्कृती'च्या केंद्राचा प्रदेश म्हणतात. या भागांतील ५ ते १० वर्षे या वयोगटातील स्त्री-पुरुष लिंगदर हजारी ७५०च्याही खाली गेला आहे.

भारत विकास कार्यक्रमाअंतर्गत राष्ट्रीय स्तरावर व गैरसरकारी संघटनांकडून बिहारमध्ये, ओरिसात, तामिळनाडूच्या धरमपुरी जिल्ह्यात १९८८मध्ये एक मोहीम हाती घेण्यात आली होती. ही मोहीम स्त्रियांना सावध करण्याच्या हेतूने बचतगटांच्या व सावधानता गटांच्या माध्यमातून राबवण्यात आली. ज्यात माता-शिशू स्वास्थ्यासाठी, बालिका स्वास्थ्यासाठी, मुलींसाठी विशेष योजनांचा समावेश होता. १९९१-९३मध्ये माता-शिशू कार्यक्रम राबवतेवेळी ही गोष्ट समोर आली की, जन्म झाल्याबरोबर बालिकांना खूप मोठ्या प्रमाणात ठार मारण्यात येते. १९९४मध्ये AID (Alternative for India Development) कार्यशाळेत भ्रूणहत्येच्या अभ्यासाचा समावेश करण्यात आला, ही कार्यशाळा UNICEF ने प्रत्येक जिल्ह्यात सुरू केली होती. या अभ्यासात भ्रूणहत्या कुठल्या भागात जास्त होतात, ते उजेडात आले. या अभ्यासासाठी सालेम जिल्ह्यातील ओमालूर तालुका निवडण्यात आला. अभ्यासानंतर भ्रूणहत्येची पद्धत व कारणे लेखामध्ये मांडण्यात आली. यात असे उघडकीस आले की, अनेक कुटुंबे आपली संख्या कमी करण्यासाठी बालिकांची जन्मत:च हत्या करतात. संशोधन-पुस्तिकेत नमूद केले आहे की, 'हत्येच्या शेतात बालिका मृत्यू पावण्यासाठी जन्म घेतात.' यात पुढे आणखी विषयांचा उल्लेख केला आहे. जसे कुटुंबनियोजन, माता-शिशू स्वास्थ्य योजना, भ्रूणहत्येविरुद्ध मोहीम, बालविवाह, असुरक्षित गर्भपात आदींच्या विरोधात मोहीम इत्यादी. १९९५पर्यंत या मोहिमांअंतर्गत ३५ ग्रामपंचायतींचा अभ्यास करण्यात आला होता. (खांडेकर आशा, २००९, आशा २००९, पृ. २३)

बॉम्बे हॉस्पिटलमधील एका अभ्यासात दिसून आले की, ९६ मुलींचे गर्भपात केले जातात. सरकारी आकडेवारी सांगते की, अशा प्रकारे जर मुलींची संख्या कमी झाली, तर निसर्गाचे संतुलन बिघडेल. राष्ट्रीय अहवालानुसार, १९७१मध्ये स्त्री-पुरुषांचे प्रमाण १००० मुलांच्या तुलनेत ९३० मुली इतके होते. दहा वर्षांत ते प्रमाण वाढून ९३४ एवढे झाले. परंतु १९९१मध्ये हे प्रमाण परत घटून ९२७ एवढे झाले. हे प्रमाण जगातील सर्वांत कमी प्रमाण होते. (खांडेकर आशा, २००९, पृ. ६८)

आरोग्याच्या प्रश्नाचा विचार करताना स्त्रीच्या शरीराशी स्त्रीचे असणारे नाते महत्त्वाचे असते. यामधून लैंगिकता, गर्भधारणा आणि अपत्यजन्म, तसेच कुटुंबनियोजन यांमधील परस्परसाखळ्या दिसून येतात. सरकारी कुटुंबनियोजनाचे कार्यक्रम, तसेच सरकारी पद्धतीने स्त्रियांच्या गर्भधारणानियंत्रणाचे निर्णय आणि लस टोचून स्त्रियांना सक्तीने वंध्यत्व देणे या सर्वांबद्दल अनेक स्त्रीअभ्यासक आणि चळवळीतील कार्यकर्ते टीका करतात. प्रस्तुत लेखनातून गर्भजलपरीक्षेविरोधी निघालेल्या मोहिमांकडे आपले लक्ष वेधले आहे आणि पुनरुत्पादनाच्या राजकारणाची, तसेच स्त्रियांच्या जननक्षमतेवर त्यांचा हक्क आणि या सर्वांमध्ये सूचित असणारे लैंगिकतेचे प्रश्न अशा सर्व चर्चा केल्या आहेत.

मुली प्रेमळ असतात, आईवडिलांशी अधिक बांधिलकी जपतात या विचाराबरोबरच आता अनेक पालक स्त्रीभ्रूणहत्येला विरोध करून आणि मुलींच्या घटणाऱ्या प्रमाणाविषयी चिंता व्यक्त करून काही वेळा मुलींना दत्तक घेत आहेत. दत्तक घेण्याचा हा सामाजिक दृष्टीकोनही तयार होत आहे. त्याशिवाय छान चौकोनी कुटुंब हवे म्हणून स्वत:चा पहिला मुलगा असणारे पतिपत्नी दुसरी मुलगी दत्तक घेण्याचाही निर्णय घेतात. दत्तकप्रक्रियेला आणि त्यातही मुलगी घेण्याच्या प्रक्रियेला मिळणारा हा सकारात्मक प्रतिसाद आहे.

अनेकदा मुलगी दत्तक घेतली की समाजाकडून 'अरे वा! मुलगी घेतली.' अशा पद्धतीचे कौतुकोद्‌गार काढले जातात. मात्र या प्रक्रियेमध्ये जशी टीका चुकीची असते, तसेच हे कौतुकही चुकीचे असते. त्यामुळेही समस्या निर्माण होण्याची शक्यता असते, म्हणूनच ही प्रक्रिया अधिकाधिक नैसर्गिक होणे आवश्यक असते. यामध्ये मुलगीच भावनिकदृष्ट्या पालकांशी गुंतलेली राहते किंवा तिचे लग्न करून दिले की जबाबदारी संपली, मुले कदाचित स्वत:च्या दत्तकपणाबद्दल समजल्यावर नकारात्मक प्रतिक्रिया देतील अशा भीतीपोटी मुलगा किंवा मुलगी दत्तक घेण्याचा निर्णय चुकीचा आहे. ज्या पद्धतीने मुलींचा गर्भ म्हणजेच जबाबदारी नको, म्हातारपणाची काठी हवी या कारणांसाठी नाकारला जातो; त्याच पद्धतीने आणि तशाच प्रकारे योग्य विश्लेषण न करता आणि मुली छान दिसतात, गोड असतात, त्यांना नटवता-थटवता येते, लग्नानंतर त्यांची जबाबदारी घ्यावी लागत नाही वगैरे वरवरच्या कारणांसाठी त्यांना दत्तक घेणेही चुकीचे आहे.

मुलगा-मुलगी दत्तक घेण्यातला ट्रेन्ड काय सांगतो?

जन्मलेल्या मुली नको म्हणून एकीकडे त्यांना 'नकोशी' म्हटले जात असताना दुसरीकडे दत्तक घेताना मात्र मुलींना प्राधान्य दिले जाते अशी परिस्थिती दिसून येते. हे असे का याचाही विचार करावा लागेल.

दत्तक घेताना भावनिक गरज काय आहे यावरून मुलगा किंवा मुलगी कुणाला दत्तक घ्यायचे याचा निर्णय घेतला जातो. त्याशिवाय आपले बॉन्डिंग कोणाशी जास्त चांगले होईल याचाही विचार केला जातो. ज्या काळात दत्तक घेण्याला समाजाने मान्यता दिली, त्या काळात मुलगी दत्तक घेण्याचे प्रमाण अधिक होते. (लोकप्रभा - २७ जानेवारी २०१२, पृ. २३) मुलगी प्रेमळ असते आणि ती आयुष्यभर कृतज्ञतेच्या जाणिवेतून काळजी घेणार या भावनेतून दहा वर्षांपूर्वीपर्यंत मुलींचा विचार प्राधान्याने केला जात होता. अपत्यप्राप्ती ही त्यांची इच्छा होती, आशा होती, तमन्ना होती. आणि ती तमन्ना दत्तक मुलीच्या माध्यमातून पूर्ण केली जात होती. आता मात्र हा ट्रेन्ड बदलताना जाणवत आहे. कारण नोकरी करणारी जोडपी दत्तक घेण्याचा विचार करतात, तेव्हा अनेकदा त्यांना मुलगी हवी असते. यामध्ये तिचे लग्न करून दिले की नंतर आपले आयुष्य जगता येईल हा विचार त्यामागे असतो. याउलट व्यापारिवर्ग संपत्ती सांभाळायला, उद्योगधंदा सांभाळायला मुलगाच दत्तक हवा असा आग्रह धरतो. अर्थात, मुलगा का हवा याबद्दलची मानसिकता अजूनही कायम आहे.

'स्त्रीभ्रूणहत्येचे निर्घृण वास्तव आणि आजच्या व्यवस्थेतील अंतर्विरोध' या लेखात डॉ. विद्युत भागवत यांनी वेगवेगळ्या संशोधकांनी कुटुंबाच्या चौकटीत मुलांपेक्षा मुलींची संख्या कमी असावी असे का निश्चित केले आहे, याविषयीची पुढील कारणे दिली आहेत.

१) जन्मजात कुटुंबापेक्षा उच्च दर्जाच्या कुटुंबामध्ये मुलींना विवाहामुळे जाता यावे, यासाठी पालकांकडे देऊन टाकण्यासाठी संपत्ती असली पाहिजे असे ओझे असते.

२) या-ना-त्या रूपात हुंडा देऊन सांस्कृतिकदृष्ट्या संपूर्ण कुटंबालाच मानाचे स्थान मिळावे अशीही अपेक्षा असते.

३) एकूणच ज्या कुटुंबामध्ये स्त्रियांच्या श्रमांची आणि मिळकतीची 'गरज' नसते, तेथे त्या फक्त देऊन टाकण्याची वस्तू होतात. संशोधकांच्या मते, गव्हाच्या शेतीत तांदळाच्या शेतीपेक्षा स्त्रियांच्या श्रमाची आवश्यकता नसल्याने जेथे गहू पिकतो, तेथे स्त्रीभ्रूणहत्येचे प्रमाण अधिक आहे.

४) एकूणच जात जशी सधन आणि श्रीमंत होत जाते, तशी ती पुरुषसत्ताक होते आणि मग स्त्रियांनी उत्पादक क्षेत्रामध्ये भाग घेण्याची आवश्यकता नाही असेही मानले जाऊ लागते.

५) गोतावळा, विवाह आणि वारसाव्यवस्था यांमध्ये पुरुष संपत्तिधारक असतात. आणि स्त्रिया मात्र पतीच्या घरात जातात, तेव्हा त्यांच्यापाशी त्यांचे श्रम आणि जननक्षमता असते, परंतु संपत्ती नसते.

६) वडिलांचे घर सोडून पतीच्या घरी स्थलांतरित होणारी मुलगी माहेर आणि माहेरातील वृद्ध मंडळी यांना पाठिंबा देऊ शकत नाही.

७) अनेक अभ्यासकांच्या मते, वसाहतवादी काळात संपत्तिधारणेचे जे बदल झाले, त्यांतून व्यक्तिगत पुरुषांच्या हातात संपत्तीचे नियंत्रण आले आणि पूर्वी स्त्रीधनासारखे जे प्रघात होते, तेसुद्धा संपवले गेले.

८) विद्युत भागवत म्हणतात, 'वर दिलेली कारणे लक्षात घेऊनसुद्धा मुली इतक्या नकोशा, ओझ्यासारख्या का होतात; या प्रश्नांची सम्यक उत्तरे हाती येत नाहीत. खरे तर आपल्याकडे मध्यम शेतकरी कुटुंबांमध्ये वधुमुल्यसुद्धा अनेकदा दिले जाते. परंतु तरीही वर्षानुवर्षे मुलगी ओझे आहे असे मानले जाते. काही अभ्यासकांच्या मते, 'मुलगा विरुद्ध मुलगी' एवढ्याच चौकटीत याची स्पष्टीकरणे न देता आपल्याला 'मुलगा आणि सून' या नात्यांपलीकडेही पाहिले पाहिजे. अधिक विचार करून 'कुटुंब' या चौकटीतील नातेसंबंध तपासले गेले पाहिजेत.

अमर्त्य सेन म्हणतात, 'औद्योगिकदृष्ट्या पुढारलेल्या राष्ट्रांमधील (उदाहरणार्थ, युरोपातील व अमेरिकेतील) प्रमाण विचारात घेतले, तर त्या देशांत लिंगनिवडीतून होणारे गर्भपात जवळजवळ नाहीतच. शून्य ते पाच वर्षे या वयोगटात जर्मनीमध्ये १०० मुलांमागे ९४.८ मुली, ब्रिटनमध्ये ९५ आणि अमेरिकेत ९५.७ मुली असे प्रमाण आहे. आपण जर्मनीमधील प्रमाण तुलनेकरिता इष्ट दर किंवा वांछित दर म्हणून घेऊ या. त्याच्या खाली जाणारे जे देश आहेत, त्यांच्यामध्ये स्त्रीविरोधी पूर्वग्रह प्रचलित आहेत असा निष्कर्ष काढायला हरकत नाही. एकदा हे प्रमाण जमेस धरून आकडेवारी पाहिली, तर भारतामध्ये चांगलेच भौगोलिक विभाजन दिसून येईल. पंजाब, हरियाणा, दिल्ली, गुजरात या उत्तरेकडील व पश्चिमेकडील राज्यांत स्त्री-पुरुष प्रमाण ९४.८पेक्षा कितीतरी कमी आहे. म्हणजेच १०० मुलांमागे ७९.३ मुली आहेत. याच भागांतील इतर राज्यांत (हिमाचल प्रदेश, मध्य प्रदेश, राजस्थान, उत्तर प्रदेश, महाराष्ट्र, जम्मू आणि काश्मीर, बिहार येथे) ८७.८ मुली आहेत. केरळ, आंध्र प्रदेश, पश्चिम बंगाल आणि आसाम या राज्यांत हे प्रमाण ९६.३ आहे.

हरियाणासारख्या राज्यात मुलींना जन्मालाच येऊ न देण्याचा परिणाम म्हणून विवाहयोग्य मुलांना त्यांच्या स्वत:च्या जातीत मुली मिळणे अवघड होऊन बसले आहे; आणि परप्रांतातून गरीब, निराधार मुलींना विकत घेऊन पत्नीची गरज भागवण्याचे प्रकार फार मोठ्या प्रमाणात सुरू झाले आहेत.

लिंगनिदान करून मुलांचीच निवड का होते याचा विचार केला, तर अनेक मुद्दे पुढे येतात. एक म्हणजे स्त्रीकडे दुय्यम म्हणून पाहण्याचा पुरुष वर्चस्ववादी दृष्टीकोन

आणि त्यातून निर्माण होणारी पारंपरिक पुत्रलालसा (वंशाचा दिवा, म्हातारपणाची काठी इत्यादी); पण त्याही पलीकडे जाऊन आजच्या बाजारवादी भांडवली व्यवस्थेत स्त्रीच्या श्रमांचे आणि पर्यायाने स्त्रियांचे जे अवमूल्यन होत आहे, त्यातून मुलगी नको (डॉक्टर डिस्प्रेफर) ही भावना अधिक बळकट होत चालली आहे. खासगीकरणातून वाढत जाणारा शिक्षणाचा खर्च, खर्चीक लग्न आणि हुंडा पद्धतीने धारण केलेले भयावह चंगळवादी बाजारू रूप, स्त्रियांवरील अत्याचारांचे वाढत जाणारे प्रमाण आणि त्यातून निर्माण होणारी असुरक्षितता, आपल्या मुलीने जातिव्यवस्था तोडून स्वत:चा जोडीदार निवडल्यास जातपंचायतीकडून बहिष्कृत होण्यासारखी किंवा देहदंडासारखी अमानुष शिक्षा होण्याची भीती आणि शासनाने लादलेली फक्त दोन अपत्यांची अट या प्रमुख कारणांस्तव अनेकांना मुलगी नकोच वाटते. त्याच्या जोडीला भांडवली अर्थव्यवस्थेने नफा कमावण्यासाठी ज्या अनेक क्रूर आणि अमानवी पद्धती शोधून काढल्या आहेत, त्यातीलच एक म्हणजे लिंगनिदान.

सर्वेक्षणानुसार, आशियातील सर्वांत मोठ्या चीन आणि भारत या देशांत इतर आशियाई देशांच्या तुनलेन उशिरा लग्न किंवा लग्न न करता राहण्याचा ट्रेन्ड पसरलेला नाही. परंतु विवाहाच्या वयात मात्र वाढ झाली आहे. परंतु रोजगाराच्या संख्येत वाढ होत आहे. रिटेल, आयटी-बीपीओमध्ये युवकांची संख्या वाढत आहे. नाइट शिफ्टमध्ये काम वाढत आहे हे पाहून हा ट्रेन्ड बदलेल असे वाटते. तरुणांच्या मिळकतीत वाढ होत असतानाही विवाहाचे वय वाढलेले दिसते. दोन्ही देशांतील स्त्रीलिंगी गर्भपाताच्या वाढत्या प्रमाणामुळे २०५० सालापर्यंत महिलांच्या तुलनेत पुरुषांची संख्या ६ करोडपेक्षा जास्त असेल. (नवभारत टाइम्स २४-८-२०११)

भारतीय परंपरेत मुलींची लग्ने ही त्यांच्यापेक्षा कमीतकमी पाच वर्षे मोठ्या असलेल्या मुलांशीच होतात म्हणजे करण्यात येतात. लोकसंख्या झपाट्याने वाढणाऱ्या भारतासारख्या देशात विवाहेच्छुक मुलींची संख्या ही नेहमीच विवाहयोग्य मुलांच्या संख्येपेक्षा जास्त असते. (दासगुप्ता व शुसुआ ९७ राव ९३). हुंड्याची प्रथा व लग्नाच्या बाजारात स्त्रियांचे अवमूल्यन कालपरत्वे का वाढत आहे, याचे स्पष्टीकरण मिळत नाही. १९२१नंतर भारताची लोकसंख्या वाढायला सुरुवात झाली. लहान मुलांचा (बालकांचा) मृत्युदर तेव्हा जास्त होता आणि बालकांच्या लोकसंख्येतील लिंगगुणोत्तर हे १९५०पर्यंत मुलांच्या विरुद्ध झुकलेले होते, मुलींच्या नव्हे. मग विवाहयोग्य मुलामुलींच्या संख्येतील फरक आत्तापेक्षा तेव्हा जास्त प्रकर्षाने जाणवत असेल. पण तरीही असे मानले जाते की, हुंड्याची अनिष्ट प्रथा समाजाच्या सर्व स्तरांत आता-आता वाढीस लागली आहे. यावरून असे दिसते की, केवळ सांख्यिकी अभ्यासावरून किंवा केवळ सांख्यिकी कारणे ही स्त्री-पुरुषांचे तुलनेने मूल्य ठरवत नाहीत. या अशा

वेगवेगळ्या कारणांचे महत्त्व हे आर्थिक विकासाच्या स्वरूपावर अवलंबून असते.

लिंगभेदी गर्भपात आणि गर्भजल परीक्षा

मागच्या काही वर्षांत विनापरवाना, बेकायदेशीर अशा सूक्ष्म ध्वनियंत्राचा प्रयोग लवकर करून देणाऱ्या क्लिनिक्सची संख्या सर्वत्र वाढली आहे. एकाच मुंबई महानगरात; विशेषत: विलेपार्ले, भांडुप, मुलुंड अशा उपनगरांत गर्भजल परीक्षा आणि गर्भपात करून देणारी असंख्य क्लिनिक्स आहेत. त्यांत दादर भागातल्या एका क्लिनिकमध्ये १९८४-८५ या एका वर्षात १५,९१४ गर्भपात केल्याचे सांगितले जाते. अशा चाचण्यांसाठी आणि उपचारासाठी पाचशे रुपायांपासून पाच हजारांपर्यंत फी आकारली जाते.

२००१मध्ये दिल्लीत घेतलेल्या एका सर्वेक्षणात ३३ टक्के दाम्पत्यांनी अशी गर्भजल परीक्षा करून घेतल्याचे आढळले. आणखी ३२ टक्के दाम्पत्यांच्या मते, 'मुलगा'च हवा असल्यास अशा गर्भजल परीक्षेचा खातरीलायक उपयोग होतो आणि २४ टक्के दाम्पत्यांनी 'मुलगी नको असल्यास' योग्य वेळीच उपाय करण्याचा गर्भजल परीक्षा हा सगळ्यांत चांगला मार्ग.' असे मत व्यक्त केले. दुसऱ्या एका सर्वेक्षणात ८१ टक्के लोकांनी कुटुंबात मुलगा असणे आवश्यक आहेच, असा नि:संदिग्ध अभिप्राय दिला. विशेष म्हणजे त्यात महिलांच्या सॅम्पलपैकी ८४ टक्क्यांनी, तर पुरुषांमधून ७८ टक्क्यांनी असे मत व्यक्त केले.

मुलींच्या गर्भाची भ्रूणहत्या आणि गर्भजलपरीक्षा या तंत्राच्या सरसकट बेकायदेशीर गैरवापराविरुद्ध एका स्वयंसेवी संघटनेने भारताच्या सर्वोच्च न्यायालयात एक याचिक दाखल केली होती. पुरुषांच्या तुलनेत स्त्रियांची संख्या सतत घटतच आहे, हे गेल्या ६० वर्षांतील जनगणनेच्या आकडेवारीने दाखवले आहेच. याला गर्भजलपरीक्षा आणि गर्भपातांचे वाढते प्रमाण हीच प्रमुख कारणे असल्याचे सर्वोच्च न्यायालयाला आढळले.

लिंगाधारित गर्भपाताविरोधी स्त्रीचळवळीतील कार्यकर्ते जेव्हा काम करू लागले, तेव्हा सुरुवातीला त्यांना तंत्रज्ञानविरोधी किंवा डॉक्टरविरोधी म्हणायचे, विकासविरोधी म्हणायचे. एवढेच नव्हे, तर स्त्रीविरोधीपण म्हणायचे; म्हणजेच त्या स्त्रीला मुली जन्माला घातल्यानंतर घरी किती त्रास होतो, हे तुम्हांला कळत नाही आणि ते तुम्ही समजून घेत नाही असे म्हटले जायचे. आता इतक्या वर्षांनंतर असे कुणी म्हणत नाही. मध्यांतरीच्या काळात गर्भलिंगनिदान चाचण्यांमुळे हरियाणा, पंजाब या राज्यांमध्ये मोठमोठे बोर्ड्स लागायला लागले होते की, 'आत्ता पाचशे द्या आणि उद्याचे पाच लाख वाचवा.' म्हणजे 'उद्या मुलीचा हुंडा द्यावा लागेल तो वाचवण्यासाठी आज गर्भलिंगनिदान करून मुलीचा गर्भ असल्यास गर्भपात करून घ्या.' अशा अर्थाच्या

मोठमोठ्या जाहिराती उघडपणे तिकडे दिसायला लागल्या होत्या.

प्रसूतिपूर्व म्हणजे गर्भधारणा झाल्यानंतर मुलगा आहे की मुलगी, हे गर्भावस्थेतच गर्भाच्या तपासणीत ओळखता येणे आणि 'गर्भधारणापूर्व' म्हणजे पुरुषांच्या शुक्राणूंची अशी विभागणी करणे की, मुलगा जन्माला घालणारे शुक्राणू वेगळे करणे आणि मग हे शुक्राणू स्त्रीच्या योनिमार्गात घालणे. त्यामुळे १०० टक्के हव्या त्या लिंगाची गर्भधारणा होण्याची शक्यता खूप वाढते. भारतात मुलगा जन्माला घालणारे शुक्राणूच निवडले जातात, हे काही वेगळे सांगायची आवश्यकता नाही. गर्भावस्थेतील गर्भाचे लिंग शोधून, नको असलेल्या लिंगाच्या गर्भाचा गर्भपात करण्याची कोणतीही कृती करणे आणि असा गर्भपात करण्यासाठी कोणतीही शास्त्रीय किंवा अशास्त्रीय पद्धत वापरणे म्हणजे गर्भलिंगनिवड करणे होय. अशा तऱ्हेची गर्भलिंगनिवड बाळाच्या जन्मापूर्वी किंवा मातेच्या गर्भावस्थेत, बाळ गर्भाशयात असताना आणि गर्भधारणेपूर्वी किंवा बाळाच्या जन्मानंतर केली जाते. काही नवीन वैद्यकीय तंत्र वापरून गर्भाचे लिंग गर्भधारणेपूर्वीच निश्चित करणे शक्य होते, याचा गर्भधारणापूर्व गर्भलिंगनिवड असा उल्लेख केला जातो.

कोणत्याही तऱ्हेच्या आनुवंशिकतेतून उद्‌भवलेल्या स्थितीमध्ये म्हणजे हिमोफिलिया, डाउन्स जन्मत: आनुवंशिक किंवा गर्भाच्या लिंगामुळे घातक ठरणाऱ्या त्रुटी, दोष किंवा अन्य शारीरिक किंवा मानसिक त्रुटी ज्यांचा उल्लेख या कायद्याच्या मार्गदर्शक तत्त्वात केला आहे, अशा कारणांसाठी गर्भधारणापूर्व आणि प्रसवपूर्व निदानतंत्राचा कायदेशीर वापर करता येतो. थोडक्यात, ज्यामुळे गर्भवती स्त्री किंवा गर्भ यांना धोका पोहोचण्याची शक्यता आहे अशा स्थितीत प्रसवपूर्व निदान चाचण्या करता येतात; तर सोनोग्राफीसारख्या निदानचाचण्या या गर्भाची वाढ तपासण्यासाठी आणि प्रसवपूर्व तपासणीसाठी व्यापक प्रमाणावर वापरल्या जातात. मात्र त्यांचा वापर गर्भलिंग निवडीसाठी करता येणार नाही.

लोकसंख्या धोरणाचे दुष्परिणाम

वास्तविक पाहता, गर्भपाताचा अधिकार हा स्त्रीचळवळीच्या दृष्टीने स्त्रीने स्वत:च्या शरीरावरील अधिकार पदरात पाडून घेण्याच्या दृष्टीकोनातून मिळवलेला अधिकार आहे; परंतु त्याकडे शासनाने वाढत्या लोकसंख्येला आळा घालण्याचा एक उपाय या दृष्टीनेच फक्त पाहिले आणि कुटुंबनियोजन कार्यक्रमात इतर अनेक उपायांबरोबर गर्भपातालादेखील प्रोत्साहन दिले. तेव्हापासून कधी आमिषे देऊन, तर कधी सक्तीची किंवा धाकदपटशाची धोरणे आखून लोकसंख्या नियंत्रणाचे धोरण राबवले जात आहे. 'छोटे कुटुंब ...' या आकर्षक घोषणेचा प्रत्यक्षात काय परिणाम होत आहे, हे पाहायला कुणी तयार नाही.

आपल्याकडील सामाजिक वास्तवाचा विचार न करता दंडात्मक धोरणे आखण्याचा सरळसरळ परिणाम म्हणजे मुलगाच हवा या मोहापायी मुलगा होईपर्यंत गर्भात असणाऱ्या मुलीला नाहीसे केले जात आहे व त्यामुळे आज मुलींच्या अस्तित्वाला धोका निर्माण झाला आहे. एखाद्या स्त्रीला पहिला मुलगा असल्यास दुसऱ्या वेळी काहीही झाले तरी चालेल; परंतु पहिली मुलगी असल्यास मात्र दुसऱ्या वेळी गर्भलिंगनिदान केले जाते आणि जोपर्यंत मुलाचा गर्भ राहत नाही, तोपर्यंत मुलीचा गर्भपात चालूच असतो.

मुलींच्या जन्माची गणना कमी होण्याचे प्रमाण हा अपघात नसून ते जाणूनबुजून केलेले कृत्य आहे. बालिकांविषयीचा भेदभाव ही गोष्ट नवी नाही आणि वेगळीही नाही. उत्तर अमेरिका, जपान आणि दक्षिण आशिया या देशांत असा भेदभाव होताच. या प्रश्नामागील गूढ उकलण्यासाठी लहान मुलांमधील लिंगदर प्रमाण तपासावे लागेल आणि त्यासाठी नवजात बालकांमधील हे प्रमाण तपासणे गरजेचे आहे.

एनएफएचएसच्या सर्वेक्षणातील माहितीवरून विविध राज्यांत नवजात बालकांतील मृत्युदर वाढत आहे. प्रामुख्याने जन्मानंतरच्या महिन्यानंतर होणाऱ्या मृत्यूंत बालिकांच्या मृत्यूचे प्रमाण वाढत आहे; म्हणून मुलींच्या आयुष्यातील पहिल्या महिन्यातून ती सहीसलामत पार पाडली, तरी पुढचे अकरा महिने तिला अन्नपाणीच मिळू शकले नाही, तर मृत्यू ओढवतो. १ ते ४ वयापर्यंत लिंगभेदाधारित असमान वागणुकीमुळे बालिकेचा मृत्यू ओढवू शकतो. पुढचा अडथळा गरोदरपणातील शोषणाचा असतो. त्यानंतरचा अडथळा आधुनिक तंत्रज्ञानावर आधारित स्त्री-पुरुष लिंगचिकित्सेचा असतो; ज्या परीक्षेच्या आधारे तिला जगात येऊच दिले जात नाही. गर्भजल चिकित्सेनंतरच्या गर्भपातावर सध्या खूप चर्चा होत आहे. त्यामुळे काही नैतिक आणि कायदेशीर प्रश्न उभे राहतात. दक्षिण कोरियात लिंग चिकित्सेनंतरच्या गर्भपाताचे प्रमाण सर्वांत जास्त आहे. लिंगचिकित्सेनंतरच्या गर्भपात प्रमाणाच्या बाबतीत भारतातील उच्चमध्यमवर्गीय दक्षिण कोरियाच्या खूप जवळ जातात. स्त्रियांचे आयुर्मान वाढत असले तरी स्त्री-पुरुष प्रमाण घटत आहे. कारण ज्या स्त्रिया तगतात, त्या जास्त काळासाठी जगतात. परंतु जे जीव मोठ्या प्रमाणावर जन्मानंतर किंवा त्याही आधी जन्म घेण्यासच नाकारले जातात, ते मृत्यू पावतात; म्हणून ही गंभीर अशा धोक्याची घंटा आहे.

सतीश अग्निहोत्री यांच्या 'खालावत जाणारं स्त्री-पुरुष जन्मदराचं प्रमाण' या लेखात लिंगगुणोत्तरासंदर्भात आपल्याला दोन पद्धतींनी उत्कर्ष आणि असमानता यांचा संबंध तपासता येईल. असे म्हणतात-

अतिशय कमी विकास आणि कमी असमानता असलेल्या मध्य भारतातील आदिवासी भागात स्त्री-पुरुष लिंगदर जास्त आहे.

उच्च विकास, कमी असमानता, केरळ, मणिपूर, गोवा या भागांत अपवादात्मकरीत्या दिसते.

कमी विकास, जास्त प्रमाणात असमानता ही परिस्थिती जास्त धोक्याची असते. कारण पूर्व-उत्तर प्रदेश, बिहार या भागांत स्त्री-पुरुष लिंगदर बराचसा समतोल भासतो. परंतु त्याचे कारण या भागात बालकांचा मृत्युदर उच्च असल्याने मुलींच्या उच्च मृत्युदराशी तो मिळताजुळता असलेला दिसतो.

उच्च विकास आणि जास्त असमानता : १९७४ साली प्रणव बर्धन यांनी सांगितल्याप्रमाणे, जास्त प्रगत जिल्ह्यांमध्ये स्त्री-पुरुष लिंगदर जास्त पुरुषी असतो. आजपर्यंत आपण विकासाच्या या परिणामाचा विचार करत नव्हतो. वायव्येकडील जिल्ह्यांपैकी जे विकसित आहेत, तेथे प्रगतीबरोबरच मोठ्या प्रमाणावर लिंगभेदाधारित स्त्री-पुरुष लिंगदर दिसतो. या चार विकास प्रतिमानांपैकी जास्त विकास आणि कमी असमानता या प्रकारात स्वास्थ्यपूर्ण जीवन असल्याचे दिसते.

आपण स्त्री-पुरुष दराकडे आता वेगळ्या प्रकारे पाहिले पाहिजे. केवळ सरासरीकडे पाहण्याऐवजी त्याचे विविध तुकडे पाडले पाहिजेत. त्याच्या विविध पैलूंकडे पाहिले पाहिजे. अन्यथा, पुढील काही परिणामांची शक्यता नाकारता येत नाही.

यामुळे विविधतेची दखल घेतली जात नाही.

काही विभागांतील लिंगदरविषयक अत्यंत चिंताजनक परिस्थितीही झाकली जाऊ शकते.

तसेच स्त्री-पुरुष लिंगदराची सरासरी मुलींच्या मृत्युदरातील वाढ आणि विषमतेचे वास्तव नजरेआड करते.

या दरामुळे तुम्हांला 'भरभराटीचा परिणाम' या भविष्यात संभवू शकतील असे इतर परिणाम कळू शकत नाहीत. वेगवेगळ्या भागांतील जनसमूहांचे संदर्भासहित अभ्यास, अनुसूचित जातींमधील स्त्री-पुरुष दराचे वाढते पुरुषीकरण किंवा एकूण लोकसंख्येबाबत माहिती या दरामुळे मिळू शकते. (अग्निहोत्री सतीश, २००४, पृ. ९१-९५)

स्त्रीभ्रूणहत्या- गुन्हेगारीचे कृत्य

मुलगा होण्याची अनावर ओढ आणि मुलीची हत्या या खरे तर एकाच नाण्याच्या दोन बाजू आहेत याकडे दुर्लक्ष होते. आणि गंमत अशी की, असे केवळ जन्मदात्या आईला किंवा कुटुंबालाच वाटते असे नव्हे; तर सगळी शास्त्रे, पुराणे, अनुष्ठाने, कर्मकांड, संस्कृती, समाज या सगळ्यांनी मिळून मुलाचा जन्म अनिवार्य असण्याची भावना निर्माण केली आहे. यातूनच मुलाला मिळणारी प्रतिष्ठा, मान, सन्मान, प्रेम, वरिष्ठ दर्जा कायम झाला आहे.

आपला एकूण समाजच असमानता व शक्तिप्रदर्शनावर उभा असल्यामुळे शक्तीचे

प्रतीक म्हणजेच मुलगा श्रेष्ठ मानला जातो आणि मुलगी कनिष्ठ. या श्रेष्ठ-कनिष्ठ भावनेची तुलना धर्म, जात, वंश आणि वर्णाधारित असमानतेत बांधल्या गेलेल्या जन्मजात सामाजिक स्थान यांच्याशी होऊ शकेल. केवळ ब्राह्मण जातीत जन्माला आल्यामुळे किंवा गोऱ्या वंशात जन्माला आल्यामुळे श्रेष्ठता मिरवली जाते. त्याच धर्तीवर केवळ मुलाच्या जन्माला आल्यामुळे श्रेष्ठता प्राप्त होते. यात ना मुलाची काही विशेष गुणवत्ता असते, ना मुलीचा स्वत:चा दोष.

बालमृत्यू व मातेचे स्वास्थ्य

बालमृत्यूचा आणि बालस्वास्थ्याचा मातेच्या स्वास्थ्याशी निकटचा संबंध असतो. आहार, औषधोपचार, शिक्षणादी सुविधा कुटुंबात मुलींच्या वाट्याला कमी येतात हा सार्वत्रिक अनुभव आहे. त्याहीपेक्षा विवाहानंतर स्त्रियांच्या स्थान-दर्जात, अपवाद वगळल्यास फारसा फरक पडत नाही. मुख्य म्हणजे मुलीचा विवाह कोणत्या वयात होतो याचाही परिणाम एकीकडे नवजात अर्भकांच्या स्वास्थ्यावर आणि दुसरीकडे विवाहोत्तर कौटुंबिक विश्वात स्त्रीला मिळणाऱ्या अवकाशावर निश्चितच होत असतो.

भारतातील बालविवाहाच्या प्रथेवर आजवर बरेच लिहिले आणि बोलले गेले आहे. एकोणिसाव्या शतकातील प्रबोधनयुगात मुलींच्या बाबतीत संमतीचे वय नेमके कोणते, याबाबतचे चर्चाविश्व गाजले आणि बालविवाह प्रथेस कडाडून विरोध झाला. स्वातंत्र्यप्राप्तीनंतर मुलींसाठी विवाहाचे किमान वय १६ वर्षे असावे असा कायदा होता. तो आता सुधारण्यात आला असून ते वय १८ वर्षे करण्यात आले आहे; पण कायदा हे समाजसुधारणेसाठी आणि परिवर्तनासाठी आवश्यक साधन असले; तरी ते पुरेसे नाही, हा अनुभव भारतीयांसंदर्भात अनेक क्षेत्रांत येतो. आजही बालविवाह कमीअधिक प्रमाणात होतात. लवकर लग्न झाले म्हणजे प्रजोत्पादनाचा कालावधी मोठा होतो, आणि त्यामुळे जन्मणाऱ्या बालकांची सरासरी संख्या जास्त होते. स्वाभाविकच, अपत्यांच्या संख्येचा मातेच्या स्वास्थ्यावर प्रतिकूल परिणाम होतो. १९३१मध्ये शेवटची जातवार जनगणना केली गेली. १९३१च्या जनगणनेतून उच्च जातींमध्ये स्त्रियांचे घटते प्रमाण अधिक राहिलेले आहे, हे वास्तव पुढे आले होते. राजपूत (८६०), बनिया (८८६), ब्राह्मण (८९९), कायस्थ (८८९) या जातींमध्ये दर हजार पुरुषांमागे हे प्रमाण कमी राहिलेले आहे. कनिष्ठ जातींमध्ये स्त्रियांचे प्रमाण हे पुरुषांपेक्षा अधिक राहिलेले होते. उदाहरणार्थ, आंध्र प्रदेशातील माला (१०२८), कर्नाटकातील होली, केरळमधील पुलाया, महाराष्ट्रातील महार या सर्व जातींमध्ये स्त्रियांचे प्रमाण १००२ असे आढळले.

जातिपितृसत्ताक व्यवस्था बळकट करण्यासाठी स्त्रियांवर अधिकाधिक बंधने लादली गेली. उच्च जातींतील स्त्रियांवर अधिक जाचक बंधने घातली गेली होती. जातिशुद्धता (योनिशुद्धता) टिकवण्यासाठी सती, बालविवाह, सक्तीचे वैधव्य, मुलीला

जन्माला आल्यानंतर नख देऊन अथवा दुधात बुडवून मारणे अशा रूढीपरंपरांचे संस्थीकरण केले. परिणामत: भारतीय इतिहासात उच्च जातीतील स्त्रियांची संख्या ही पुरुषांपेक्षा कमी राहिली. जातिपितृसत्ताक समाजरचनेत कनिष्ठ जातींतील स्त्रियांपेक्षा उच्च जातींतील स्त्रियांचे प्रमाण दरहजार पुरुषांमागे कमी का राहिले आहे, याची पार्श्वभूमी समजून घेण्यासाठी १९३१ची जातवार जनगणना उपयुक्त ठरली आहे.

कायदा करूनही स्त्रियांचे प्रमाण सातत्याने घटत आहे. २१व्या शतकातही स्त्रियांकडे ओझे म्हणून पाहिले जाते. कुटुंबात, समाजात, अर्थव्यवस्थेत स्त्रियांचे प्रचंड योगदान असूनही त्यांना दुय्यम आणि परके समजून त्यांची सतत अवहेलना होत राहते. समाजात पक्की रुजलेली पुत्रलालसा आणि त्याच्या जोडीला हुंडा व लग्न, शिक्षण, पालनपोषण यांचा वाढत जाणारा खर्च यांमुळे अनेकांना मुलींचे जन्माला येणेच नकोसे वाटते.

तेव्हा हा प्रश्न केवळ कायद्याच्या अंमलबजावणीचा नसून सामाजिक दृष्टीकोन बदलण्याचा आहे. आपल्या महाराष्ट्राला समाजप्रबोधनाचा समृद्ध वारसा लाभला आहे. १५० वर्षांपूर्वी याच पुण्यामध्ये जातीयतेला विरोध आणि स्त्रीशिक्षण, विधवा स्त्रियांचे प्रश्न, संमतिवयाचा मुद्दा घेऊन महात्मा जोतिबा व सावित्रीबाई फुले; आगरकर; महर्षी कर्वे यांनी समाजप्रबोधनाची चळवळ उभी केली. यातून स्त्रीसमानतेचा लढा अनेक पावले पुढे सरकला. पुढे डॉ. बाबासाहेब आंबेडकरांच्या अध्यक्षतेखाली घटना समितीने स्वतंत्र भारतातल्या स्त्रियांना समान हक्क बहाल केले. असे असूनही आज महाराष्ट्रात स्त्रियांचे प्रमाण देशातील सरासरीपेक्षा कमी आहे.

गरोदर मातांचे मृत्यू रोखण्यात आरोग्ययंत्रणा अपयशी

गरोदर मातांचे मृत्यू रोखण्यात आरोग्ययंत्रणा अपयशी ठरली आहे. महाराष्ट्रात दर एक लाख प्रसूतींमागे १४९ मातांचा मृत्यू होतो. शासनाने मातामृत्यू रोखण्यासाठी योजनांचा पाऊस पाडला. परंतु योग्य अंमलबजावणी नसल्यामुळे जणू सरकारनेच मातांच्या मरणाची सोय करून ठेवली आहे.

आरोग्यविभागाने २०११मध्ये सुमारे १,४६२ मातांच्या मृत्यूची कागदावर नोंद केली आहे. शासन आणि आरोग्ययंत्रणा यांच्या माध्यमातून कोट्यवधींच्या योजनांचा पाऊस पाडला जातो; परंतु हलगर्जीपणामुळे प्रसूतीच्या वेळी मातांचे मृत्यू होत आहेत, हे कटू सत्य नाकारता येत नाही. 'लॅन्सेट' या मेडिकल जर्नलने दिलेल्या आकडेवारीनुसार, देशात ७८ हजार मातांचे प्रसूतीदरम्यान होणारे मृत्यू शासन उघड्या डोळ्यांनी पाहत आहे. या मृत्यूंना रोखण्यासाठी कधी जननी सुरक्षा योजना, कधी मातृसुरक्षा योजना, तर कधी जननी शिशू सुरक्षा योजना राष्ट्रीय ग्रामीण आरोग्य अभियान राबवते. परंतु गरोदर मातांचे मृत्यू थांबले नाहीत. शंभरात १८ प्रसूती घरीच होतात.

ग्रामीण भागात गरोदर स्त्रियांसाठी तपासणी, उपचार अशा भारतात स्त्रियांची संख्या कमी असण्यामागे दोन महत्त्वपूर्ण कारणे आहेत. पहिले कारण म्हणजे लिंगतपासणीनंतर गर्भपात मोठ्या प्रमाणात होत आहेत. दुसरे कारण म्हणजे 'बालविवाह' तसेच कमी वयात होणाऱ्या प्रसूतीच्या काळात होणारे मृत्यू होय.

'अखिल भारतीय जनवादी महिला संघटनेने' २००६मध्ये 'सखे, फक्त तुझ्याचसाठी' हे पत्रक काढून लिंगनिदान करून स्त्रीगर्भहत्या करण्याविरोधात जाणीवजागृती करण्याचा प्रयत्न केला. तसेच ३१ मार्च २००६मध्ये 'लिंगनिदानाचा गुन्हा करणाऱ्या डॉक्टरांना पाठीशी घालणाऱ्या महाराष्ट्र सरकारच्या विरोधात निषेध मोर्चा'चे आयोजन केले होते. दोषी डॉक्टरांवर कडक कारवाई करावी, या मागणीसाठी व महाराष्ट्र सरकारला लिंगप्रतिबंधक कायद्याची अंमलबजावणी करण्यास भाग पाडावे यासाठी हा निषेध मोर्चा आयोजित केला होता. पुण्यात स्त्रीप्रश्नाबाबत महत्त्वपूर्ण काम होऊनसुद्धा या जिल्ह्यातील बालिकांचे प्रमाण देशातील सरासरीपेक्षा कमी आहे, हे लक्षात घेऊन २८ नोव्हेंबर (महात्मा फुले पुण्यतिथी) ते ६ डिसेंबर २००६ (डॉ. बाबासाहेब आंबेडकर महापरिनिर्वाण दिवस) या कालावधीत या संघटनेने पुणे ते कोल्हापूरपर्यंत समाज परिवर्तन यात्रा काढली होती.

स्त्रीचे स्वास्थ्य आणि तिच्या विवाहाचे वय यांमध्ये अन्योन्य संबंध असल्याचे 'भारतीय महिलांचे समाजात स्थान' या विषयावरील १९७४ साली तयार केलेल्या अहवालातही संबंधित अभ्यासगटाने स्पष्टपणे म्हटले आहे.

स्त्री-प्रजोत्पादन कालावधी जेवढा जास्त, तेवढी प्रत्येक स्त्रीमागे जन्मणाऱ्या बालकांची (सरासरी) संख्या जास्त; आणि जितकी मुले जास्त होतील, तितकाच त्या स्त्रीच्या प्रकृतीवर प्रतिकूल परिणाम होतो, असा कार्यकारण संबंध लावला जात असे. प्रसूती होताना स्त्रीच्या जीविताला धोका होते, जंतूंची लागण होते, आणि त्याद्वारे फक्त संबंधित स्त्रीच्या स्वास्थ्यावरच नाही, तर नवजात अर्भकाच्या आरोग्यावरही विपरीत परिणाम होऊ शकतो.

हा प्रश्न आहे स्त्रियांच्या अस्तित्वाचाच

बीड जिल्ह्यात परळी वैजनाथ येथे एका नाल्यात ९ स्त्री-अर्भके सापडल्यानंतर महाराष्ट्रात बरीच खळबळ माजली होती. त्याच सुमारास पुण्याच्या सदाशिव पेठेत बेकायदेशीर लिंगनिदान करताना दोन प्रतिष्ठित डॉक्टरांना जनवादी महिला संघटनेने रंगेहाथ पकडले. महाराष्ट्रात राजरोसपणे लिंगनिदान सुरू असल्याचे इतर काही ठिकाणी धाडी टाकून महिला संघटनांनी उघड करून दाखवले. त्यासंबंधी मुख्यमंत्र्यांची भेट घेतली. परिणामी, आरोग्यमंत्र्यांना काही घोषणा कराव्या लागल्या. आळसावलेली

सरकारी यंत्रणा थोड्या फार प्रमाणात कामाला लागली. लिंगनिदान कायद्याअंतर्गत गठित केलेल्या, परंतु अगोदरच्या सभासदांचा कालावधी संपल्यामुळे निष्क्रिय झालेल्या राज्य निरीक्षण मंडळाची परत स्थापना करण्यात आली. राज्यातील सोनोग्राफी केंद्रांची तपासणी मोहीम हाती घेतली गेली. सरकारने जी 'हेल्पलाइन' सुरू केली, त्यावर काही तक्रारी नोंदवल्या गेल्या. महाराष्ट्र मेडिकल काउन्सिल, इंडिअन मेडिकल असोसिएशन इत्यादींनी असले गैरप्रकार पाठीशी घालणार नाही असे जाहीर केले. विविध संस्था-संघटनांनी चर्चासत्रे आयोजित केली. गणेश मंडळांनी आपल्या देखाव्यांमधून प्रश्न मांडला. लेकी वाचवण्याचा जागर करण्यासाठी काही आमदार-खासदारांनी यात्रा काढल्या. महाराष्ट्रात मुलींची संख्या झपाट्याने कमी होत असल्याचा प्रश्न या निमित्ताने ऐरणीवर आल्यासारखे वाटले; पण नंतर नेहमीप्रमाणे सर्व काही शांत झाले. बेकायदेशीर कृत्ये करणारे डॉक्टर आपापल्या कामाला लागले.

महाराष्ट्रात गाजत असलेल्या लिंगाधारित गर्भपाताचे मूळही बीडमध्येच आहे. बीडचे डॉ. सुदाम मुंडे आणि डॉ. सरस्वती मुंडे या दाम्पत्याने तर स्त्रीभ्रूणहत्येचा जणू काही कारखानाच सुरू केला होता. कोणत्याही रोग्याला जीवदान देण्याची शपथ घेतलेले डॉक्टर असेही काम करू शकतात यावर लवकर विश्वास बसत नाही. मात्र या डॉक्टर दाम्पत्याने चार हजारांहून अधिक कन्याअर्भके जन्मण्याअगोदरच नष्ट केली होती. मुंडे हॉस्पिटलमध्ये राज्यातील कानाकोपऱ्यातून महिला गर्भपातासाठी येत होत्या. तसेच शेजारच्या आंध्र प्रदेशात आणि कर्नाटकातही यांचे एजंट होते.

गर्भलिंगनिदान व चाचणी कायद्याला मूठमाती देऊन आणि आरोग्य तसेच पोलीस महसूल खात्याच्या खिशात हात घालून या डॉक्टर दाम्पत्याचा गोरखधंदा सुरू होता. ॲड. वर्षा देशपांडे यांनी २०१०मध्ये स्टिंग ऑपरेशन करून हे कंसकृत्य चव्हाट्यावर आणले. मात्र तोंडाला रक्त लागल्यानंतर जनावर शांत राहत नाही तशा पैशांना चटावलेल्या डॉ. मुंडे याने ॲड. देशपांडे यांच्या कारवाईनंतरही आपला धंदा बंद केला नाही. १८ मे २०१२ रोजी विजयमाला पेटकर या महिलेचा गर्भपातानंतर मृत्यू झाला आणि गर्भपाताचा कारखाना चालवणाऱ्या डॉ. मुंडेविरुद्ध गुन्हा दाखल झाला. त्यानंतरही २६ दिवस प्रशासनाला गुंगारा देत हे डॉक्टर दाम्पत्य फरार होते.

२८ जून २०१२ रोजी लिंगाधारित गर्भपाताच्या प्रकरणीच बीडच्या डॉ. सुनीता बारकोल आणि संतराम राठोड या दोन भूलतज्ज्ञांना अटक करण्यात आली. याचाच अर्थ कन्याअर्भकांचा कर्दनकाळ असलेल्या या डॉक्टरने बीडला गर्भपाताचे हबच करून टाकले होते असे म्हटल्यास अतिशयोक्ती होणार नाही.

सोनोग्राफीसारख्या प्रगत तंत्रज्ञानाचा दुरुपयोग – लिंगाधारित गर्भपाताचे कारखाने

जागोजागी लिंगनिदान करणाऱ्या डॉक्टरांवर छापे आणि स्त्री–अर्भके तशीच टाकून दिल्याच्या, नवजात कन्या अर्भके सापडल्याच्या बातम्या गेले काही दिवस महाराष्ट्रात झळकत आहेत. प्रसारमाध्यमांचा सनसनाटीपणा वजा करूनही परिस्थिती गंभीर आहे. मुंडे, सानप, लहाने, कोल्हे, नागणे इत्यादी डॉक्टरांच्या प्रकरणांवरून असे लक्षात येते की, राज्यकर्त्यांकडून आणि प्रशासनाकडून मोठ्या प्रमाणात दुर्लक्ष झाले आहे. किंबहुना पुढारी आणि प्रशासन यांनी त्यांना पाठीशी घातले आहे. डॉक्टर आणि प्रशासन स्वत:चे दोष झाकण्यासाठी आणि लक्ष दुसरीकडे वळवण्यासाठी गर्भपाताच्या प्रश्नाभोवती चर्चा केंद्रित करू पाहत आहेत. स्त्रियांच्या कायदेशीर गर्भपाताच्या हक्काबद्दल प्रश्न उपस्थित केले जात तर आहेतच. शिवाय स्त्रियांनाच लक्ष्य करून त्यांनाच गुन्हेगार ठरवण्यात येत आहे.

सामाजिक (थोडक्यात स्त्रियांची) मानसिकताच कशी या प्रश्नाला जबाबदार आहे, असे म्हणून बाजारीकरणाच्या मुद्द्याला बगल दिली जात आहे.

महाराष्ट्रात मुलींचे प्रमाण सातत्याने घटत असल्याचा सावधानतेचा इशारा २००१च्या जणगणनेतून व्यक्त झाला होता. लिंगनिदान प्रतिबंधक कायद्याची अंमलबजावणी करण्यामध्ये महाराष्ट्र सरकार पूर्णत: निष्क्रिय राहिले. परिणामी, लिंगनिदानाला प्रोत्साहन देणाऱ्या आणि त्यांच्यातून स्वत:चा फायदा करून घेणाऱ्या डॉक्टरांचे जाळे महाराष्ट्राच्या विविध जिल्ह्यांमध्ये पसरत गेले. २०११च्या जनगणनेने बीड, जळगाव, अहमदनगर, बुलडाणा, कोल्हापूर, औरंगाबाद आणि जालना जिल्ह्यांबद्दल धोक्याची घंटा जोरात वाजली होती. तरीदेखील महाराष्ट्र सरकारमध्ये राजकीय इच्छाशक्तीचा अभाव असल्याने लिंगनिदानाची प्रथा बंद पाडण्यासाठी कोणतीच कठोर पावले उचलली गेलेली नाहीत, ही वस्तुस्थिती आहे.

हेही तितकेच खरे आहे की, मुलगी म्हणजे ओझे आहे ही भावना समाजात बळावत चालली आहे; परंतु शुद्ध बाजारवादी दृष्टीकोनातून पैशाच्या लोभापायी लिंगनिदान करणारे डॉक्टर व वेगवेगळ्या आर्थिक, सामाजिक, सांस्कृतिक कारणांस्तव (वंशाला दिवा, म्हातारपणची काठी, अंत्यसंस्कार, शिक्षणाचा वाढता खर्च, हुंड्याला आलेले बीभत्स बाजारू स्वरूप, स्त्रियांवरील वाढत्या अत्याचारांमुळे असुरक्षित वातावरण, किंवा शुद्ध गरिबी यांमुळे) लिंगनिदान करून घेणारे आईवडिलांना आणि विशेषत: त्यातील स्त्रियांना समान लेखणे चुकीचे ठरेल. भारतीय समाजात पुत्रहीन स्त्रीला कशी वागणूक मिळते, याचा पिढ्यान्‌पिढ्यांचा अनुभव स्त्रियांनी घेतला असल्याने अनेक स्त्रिया नाइलाजाने लिंगनिदान करायला तयार होतात. परंतु डॉक्टरांनी तसे

करण्यास नकार दिला, तर ते ताबडतोब थांबेल हे स्पष्ट आहे. एकीकडे समाजप्रबोधन आणि स्त्रियांना समान हक्क मिळवून देण्याची लढाई, तर दुसरीकडे कायद्याचा बडगा अशी व्यूहरचना आखून प्रश्न सोडवायला हवा.

म्हणूनच स्त्रीसंघटना आणि आरोग्य हक्क संघटना यांनी प्रयास करून १९९४मध्ये लिंगनिदान प्रतिबंधक कायदा मंजूर करून घेतला. परंतु केवळ कायदा करून भागत नाही. हितसंबंधी व्यक्ती त्याची अंमलबजावणी होऊ देत नसल्याने तो आपणच चालवावा लागतो. हा कटू अनुभव घेतल्यानंतर २००३मध्ये परत एकदा या संघटनांना सर्वोच्च न्यायालयाकडे दाद मागावी लागली. कायदा दुरुस्त झाला; पण शासनाने तो मनावर घेतला नाही, आणि मुलींची संख्या घटत राहिली.

आपली पुरुषसत्ताक समाजव्यवस्थाच मुळी विषमतेच्या, शोषणाच्या पायावर उभी आहे. जन्मण्यापूर्वीपासून मरेपर्यंत प्रत्येक बाबीत आपल्याला पुरुषसत्ताक व्यवस्थेची अनेक हिडीस रूपे दिसतात. नाक्यावरची छेडछाड असो, वा बलात्कार, वा मुलामुलींमध्ये भेदभाव करणारे संस्कार, सर्वत्र या व्यवस्थेची मुळे रुजलेली दिसतात. या व्यवस्थेचे एक टोकाचे रूप आहे स्त्रीचे अस्तित्वच नाकारणारे, स्त्रियांचा जगण्याचा अधिकारही अमान्य करणारे. मुलीला जन्मण्यापूर्वी मारणे किंवा मुलांनाच जन्माला घालणे ही झाली अलीकडची रूपे, पण त्यापूर्वीपासूनच व आताही इतर अनेक मार्गांनी स्त्रीचा जगण्याचा हक्क नाकारला जातो आहे.

मुलगी जन्माला आली म्हणून तिला हॉस्पिटलमध्ये, रस्त्यावर किंवा अनाथालयात सोडून दिल्याच्या बातम्या आपण अनेकदा वाचतो. कधीकधी तर मुलगी जन्मल्यावर तिला मारून टाकल्याच्याही बातम्या आपल्या वाचनात येतात. बिहारमध्ये, तामीळनाडूतील कलार जमातीत व राजस्थानमधील राजपुतांमध्ये आजही ही प्रथा अस्तित्वात आहे. पूर्वी गुजरातमधील पटेल, उत्तर भारतातील जाटांमध्ये व यादवांमध्येही ही चाल होती. गळा दाबणे, गूळ किंवा तांदूळ भरवून किंवा दुधाच्या भांड्यात तोंड दाबून तिला गुदमरून टाकणे, विषारी फळे किंवा त्यांचा रस भरवणे, खाटेच्या जाड पायाखाली चिरडून मारणे असे कितीतरी भयानक पद्धती त्यासाठी वापरल्या जात. १९व्या शतकात स्त्री-अर्भक हत्याबंदीचा कायदा झाला. त्यानंतर ही प्रथा नष्ट झाली असा समज होता; पण अजून ती समूळ नष्ट झालेली नाही.

भारतात ब्रिटिशांचा अंमल सुरू झाला. त्या काळात गुजरातपासून उत्तर प्रदेश, बिहारपर्यंत व पंजाबपासून मध्य प्रदेशपर्यंत स्त्री-अर्भक हत्येची प्रथा अस्तित्वात होती. विशेष म्हणजे राजकीयदृष्ट्या प्रभावशाली अशा उच्च व मध्यम जातींमध्ये उदाहरणार्थ, जाट, राजपूत, अहिर, पटेल, पठाण, खत्री ही चाल प्रकर्षाने होती. तिचे निर्मूलन करण्यासाठी ब्रिटिशांनी १८७० साली स्त्री-अर्भक हत्याबंदीचा कायदा केला.

१८५७नंतर एतद्देशीयांच्या व्यक्तिगत, कौटुंबिक, धार्मिक बाबतींत आपण लक्ष घालायचे नाही असे ठरवल्यानंतरही त्यांनी हे पाऊल उचलले हे महत्त्वाचे आहे. त्याचबरोबर हुंडाबळी व स्त्री-अर्भक हत्या करणाऱ्या गुन्हेगारांवर कडक कायदेशीर कारवाई केली होती.

राजकीय इच्छाशक्ती असली की गुंतागुंतीच्या सामाजिक प्रश्नांची सोडवणूक परकीय राज्यकर्तेही करू शकतात हे दिसून येते. याउलट खुद्द राज्यकर्त्यांचे हितसंबंध गुंतले असले की साऱ्या स्तरांवरच दडपण येऊन सारे प्रकरण दाबले जाते.

या प्रथेमागची लोकांना वाटणारी कारणे कुठली याचा शोध घेतल्यावर पुढील गोष्टी समोर आल्या.

१) लोकसंख्या-नियंत्रण.

२) निपुत्रिकत्वावर उपायोजना - मुलीला ठार मारल्यावर पुढचे अपत्य मुलगाच होतो, असा समज आहे.

३) आर्थिक कारणे - 'मुलगी म्हणजे ओझे', तिचे शिक्षण, आरोग्य, तिचा विवाह यांवरचा खर्च म्हणजे बुडित खाती पैसे घालवणे. लग्नानंतर ती परघरीच जाणार आहे. मग शेजारच्या अंगणात फुले टाकणाऱ्या झाडाला पाणी का घालायचे? असा विचार त्यामागे आहे.

श्रीमंतांच्या घरी गडगंज मालमत्ता असते. त्यामुळे त्यात हिस्सेवाटे पडू नयेत, ती दुसऱ्याकडे जाऊ नये या उद्देशाने मुलींना मारले जाते. आपल्यापेक्षा अधिक तालेवार घरात मुलगी देणे व भरपूर हुंडा मोजणे या प्रथा ज्या जातीत प्रतिष्ठेच्या मानल्या जातात, त्यांच्यात ही प्रथा प्रामुख्याने असल्याचे आजही आपल्या समाजात दिसते.

स्त्री ही पुरुषापेक्षा अधिक चिवट असते. जीवशास्त्रीयदृष्ट्या हे सिद्ध झाले आहे. भारतात मात्र उलटाच प्रकार दिसतो. यामागील कारण म्हणजे जन्मल्यापासून पुनरुत्पादनाचे वय संपेपर्यंत स्त्रियांची होणारी आबाळ, हेळसांड. आपल्या समाजात मुलींच्या जन्माचे स्वागत नाही, तिच्या मृत्यूचे दुःखही नाही. कारण तिला व्यक्ती मानलेच जात नाही; म्हणून सकस अन्न, शिक्षण, आरोग्यसेवा, व्यायाम, विश्रांती, करमणूक या गोष्टी तिच्या वाट्याला येत नाहीत. तिच्या वाट्याला परिश्रम, मानसिक ताण येतात. तिला हतबल करणाऱ्या रक्तक्षय, मासिक पाळीचा त्रास व इतर रोगांना रोगच मानले जात नाही. शेवटी तिने अंथरूण धरेपर्यंत तिला इतर जण व ती स्वत: आजारीच मानत नाहीत. त्यामुळे स्त्रियांचा मृत्युदर पुरुषांच्या तुलनेत खूप जास्त आहे. जागतिक बँकेच्या अहवालानुसार, भारतीय स्त्री गरोदरपणात मरण्याची शक्यता इतर प्रगत देशांच्या तुलनेत २०० पटींनी जास्त आहे.

या प्रश्नाची व्याप्ती व खोली अधिक वाढताना दिसत आहे. त्यामुळे आता

आपल्यापुढे हे प्रश्न उभे राहतात.

१) ढासळत्या संतुलनाचा परिणाम आताच होताना दिसतो आहे का?

२) परिस्थिती सुधारण्यासाठी किंबहुना अधिक न बिघडण्यासाठी काय केले पाहिजे?

३) वाढत्या स्त्रीगर्भहत्येचा यावर काय परिणाम होईल?

ज्या भागात स्त्री-पुरुष संख्येचा समतोल खूपच ढळला आहे; (गुणोत्तर ८५० किंवा कमी) अशा जिल्ह्यांचा सखोल अभ्यास केला, तरच तेथील सामाजिक आणि सांस्कृतिक बदल टिपणे शक्य होईल. उत्तर भारतातील काही जिल्ह्यांमध्ये या बदलांची प्रक्रिया सुरू झाली आहे. अशा जिल्ह्यांत बहुपतित्वाची चाल व इतर राज्यांतून मुलगी लग्नासाठी विकत आणणे या दोन्ही बाबींना सुरुवात झाली आहे. मुलींचे दुर्भिक्ष असणाऱ्या या प्रदेशात कोणालाही या बाबी गैर वाटत नाहीत.

कदाचित भारतीय समाजात स्त्री-पुरुष संख्येचा समतोल ढासळला, म्हणून फारसा आरडाओरडाही होणार नाही. कारण त्यासोबत समाजाच्या धारणाही सोयीस्कररीत्या बदलतील. त्यामुळे आज बहुपतित्वासारख्या समाजाला धक्कादायक वाटणाऱ्या गोष्टी उद्या स्वीकारल्या जातील. जोपर्यंत होणाऱ्या बदलामुळे पुरुषप्रधानतेला धक्का बसणार नाही, तोपर्यंत ही व्यवस्था त्याविषयी आरडाओरडा करणार नाही. पुरुषप्रधानतेची चौकट कायम ठेवून पुरुषांची गैरसोय, अडवणूक, उपासमार होऊ नये म्हणून बहुपतित्वासारखे मार्ग शोधले जातील व त्यांचे राजरोस समर्थनही केले जाईल. आपल्या देशाचा वारसा इतका 'विविधतेने नटलेला' व 'समृद्ध' आहे की, आपल्या इतिहासाचा दाखला देऊन कोणत्याही गोष्टीचे सांस्कृतिक समर्थन करता येते. त्यामुळे चळवळीने लक्ष दिले नाही, तर केवळ स्त्रियांवर अन्याय होतो, जबरदस्तीही होते म्हणून या बाबींची दखल समाज घेईलच असे नाही. भारतीय घटनेने सर्वांना समानतेचा मूलभूत अधिकार दिला आहे. लिंगाधिष्ठित भेदभाव हा घटनेच्या दृष्टीने गुन्हा आहे; परंतु हा अधिकार मिळवण्यासाठी स्त्री आधी जन्मली पाहिजे. स्त्री म्हणून तिला जगण्याचा अधिकार जन्मापूर्वीच नाकारला, तर इतर अधिकार पूर्णपणे अर्थहीन ठरतात. समानतेच्या संकल्पनेच्या मुळावरच लिंगाधारित गर्भपात किंवा स्त्रीगर्भहत्या आघात करते.

स्थलकालाशिवाय स्त्रिया कुठल्या वर्गातील (स्तरातील) आहेत याचाही त्यांना मिळणाऱ्या लिंगभावात्मक वागणुकीवर बदल होतो म्हणजे परिणाम होतो. जसजसा आर्थिक विकास होत आहे, तसतशा लोकांना आर्थिक सुधारणांच्या संधी मिळत आहेत. याशिवाय प्रसारमाध्यमांमध्ये वाढ झाल्याने सर्व लोकांसमोरचे प्रदर्शनही वाढले आहे. आपल्या जीवनशैलीविषयीच्या लोकांच्या आकांक्षा वाढल्या आहेत. तसेच

कोणत्या प्रकारच्या वस्तूंमुळे किंवा सुविधांमुळे आयुष्य मजेत जाईल याविषयीच्या कल्पनाही बदलल्या आहेत. कदाचित या गोष्टीमुळेही मध्यमवर्गात हुंड्याची मागणी वाढती असेल. काही घरांमध्ये असेही दिसून येते की, सासरच्या मंडळींबरोबर मुलीही आपल्या आईवडिलांकडे मागण्या करतात. या वेळी आर्थिक विकासामुळे काही थोड्याच भारतीय स्त्रियांना शिक्षण-प्रशिक्षणाची आणि तांत्रिक शिक्षणाची संधी मिळाली आहे. उद्योगधंदे, सार्वजनिक क्षेत्र, इतर व्यवसाय यांत करिअर करण्याची संधी मिळत आहे. सध्या जरी अशा स्त्रियांचा आकडा संख्येने कमी दिसत असला, तरी सर्व सार्वजनिक क्षेत्रांत त्यांचे अस्तित्व जाणवत आहे. या प्रकारचा विकास अपेक्षितच होता. कारण सुशिक्षित तरुणांना झपाट्याने उपलब्ध होत असलेल्या व्यवसायसंधीची जाणीव मुख्यत्वेकरून मोठ्या शहरातील मुलींच्या पालकांना आहे. हे पालक आपल्या मुलींची लग्ने लांबवून आणि त्यांच्या शिक्षणात पैसा गुंतवून या मुलींना व्यवसायाच्या संधी उपलब्ध करून देतात. भारतीय स्त्रियांमध्ये यामुळे एक वेगळ्या प्रकारचे वर्गविभाजन तयार होत आहे. याचे एक उदाहरण म्हणजे मुलींच्या प्राथमिक शिक्षणात असलेली धिमी गती आणि झपाट्याने विस्तारत जाणारा माध्यमिक व उच्च शिक्षणातील मुलींचा सहभाग यांत दिसणारा विरोधाभास आहे. फार थोड्या मुली हल्ली उच्च तांत्रिक शिक्षणपण घेत आहेत. मध्यमवर्गीय मुली शालेय शिक्षण फार पूर्वीपासूनच घेत आल्या आहेत. त्यातील नवीन भाग असा की, मोठ्या संख्येने या मुली आता उच्च शिक्षण व तांत्रिक प्रशिक्षण घेत आहेत. याविरुद्ध गरीब घरांतील मुलींना प्राथमिक शिक्षणासाठी अजूनही लिंगभेदाला सामोरे जावे लागत आहे. अगदी १९९०मध्येही माध्यमिक शिक्षणातील मुलींचा सहभाग हा मुलांच्या तुलनेने ६३ टक्के होता. त्याच वेळेस उच्च शिक्षणासाठीचे हे प्रमाण मुलांच्या मानाने मुलींचे ४५ ते ६८ टक्के इतकेच होते. वेगळ्या शब्दांत सांगायचे, तर ज्या मुलींना माध्यमिक शिक्षण घेण्याची संधी मिळते त्यांना उच्चशिक्षण घेणेही शक्य होते; पण तरीही प्राथमिक किंवा माध्यमिक शिक्षण न मिळालेल्या खूप मुली उरतातच. मध्यम व उच्च वर्गातील स्त्रिया आता बऱ्याच ठिकाणी चांगल्या पदांवर काम करताना आढळतात; पण तरीही आश्चर्यकारकरीत्या अजूनही स्त्रियांच्या लिंगभावाबद्दल वर्गीय स्तरावरील सधन कुटुंबांमधून हुंड्याची मागणी किंवा हुंड्यामुळे होणारा स्त्रियांविरुद्धचा हिंसाचार वाढताना दिसत आहे. याच वर्गातील लोकांमधून फक्त मुलींचा गर्भ असेल, तर तो गर्भपात करून काढून टाकण्याची मनोवृत्ती वाढलेली असते. आपल्या निर्णयाचे समर्थन करताना हेच मध्यमवर्गीय पालक मुलींना सुरक्षित व सुलभ आयुष्य देण्यामागच्या असमर्थतेचे कारण पुढे करतात. स्त्रियांमधील वाढते वर्गविभाजन हे जास्त स्पष्ट होत आहे, असा याचा अर्थ घ्यायचा का? मुलींसाठी लग्न हा एकच पर्याय आहे, असे सर्वसाधारणपणे सर्व कुटुंबीयांना वाटते का?

विकासप्रक्रियेच्या स्वरूपात खंड पडणे हीच खरी समस्या आहे. फक्त अस्तित्वापुरत्या असलेल्या आर्थिक व्यवस्थेची वाढ होऊन आता ही व्यवस्था वैविध्यपूर्ण व फायदेशीर बनली आहे. भारतातील आधीच जरा चांगल्यापैकी असणाऱ्या श्रमिक जनतेचे आर्थिक भवितव्य खूप मोठ्या प्रमाणात वाढले आहे. आधी सांगितल्याप्रमाणे आलेली आर्थिक सुबत्ता कोणत्या गोष्टींवर किंवा सुविधांवर खर्च करायची याची व्याप्ती वाढली आहे. आणि प्रसारमाध्यमातून त्याच्या उपलब्धतेची जाहिरातही मोठ्या प्रमाणावर केली जात आहे; पण श्रमिकांमधील फारच थोड्या प्रमाणातील लोकांना ही उच्च आर्थिक सुबत्ता प्राप्त झाली आहे. १९९२मध्ये ३६० दशलक्ष भारतीय श्रमिकांपैकी फक्त २७.५ टक्के दशलक्ष इतकेच कामगार संघटित क्षेत्रात काम करत होते, जेथे अशी संधी उपलब्ध होऊ शकते. स्त्रियांसाठी या प्रकारची आर्थिक सुबत्ता मिळवण्याची संधी खूपच कमी प्रमाणात असते. १९९३मधील एका पाहणीनुसार, सर्व वर्गांतील किंवा स्तरांतील स्त्रिया घेतल्या, तरी ११ टक्के कमीच स्त्रिया संघटित क्षेत्रात काम करत होत्या. यामधील बहुतेकांची कामे ही सेवा किंवा उत्पादन क्षेत्रांतील होती आणि तीसुद्धा नोकरीच्या किंवा कामाच्या उतरंडीत शेवटच्या पायरीवरची होत. राष्ट्रीय नमुना सर्वेक्षण संस्थेनुसार, शहरी व ग्रामीण भागांतील नियमित रोजगार असणाऱ्या स्त्रियांच्या व पुरुषांच्या प्राप्तीतील गुणोत्तर हे विविध पातळ्यांवर घेतलेल्या रोजगार व बेरोजगार सर्वेक्षणांत हेलकावे खात आहे. शहरी भागात १९८७/८८मध्ये हे गुणोत्तर ८० टक्क्यांपेक्षा वर गेले, पण परत १९९०मध्ये ते ८० टक्क्यांच्या खाली उतरले. तरीही सुशिक्षित महिलांच्या बेरोजगारीचे प्रमाण हे पुरुषांपेक्षा अजूनही खूप जास्त आहे.

आर्थिक सुबत्तेचे फायदे मिळवण्यासाठी मुख्यत्वेकरून स्त्रियांना अशी सुबत्ता असणाऱ्या पुरुषांशी लग्न करणे हाच उपाय उरतो. मुली स्वत:च्या कमाईवर असे सुबत्तापूर्ण आयुष्य जगू शकतात, यावर पालकांचा विश्वास नाही. हे काही प्रमाणात समर्थनीय आहे. पुरुषांमध्येही अशा खास वर्गाचे प्रमाण कमी आहे, म्हणजेच लग्नाच्या बाजारात अशा पुरुषांची संख्या कमी आहे. त्यामुळे हुंड्याची रक्कम त्या प्रमाणात वाढत जाते. वेगवेगळ्या शैक्षणिक पात्रता किंवा नोकऱ्या असलेल्या नवऱ्यामुलांच्या जीवनभराच्या कमाईचा अंदाज बांधून त्यावर आधारित हुंड्याची रक्कम ठरवली जाते हे आता सर्वमान्य किंवा सर्वश्रुत आहे. हे दर आता जवळजवळ सर्वांना माहीत आहेत. उदाहरणार्थ, बिहारमध्ये पोलीस ऑफिसमध्ये हुंड्याचे दर हे डॉक्टरपेक्षा जास्त असतात आणि डॉक्टर हा बँक ऑफिसरपेक्षा जास्त मागतो. थोडक्यात, आत्तापर्यंत साध्य झालेल्या आर्थिक विकासामुळे स्त्री-पुरुषांच्या आयुष्यभरातील आर्थिक प्राप्तीच्या विषमतेमुळे फरक पडलेला दिसत नाही. त्याच वेळी समाजाच्या सर्व स्तरांमध्ये अजूनही

असा समज आहे की, स्त्रियांची लैंगिकता ही केवळ विवाहबंधनात नियंत्रित केली जाऊ शकते. या दोन गोष्टींमुळे हुंड्याची रक्कम वाढतच जात आहे.

स्त्रियांच्या शैक्षणिक पात्रतेबरोबर किंवा त्या पात्रतेइतक्या कामाच्या संधी स्त्रियांना का मिळत नाहीत, हे अजून पूर्ण समजून घेतलेले नाही. विवाहित किंवा अविवाहित स्त्रियांच्या गतिशीलतेवर त्यांच्या लैंगिकतेमुळे निर्बंध येतो, हेपण एक कारण आहे. त्यांना मिळणाऱ्या संधीवर त्याचा विपरीत परिणाम होतो. शिवाय स्त्रियांनी कोणत्या नोकऱ्या किंवा कोणते काम स्वीकारावे यांवर समाज आणि कुटुंब कडक निर्बंध ठेवते. स्त्रियांनी कुठल्या प्रकारचे काम घ्यायचे याबाबत काम देणाऱ्या मालकांमध्येही जरा साशंकता असते. परिणामत: ते पुरुषांना काम देणे सोयीचे मानतात. स्त्रीकामगारांविरुद्ध असलेल्या मालक-कामगार संघटनांच्या पूर्वग्रहाचा फायदा घेऊन हे लिंगभावावर आधारित कामगारवर्गाचे विभेदन करण्याचा प्रयत्न करतात. त्यामुळे स्त्रियांना फक्त तात्पुरत्या स्वरूपाचे किंवा घरात राहून करायचे काम देऊ करतात. संघटित क्षेत्रात पुरुषी वर्चस्व असलेल्या कामगार संघटना चांगल्या पगाराच्या पदांवर स्त्रिया येऊ नयेत म्हणून लैंगिकतेवर आधारित विभेदनाला उत्तेजन देतात. (बॅनर्जी व भित्तर ९८) या मुद्द्यांचा जास्त सखोल व नीट विचार होणे आवश्यक आहे. बाजारपेठेच्या सोयीसाठी किंवा मागणीनुसार स्त्रियांबद्दलची अशी चिकित्सा बदलण्याची गरज जेव्हा निर्माण झाली, तेव्हा बांगलादेश किंवा दक्षिण कोरिया यांसारख्या भिन्न परिस्थिती असलेल्या देशांमध्ये एका रात्रीत कुटुंबापासून श्रमाच्या बाजारपेठेपर्यंत हे मत बदलले. (बॅनर्जी ९९). त्यामुळे हे निष्कर्ष भारतीय किंवा इतर काळाच्या संदर्भात लागू करता येणार नाहीत. कारण सर्व निष्कर्ष हे संदर्भाधिष्ठितच असावे लागतात.

चीन वगळता, इतर आशियाई देशांच्या तुलनेत भारतीय स्त्रीची परिस्थिती पुढील पाच वर्षांनी काय असेल, हे डोळ्यांसमोर आणणे कठीण आहे. विविध स्तरांतील स्त्रियांच्या मागणीत खूप फरक आहे. सध्याच्या पुराव्यावरून असे दिसते की, देशाअंतर्गत विविध धर्मांतील स्त्रियांमध्ये वर्गस्तरावरील विभेदन निर्माण होत आहे. लिंगभावातील नात्याबद्दल सामाजिक दृष्टीकोनात बाजारपेठांच्या बदलामुळे कितपत बदल होतो, हा एक प्रश्नच आहे. या लेखात असे मांडले आहे की, जरी हा बदल घडून आला, तरी तो स्त्रियांच्या लोकसंख्येतील अतिशय छोट्या गटाशी संबंधित असेल; परंतु आपल्या देशात बाजारपेठेतील या बदलांना सामोरे जाण्याची क्षमता अतिशय निवडक अशा, संख्येने अल्प असणाऱ्या स्त्रियांमध्ये आहे. भारतामध्ये चांगल्या नोकऱ्या शोधणाऱ्या पुरुषांची संख्या मोठी असणे हेही प्रक्रिया धिमी असण्याचे एक कारण आहे. या पुरुषांची गतिक्षमता जास्त असूनही आणि त्यांना अडचणींचे ओझे कमी असूनही पुरुष बऱ्याच वेळा तोट्यात असतात. भारतीय मालकांचा पुरुषवर्गांना किंवा मालकांचा

पूर्वग्रह बदलल्याशिवाय बहुतांश भारतीय स्त्रियांना बाजारपेठेतील अर्थव्यवस्थेतील स्थान मिळवण्यासाठी खूप मोठी प्रतीक्षा करावी लागणार आहे.

'डॉक्टर' या निष्ठुर समाजाचीच निर्मिती आहे

मुलींचे प्रमाण मोठ्या प्रमाणावर घटत आहे, हे स्पष्ट झाल्यानंतर सरकारी आणि प्रशासकीय पातळ्यांवरून जनजागरणाला सुरुवात झाली. सोनोग्राफी केंद्रांतून लिंगनिदान करू नये यासाठी आदेश निघू लागले. २०११च्या जून महिन्यात परळी शहरात सार्वजनिक नालीत, कचराकुंडीत स्त्री-जातीची चार अर्भके लागोपाठ आढळून आली. या घटनेला प्रसारमाध्यमांनी उचलून धरले. सरकारही हालले. त्यानंतर जिल्ह्यातील सोनोग्राफी केंद्रांविरुद्ध कारवाईचा धडाका सुरू झाला. जिल्हा शल्यचिकित्सक डॉ. गौरी राठोड यांनी वर्षभरात वैद्यकीय व्यवसायाच्या नावाखाली गुन्हेगारी करणाऱ्या डॉक्टरांविरुद्ध फास आवळण्यास सुरुवात केली. पंधरा सोनोग्राफी केंद्रे कायमची बंद केली, तर ४८ सोनोग्राफी केंद्रे सील करून १९ लोकांविरुद्ध न्यायालयात खटले दाखल केले आहेत. त्यात प्रामुख्याने परळी येथील डॉ. सुदाम मुंडे यांच्या रुग्णालयातील सोनोग्राफी केंद्र सील करून गर्भपात केंद्राचा त्यांचा परवानाही रद्द केला. डॉ. मुंडे हे मागील तीस वर्षांपासून वैद्यकीय व्यवसाय करतात. त्यांनी या व्यवसायातून जवळपास दीडशे कोटी रुपयांची माया जमवल्याचे पोलीस-तपासात उघड झाले आहे. रोज गर्भलिंग-निदान करून जवळपास दहा ते पंधरा गर्भपात केले जात, तर या गर्भपाताची विल्हेवाट लावण्यासाठी त्यांनी आपल्या शेतात कुत्रेही पाळल्याचे पुढे आले आहे. वैद्यकीय व्यवसायाला काळिमा फासणारा आणि माणसाच्या संवेदना बधिर करणारा हा डॉक्टर आता फरार आहे. डॉ. सुदाम मुंडे प्रकरण सुरू असतानाच बीड शहरात बिंदुसरा नदीच्या पात्रात दोन अर्भके सापडली. या प्रकरणी डॉ. शिवाजी सानप व त्यांचे सासरे विठाई हॉस्पिटल आणि रिसर्च सेंटरचे संचालक स्त्री-रोगतज्ज्ञ डॉ. श्रीहरी लहाने यांना अटक करण्यात आली, तर शहरातील आणखी दोन डॉक्टरांविरुद्ध लिंगनिदान केल्याप्रकरणी गुन्हे दाखल करण्यात आले आहेत. प्रशासकीय यंत्रणेला मॅनेज करायचे आणि आपले काम सुरू ठेवायचे या वृत्तीमुळे लोकांनाही अमुक ठिकाणी मुलगी का मुलगा कळते आणि मुलगी असेल तर पाडूनही मिळते हे कर्णोपकर्णी सर्वदूर गेले. परिणामी, बीड जिल्हा हे गर्भलिंगनिदानाचे आणि गर्भपाताचे केंद्रच झाले आहे. काही डॉक्टरांनी तर लिंगनिदान केल्यानंतर हमखास मुलीचा गर्भ असल्याचे सांगून पैसा उकळण्याचाच हेतू साध्य केला. एकदा पैसा उकळण्याची लालसा वाढली की त्यातून विकृती तयार होते, हा नैसर्गिक नियम आहे. पूर्वी गर्भपात केंद्राला सरकारकडून थेट मान्यता दिली जात असे. २००६मध्ये हे अधिकार जिल्हा शल्यचिकित्सकाला देण्यात आले. तेव्हापासून ३३ केंद्रांना मान्यता देण्यात आली; पण पूर्वीच्या केंद्रांची

प्रशासनाकडे नोंद नाही. बारा ते वीस आठवड्यांपर्यंतच्या गर्भपाताला कायदेशीर मान्यता असतानाही कायद्याची भीती दाखवून आलेल्या रुग्णांकडून लिंगनिदानासाठी व गर्भपातासाठी हजारो रुपये उकळण्याचा धंदा या व्यवसायातील डॉक्टरांचा आहे.

मुलीचा गर्भ आहे हे कळल्यावर त्याची विल्हेवाट लावली जाते. सोनोग्राफी सेंटर्स चालवणारे डॉक्टर्स या प्रकारांना नक्कीच जबाबदार आहेत. ते संपूर्ण कायद्याला गुंडाळून ठेवून बेकायदेशीर गर्भजल परीक्षण करून, 'मुलीचा गर्भ आहे' हे निदान करून त्या गर्भवतीला व तिच्या पतीला सांगतात, परंतु जे लोक हे ठरवूनच जात असतात की, मुलगी असेल तर गर्भ ठेवायचा नाही. 'बेटा ही चाहिए'!

मुलींना वाचवण्याचे एवढे निकराचे प्रयत्न, एवढ्या पोटतिडकीने केलेल्या चर्चा, रकानेच्या रकाने भरून केलेले लेखन, कायद्याच्या अंमलबजावणीसाठी सुसज्ज झालेल्या आरोग्ययंत्रणा, मुलींसाठी सुरू झालेल्या वेगवेगळ्या शासकीय योजना, प्रोत्साहने, नुकताच सुरू झालेला आमीर खानचा शो (सत्यमेव जयते) हे एवढे सर्व व्यर्थ का जात आहे? यांतील काहीच समाजाच्या संवेदनेपर्यंत पोहोचत नाही का? घडलेल्या घटनांवरून तरी तसेच वाटत आहे. एकीकडे दर एकदोन महिन्यांनी मुलींच्या संख्येत होणारी घट आकडेवारीनिशी जाहीर होत आहे आणि दुसरीकडे घटण्याचा दर कमी होण्याऐवजी वाढतच आहे, म्हणजे लोक यांतील काहीही वाचत नाहीत आणि पाहत नाहीत, आणि डोळे आणि कान बंद करून जे करायचे आहे तेच करतात! हजारातील दोनशे-अडीचशे मुली जो समाज जन्माआधीच मारून टाकतो, तो समाज किती अमानुष बनला असेल याची कल्पनाही करवत नाही.

अशा क्रूर समाजातील मुंडे आणि सानप यांसारख्या डॉक्टरांची हिंमत मग वाढतच जाते. लाखोंची कमाई होत असेल, तर मुली मेल्या काय आणि जगल्या काय याने त्यांना काहीही फरक पडत नाही. अशा निष्ठुरतेच्या अंतिम सीमेपर्यंत जाणारे हे डॉक्टर म्हणजेदेखील या निष्ठुर समाजाचीच निर्मिती आहेत.

आज एकेका घटनेची चर्चा करून, केवळ गुन्हेगार डॉक्टरांना कठोर शिक्षा ठोठावून हा निर्घृण प्रकार थांबेल, असे वाटत नाही. कारण हे डॉक्टर याआधीही पकडले गेले होते. त्यांची सोनोग्राफीची परवानगी रद्द होऊन दवाखान्याला कुलूप लावण्यात आले होते. परंतु मध्ये काही दिवस लोटले की हाच हळहळणारा समाज सगळे काही सोयीस्करपणे विसरतो, आणि या विस्मरणाचाच गैरफायदा डॉ. मुंडेसारखी मंडळी घेतात. गर्भलिंगनिदान करवून घेणाऱ्या गर्भवती महिलाच 'मुलगी आहे' हे कळल्यावर ढसाढसा रडतात. कारण आता नवरा आपल्याला टाकून देईल, सासू छळेल हा धोका त्यांना जाणवतो. या अशा अगतिकतेपायी ती बाई गर्भपाताचा आग्रह धरते, अक्षरश: गयावया करते, हा अनुभवही अनेक प्रसूतितज्ज्ञ डॉक्टर सांगतात.

स्त्रीभ्रूणहत्या करणाऱ्या नराधम डॉक्टरांना कठोर शिक्षा व्हायला हवी असेच कुणाच्याही मनात सर्वप्रथम येईल; पण त्याही पुढे जाऊन संवेदनाशून्य, बथ्थड समाजालाही रोखठोक सुनवायला नको का? शेवटी हे सत्य सर्वांनी समजून घ्यायला हवे की, या घटनांना प्रामुख्याने जबाबदार आहे तो स्त्रीविरोधी 'दुय्यमतावादी पुरुषप्रधानतावादी दृष्टीकोन.'

लिंगआधारित गर्भपात – खुनाचा गुन्हा

महाराष्ट्राच्या विधानसभेत १० जुलै २०१२ रोजी चर्चा होऊन लिंगाधारित गर्भपात करणाऱ्यावर खुनाचा गुन्हा नोंदवावा यासाठी काही आमदारांनी आक्रमक भूमिका घेतली, तेव्हा आरोग्यमंत्री डॉ. सुरेश शेट्टी यांनी त्यांची सूचना मान्य करत, लवकरच अशा प्रकारचा गर्भपात करणाऱ्यांविरोधात खुनाचा गुन्हा नोंदवण्यासाठी मान्यता देण्याची शिफारस केंद्र सरकारला करणार असल्याची घोषणा केली.

लिंगआधारित गर्भपात हे मानवी संस्कृतीवरचे संकट असून मुलींना जन्माचा अधिकार नाकारण्याचे पाप सररासपणे करण्यात येत आहे. या अमानवी कृत्याविरोधात सध्याचा कायदा कमकुवत असल्याने आणि हे धाडस करण्याचे प्रकार वाढत असल्याने लिंगआधारित गर्भपाताचा गुन्हा हा खुनाचा गुन्हा ठरवा, अशी आग्रही मागणी आमदार जितेंद्र आव्हाड यांनी केली.

''लिंगाधारित गर्भपाताच्या गुन्ह्यासाठी केंद्राच्या कायद्यानुसार, कलम ३०४चा गुन्हा नोंद करण्याची तरतूद आहे. मात्र लिंगाधारित गर्भपात हा खून असल्याने हा गुन्हा कलम ३०२खाली आणण्याची मागणी केंद्र सरकारकडे केली जाईल. भारतीय दंड संहिता कायद्यात अशा प्रकारचा बदल करण्याची विनंती राज्य सरकार केंद्राकडे तातडीने करेल.'' अशी घोषणा आरोग्यमंत्री सुरेश शेट्टी यांनी सभागृहात केली होती. (सकाळ, पिंपरी चिंचवड, ११ जुलै २०१२)

नवजात अर्भकांना जीवनदायी 'आशा'

आरोग्य खात्यातील कर्मचारी बाळंत महिलेच्या घरी जाऊन बाळासह तिची विशेष काळजी घेणार आहेत. 'नॅशनल रुरल हेल्थ मिशन' (एनआरएचएम) या संस्थेअंतर्गत पुण्यासह पंधरा आदिवासी जिल्ह्यांत ही योजना राबवली जाणार असून राज्यांतील सुमारे दहा हजार 'आशां'ना (ॲक्रिडेटेड सोशल हेल्थ ॲक्टिव्हिस्टना) विशेष प्रशिक्षण देण्यात येणार आहे. राज्यात ५९ हजार ८००, तर देशभरात सहा लाख ॲक्रिडेटेड सोशल हेल्थ ॲक्टिव्हिस्ट महिला कर्मचारी कार्यरत आहेत. महिलेच्या बाळंतपणानंतर ४२ दिवस मातेसह बाळाची काळजी घेण्याची गरज असते. त्यासाठी 'आशा' गर्भवती महिलेच्या घरी जाऊन काळजी घेतील.

पुण्यासह ठाणे, नाशीक, नंदुरबार, जालना, अमरावती, गोंदिया, गडचिरोली, नांदेड, रायगड, धुळे, नगर, यवतमाळ, नागपूर, चंद्रपूर या आदिवासी जिल्ह्यांतील सत्तर तालुक्यांचा या योजनेत समावेश आहे. ४२ दिवस बाळ आणि माता दोघेही सुरक्षित राहिल्यास त्यांची काळजी घेतल्याबद्दल 'आशां'ना राज्य सरकारकडून रू. २५० मानधन दिले जाणार आहे. योजनेअंतर्गत एकूण ९३२५ महिलांना प्रशिक्षण देण्यात येणार असून त्यांपैकी तीन हजार महिलांचे प्रशिक्षण पूर्ण झाले आहे. याबरोबरच सातव्या महिन्यातील गर्भवती महिलांची नोंदणी सरकारी हॉस्पिटलमध्ये करण्यास प्रोत्साहन देण्याचे कामही त्यांना करावे लागणार आहे. (महाराष्ट्र टाइम्स, १८-१०-२०११)

सेव्ह द बेबी गर्ल डॉट कॉम – पथदर्शी प्रकल्प

तंत्रज्ञानाच्या माध्यमातून स्त्रीभ्रूणहत्येवर अंकुश ठेवता येऊ शकतो का, या विचारातून कोल्हापूरचे जिल्हाधिकारी लक्ष्मीकांत देशमुख यांनी वेबसाइटची संकल्पना मांडली. मॅग्नम ओपस या कंपनीचे मुख्य कार्यकारी अधिकारी गिरीश लाड यांनी ही वेबसाइट तयार केली. जिल्ह्यातील सर्व सोनोग्राफी केंद्रे या वेबसाइटच्या माध्यमातून जोडली गेली आहेत. सोनोग्राफी करण्यासाठी येणाऱ्या प्रत्येक रुग्णाची माहिती दररोज ऑनलाइन भरली जावी, अशी सक्ती जिल्हा प्रशासनाने केली आहे. एकदा भरलेली माहिती संबंधित डॉक्टरांना बदलता येत नाही.

जिल्हाधिकारी लक्ष्मीकांत देशमुख यांनी लिंगभेदी गर्भपात या प्रश्नाशी दोन हात करताना कायद्याची अंमलबजावणी, समाजप्रबोधन यांबरोबरच आधुनिक तंत्रज्ञानाचा सुयोग्य वापर केला आहे. गर्भलिंगनिदान करणाऱ्या सोनाग्राफी केंद्रावर एकही मुलगी गर्भातच मारली जाऊ नये यासाठी ही वेबसाइट सुरू केली आहे.

शासन स्तरावर राबवण्यात येणाऱ्या या नावीन्यपूर्ण उपक्रमाची दखल 'नॅसकॉम' या संस्थेने घेतली असून देशातील उत्कृष्ट वेबसाइटचे पहिले नामांकन 'सेव्ह द बेबी गर्ल डॉट कॉम' या वेबसाइटला मिळाले आहे. जिल्हा प्रशासनाने जिल्ह्यातील सर्व सोनोग्राफी केंद्रे वेबसाइटला जोडली असून या केंद्रांना स्वतंत्र युजर नेम व पासवर्ड दिला आहे. सोनाग्राफी करताना डॉक्टरांनी किंवा सक्षम व्यक्तीने रुग्णाची पूर्ण माहिती, त्याचे आजार, तपासणी निष्कर्ष आणि प्रसूतीनंतर होणारे अपत्य यांची माहिती वेबसाइटवर अपलोड करणे बंधनकारक करण्यात आले आहे. ती माहिती बदलता येत नाही. त्यामुळे डॉक्टरांनी अत्यंत काळजीपूर्वक ही माहिती भरणे अपेक्षित आहे. स्त्रीभ्रूणहत्या रोखण्यासाठी नियुक्त समितीला दैनंदिन सर्व माहिती वेबसाइटवर उपलब्ध होते. तालुकानिहाय आणि सोनोग्राफी केंद्रनिहाय या माहितीचे विश्लेषण उपलब्ध असल्याने संभाव्य गैरप्रकार टाळता येणे किंवा त्यावर लक्ष ठेवणे शक्य झाले आहे. पुढच्या

टप्प्यात सोनोग्राफी यंत्राला जीपीएस सिस्टिमची जोड देण्यात येणार असून मातेच्या गर्भातील अपत्य मुलगा आहे की मुलगी हे नियंत्रण करणाऱ्या जिल्हा समितीला कळण्यासही मदत होणार आहे. त्यामुळे संबंधित सोनाग्राफी केंद्रावर अधिक काळजीपूर्वक लक्ष केंद्रित करणे सोयीचे होणार आहे.

१ ऑक्टोबरपासून जिल्हा प्रशासनाने ही वेबसाइट सुरू केली आहे. गेल्या चार महिन्यांतील सोनाग्राफी केंद्रांवर तपासणी झाल्यानंतर जन्म झालेल्या मुलींच्या संख्येत लक्षणीय वाढ झाली आहे. या चार महिन्यांच्या कालावधीत ३०७ अपत्यांपैकी १६७ मुलींनी जन्म घेतला आहे. कोल्हापूर जिल्ह्याने सुरू केलेल्या या प्रकल्पाची नोंद देशपातळीवर घेण्यात आली असून एक पथदर्शी प्रकल्प म्हणून याकडे पाहिले जात आहे. तंत्रज्ञानाला कुठलीच संवेदना नसते, परंतु संवेदनशील असलेली माणसे तंत्रज्ञान संवेदनशील बनवतात.

'सेव्ह द बेबी गर्ल डॉट कॉम' हे याचेच उदाहरण आहे. (स्त्रो : खराट संभाजी, 'थांबवू या स्त्रीभ्रूणहत्या' लोकराज्य, मार्च २०१०, पृ. २४-२५)

गर्भपात आणि गर्भहत्या – 'माझ्या शरीरावर माझा हक्क'

गर्भधारणेपासून २० आठवड्यांच्या काळातील गर्भ कोणत्याही पद्धतीने काढून टाकणे किंवा पडून जाणे म्हणजे गर्भपात. वीस आठवड्यांच्या आतील गर्भ हा स्वतंत्रपणे जगण्यासाठी समर्थ नाही असे मानले जाते. काही कारणाने गर्भ आपोआप गळून पडू शकतो किंवा मुद्दाम प्रयत्नपूर्वक तो काढून टाकावा लागतो. दोन्ही प्रकारांना गर्भपात असेच म्हटले जाते.

गर्भपात गोळ्यांच्या मदतीने आणि वैद्यकीय गर्भपात (सर्जिकल ॲबॉर्शन) या पद्धतीने केला जातो. असुरक्षित गर्भपातामध्ये गरोदर स्त्रीचे जीवन धोक्यात येऊ शकते. वैद्यकीय व्यावसायिकाच्या देखरेखीखाली केलेला गर्भपातही स्त्रीच्या आरोग्याला काही प्रमाणात अपायकारक असू शकतो. गर्भपातादरम्यान गरोदर स्त्रीला सर्वसाधारणपणे अर्धवट गर्भपात, जंतूलागण, उदर पोकळीतील जखमा, तीव्र रक्तस्राव यांसारखे धोके संभवतात.

वरील धोक्याच्या परिस्थितीमध्ये स्त्रीला तातडीने उपचार मिळाले नाहीत, तर ती दगावू शकते. असुरक्षित गर्भपातादरम्यान मुळात रक्तपांढरी असलेली, वारंवार बाळंतपणे आणि गर्भपात झालेली स्त्री दगावण्याची शक्यता खूपच जास्त असते. कन्सोर्शिअम ऑन नॅशनल कन्सेन्सस फॉर मेडिकल ॲबॉर्शन इन इंडिया (The consortium on national consensus for medical abortion in India) यांच्या आकडेवारीनुसार, दरवर्षी सुमारे दशलक्ष गर्भपात होतात. त्यांतील २०,००० स्त्रिया गर्भपातामध्ये दगावतात. गर्भपाताचा अधिकार कुणाला असावा, गर्भपात कधी करावा, कायदेशीर कालावधीनंतर गर्भपात करावा का नाही अशा अनेक प्रश्नांवर देशभर चर्चा झाली ती

निकिता मेहता हिने मुंबई उच्च न्यायालयात दाखल केलेल्या केसमुळे. आपल्याला होणाऱ्या अपत्यामध्ये जन्मत: हृदयविकार असल्याने आणि ते अपत्य जगण्याची शक्यता कमी असल्याने २४व्या आठवड्यात गर्भपाताची परवानगी आपल्याला मिळावी, असे या याचिकेत म्हटले होते. याबाबत अनेक वाद झाले, चर्चा झाल्या. भारतामध्ये २०व्या आठवड्यापर्यंत गर्भपाताला कायदेशीर मान्यता आहे. त्यानंतरचे गर्भपात कायदेशीर नसल्याने न्यायालयाने त्यांना परवानगी नाकारली. याचसोबत गर्भलिंगनिदानाच्या मुद्द्यावर काम करणाऱ्या अनेक अभियान आणि संस्था-संघटनांनी चौथ्या महिन्यात होणाऱ्या सोनोग्राफी चाचण्या, लिंगनिदान आणि त्यांतून पुढे उद्‌भवणारे स्त्रीलिंगी गर्भपात यांचा दाखला देत दुसऱ्या तिमाहीतील गर्भपाताला मंजुरी देऊ नये, अशी मागणी लावून धरली आहे.

आधुनिक तंत्रज्ञानामुळे गर्भपात सोपा आणि सुरक्षित झाला आहे किंवा गर्भपात हा स्त्रीच्या आरोग्याला धोकादायक आहे, या दोन टोकांच्या भूमिकांपलीकडे जाऊन गर्भपातासंबंधी निर्णयप्रक्रियेमध्ये स्त्रीला स्थान नाही व गर्भपाताबाबतची समाजाची मानसिकता दूषित आहे हे लक्षात घेणे आवश्यक आहे. गर्भपाताचा अंतिम निर्णय गरोदर स्त्रीचा, नवऱ्याचा, जोडीदाराचा, कुटुंबाचा, समाजाचा की शासनाचा; याचा सखोल विचार करावा लागतो. गर्भपाताची निर्णयप्रक्रिया अनेक घटकांच्या प्रभावाखाली घडत असते.

१९६६ साली केंद्र शासनाने नेमलेल्या एका समितीच्या शिफारशींनुसार, १९७१ साली मेडिकल टर्मिनेशन ऑफ प्रेग्नन्सी ॲक्ट म्हणजेच वैद्यकीय गर्भपाताचा कायदा भारतामध्ये अस्तित्वात आला. ठरावीक परिस्थितीत झालेली गर्भधारणा काढून टाकण्यासाठी सेवा उपलब्ध करून देणे एवढ्याच मर्यादित हेतूने हा कायदा तयार करण्यात आला आहे. गर्भपातासाठी गरोदर स्त्रीची संमती घेणे या कायद्यामध्ये अनिवार्य करण्यात आलेले आहे. गरोदर स्त्रीही सक्षम असेल व सज्ञान असेल; तर तिची स्वत:ची लेखी संमती व ती अज्ञान असेल, मानसिकदृष्ट्या आजारी असेल; तर तिच्या पालकांची लेखी संमती घेणे कायद्यानुसार बंधनकारक आहे. लेखी संमतीचा अर्थ संबंधित स्त्रीला किंवा तिच्या पालकांना गर्भपातासाठी वापरली जाणारी पद्धत कोणती, हे समजावून सांगण्यात आले आहे. गर्भपातामुळे तिच्या शरीरावर होणाऱ्या संभाव्य परिणामांची जाणीव तिला करून देण्यात आली आहे. गर्भपात करण्यासाठी तिच्यावर कोणताही दबाव किंवा दडपण आणण्यात आले नाही. आणि तिने स्वत:च्या इच्छेने गर्भपात करण्याची परवानगी डॉक्टरांना दिली आहे.

गर्भधारणेमुळे मातेच्या जिवाला व आरोग्याला धोका असेल किंवा जन्माला येणाऱ्या बाळाला शारीरिक, मानसिक व्याधी असण्याची शक्यता असेल; तरच हा

कायदा गर्भपाताला परवानगी देतो. गर्भपाताचा कायदा मर्यादित परिस्थितीमध्ये स्त्रियांना गर्भपाताची परवानगी देतो. स्त्रियांना गर्भपात करून घ्यायचा असेल, तर कायदेसंमत कारणांपैकी एक कारण दाखवावे लागते. तेही कारण योग्य आहे किंवा नाही, हे ठरवणे पूर्णत: डॉक्टरांच्या हातात असते. त्या अर्थी भारतामध्ये स्त्रियांना गर्भपाताचा हक्क नाही.

लोकसंख्येमध्ये स्त्रियांचे घटते प्रमाण रोखण्यासाठी गर्भलिंग तपासणी विरोधात खूप मोठ्या प्रमाणात जाहिरात होऊ लागली आहे. यामध्ये गर्भलिंग तपासणीविरोधी नाही, तर गर्भपाताविरोधी प्रचार नकळत केला जात आहे.

'आई, मला मारू नको गं' अशी विनवणी करणारी आईच्या गर्भातील मुलगी म्हणते, तेव्हा ही जाहिरात स्त्रीविरोधी आणि गर्भपातविरोधी आहे हे इथे आवर्जून सांगावेसे वाटते. गर्भलिंग तपासणी करावी किंवा नाही हे स्त्रीच्या हातात असते; तर बाळंतपणामध्ये लाखो स्त्रिया मृत्युमुखी पडल्या असत्या का, गर्भनिरोधकांचे दुष्परिणाम सहन करत अकाली वृद्धत्व स्त्रियांच्या वाट्याला का आले असते, याचाच अर्थ स्त्रियांचे त्यांच्या प्रजननआरोग्यावर काहीही नियंत्रण नाही, हे अनेकदा सिद्ध झाले आहे.

लिंगभेदी गर्भपात विरोधात बोलताना आपण गर्भपाताच्या विरोधात बोलतो हे आपल्याला विसरून चालणार नाही. 'आपले आंदोलन' या कायद्यामध्ये गर्भपाताचे मर्यादित स्वातंत्र्य दिले आहे ते बिनशर्त मिळावे, यासाठी एकीकडे प्रयत्न चालू आहेत. त्याच वेळी आपणच गर्भपाताला हत्या म्हणतो, म्हणजे खूपच गोंधळाची नफेखोरीविरोधात चर्चा व्हायला हवी. एक वेळ स्त्रीलिंगी गर्भपाताविरोधी कोणी बोलले तरी गोष्ट समजण्यासारखी आहे.

जगातील काही देशांनी १९९५ ते २००५ या दशकामध्ये गर्भपाताच्या सेवा देण्यात पुढाकार घेतलेला दिसतो. दुसरीकडे भारतामध्ये लोकसंख्येचे लिंगगुणोत्तर सुधारण्यासाठी गर्भपाताच्या विरोधी प्रचार होताना दिसतो.

स्त्रीवादी चळवळीने 'माझ्या शरीरावर माझा हक्क' ही घोषणा केली ती एकंदर प्रजनन-आरोग्य सुधारावे आणि स्वनिर्णयाचा हक्क मिळावा यासाठी. स्त्रियांची लैंगिकता, लैंगिक अवयव या संदर्भात समाजामध्ये गूढ आणि अपमानजनक भावना निर्माण करणारे वातावरण तयार झाले आहे. या पार्श्वभूमीवर गर्भपाताशी अपराधी भाव जोडून दिला जातो. कुमारी विधवा, एकट्या स्त्रीचा गर्भपात, निरोधक या संदर्भात सेवा देताना भेदभाव केला जातो.

स्त्रियांचा त्यांच्या प्रजनन आणि लैंगिक आरोग्यावर हक्क आहे हे आपण मान्य करत असू; तर सोपी, सुरक्षित, स्वस्त व सहज उपलब्ध गर्भनिरोधके व गर्भपाताच्या सोयी असाव्यात या त्यांच्या मागणीला आपल्याला पाठिंबा द्यावाच लागेल. एवढेच नाही, तर गर्भाचे मातेशी असलेले नाते समजून घेऊन गर्भ ठेवण्याचा किंवा न ठेवण्याचा

मातेचा हक्क आपण मान्य केला पाहिजे. (मोरे अर्चना, १६ ते ३१ डिसेंबर २०११, परिवर्तनाचा वाटसरू, पृ. २७)

गर्भपाताला गर्भहत्या म्हणून आपण पुन्हा स्त्रियांना आरोपीच्या पिंजऱ्यात उभे करून चालणार नाही. मातेच्या पोटातील गर्भ हा तिच्या शरीराचा एक अवयव आहे. मातेच्या पोटातील गर्भ स्वतंत्ररीत्या श्वासोच्छ्वास करून जगण्यास तयार होत नाही, तोपर्यंत तो वाढवायचा किंवा पाडून टाकायचा याचा निर्णय केवळ गरोदर स्त्रीच घेऊ शकते. तिच्या निर्णयप्रक्रियेमध्ये नकळत आणि जाणूनबुजून आणले गेलेले अडथळे दूर करणे हे सामाजिक न्याय मान्य असलेल्या प्रत्येकाचेच कर्तव्य ठरते.

थोडक्यात, लिंगआधारित गर्भपातविरोधी लढाई व्यापक आहे. कारण एखादा जिल्हा नव्हे; तर देशाच्या मोठ्या भागात याची व्याप्ती आहे. सर्व आर्थिक गटांच्या, जातिधर्मांच्या नागरिकांपुढचा हा प्रश्न आहे. कारवाईतही अधिक सुसूत्रीकरणाची आवश्यकता आहे.

लिंगआधारित गर्भपातविरोधी लढाई ही तांत्रिक आहे. सोनोग्राफी यंत्रणा टाळणे ही तात्पुरती उपाययोजना आहे. दीर्घकालीन उपाययोजना राबवण्याची गरज आहे. तसेच वापरल्या जाणाऱ्या यंत्रांचे नेटवर्किंग, डाटाबेस आवश्यक आहे. ही लढाई प्रशासकीयसुद्धा असल्यामुळे महसूल, आरोग्य, पोलीस खाती आणि स्थानिक स्वराज्य संस्था यांत समन्वयाने अधिक सक्रियता आवश्यक आहे. सोनोग्राफी सेंटर, गर्भपात केंद्रे आदींची नियमित तपासणी; त्यांचे अहवाल प्रसिद्ध करणे बंधनकारक करता येईल.

लिंगाधारित गर्भपात राज्यातील अनेक भागांत होत असल्याचे उघड झाले आहे. याची सार्वत्रिक व्याप्ती पाहता, केवळ काही प्रकरणांत कारवाई करून ही मोहीम संपण्याची चिन्हे नाहीत. त्यामुळे एका बाजूला कारवाईची तलवार आणि दुसऱ्या बाजूला समाजप्रबोधनाचा जागर अशी ही लढाई दीर्घकाळ चालणार आहे हे स्पष्ट आहे.

स्त्रियांना जगवण्याची खरेच गरज आहे का, याबद्दल समाजामध्ये अजून साशंकता आहे. यापुढे जाऊन भारतातील काही राज्यांच्या बाबतीत असे म्हणावे लागेल की, 'स्त्रियांनी जन्माला येण्याचीच काही गरज आहे का?' याबद्दल तिथे संभ्रम आहे. कारण या राज्यांमध्ये गेल्या काही वर्षांत - ६ वर्षांखालील मुलींचे दर हजार मुलांमागे जे प्रमाण आहे, त्यात झपाट्याने घट झाली आहे.

राज्य कुटुंबकल्याण कार्यालय, पुणे यांनी 'छकुल्या... मुकलेल्या' (महाराष्ट्र राज्यातील तालुकानिहाय स्थित्यंतर)ही पुस्तिका प्रकाशित केली होती. या पुस्तिकेमध्ये महाराष्ट्रातील प्रत्येक जिल्ह्यासाठी, सहा वर्षांखालील बालिकांचे दर हजार बालकांशी असलेले प्रमाण तालुकानिहाय चित्रित केले आहे. हे चित्रण १९९१ व २००१ या दोन जनगणनांमधील आकडेवारीवर आधारित आहे. मुंबई वगळता, राज्यात एकूण ३५३

तालुके आहेत. १९९१मध्ये यांपैकी ३५१ तालुक्यांमध्ये हे प्रमाण ९००हून जास्त होते. त्यामुळे महाराष्ट्राचा नकाशा 'हिरवा' दिसत होता. २००१मध्ये मात्र हे चित्र पालटून यातील एक चतुर्थांश तालुके ८५१ ते ९०० प्रमाण असलेल्या गटात गेले आहेत. त्यामुळे या तालुक्यांचा 'हिरवा' रंग उडून 'पिवळा' झाला आहे ही निश्चितच चिंतेची बाब आहे. मुख्यत: आदिवासी तालुक्यांत हे प्रमाण वरच्या पातळीवर राहिले आहे आणि तथाकथित विकसित भागात ते कमी आहे. आकडेवारीतील स्थित्यंतर चित्ररूपाने अधिक उठावदार झाले आहे.

या घटणाऱ्या स्त्री-पुरुष प्रमाणाबद्दल राज्यांची आणि जिल्ह्यांची चर्चा आत्तापर्यंत अनेक ठिकाणी झाली आहे. मात्र तालुका पातळीवरील तुलना या पुस्तिकेद्वारे पहिल्यांदाच झाली होती. अशा वेगवेगळ्या स्तरांवर या विषयाबाबत जाणीव वाढवणे आवश्यक आहे. पीएनडीटी ॲक्टच्या प्रभावी अंमलबजावणीसाठी शासनाचे जे प्रयत्न चालू आहेत, त्यांना या जाणीवजागृतीमुळे चांगला हातभार लागणार असतो.

स्त्रीभ्रूणहत्या रोखण्यासाठी काय करावे, असा प्रश्न लोकांना विचारल्यानंतर पुढील काही प्रतिक्रिया आल्या होत्या.

ज्यांना जास्त मुली होतील, त्या जोडप्यांना शासनाने सवलती देऊन एक विशिष्ट असे बक्षीस ठेवल्यास ही भ्रूणहत्या नक्कीच थांबेल.

स्त्रीभ्रूणहत्या रोखण्यासाठी हुंडाबंदी करावी व महिलांवरील अत्याचार रोखावा.

स्त्रीभ्रूणहत्या रोखण्यासाठी सरकारने आखलेल्या कायद्याची अंमलबजावणी काटेकोरपणे करावी.

अनेक खासगी दवाखान्यांतील डॉक्टर तीन हजारांपासून फी घेऊन तपासणी करतात. अशा डॉक्टरांवर अगोदर कठोर कारवाई करावी. तेव्हाच ही भ्रूणहत्या थांबेल.

स्वयंसेवी संस्थेने याबाबत जनजागरण केले पाहिजे.

स्त्रीभ्रूणहत्या रोखण्यासाठी गर्भपात करणाऱ्या डॉक्टरांसमवेत त्या महिलांवरही कडक कारवाई करावी.

भ्रूणहत्या करणाऱ्यांवर भारतीय दंड ३०२प्रमाणे गुन्हा दाखल करण्यात यावा.

सोनोग्राफी प्रक्रिया बंद करण्यात यावी.

मुलगा किंवा मुलगी होणे याला सर्वस्वी पुरुष जबाबदार असतो. तसेच स्त्रीच्या इच्छेविरुद्ध गर्भपात करता येत नाही. तिच्या इच्छेविरुद्ध गर्भपात करणाऱ्यांवर कठोर कारवाई करावी.

स्त्रीभ्रूणहत्या रोखण्यासाठी संपूर्ण समाजाने प्रथम स्त्रीविषयक दृष्टीकोन बदलला पाहिजे.

स्त्रीभ्रूणहत्या रोखण्यासाठी देशातील सर्वच गर्भपरीक्षण केंद्रे बंद करण्याची सक्ती करावी.

स्त्रीभ्रूणहत्या करणारे आईवडील हेच जबाबदार असून अगोदर त्यांच्यावर कडक कारवाई करावी.

स्त्रीभ्रूणहत्या रोखण्यासाठी संपूर्ण देशातील स्त्रियांमध्ये याबाबत जागरूकता निर्माण करणे गरजेचे आहे.

संपूर्ण देशातील सोनोग्राफी प्रक्रिया बंद केल्यासच भ्रूणहत्या थांबेल.

स्त्रीभ्रूणहत्या रोखण्यासाठी संपूर्ण देशातील अशा तपासणी करणाऱ्या डॉक्टरांची परवानगी काढून घ्यावी व त्या महिलांवर कठोर कारवाई करावी.

स्त्रीभ्रूणहत्या रोखण्यासाठी सोनोग्राफीवर बंदी आणण्यापेक्षा याविषयी मोठ्या प्रमाणात जनजागृती होणे गरजेचे आहे.

प्रत्येक कुटुंबात जन्माला येणाऱ्या मुलींना मुलांप्रमाणेच वारसा हक्क असला पाहिजे, मुलीचे शिक्षण, व्यवसाय यांना प्राधान्य दिले गेले पाहिजे, या आधुनिक विचारांकडे सर्वांनी गांभीर्याने पाहिले पाहिजे.

स्त्री-पुरुष समानतेच्या गप्पा मारणारे अनेक राजकीय पुढारी त्यांच्या पत्नीला केवळ गळीत हंगामाच्या सोहळ्यालाच जाहीर कार्यक्रमात आणतात. कारण उसाची मोळी टाकण्याच्या या सोहळ्यात सत्यनारायणाची पूजाही असते. पूजा सपत्नीक करावी, हे पूजेमागचे एक गृहीतक समाजासाठी मान्य करावे लागते. एरव्ही समाजात ते एकटेच मिरवत असतात. समाजाला यातून कळत-नकळत संदेश मिळत राहतात. विकसित देशांत राजकीय नेते केवळ पत्नीच नव्हे, तर कुटुंबासह जाहीरपणे फिरतात. अमेरिकेचे विद्यमान अध्यक्ष बराक ओबामा तर दोन मुलींबाबत सातत्याने बोलताना, फिरताना दिसतात. समानतेचा मोकळेपणा आणण्याची राजकीय इच्छाशक्तीही असायला हवी.

वाढता बाजारवाद लग्नासाठी होणाऱ्या खर्चाला प्रोत्साहनच देतो आहे. शिवाय इतका खर्च करूनही मुलीला सुखाने नांदवले जाईलच, याचीदेखील शाश्वती नाही; म्हणजे स्त्रीला परंपरेने दिलेल्या दुय्यम दर्जाशीच तिचे ओझे वाटण्याचा आणि त्यामुळे तिला गर्भातच खुडून टाकण्याच्या प्रवृत्तीचा एका प्रकारे थेट संबंध दिसतो.

सर्व जातीजमातींच्या गरीब ते सुखवस्तू वर्गापर्यंत परंपरागत विचार हाच आहे की, मुलगा म्हणजे म्हातारपणाची काठी, वंशाचा दिवा, संपत्तीचा वारसा इत्यादी. तेव्हा काही झाले तरी मुलगा हवाच. मग तो जन्माला येण्याआधी मुलीच्या गर्भाने जन्माला येण्याची गडबड केली, तर तिला उमलण्यापूर्वीच खुडून टाकलेले बरे असा व्यवहारी हिशोब केला जातो.

ज्या वैद्यकीय व्यवसायाकडे समाजाने आजवर मोठ्या आदराने बघितले, त्याच

व्यवसायातले काही डॉक्टर्स पैशाच्या लोभाने जीवनदान देण्याची आपली व्यवसायदत्त जबाबदारी सोडून जीव घेण्याच्या मागे लागले आहेत.

काही मानवतावादी स्त्री-संघटना, आरोग्य संघटना, मानव हक्क संघटना याच्या विरोधात आवाज उठवत असल्या; तरी शासनाची अनास्था, कायद्यातील पळवाटा आणि डॉक्टर वर्गाचा प्रबळ गट यांमुळे अद्याप तरी या प्रश्नाची कोंडी हवी तशी सुटली आहे, असे म्हणता येणार नाही. फार मोठ्या प्रमाणात संघटित प्रयत्नांची अजूनही आवश्यकता आहे.

पुत्रजन्माची लालसा हा खरे तर एक सामाजिक रोगच म्हटला पाहिजे आणि त्याच्या मुळाशी पितृसत्ता, जातीयता, धर्मांधता, चंगळवाद, अंध राष्ट्रवाद, अंधश्रद्धा वगैरे अनेक विचारांचे आणि प्रवृत्तींचे मिश्रण असते. त्यातून समाजातील विषमता कायम आणि दृढ करण्याचे काम सतत केले जाते. अशा परिस्थितीत समस्येची मांडणी करताना स्त्रीवरच दोषारोपण करणे म्हणजे मुख्य मुद्द्याला बगल देण्यासारखे आहे. अर्थात, हेदेखील खरे आहे की, अशा पद्धतीने परिस्थितीच्या रेट्याखाली गुपचूप विषमता सहन करणे किंवा पितृसत्तेच्या विचारांचे वाहक बनणे यांपासून दूर राहिले पाहिजे अशी जागरूकता स्त्रियांमध्ये येणेदेखील तितकेच आवश्यक आहे. स्त्रीभ्रूणहत्येच्या म्हणजेच कन्या गर्भपाताच्या प्रश्नावर गर्भवती स्त्रीने पूर्णपणे असहाय असल्याची भावना व त्यासंबंधात निष्क्रिय राहण्याची प्रवृत्ती सोडून द्यायला हवी. कारण या प्रश्नावर स्त्रियांनी सातत्याने ठाम भूमिका घेतल्यास त्यांच्या मुलींच्या आयुष्यात आणि पर्यायाने समाजाच्या दृष्टीकोनात काही प्रमाणात बदल घडू शकतो.

स्त्रियांनी सामाजिक उत्पादन प्रक्रियेत मोठ्या प्रमाणात भाग घेऊन स्वत:ला उत्पादनातील प्रमुख आणि अनिवार्य शक्ती म्हणून स्थापित करावे लागेल. परंतु सामाजिक उत्पादनातील महत्त्वाची शक्ती होतानाच स्त्री-पुरुषांना सत्तासंबंधी संरचना बदलण्यासाठी व्यक्ती म्हणूनही स्वत:मध्ये बदल करावे लागतील. मगच त्यांची 'आश्रित' आणि 'पीडित' अशा प्रतिमेतून मुक्तता होऊ शकेल.

इथे या गोष्टीचा खुलासा करण्याची आवश्यकता आहे की, स्त्रीभ्रूणहत्येकडे 'पाप-पुण्य' अशा नैतिकतेच्या कल्पनेतून आपण बघत नाही आहोत. हत्येचे हे स्वरूप सरळ-सरळ सामाजिक, नैतिक आणि कायदेशीर गुन्हा आहे. त्यामुळे शिक्षापात्र आहे. जर कोणी डॉक्टर स्त्रीभ्रूणहत्या करत असेल, तर उघड आहे की, तो पैशाच्या लोभातून ते करत आहे. इतर कोणत्याही निकडीमुळे नाही. त्यामुळे अशा कृत्याकडे गुन्हेगारीचे कृत्य आणि सामाजिक रोग या दृष्टीनेच पाहिले पाहिजे.

लिंग-गुणोत्तरासंबंधीच्या प्रश्नातील गुंतागुंत सोडवताना व तो अजून खालावण्यापासून रोखताना वरील विश्लेषणातून दिसून येते की, तांत्रिक व

व्यवस्थापकीय उपायांतून या समस्येवर मात करता येईल, ही राष्ट्रीय व आंतरराष्ट्रीय स्तरावरील निर्णयकर्त्यांत व विश्लेषकांत खोलवर रुजलेली धारणाच केवळ महत्त्वाची नाही. या प्रश्नाच्या खोलात जाण्याची आवश्यकता आहे. त्याचबरोबर सरकारने कुटुंब नियोजनाअंतर्गत निर्धारित केलेल्या 'दोन मुलांचा' दंडक हा लिंग-गुणोत्तरातील समतोल राखण्यास मारक ठरला आहे. तेव्हा सरकारने त्यावरील भर कमी करून कुटुंबाअंतर्गत लिंगभावात्मक समतेचा आग्रह धरला पाहिजे.

आपण लिंगभेदी गर्भपात थांबवताना गर्भजल परीक्षा केंद्रांवर देखरेख करणे, मुलीचा गर्भपात घडवून आणणाऱ्या डॉक्टरांना शिक्षा करणे, समाजामध्ये जाणीवजागृती करणे या गोष्टी जितक्या महत्त्वाच्या आहेत; तितक्याच प्रमाणात प्रत्येक कुटुंबातील राजकीय अर्थव्यवस्थेची जी पार्श्वभूमी आहे, ती पाहून आमूलाग्र परिवर्तनाचा विचार करणेही महत्त्वाचे आहे. गरीब वा श्रीमंत, कनिष्ठ वा उच्च, कोणत्याही जातीमध्ये, धर्मामध्ये, वर्गामध्ये जन्मणाऱ्या भारतातील मुलीला सुरक्षितता मिळायची असेल; तर भावाबरोबर संपत्तीचा अधिकार, आईवडिलांच्या सेवाशुश्रूषेचा अधिकार, एकूण नोकरी-व्यवसाय या गोष्टी मुलींच्या आयुष्यातील प्राधान्याच्या आहेत असे मानणे आणि विवाहाच्या चौकटीतही तिला प्रौढ व्यक्ती म्हणून उत्पादन, पुनरुत्पादन या दोन्हीही चौकटींत आपले आयुष्य कसे उभारायचे याची निवड करण्याचे स्वातंत्र्य या साऱ्या गोष्टींचा खोलवर विचार झाला पाहिजे. जाणीवजागृती करून, पदयात्रा करून 'स्त्रीप्रश्ना'विषयीचे भान निर्माण करणे महत्त्वाचे आहे. परंतु एकूणच प्रत्येक कुटुंबाला मुलगी हवीशी होणे अशी परिस्थिती निर्माण करायची, तर संरचनात्मक परिवर्तनाची नितांत गरज आहे. नव्या पिढीतील मुलींना आपल्या भावांच्या बरोबरीने सर्व हक्क मिळाले, तर मग स्त्रिया-पुरुष आणि स्त्रिया-स्त्रिया यांच्या शत्रुभावी नात्याला खीळ बसेल. (भागवत विद्युत, २०११, पृ. १६)

उपसंहार

भारतीय समाजात बालिकांविरुद्ध सर्व स्तरांमध्ये ज्या हिंसाचाराच्या घटना वाढत आहेत, त्यांची काही कारणे देण्याचा प्रयत्न या लेखात करण्यात आला आहे. भारतात स्त्रियांचे सामाजिकीकरण (Socialisation) हे अजूनही काही मूलभूत मूल्यांशी, त्यांतल्या त्यात लैंगिकतेशी संबंधित मूल्यांशी बांधलेले किंवा जोडलेले आहे आणि ही मूल्ये फार हळूहळू बदलत आहेत. या प्रक्रियेमुळे जेव्हा या स्त्रिया श्रमाच्या बाजारपेठेत येतात, तेव्हा त्या अडचणीत येतात. (या प्रक्रिया त्यांना श्रमाच्या बाजारपेठेत प्रतिबंधित करतात.) झपाट्याने बदलत्या आर्थिक व्यवस्थेत या अडचणीमुळे त्यांचे (स्त्रियांचे) नुकसान होते. कारण विकासामुळे श्रमिकांना ज्या संधी मिळतात, त्यांचा फायदा स्त्रिया करून घेऊ शकत नाहीत. त्याच वेळी आर्थिक विकासामुळे चांगल्या जगण्यासाठीची

पारंपरिक पद्धती, लग्न व कुटुंबाची जडणघडण, घरगुती अर्थव्यवस्था यांचा पाया ढासळला आहे. घरात स्त्रिया बजावत असलेल्या पारंपरिक भूमिका आणि या भूमिकांमुळे कुटुंबाच्या स्वास्थ्यासाठी स्त्रिया करत असलेले साहाय्य यांचे या प्रक्रियेत अवमूल्यन झाले आहे. जगण्याच्या अनिश्चित पद्धतींमुळे बहुतेक पुरुष लग्नाकडे फक्त सहचारिणी मिळवण्याचे साधन म्हणून बघतात. एक उत्तम आर्थिक स्रोत म्हणून पाहतात. जगण्याच्या या शोधात स्त्रिया पारंपरिक रितीने करत असलेले काम हे त्यांच्यापाशी लग्न करण्यास पुरेसे ठरत नाही. दुसरीकडे या आधुनिक अर्थव्यवस्थेत पाय रोवून उभे राहून जास्तीतजास्त संधी मिळवून स्वत:ची आर्थिक प्राप्ती वाढवणारे पुरुषही अल्प प्रमाणात आहेत. त्यामुळे त्यांना योग्य नवरामुलगा म्हणून मागणी आहे. सर्व विवाहेच्छुक मुलींचे पालक आपल्या मुलींना चांगले व सुरक्षित जीवन मिळवण्यासाठी अशा मूल्यांच्या शोधात असतात. विकासप्रक्रिया कारणीभूत ठरली आहे.

संदर्भसूची

१) राडकर अंजली, 'गायब झालेल्या मुली परत नाही येणार,' सकाळ, पुणे, शुक्रवार, २५ जून २०१०.
२) सकाळ विशेष, 'महाराष्ट्रात मुलींचे प्रमाण चिंताजनक,' पुणे, शुक्रवार, एप्रिल २०११.
३) मोघे किरण, 'मोकाट लिंगनिदान, यंत्रणा नादान,' सकाळ, पुणे, गुरुवार, १६ जून २०११, वर्ष ८०, अंक - १६.
४) मोघे किरण, 'नकोशींसाठी हवासा लढा,' परिवर्तनाचा वाटसरू, वर्ष ११वे, अंक १६९१, १६ ते ३१ डिसेंबर २०११.
५) भागवत विद्युत, 'स्त्रीभ्रूणहत्येचे निर्घृण वास्तव आणि आजच्या व्यवस्थेतील अंतर्विरोध,' परिवर्तनाचा वाटसरू, वर्ष ११वे, अंक १६९१, १६ ते ३१ डिसेंबर २०११.
६) दिवाकर वैशाली, 'स्त्रीभ्रूणहत्या आणि चित्रपट,' परिवर्तनाचा वाटसरू, वर्ष ११वे, अंक १६९१, १६ ते ३१ डिसेंबर २०११.
७) मोरे अर्चना, 'गर्भपात : स्त्रीचा हक्क की मर्यादा मुभा?' परिवर्तनाचा वाटसरू, वर्ष ११वे, अंक १६९१, १६ ते ३१ डिसेंबर २०११.
८) कांबळे संजयकुमार, 'जात जनगणना आणि प्रमुखप्रवाही समाजशास्त्राचे चिकित्सक अवलोकन,' (२०१२), क्रांतिज्योती सावित्रीबाई फुले स्त्रीअभ्यास केंद्र, सावित्रीबाई फुले पुणे विद्यापीठ, पुणे-७.
९) 'गर्भधारणापूर्व व प्रसवपूर्व निदान तंत्र' (लिंगनिवडीस प्रतिबंध) कायद्याबाबतची माहिती, (२००३), 'राज्य कुटुंबकल्याण कार्यालय,' पुणेद्वारा प्रकाशित.
१०) स्त्रियांवरील हिंसा : 'सार्वजनिक आरोग्याचा प्रश्न,' (२०१०), तथापि प्रकाशन.
११) देशपांडे कालिंदी, 'खुडलेल्या काळ्या : महाराष्ट्रातील मुलींच्या घटत्या संख्येवर संशोधनात्मक निबंध,' प्रकाशक क्रांतिज्योती सावित्रीबाई फुले स्त्रीअभ्यास केंद्र, पुणे - ०७
१२) सेन अमर्त्य, वादसंवादप्रिय भारतीय, (२००८), पेंग्विन प्रकाशन, पुणे.

१० महिला आरक्षण विधेयक

गोंधळाच्या आणि गदारोळाच्या वातावरणात अखेर राज्यसभेत महिला आरक्षण विधेयक मंजूर झाले. या वेळी झालेल्या मतदानावर बहुजन समाज पक्षाच्या, समाजवादी पक्षाच्या आणि राष्ट्रीय जनता दलाच्या सदस्यांनी बहिष्कार टाकला. दलित, आदिवासी, ओबीसी, भटक्या विमुक्त या जनजातींच्या महिलांना 'आरक्षणाअंतगर्त आरक्षण' मिळायलाच हवे, या मुद्द्यावर 'यादव त्रयी'चा या विधेयकाला विरोध आहे. हा मुद्दा नेमका काय आहे त्यावर प्रकाश टाकणारा हा लेख–

स्त्रियांच्या आरक्षण प्रश्नावर अनेक वर्षे उलटसुलट चर्चा होत आली आहे. त्यामुळे वरवर पाहता, हा प्रश्न वाटतो तितका साधासोपा नाही. लोकसभेमध्ये आणि विधानसभांमध्ये स्त्रियांना ३३ टक्के आरक्षण देणाऱ्या बहुप्रलंबित महिला आरक्षण विधेयकाला राज्यसभेने मार्च २०१० रोजी अखेर मंजुरी दिली. या विधेयकाला लोकसभेची मान्यता मिळणे अद्याप बाकी आहे. ही मान्यता मिळाल्यानंतर व राष्ट्रपतींच्या स्वाक्षरीनंतर प्रक्रिया पूर्ण होईल.

महिला आरक्षण विधेयक राज्यसभेत मंजूर करून घेण्यात काँग्रेसला यश आले असले, तरी लोकसभेत मात्र ते जसेच्या तसे मंजूर होण्याची शक्यता धूसर आहे. त्यामुळे मूळ विधेयकातील ३३ टक्क्यांऐवजी महिलांसाठी २० टक्के आरक्षण ठेवण्यावर सहमतीची चिन्हे दिसू लागली आहेत. (सकाळ, पुणे, सोमवार, १५ मार्च २०१०, पृ. १) आरक्षणाअंतर्गत आरक्षणाची बाजू मांडणाऱ्या पक्षांच्या आक्षेपांचे समाधान करून आरक्षणाची टक्केवारी कमी केल्यास विधेयकाला पाठिंबा मिळवण्याची चिन्हे दिसत आहेत.

स्त्रियांना सरसकट ३३ टक्के आरक्षण देण्याऐवजी २० टक्के आरक्षणाची तरतूद करावी आणि उर्वरित १३ टक्के आरक्षण प्रत्येक पक्षाने पक्षाअंतर्गत द्यावे, असे अखेरीस ठरण्याची शक्यता आहे. काहींच्या मतानुसार, सध्या संसदेत ११ टक्के स्त्रिया खासदार

आहेत. त्यामुळे २० टक्के आरक्षणाची तरतूद करून सध्या असलेल्या ११ टक्के स्त्रियांचा समावेश करून २०+११ असे ३१ टक्के आरक्षण असल्याचे समजावे, असा मतप्रवाह व्यक्त केला जात आहे. या दोन्ही दुरुस्त्यांशिवाय ५४५ खासदार असणाऱ्या लोकसभेतील सदस्यांची मर्यादा वाढवून स्त्रियांना आरक्षण द्यावे, असा तिसराही मतप्रवाह आहे.

परंतु या प्रश्नाची व्यामिश्रता लक्षात घेता, केवळ स्त्रियांच्या अधिकाराचा प्रश्न एवढ्या सीमित दृष्टीकोनातून त्याकडे पाहता येणार नाही. या प्रश्नाचा सर्वांगाने विचार करण्यासाठी नागरिकत्व, लोकप्रतिनिधित्व आणि स्त्रीवादी राजकारण अशा विविध अंगांनी हा प्रश्न हाताळताना दलित स्त्रीवादी दृष्टीकोनातूनदेखील या प्रश्नाचा विचार केला पाहिजे. केवळ राजकीय सुधारणांवर लक्ष केंद्रित करून चालणार नाही, तर सामाजिक प्रश्नांवरील राजकारण उभे करून त्यामधून प्रश्नांची सोडवणूक झाली पाहिजे.

राजकीय प्रक्रियेच्या पातळीवरील समता ही सामाजिक समतेत रूपांतरित झाली नाही, तर समतेवर उभारलेला लोकशाहीचा डोलारा कोसळून पडेल, अशी भीती डॉ. बाबासाहेब आंबेडकरांनी राज्यघटनेचा मसुदा संसदेला सादर करताना व्यक्त केली होती. परंतु दलितांचे आणि अल्पसंख्याकांचे हित उच्चभ्रूंच्या हितामध्येच आहे. त्यामुळे त्यांनी आपल्या हक्काची मागणी केली, तर वर्चस्ववाद्यांना ते आव्हान वाटते. अशा दलितांना आणि अल्पसंख्याकांना राष्ट्रविरोधी, समाजविरोधी ठरवण्यात येते. आपल्याकडील तथाकथित विचारवंतांनासुद्धा जातीच्या आधारे जागा नकोत, मात्र त्यांना जातिव्यवस्था चालते. ती सुरू असल्यास त्यांची हरकत नाही. आपल्या एकूण समाजजीवनाचे हे दुभंगलेपण आहे. खरे पाहता, जातिनिर्मूलन हाच देशाच्या भावनिक ऐक्याचा खरा व परिणामकारक कार्यक्रम असू शकतो. कारण गेल्या साठ वर्षांमध्ये जातिव्यवस्थेला बदलण्याचा परिवर्तनवादी कार्यक्रमच जवळपास कोणत्याही प्रमुख राजकीय आणि सामाजिक, सांस्कृतिक संघटनांनी त्यांच्या विषयपत्रिकांमध्ये सामील केला नाही. त्यामुळे स्वातंत्र्यापूर्वी असलेली विषमता, सामाजिक व्यवस्था जशीच्या तशी कायम राहिली आणि धार्मिक वर्चस्ववादी विचारधारेचा प्रभावही कायमच राहिलेला आहे.

कोण पुरोगामी आणि कोण प्रतिगामी ?

या विधेयकाच्या निमित्ताने संयुक्त जनता दल, समाजवादी पक्ष व राष्ट्रीय जनता दल या पक्षांनी मूळच्या विधेयकातील ३३% आरक्षणात मागासवर्गीय आणि इतर मागासवर्गीय गटांतील स्त्रियांसाठी वेगळ्या आरक्षणाअंतर्गत आरक्षण देण्याची मागणी केली आहे. परंतु आज प्रमुख असलेले भाजपा, माकपा, भाकपा, काँग्रेस हे पक्ष महिला आरक्षण विधेयकाच्या बाजूने न्यायवादी असल्याच्या आविर्भावात बाजू मांडताना

दिसत आहेत; तर शरद यादव, मुलायमसिंग यादव आणि लालूप्रसाद हे तुलनेने कमी बळदार पक्षवाले महिला आरक्षण विधेयकात आरक्षणाअंतर्गत आरक्षणाचा आग्रह करत असल्याने ते स्त्रियांविरोधी आहेत, असे समजून ही मंडळी न्यायविरोधी आहेत असे म्हटले जात आहे. पण ते अतिशयोक्तीपूर्ण होईल. कारण हीच मंडळी मंडल आयोगाच्या बाजूने उभी राहिली होती. परंतु महिला आरक्षण विधेयक जसेच्या तसे स्वीकारण्याचा आग्रहवादी पक्ष ज्या ओबीसींच्या मतावर निवडून येतात त्या ओबीसींच्या आरक्षणाच्या बाजूने त्या वेळी उभे राहिले नव्हते; म्हणून या बहुप्रतिनिधीवाल्या राजकीय पक्षांना न्याय समजतो व उमगतो असे कशावरून म्हणायचे? तसेच ते स्त्रीवादी आहेत असेही भाष्य करता येत नाही. आजही स्त्रियांच्या प्रश्नाकडे बघताना समाज तर बेफिकीरच असतो. पण त्यापेक्षाही त्यांच्या मतांवर निवडून आलेली सरकारेसुद्धा फारसे गंभीरपणे लक्ष देत नाहीत.

आजपर्यंतच्या अर्थसंकल्पांचे अवलोकन लिंगभावाच्या आणि स्त्रीप्रश्नाच्या संदर्भात करताना लक्षात येते की, या संदर्भात अर्थसंकल्प लिंगभाव संवेदनशील पद्धतीचा असतोच असे नाही. शेतकरी, दलित, ओबीसी, अल्पसंख्याक या प्रत्येक घटकामध्ये स्त्रिया असतात. त्यामुळे या स्त्रियांची, विशिष्ट परिस्थिती लक्षात घेऊनच त्यांची दखल घ्यायला हवी. केवळ जेंडर बजेटिंग सेल करणे किंवा स्त्रिया आणि बालकल्याण अशा साचेबंद चौकटीमध्ये स्त्रियांचे प्रश्न सोडवल्यासारखे दाखवणे हे फसवणूक करण्यासारखे वाटते. तसेच या प्रमुख पक्षांच्या जाहीरनाम्यांत अनेक गोष्टी नमूद केलेल्या असल्या, तरी प्रत्यक्षात त्यांची वासलात काय लागते, हा अनुभव या देशातील शोषित-वंचित स्त्रियांना गेली अनेक वर्षे येतो आहे. महिला बालकल्याण खात्याअंतर्गत शेकडो योजना एकसंध करून राबवण्याचे साधे गणितही अद्याप आपल्या सरकारांना जमलेले नाही. 'माहेर'सारखी परित्यक्ता व विधवा स्त्रियांना जेमतेम आधार देणारी साधी योजनाही गरजूंपर्यंत पोहोचत नाही.

कौटुंबिक अत्याचार; हुंड्याच्या बळी; हिंसाचार; जातिधर्माच्या दडपणामुळे होणारे अन्याय व शोषण; मध्य प्रदेश, राजस्थान व महाराष्ट्र येथील आदिवासी टापूंत होणारे बालविवाह; कामाच्या ठिकाणी होणारे शोषण व अन्याय या सर्व संदर्भांत या राजकीय पक्षांचे जाहीरनामे खुलेपणाने बोलत नाहीत. ही वस्तुस्थिती नजरेआड करता येत नाही. याखेरीज फार मोठ्या प्रमाणात आजही सामाजिक व राजकीय जीवनात स्त्री-पुरुष विषमता जोपासणारी संस्कृती स्थिर आहे. ती हलवणे व अस्थिर करणे, यासाठी 'पुरोगामी' म्हणवणारे हे पक्ष मोकळेपणाने काहीही बोलायला तयार नाहीत.

उद्या लोकसभेत व विधीमंडळात महिला आरक्षण कायद्याने मंजूर झाले, तरी पुरुषप्रधान वातावरणामुळे महिला प्रतिनिधी या महिलांचे प्रातिनिधिक प्रश्न किती

संवेदनशीलतेने मांडतील, हे येत्या काही काळातच आपल्याला समजेल.

त्यामुळे भारतीय समाजव्यवस्थेतील अन्वेषणात स्वत: सामाजिक न्यायवादी असल्याशिवाय न्याय्य भूमिका घेता येत नसते. आज 'आरक्षणाअंतर्गत आरक्षणाचा' विषय समोर करण्यासाठी हमखासपणे शुद्ध स्वरूपात सामाजिक न्यायवादी असल्याची पावती घेणारेच असतील असे नाही. परंतु महिला विधेयकाची बाजू पुढे करणाऱ्यांनी मात्र आरक्षणाअंतर्गत आरक्षणाच्या मुद्द्याला समर्थन का दिले नाही, हा तपासण्याचा मुद्दा आहे.

राज्यसभेत या विधेयकापुरते प्रमुख विरोधी पक्ष भाजप, तर अणुकरारावरून सरकारमधून बाहेर पडून पाठिंबा काढून घेणारी डावी आघाडी आणि अन्य पक्ष व काँग्रेस यांची या मुद्द्यावर एकजूट होताना दिसली आहे. पण काँग्रेस, भाजप यांसारख्या पक्षांची जातीय स्थिती काय आहे? काँग्रेस हा त्या-त्या राज्यांतल्या वर्चस्वशाली जातीतल्या धनाढ्य लोकांच्या सरंजामी पद्धतीवर उभा आहे; तर भाजप हा ब्राह्मणी विचाराच्या लोकांना घेऊन हिंदुत्वाचा नारा देत उभा आहे. मुस्लीम, दलित, अल्पसंख्य, भूमिहीन हे सर्व गावातील वर्चस्वशाली लोकांच्या दडपणाखाली त्यांना मतदान करत असतात.

दुसऱ्या बाजूला मायावती वगैरेंपेक्षा काँग्रेस हाच तुमचा खरा रक्षणकर्ता आहे असे काहीतरी राहुल गांधींच्या मार्फत सोंग आणताना काँग्रेस दिसत आहे. पण या आरक्षण विधेयकानिमित्ताने काँग्रेस केवळ दलितहिताचा मुद्दा प्रतीकात्मक पद्धतीने उचलून धरत आहे, असे दिसून येते. (ता. क. रामदास आठवले यांनी राहुल गांधी यांना दलित मुलीशी विवाह करण्याचे आव्हान दिले आहे.)

पक्षांकडून ग्रामीण विभागाकडे लक्ष केंद्रित करून विकासाची दिशा ठरवणे; साधेपणा, कमी खर्चीक व्यवहार, बोलू तसेच करू याप्रमाणे प्रत्यक्ष वागण्याची अपेक्षा आजच्या काँग्रेसवासीयांकडून करणे योग्य नाही. स्वातंत्र्योत्तर काळात स्वातंत्र्यपूर्व संचितावर व गांधी-नेहरू घराण्याच्या पुण्याईवर मते मिळवत राहणारा पक्ष म्हणून काँग्रेस पक्षाची ओळख निर्माण झाली आहे. घराणेशाहीचे जोखड किती दशके, शतके आपण बाळगणार; याचा विचार काँग्रेसजनांनी केला पाहिजे. आज काँग्रेसवाल्यांबद्दल समाजात असणारी संधिसाधू, सत्तेचे दलाल, गुंड प्रवृत्ती पोसणारे, स्वत:च्या उत्कर्षात मश्गूल, आपल्या पिढ्यांची तरतूद करणारे अशी प्रतिमा आहे. ती त्यांच्या व्यवहारातून निर्माण झाली आहे. त्यामुळे या पक्षाच्या पक्षनेतृत्व व ध्येयधोरणे आदींबाबतची जी लोकप्रियता होती; जनाधार होता, त्यांस नंतरच्या काळात उतरती कळा लागली.

सध्या तर पक्षाला विधानसभा-लोकसभा निवडणुका स्वतंत्रपणे लढवता व जिंकता येत नाहीत. महाराष्ट्राचा विचार करता असे अनुभवास येते की, १९७५पर्यंत

काँग्रेसचे प्रभुत्व वादातीत होते. तरीही संयुक्त महाराष्ट्र चळवळ व अणीबाणीनंतरची निवडणूक या दोन्ही वेळा काँग्रेसने प्रबळ राजकीय इच्छाशक्तीअभावी जनाधार गमावला होता. तसेच शिवसेना-भाजप सत्तेवर येण्याचे प्रमुख कारण हेच होते. १९९९पासून तर या पक्षाला स्वतंत्ररीत्या निवडणुका लढवणे आणि जिंकणे जमलेले नाही.

तर गेल्या दोन दशकांत भाजपने सत्तेच्या राजकारणासाठी सारे काही गुंडाळून ठेवले. सत्तेची शिकार करण्यासाठी मूल्ये तुडवत फिरणाऱ्या अनेक राजकीय टोळ्यांना त्याने स्वत:त सामावून घेतले. त्यांना यमुनेच्या पाण्याने शुद्ध केले, मलबार हिलवरील अत्तराने सुगंधित केले. पण सत्तावाटपाचा प्रश्न आला, तेव्हा खटके उडाले. पक्षातील उच्चजातवर्गीय काही जणांकडेच वारंवार सत्ता जात राहिली आणि सत्तेसाठी आपापला समूह घेऊन आलेले अनेक जण नाराज होत राहिले. काही जण बाहेर पडू लागले. भाजपच्या धोरणात कधी रामाला, तर कधी चकाकणाऱ्या भारताला महत्त्व प्राप्त झाले. हा जो गोंधळ होता, तो निवडणुकीच्या रिंगणात आणि बाहेरही त्याला भोवत आहे. यामधून बाहेर पडण्यासाठी त्यांना आता उच्चजातीय स्त्रियांची मतपेटी बनवण्यावर लक्ष ठेवण्याकरिता डावपेच निर्माण करावे लागत आहेत.

स्वत:ला राष्ट्रीय म्हणवणाऱ्या या सगळ्या पक्षांचे हात जातीशी आणि स्त्रीप्रश्नांशी दोन हात करण्याअगोदरच थरथरताना दिसतात. जातीला हात लावला तर त्याचे परिणाम काय होतील याचा अंदाज राजकीय पक्षांना असल्याने मंडल आयोगाच्या शिफारशीनुसार इतर मागासवर्गीय जातीच्या (ओबीसीच्या) याद्यांची फेररचना करण्यास सत्ताधारी धजावण्यास तयार नाहीत. जातीचा हा निखारा हाती घेण्यास 'राष्ट्रीय इतर मागासवर्गीय आयोगा'बरोबरच जनगणना आयोगाने नकार दिला आहे. ही यादी २००३मध्ये तयार करणे सक्तीचे असतानाही गेली अनेक वर्षे ती तयार होऊ शकली नाही.

जातींभोवती फिरणारे राजकारण शिरजोर झाल्याने, किंबहुना राजकारणाचा पायाच जातींवर आधारलेला असल्याने मागासवर्गीयांची यादी नव्याने तयार करण्याचे प्रयत्न करण्यास कोणी पुढे येईनासे झाले आहे. कारण मागासवर्गीयांच्या यादीमध्ये समावेशासाठीचा लढा महाराष्ट्रापासून राजस्थानपर्यंत सुरू आहे. मंडल आयोगाच्या सूचनेनुसार 'राष्ट्रीय इतर मागासवर्गीय आयोगा'ची स्थापना झाली. त्यानंतर सर्वोच्च न्यायालयाने निवृत्त न्यायाधीश आर.एन.प्रसाद यांच्या अध्यक्षतेखाली तीन सदस्यांची नियुक्ती केली. आयोगाने दहा वर्षांनी मागासवर्गीयांच्या जातीच्या यादीची फेररचना करणे सक्तीचे असल्याचे निर्देश सर्वोच्च न्यायालयानेच दिले होते. इतर मागासवर्गीय जातींना आरक्षण दिल्यानंतर त्यांची आर्थिक, सामाजिक पाहणी करून त्या जातीचा विकास झाला असेल, तर त्यांना अन्य मागासवर्गीय जातींमधून वगळावे असा हेतू होता.

थोडक्यात, साठ वर्षांपूर्वी उच्च जातींचे राजकीय वर्चस्व सुस्थित होते. आज हे उच्चजातीय वर्चस्व जवळपास संपुष्टात येऊ लागले आहे. किमान त्याच्यावरचा अधिमान्यतेचा वर्ख उडून गेला आहे. त्यामुळेच महिला आरक्षणाचा 'आरक्षणाअंतर्गत आरक्षण' या स्वरूपात विचार न करता ती चर्चा केवळ ३३% किंवा २०% आरक्षणापुरती बंदिस्त करण्याचा डाव दिसतो. यात त्यांचे हितसंबंध दिसून येतात.

परंतु महिला आरक्षण विधेयक राज्यसभेत पारीत झाल्यानंतर यादवांच्या त्रिकुटाने आपली भूमिका अधिक आक्रमक करत हे विधेयक लोकसभेत चर्चेसाठी येऊच नये यासाठी राजकीय व्यूहरचना सुरू केली. यात ते भारतीय जनता पक्षातील ओबीसी खासदारांच्या गटाची मदत घेण्याच्या बेतात आहेत. शिवाय आरक्षणाला भाजपमधील काही ओबीसी खासदारांनी विरोध केला असून प्रसंगी पक्षाचा अध्यादेशही झुगारण्याची तयारी त्यांनी दर्शवली आहे. त्यामुळे यादव नेत्यांनी सरकारचा पाठिंबा मागे घेण्याचा निर्णय घेतल्यास यांच्यासमवेत भाजपमधील नाराज खासदारांची वेगळी मोट बांधली जाण्याची शक्यता वर्तवली जात आहे. लोकसभेतील संख्याबळात काही बदल झाल्यास सरकार धोक्यात येण्याची शक्यता असल्याने काँग्रेस नेत्यांनी आस्तेकदम जाण्याचे धोरण स्वीकारले आहे. त्यामुळे ज्या घाईने राज्यसभेत विधेयक मंजूर झाले, तेवढ्या घाईने ते लोकसभेत येण्याची शक्यता दुरावली आहे.

ज्या वेळी राज्यसभेत या विधेयकाला यादवांनी विरोध केला, तेव्हा काही वृत्तपत्रांना यादवांचे पूर्वसुरी इंदिरा गांधींना बँक राष्ट्रीयीकरणाच्या मुद्द्यावरून कोंडीत पकडण्याचा प्रयत्न करत होते, तेव्हा इंदिरा गांधींनी घेतलेल्या भूमिकेची आठवण त्यांना झाली. इंदिरा गांधींसारखे साहस या वेळी डॉ. मनमोहन सिंग यांनी दाखवण्याची अपेक्षा व्यक्त केली. पण ममता बॅनर्जींच्या धमकीने तर काँग्रेस प्रचंड धास्तावली असल्याचे दिसते. यावरून त्या पक्षाची तत्त्वनिष्ठा किती पोकळ आहे ते लक्षात येते.

आजपर्यंत जात आणि स्त्रीदास्यासाठी मार्क्सवादी पक्षांनी लढा तीव्र करण्याकरिता दलित आणि इतर पुरोगामी विचारविश्वातून एकजुटीची मागणी वारंवार केली जाते. परंतु हा पक्ष नेमक्या वेळी भाजप-काँग्रेसच्या गटात सामील होऊन जातप्रश्नावर कोणतीही भूमिका घेत नाही. परंतु मार्क्सवादी विचारसरणीचा सैद्धान्तिक पाया इतका पोकळ नाही की, जातीच्या या प्रश्नाने तो पक्ष कोलमडून पडावा. तरीपण हा पक्ष स्त्रियांमधील भिन्नत्वाला लक्षात न घेता एकसाचीपणाला महत्त्व देऊन 'गरिबांचे नाव आणि श्रीमंतांचे गाव' या प्रकारे वाटचाल करत आहे. मग हा पक्षसुद्धा कनिष्ठ जातीयांना आपला का वाटावा?

वास्तविकता अशी आहे की, आपल्या जागा स्त्रियांसाठी सोडायला पुरुषांची तयारी नाही. परंतु आजच्या तथाकथित सभ्य समाजात उघडपणे स्त्रियांना विरोध करता

येत नाही, म्हणून इतर कारणे पुढे करण्याचे सोंग घ्यायचे, असे प्रयत्न सुरू झाले आहेत. विधेयकाचे समर्थन करणाऱ्या पक्षांचा विचार केला, तर काँग्रेस पक्षात जवळपास शंभरेक खासदार परंपरागत काँग्रेसी कुटुंबातीलच आहेत. ज्या मार्क्सवाद्यांच्या पक्षात स्त्रियांना नगण्य स्थान आहे, ते या विधेयकासाठी उड्या मारत आहेत. स्त्रिया या सर्वसाधारण भारतीय जनता पक्षाच्या बाजूला झुकलेल्या असतात, असा कयास बांधून भाजपने या विधेयकाला कोणत्याही स्वरूपात पाठिंबा देण्याची भूमिका घेतली. (बागाईतदार अनंत, सकाळ, पुणे, रविवार, १४ मार्च २०१० पृ. ३)

परंतु या चर्चेला माध्यमांनी 'स्त्रीवादी विरुद्ध जातीयवादी' असेच रूप दिले आहे. त्यामुळे मागासवर्गीय पुरुषांचा दृष्टीकोन मागासलेला आणि पुरुषप्रधान असून त्यांना आरक्षण नको आहे, असे वर्णन अनेक वृत्तपत्रे करताना दिसतात. मुहूर्त काढण्याची सवय असलेल्या काही वृत्तपत्रांना तर ८ मार्च हा मुहूर्त टाळल्यामुळे फार वाईटही वाटताना दिसले. वास्तव हे आहे की, सत्ताधारी उच्चभ्रूंना जेव्हा मागास जातींच्या अस्मिता स्वीकारायच्या नसतात, तेव्हा ते स्त्रिया नावाच्या कोटिक्रमाशी मात्र हातमिळवणी करताना दिसत आहेत. यात ते अगोदर स्त्रियांना आरक्षण मिळू द्या, त्यानंतर ते आपोआपच खालच्या जातींतील स्त्रियांमध्ये झिरपत जाईल अशी मांडणी करतात; म्हणून दलित स्त्रीवादी दृष्टीकोनात स्त्रीमुक्तीचा विचार मांडणे किती महत्त्वाचे आहे हे अधोरेखित होते.

स्त्रियांचे व्यवस्थात्मक दुय्यमत्व आणि सत्तासंबंधांचा प्रश्न व भगिनीभाव

स्त्रियांच्या व्यवस्थात्मक दुय्यमत्वाचा आणि जातींच्या उतरंडीचा व सत्तासंबंधाचा प्रश्न हे सर्व प्रश्न एकमेकांत गुंतलेले आहेत. हे लक्षात न घेता संसदेमधील आणि विधानसभांमधील स्त्रियांची उपस्थिती वाढवण्याचा विचार करणे शक्य नाही. आज निवडणुकीमधील आर्थिक घटकांच्या प्राबल्यामुळे, तिकीट मिळवण्याच्या संघर्षात राजकीय पक्षांच्या पुरुषसत्ताक सरंजामी चौकटी लोटांगण टाळून आपल्या कर्तृत्वावर स्त्रियांना संसदपटू होण्याचा वाव मिळेल असे दिसत नाही. समान नागरी कायद्याने जे प्रश्न उपस्थित केले होते, काहीसे त्याच प्रकारचे प्रश्न महिला आरक्षण विधेयक आपल्यासमोर ठेवते. उदाहरणार्थ, ठरावीक प्रकारच्या 'ओळखी'चे प्रश्न विशेषत: जातीय आणि धार्मिक ओळख आणि सार्वजनिक कारभाराची त्याची अभिव्यक्ती, ज्यात राजकीय क्षेत्राचाही समावेश होतो. भारतीय समाजातील दर्जाची जी उतरंड आहे, तिच्याशी; आणि ही उतरंड ज्या पद्धतीने राजकीय क्षेत्रात आणि राजकीय प्रतिनिधित्वाच्या क्षेत्रात कार्यरत असते, त्याच्याशी हे प्रश्न निगडित असतात.

उच्चजातीय मध्यमवर्गीय स्त्रिया शिक्षण, प्रशासन आणि सरकारी संस्था यांमध्ये अधिकाधिक संख्येने दिसत आहेत. त्यांची उपस्थिती जाणवण्याइतपत त्यांची संख्या

मोठी आहे, तर स्त्रिया (आणि पुरुष) जर कनिष्ठ जातिवर्गांतील असतील, तर त्या विकासाच्या बळी ठरल्या आहेत. शिवाय नवउदार धोरणामुळे आणि त्याच्याबरोबर उजव्या विचारसरणीच्या बहुसंख्याक हिंदुत्ववादी राष्ट्रीयत्वामुळे जात, वर्ग, धर्म, वंश आणि स्त्री-पुरुष यांतील विभाजनामुळे कटुताच वाढलेली आहे. त्यानुसार स्त्रिया त्यांच्या-त्यांच्या गटांमध्ये अधिकच रुतून बसलेल्या आहेत आणि स्त्रियांमध्येही भेदभाव वाढला आहे. त्याचा परिणाम विविध आणि निरनिराळ्या राजकीय अभिव्यक्तींमध्ये होत आहे. त्यामुळे लोकशाही संस्थांच्या स्वरूपात काही मूलभूत बदल करावे लागतील. अनेक प्रकारांच्या नवनव्या समूहांना विकासाची दारे खुली व्हावीत, अशी व्यवस्था करणे अगत्याचे आहे; म्हणून केवळ मतदानाचा हक्क स्त्रियांची स्थिती सुधारण्यासाठी पुरेसा नाही.

पण स्त्रियांना आरक्षण देण्यालाच काहींचा विरोध असून जात्याधारित आरक्षण ही केवळ सबब आहे असे म्हटले जात आहे. पण मागासवर्गीय पुरुषच नाही, तर स्त्री-खासदारांनीदेखील जात्याधारित आरक्षणाची मागणी केली होती. त्यामुळे पुरुषी भूमिकेचा आरोप बिनबुडाचा ठरतो.

वास्तविक पाहता, गैरसोयीचे निर्णय वादात फसवून चालढकल करणे ही आपल्या देशातल्या राजकारण्यांची खासियत आहे. ती बिनधोक चालू आहे. त्यांच्यासाठी रूढी-परंपरागत गरीब, दलित जनता आणि स्त्रिया व बेरोजगार तरुण हे सॉफ्ट टार्गेट आहे. त्यांच्या वेदना, संवेदना न सोसता त्यांच्याबद्दल कळवळा दाखवून राजकारण्यांना आपले लक्ष्य साधता येते. त्यासाठीच महिलाआरक्षणाचा फासा राज्यसभेत टाकण्यात आला आहे. तसेच भांडवली व्यवस्थेच्या भल्यासाठी नकली उदारमतवादी व कल्याणकारी राज्य टिकवून ठेवणे आवश्यक असते. भ्रामक उदारमतवादी विचाराच्या पातळीवर सामाजिक-राजकीय धोरणाच्या संदर्भात एक पुरोगामित्व, क्रांतिकारत्व असल्याचे काहींना जाणवते. परंतु माणसांच्या जीवन जगण्याचा संदर्भ बदलण्याच्या बाबतीत या प्रकारच्या पुरोगामी भाषांचा किंवा संकल्पनांचा किंवा कृतींचा काही एक संबंध नसतो. त्याचप्रमाणे भ्रामक उदारमतवादातील राजकीय-सामाजिक धोरण प्रत्यक्षात अपेक्षेप्रमाणे परिस्थिती बदलत नाही.

थोडक्यात, जात्याधारित आरक्षणाच्या मुद्द्यांवर प्रस्थापित अभिजनवादी लॉबीने घेतलेल्या आडमुठ्या धोरणामुळे जातीचा प्रश्न आणि स्त्रीप्रश्न एकत्रितपणे चर्चेत येताना दिसत नाहीत. तसेच आजही भारतीय लोकशाहीवर अभिजनवादी प्रस्थापितांनी पिंडाळी मारून बैठक मारली आहे, तर जाति-उद्धाराचा विचार मांडताना विवाहाच्या जाहिरातीतून एस.सी. किंवा एस.टी. क्षमस्व म्हणणारा मीडिया अशाच भांडवली

पुरुषसत्ताकांचा हस्तक झाला आहे; म्हणून मागासवर्गीयांचा, अल्पसंख्याकांचा, स्त्रियांचा आवाज कुठल्याही क्षेत्रात दाबला जात आहे.

असे असले तरीही नवउदारमतवादी वैश्विक अर्थव्यवस्थेचा तडाखा एक दशकभर अनुभवल्यानंतर त्याच्या विरोधात ज्या शक्ती, संघटना, समूह उभे राहत आहेत त्या विभिन्न जातवर्गांतील स्त्रियांची संख्या फार मोठी आहे. विश्व सामाजिक मंचाच्या ठिकठिकाणी झालेल्या अधिवेशनांमधून, अन्नसुरक्षेसाठी झालेल्या लढायांमधून, रोजगार हमीच्या मागणीवर एकत्र आलेल्या संघटनांच्या मोबिलायझेशनमधून स्त्रियांच्या प्रगल्भ जाणिवा समोर आल्या आहेत. या जाणिवांना आणखी टोक आणण्यासाठी, स्त्रियांची एकजूट मजबूत करण्यासाठी पुनर्व्याख्यांकित भगिनीभाव आवश्यक आहे. त्यामुळे निवळ पुरुषप्रधानता हे तिच्या हल्ल्याचे लक्ष्य न बनता समानतेच्या तत्त्वावर आधारित पर्यायी विश्वव्यवस्थेच्या रचनेसाठी स्त्रियांमध्ये भगिनीभावाची पुनर्मांडणी केली आहे. त्यामधून काहीतरी नवी दिशा मिळू शकेल.

११ मराठवाडा ते पुणे – स्वत:ला घडवताना, बिघडवतानाही

महाराष्ट्रात शिक्षणाची मोठी परंपरा आहे. या राज्यातील वेगवेगळ्या प्रदेशांत शिक्षणाची विविधता आणि वैशिष्ट्यपूर्णता आहे. मराठवाड्याचा विचार करता, औरंगाबाद हे उच्च शिक्षणासाठी प्रसिद्ध असलेले ठिकाण होते. पण औरंगाबाद विद्यापीठाचे विभाजन होऊन नांदेड येथे एक विद्यापीठ स्थापन झाले. असे असूनसुद्धा गेल्या काही वर्षांत मुंबई-पुणे या ठिकाणी विद्यार्थ्यांचे शिक्षणासाठी जाण्याचे प्रमाण वाढलेले आहे. पुण्याचा विचार करता, पुणे हे महाराष्ट्रातच नव्हे, तर संपूर्ण भारतात शिक्षणासाठी प्रसिद्ध असलेले दिसते. या ठिकाणी भारतातीलच नाही, तर जगभरातील विद्यार्थी शिक्षणासाठी येत असल्याचे दिसतात. विद्येचे माहेरघर आणि पूर्वेकडील ऑक्सफर्ड म्हणून प्रसिद्ध असलेल्या या शहरात कला, वाणिज्य, शास्त्र, अभियांत्रिकी, कायदा, वैद्यक, चित्रपट, डिझाइन अशा अनेक क्षेत्रांतील पायाभूत आणि उच्च शिक्षण देणारी पाचहून अधिक विद्यापीठे आणि शंभरहून अधिक महाविद्यालये आहेत.

प्रस्तुत लेखाचा विचार करता, मराठवाड्यातून पुण्यात शिक्षणासाठी येणाऱ्या विद्यार्थ्यांच्या शैक्षणिक, राजकीय आणि सांस्कृतिक जडणघडणीचा आणि त्यांच्या अस्मिताबांधणीचा विचार करण्यात येणार आहे. त्यासाठी मराठवाड्यातून विशेषत: लातूरमधून पुणे येथे उच्च शिक्षणासाठी येणाऱ्या विद्यार्थ्यांचा विचार करण्यात येईल. मी स्वत:सुद्धा मराठवाड्यातील लातूर जिल्ह्यातील कनिष्ठजातीय मध्यमवर्गीय पार्श्वभूमीत वाढलो आहे. कमीजास्त प्रमाणात जशा अडचणी या जातवर्गांतील मुलाला येतात, तशाच मलासुद्धा आलेल्या आहेत. प्रस्तुत लेखात त्या विद्यार्थ्याला त्याच्या स्वत:च्या भौगोलिक भागात जात-वर्ग-लिंगभावाचा अनुभव, त्यांचे शिक्षण आणि इतर राजकीय सामाजिक प्रक्रियांसंदर्भात त्यांचा विचार करण्यात येणार आहे. येथे कुमार सूर्यवंशी याच्याशी चर्चा

करून त्याला त्याच्या आत्तापर्यंतच्या वाटचालीबाबत जाणून घेण्यासाठी बोलते केले.

त्याच्याशी झालेला हा संवाद – कुमार सूर्यवंशी याला शिक्षण हे शस्त्र आहे असे वाटून तो पुण्यात शिक्षणाकरिता आला होता. त्याचे चुलते पुण्यात बिगारी काम करायचे. त्यामुळे तो पाचवीला असताना पुण्यात आला होता. गावाजवळील एका खेड्यातील वसतिगृहात राहून त्याने प्राथमिक शिक्षण पूर्ण केले. तो नेहमी वर्गात प्रथम श्रेणीत उत्तीर्ण होत असे. या काळात लिंगायत समाजातील शिक्षकाने त्याला गणितात आणि इतर विषयांत मार्गदर्शन केले. पण वर्गात उच्च जातवर्गीय विद्यार्थ्यांनी त्याला कधीही जवळ केले नाही. तो म्हणतो की, कनिष्ठ जातींतील त्याच्यासारखे विद्यार्थी मागच्या बाकावर बसायचे आणि इतर कोणीही त्यांच्याशी कसलेही व्यवहार करत नसे. जातीचे चटके वेळोवेळी बसायचे, पण असे का व्हायचे ते कळायचे नाही.

दहावीला प्रथम श्रेणीमध्ये पास झाल्यांनतर ११वीच्या प्रवेशाच्या वेळी तो लातूरच्या बसवेश्वर महाविद्यालयात गेला. पण दहावीनंतर कला, विज्ञान आणि वाणिज्य अशा तीन वेगवेगळ्या शाखा होत्या, हे त्याला माहीत नव्हते. पण कला शाखेत इतर मित्र प्रवेश घेत असल्याने त्यानेही कला शाखेत प्रवेश घेतला. इथे वेगवेगळ्या ठिकाणांहून आलेली मुले त्याच्या ओळखीची झाली. एका नवीन ठिकाणाची ओळख झाली. पुस्तकांशी इथे अधिक वेगळ्या पद्धतीने परिचय झाला. पुस्तके ही केवळ एका वर्गातून दुसऱ्यात जाण्यासाठी पास करणारी साधने नाहीत. ती ज्ञानाचे स्रोत असल्याचे जाणवले. १२वीच्या समाजशास्त्राचा अभ्यास करताना सगळ्या समाजसुधारकांचा संबंध हा कोणत्यानाकोणत्या प्रकारे पुण्याशी असल्याचे त्याला दिसून आले. त्यामुळे बी.ए.नंतर तो एम.ए.साठी पुण्यात आला. पुण्यात राहून एम.ए. इंग्रजी करण्याचे त्याने ठरवले. त्याने पुणे विद्यापीठात प्रवेश घेण्याचा प्रयत्न केला. पण त्याला अगोदरच फर्ग्युसन महाविद्यालयात प्रवेश मिळाला. लातूरला बसवेश्वर महाविद्यालयात शिक्षण घेत असतानाचा एक मित्र पुणे विद्यापीठाच्या वसतिगृहात राहत असल्याने आणि सुरुवातीच्या काळात त्याला भेटण्यासाठी पुणे विद्यापीठात येणे चालू राहिल्याने त्याचा पुणे विद्यापीठाशी परिचय झाला. या काळात कुमारच्या जीवनाच्या एका नवीन पर्वाला सुरुवात झाली होती. ज्या वेळी तो पुणे विद्यापीठातून फर्ग्युसन महाविद्यालयाला जाई, तेव्हा तेथे गेल्यावर तेथील वेगळ्या संस्कृतींतील आणि जातवर्गांतीलच नव्हे, इतरही प्रदेशांतील विद्यार्थ्यांना पाहून तो घाबरायचा. पण त्याच वेळी पुणे विद्यापीठात आपलेपण वाटे. इंग्रजी विषयात एम.ए.साठी प्रवेश घेतलेला, पण त्यावर प्रभुत्व नव्हते. तरीही काहीही झाले, तरी इंग्रजीत एम.ए. करायचे म्हणून आत्मविश्वासाने प्रवेश घेऊनसुद्धा महानगरात इंग्रजी माध्यमातून शिकलेली इंग्रजी बोलणारी मुले इंग्रजी

बोलायची, तेव्हा तो इंग्रजीच्या वर्गात आत्मविश्वासाने मराठीतून उत्तरे देऊ लागला. त्यातून अशा प्रकारे भाषेवर प्रभुत्व नसणाऱ्या मुलांचा गट त्याने स्थापन केला.

या महाविद्यालयातील मुलेमुली पुरुषोत्तम, ऊर्जा इत्यादींसारख्या कार्यक्रमांत सहभाग घेत; तेव्हा त्यातून अलिप्त राहून त्याने आपण काहीतरी वेगळे करावे या भावनेतून शिवजयंती, आंबेडकर जयंती साजरी करण्यास सुरुवात केली. या महाविद्यालयात कुमारला सांस्कृतिक दरी जी जातवर्गीय आहे, ती मोठी वाटल्याने तो येथे शिकणाऱ्या मराठवाड्यातील विद्यार्थ्यांना एकत्र करून त्यांच्याशी चर्चा करत असे. एकदा मराठवाडा मित्रमंडळाच्या कॉलेजमागच्या कॅन्टीनमध्ये तो आणि त्याचे मित्र एका मुलीची छेडछाड करत होते, तेव्हा त्याच कॅन्टीनमध्ये बसलेली ५० वर्षे वयाची व्यक्ती जी उंच, गोरी होती; ती छेडछाडीविरुद्ध बोलल्यामुळे कुमारने तिच्याशी जंगजंग भांडण केले. फक्त वय जास्त असल्यामुळे त्यांच्याशी मी भांडणार नव्हतो; पण ती काय त्याची मुलगी होती का, असे वाटून आणि ती मुलगी अंगप्रदर्शन करणारे कपडे घालून यायची, तिला त्याने काहीही न म्हणता मला का शिकवण्यास आला असे वाटून त्याने भांडण केले, असे तो म्हणाला. पण भांडण करताना सदाशिव पेठी वाटणाऱ्या माणसाने कुमार हा मराठवाड्यातील आहे, असे त्याच्या भाषेवरून लक्षात घेऊन कुमारची विचारणा केली. कुमार लातूरमधील एका गावचा आहे हे कळल्यावर, ती स्वत: उदगीर या गावची म्हणजेच मराठवाड्यातीलच आहे असे त्या व्यक्तीने सांगितल्यावर कुमारला आनंद झाला. हा प्रसंग सांगताना तो म्हणाला की, 'ती व्यक्ती कोणत्याही जातिधर्माची का असेना, पण ती मराठवाड्यातील असल्याने मला अफाट आनंद झाला.'

त्यांनी जेव्हा मला स्वत:ची ओळख सांगितली, तेव्हा तर माझी दातखिळी बसण्याची वेळ आली. ते रानडे इन्स्टिट्यूटमधील एक मोठे प्राध्यापक होते. जेव्हा या दोघांचे भांडणानंतरचे संभाषण झाले, तेव्हा त्या सरांनी कुमारच्या भांडण करण्याच्या हिमतीची प्रशंसा करून ते स्वत: ज्या वेळी ते स. प. महाविद्यालयात शिकत होते, तेव्हाचे त्यांचे अशाच प्रकारचे अनुभव त्यांनी कुमारला सांगून पत्रकारितेकरिता कुमारसारख्या विद्यार्थ्यांची आवश्यकता असल्याचे त्यांनी सांगितले. तेव्हा कुमारला आनंद झाला. त्याने तिथून जाताना शेवटी त्यांची माफीसुद्धा मागितली.

आत्तापर्यंतच्या वाटचालीमधून काही बाबी समोर येतात. कोणत्याही व्यक्तीचे नातेसंबंध असलेले अनेक असले, तरी प्रत्येक परिस्थितीत स्वाभाविकपणे सर्वाधिक महत्त्वाचा वाटणारा असा एक समूह असतोच. आणि तिच्या वेगवेगळ्या सभासदत्वाच्या वर्गवारीमध्ये सापेक्ष महत्त्व ठरवण्यामध्ये तिला निवडीला वाव नसतो. दुसरे, विशिष्ट परिचयाचे महत्त्व सामाजिक संदर्भावर अवलंबून असते. शिवाय सर्वच

परिचयांचे महत्त्व सात्यत्यपूर्ण वा कायम असते असे नाही. खरोखर, काही वेळा एखाद्या परिचय-गटाचे अस्तित्व अगदी थोडा वेळच्या गरजेवर अवलंबून आणि अनिश्चित असू शकते.

फर्ग्युसनमधील छेडछाडीच्या संदर्भात कुमारला त्याची भूमिका किंवा त्याचा हेतू विचारला असता, तो म्हणाला की, 'मी ऊठसूट कुणाचीही छेडछाड करत नव्हतो, पण जवा मला एखादी पोरगी लईच शाहनपना करतीये अस वाटायचं, तवा मी तिची छेडछाड करायचो. त्यांनी मेकअपसाठी केलेला खर्च वाया जाऊ नये म्हणूनही मी त्यांची छेडछाड करायचो. अशा माझ्या वागणुकीमुळे त्यांनाबी चांगलंच वाटत असंल असंच मला वाटायचं.' मुलीच्या प्रेमात कधी पडलास की केवळ छेडछाडच करत होतास, असे विचारल्यानंतर तो या संदर्भातील त्याचे एकानंतर एक किस्से सांगत सुटला.

याच महाविद्यालयातील एक गोरी, उंच मुलगी कुमारला आवडायची. तसे त्याच्या मित्रांचेही म्हणणे होते की, तीसुद्धा त्याच्याकडे पाहत होती. त्यामुळे त्याने तिला प्रपोज करायचे ठरवले. मग हे प्रपोज कसे करायचे याचा विचार तो करू लागला. त्याला अगोदरच माहीत होते की, ती मुलगी काश्मीरची आहे. मग एके दिवशी तो तिच्याजवळ जाऊन म्हणाला, "Excuse me, I think, are you from Latur?" यावर ती म्हणाली, ‘‘छेऽ’’ यावर कुमारने विचारले, "So? You belong from?" त्यावर ती म्हणाली, 'I am from Kashmir.' कहाँ आपका काश्मीर कहाँ मेरा लातूर? So Contrast? हमारे लातूर में बारिश के दिनों में भी बारिश नहीं होतीं और समर का पूंछो ही मत । गरमी ही गरमी । काश्मीर में बारा महिने पानी । और हमारे यहाँ... Your good name please?" त्यावर ती म्हणाली, "My name is Sneha." त्यानंतर त्याने तिचा वर्ग विचारला आणि ते झाल्यानंतर तो स्वत: इंग्रजी साहित्याचा अभ्यास करतो असे तो म्हणाला. यावर ती खूश झाल्यासारखे त्याला वाटले. आणि तो म्हणाला, ‘‘तुम्ही कुठं आणि आम्ही कुठं? आपण कसे काय एकत्र येऊ शकतो? आपल्यात मित्रता कशी काय होऊ शकते?’’ अशा प्रकारचे डायलॉग त्याने त्या मुलीशी केल्यानंतर ती मुलगी हसून म्हणाली की, ‘‘त्यात काय विशेष आहे?’’ असे म्हणून ती तिच्या कामासाठी निघाली, तेव्हा कुमारने तिला फ्रेंडशिप कायम ठेवण्याबाबत विचारले, तेव्हा तिने त्यावर सकारात्मक प्रतिसाद दिला.

पण या संबंधांचे किंवा ओळखीचे पुढे काय झाले असे विचारले असता, वेळ मिळेल तेव्हा तिच्याशी संवाद व्हायचा, असे त्याने सांगितले. याच काळात कुमार इंग्रजीवर प्रभुत्व मिळवण्याचा प्रयत्न करत होता. याच काळात फर्ग्युसनच्या ग्रंथपालांशी

मैत्री झाल्याने कुमारच्या वाचनाच्या आवडीला गतिमानता मिळाली. अभ्यास वाढत चालला, तसे-तसे कुमार आत्मविश्वासाने वर्गात आणि बाहेरही इंग्रजी साहित्यावर, व्याकरणावर, उच्चारशास्त्रावर, आणि साहित्यावर स्व-अनुभवातून आणि अभ्यासातून बोलत होता. त्याच्या विचारांचे दोनचार मित्र नेहमी त्याच्यासोबत असायचे.

कुमारचा वाढत असलेला आत्मविश्वास पाहून मूळची पंजाबची असलेली सिना नावाची मुलगी त्याची मैत्रीण झाली होती. तिचे वर्णन करताना तो म्हणतो की, ती कारमध्ये यायची. पंजाबच्या मुली ज्याप्रमाणे असतात, त्याचप्रमाणे ती होती. ती त्याला सोबत घेऊन फिरायची; तेव्हा इतर मुलेच नव्हे, तर प्राध्यापकही अवाक होऊन पाहायचे. त्यांना ते आश्चर्यकारक वाटायचे. पण कुमार हे सांगताना म्हणतो की, सिनाकडे तिच्या आवडीचे कुत्र्याचे पिल्लू होते. त्याच्यावरील एक वर्षाचा खर्च आणि कुमारवरील सहा महिन्यांचा खर्च सारखाच होता.

थोडक्यात, इतर प्रदेशांतून येणाऱ्या मुलींशी फ्रेंडशिप मागताना कुमार विनोद बुद्धीने प्रपोज करतो असे वाटत असले, तरीही कुमारला इतर प्रदेशांतील मुलींशी मैत्री का? आणि महाराष्ट्रातील मराठी मुलीशी का नको? याबाबत विचारले असता तो म्हणाला की, महाराष्ट्रातील मुलगा कोणत्या जातीतला, वर्गातला, प्रदेशातला आहे? तो ग्रामीण की शहरी आहे हे माहिती असल्याने त्या मुली या सगळ्याचा विचार करूनच मुलांशी व्यवहार करत असतात; पण एकदा इंग्रजी भाषा शिकल्यावर इतर प्रदेशांतील मुलींशी संवाद करता येतो. त्यांना या प्रदेशांतील स्थानिक जात, भाषा, कूळ, गोत्र इत्यादी गोष्टी जाणून घेण्याची गरज वाटत नाही; तर दोघांमधील वर्गीय, वांशिक, जातीय, प्रादेशिक दरी आणि तरीही मैत्री सगळ्यांना प्रश्नात टाकते. कारण भारतात शिक्षण क्षेत्रात अगोदर विशिष्ट जातवर्गीयांचे प्रभुत्व होते. त्यामुळे त्यांच्यातच प्रेम-मैत्री इत्यादी नाते तयार होत असे. यात कोणालाही कसलेही आश्चर्य वाटायचे नाही. पण आजची स्थिती या दृष्टीने चांगली आहे की, नवीन 'लोकप्रिय संस्कृती असलेला जागतिक सांस्कृतिक अवकाश' अशा संधी देतो; जेथे आज मुले व मुली मोठ्या प्रमाणात परस्परांशी कधी-संवाद, कधी संघर्ष करत; तणाव व समन्वय करत भिडताना दिसतात. त्यामुळे हा 'मोकळा स्पेस' त्या स्पेसपेक्षा चांगला आहे; तेथे संवाद साधण्याची कसलीही संधी नव्हती.

कुमारला काश्मीरच्या आणि पंजाबच्या मुलींशी मैत्री तुटण्याची कारणे विचारली असता तो म्हणाला की, ज्या वेळी मैत्री वाढली; त्या वेळी त्यांचे इथले शिक्षण संपले, आणि त्या त्यांच्या राज्यांत परत गेल्या. कुमारकडे मोबाइल नव्हता. त्यामुळे आपोआपच मैत्री तुटली, असेही तो पुढे म्हणाला.

वेगवेगळ्या जात, वर्ग आणि प्रदेश यांतील विषमतेचा आणि विविधतेचा अनुभव कुमारला येत असतानाच 'स्व'ची आणि 'इतर'ची जाणीव करून देणारे अनेक वेगवेगळे अनुभव या महाविद्यालयात आले. अशातून कुमारकडून प्रतिक्रियात्मक कृती घडत होत्या. एकमेकांच्या सांस्कृतिक जीवनशैलीविषयीची समज जाणीवपूर्वक वाढवली, तर केवळ प्रतिक्रियात्मक कृती टाळणे शक्य होते.

एम. ए. झाल्यानंतर कुमारने आता पीएच. डी.करिता पुणे विद्यापीठातील इंग्रजी विभागात प्रवेश घेतलेला आहे. प्रवेश मिळालेल्यांमध्ये त्याच्या जातीतला तो एकमेव विद्यार्थी आहे. ब्लॅक लिटरेचर आणि दलित लिटरेचर या दोन साहित्यांच्या संदर्भात तो संशोधन करत आहे. सध्या अभ्यासासोबतच आपण ज्या जातीत जन्माला आलो, त्यांच्यासाठी काही करता येते का याचाही प्रयत्न तो करतो. विद्यापीठात होणाऱ्या वेगवेगळ्या कार्यक्रमांना उपस्थित राहणे, कॅन्टीनवर मित्रांबरोबर चहा पिताना चर्चा करणे आणि जयकर ग्रंथालयात अभ्यास करणे हा सध्याचा त्याचा दिनक्रम आहे. त्याचसोबत विद्यापीठात जात संघटना कशी मजबूत करता येईल, याचा प्रयत्न करताना स्वजातीतील कार्यकर्त्यांशी तो आता नियमित संपर्क ठेवत आहे. परंतु बऱ्याच वेळा स्व-ओळखीचे राजकारण आणि विशिष्ट जनसमूहाची तर्कसंगती यांचा परिणाम इतरांशी फटकून राहण्यात आणि अलगत्वाचा पुरस्कार करण्यात होत असतो.

महाविद्यालयीन जीवनात प्रमुख वाटणारी मराठवाड्याची अस्मिता मागे पडून स्वजातीय संघटनांकडे कुमार का वळला याचा सविस्तर वेध घेताना जाणवले की, कुमार गरजेप्रमाणे सोईस्कररीत्या दोन्हीही अस्मिता वापरत असतो. मराठवाड्यातील दलित मुलांशी बोलताना तो जातीय अस्मिता वापरतो, तर इतर प्रदेशांतील विद्यार्थ्यांशी बोलताना तो प्रादेशिक अस्मितेचा वापर करत असतो. महार, मांग, चांभार इत्यादी पूर्वाश्रमीच्या अस्पृश्य म्हणून गणल्या गेलेल्या जातींमध्ये परस्परांविषयी वैरभाव असतो. तो कधी सुप्त, तर कधी प्रकट स्वरूपात अस्तित्वात असतो. भारतात प्रत्येक जात इतर जातींपेक्षा श्रेष्ठ समजून घेत असली, तरी आपल्या आसपासच्या इतर जातींमध्ये आपण शोषित किंवा वंचित राहिलो असल्याची भावना व्यक्त करत असते. अशा प्रसंगी जातिव्यवस्था ही शत्रू म्हणून न दिसता जवळपासची एखादी जात शत्रू दिसते, तर दुसऱ्या बाजूला जातीय राजकारणासाठी जातसंघटन महत्त्वाचे ठरते. हेदेखील एक वास्तव आहे. अशा विचारांतून व प्रत्यक्ष आलेल्या जातीय अनुभवांतून कुमारचे व्यक्तिमत्त्व घडत-बिघडत आहे.

शिक्षण क्षेत्रातील बदलाचा विचार करताना असे दिसून येते की, वर्गातील जात, वर्ग, लिंगगुणोत्तर या गोष्टी बदलत असून त्यांचा परिणाम म्हणून सबाल्टर्न विद्यार्थी

कल्चरची निर्मिती होताना दिसत आहे. असे असले तरीही शहरीकरण, शिक्षण, आणि एकंदरीत व्यक्तिकेंद्री आधुनिक विचार जुन्या व्यवस्थेला प्रभावी पर्याय म्हणून पुढे येत नसल्यामुळे उच्च शिक्षण घेऊन, अनेक ठिकाणी फिरून आणि वेगवेगळ्या क्षेत्रांतील प्रस्थापित व्यक्तींशी परिचय होऊन मराठवाड्यातील अनेक दलित बहुजन विद्यार्थी अजूनही अंधारात चाचपडत स्वत:चा शोध घेत आहेत. त्यांना शिक्षणातून जगण्याची वेगळी दिशा सापडली तरीही रस्ता अद्यापही अवघडच आहे. त्यामुळे संघर्ष सुरूच आहे.

(प्रस्तुत लेख क्रांतिज्योती सावित्रीबाई फुले स्त्रीअभ्यास केंद्राने प्रकाशित केलेल्या Youth Cultures : Defamiliarising the familiar (ws - 8, Batch of 2011) (संपादक - शर्मिला रेगे आणि इतर) या पुस्तकात प्रकाशित करण्यात आला होता.) (एप्रिल २०११)

१२ संगतिन यात्रा

संगतिन यात्रा हे पुस्तक उत्तर प्रदेशमधील सीतापूर जिल्ह्यात काम करणाऱ्या सात स्त्रियांनी मैत्रिणींच्या सोबत केलेल्या यात्रेचा, जीवनाचा प्रवास कसा होता हे सात की नऊ? सांगते. ऋचा नागर व ऋचा सिंह या दोन स्त्रियांनी एकत्र येऊन या सात स्त्रियांना संघटित करून, एकत्र बसून डायरीलेखन केले व प्रत्येकीने लिहिलेल्या आठवणींचे समूहवाचन करून, त्यावर चर्चा करून, प्रत्येकीचा अनुभव आपणाला कुठेतरी सारखा वाटत असला, तरी तो कितीतरी वेगळा असतो, हे सांगण्याचा प्रयत्न केला आहे. यात स्त्रियांना आलेले अनुभव, त्यांचे बालपण, तारुण्य, लग्न आणि मातृत्व, यांपासून गावामध्ये केलेल्या कामांपर्यंत, तसेच कामासंबंधी पाहिलेली स्वप्ने व अपेक्षा व शेवटी काम करत असताना आलेले अनुभव, यांचा आढावा या पुस्तकात घेतला आहे.

या सात स्त्रियांच्या आयुष्यात घडलेल्या घटना, त्यांनी जगलेले जीवन सांगणे हा या पुस्तकाचा उद्देश नसून तत्कालीन सामाजिक, राजकीय, धार्मिक, आर्थिक रिती, रिवाज व त्या चौकटीत जगत असताना लिंग-भेदामुळे आणि संघर्षामुळे जाती, वर्ग, कार्मिक भेदभाव आणि शिवाशीव, श्रेष्ठ-कनिष्ठ वर्गांमध्ये चालणारे भेद यांचा विचार यात केला आहे.

'संगतिन यात्रा' हे पुस्तक साहित्याच्या क्षेत्रात केलेला एक नवा प्रयोग आहे. कारण कादंबरीप्रमाणे कथानक किंवा आत्मचरित्राप्रमाणे, चरित्राप्रमाणे सलग लेखन नसून समूहातल्या प्रत्येकीचे बालपण, तारुण्य, वैवाहिक जीवन, काम करत असताना आलेले अनुभव एकत्र केल्यामुळे एकाच परिस्थितीमध्ये जाति-वर्गगटाच्या चौकटीमुळे, आर्थिक परिस्थितीमुळे, प्रत्येकीला कशा प्रकारे वेगवेगळे जीवन जगावे लागले, यांचे सलग लेखन येते. हा नवा प्रयोग ललित आणि वैचारिक लेखन यांच्यामधील मोठी दरी मिटवून आपल्या वेगवेगळ्या जीवनपद्धतीत जगत असणाऱ्या या सात लेखिकांनी

आत्तापर्यंत जगलेल्या जीवनाला एका चौकटीत बसवून एका माळेत ओवतो. त्याचेच क्रमवार वाचन या पुस्तकात आले आहे.

इ.स. २००४मध्ये प्रकाशित झालेले हे पुस्तक कुठल्याही एका लेखिकेचे नसून नऊ समूहांचे आहे. अनुपमलता, रामशीला, रेश्मा अन्सारी, विभा बाजपेयी, शशी वैश्य, शशिबाला, सुरबाला यांच्या डायरीची पाने ऋचा सिंह व ऋचा नागर यांनी संकलित करून प्रकाशित केली. या पुस्तकाची पृष्ठसंख्या १५० असून मूल्य १८०/- रुपये आहे. याची अर्पणपत्रिका ही कुठल्याही एका विशिष्ट व्यक्तीला, एखाद्याकडून मिळालेल्या प्रेरणेला समर्पित केलेली नसून समस्त सीतापूरमधील ज्या स्त्रियांसोबत काम करण्याची संधी मिळाली, त्याचबरोबर काम करत असताना कामासंबंधी हिंमत व प्रेरणा मिळाली त्यांना समर्पित केली आहे.

या यात्रेच्या सुरुवातीची वाटचाल सांगत असताना ऋचा नागर सांगतात, "ऋचा सिंह यांच्याशी माझी ओळख उत्तर प्रदेशमध्ये विविध महिला संघटनांचे काम पाहत असताना झाली. इ. स. १९९६मध्ये आणि मार्च २००२मध्ये ऋचा सिंह अचानक लखनौला आल्या व इथूनच सुरू झाला संगतिनचा प्रवास.

ऋचा सिंह सांगतात, "एक वेळ अशी होती की, मी एनजीओच्या लोकांच्या कार्याच्या पद्धतीमुळे फार प्रभावित होते. परंतु ज्या वेळी मी १२ वर्षे कार्य केले; तेव्हा कळले की, आपण समजतो तितके हे जग सरळ, सुंदर नाही. इथेही गैरबराबरी आणि स्तरीकरण अशा अनेक समस्या त्याच पद्धतीने म्हणजे समाजातील अनेक स्तरांमध्ये ज्याप्रमाणे दिसतात, त्याचप्रमाणे इथेही येताना दिसतात. एनजीओकरणाचे हे जग समाजात बदल घडवून आणण्यासाठी समाजासमोर आले. परंतु ते कशा पद्धतीने स्वत:मध्येच गुरफटलेले आहे, हे कळल्यानंतर वाटेकी खेडेगावातील महिला संघटनांना कशा पद्धतीने एकत्र आणून त्यांना जोडता येईल याकडे फार कमी जणांचे लक्ष असलेले दिसले. त्या वेळी त्यांना सरळ-सरळ सांगावे की, हे चुकत आहे; परंतु कसे? असे सांगण्याची हिंमतच झाली नाही. कित्येक दिवसांपासून मनात साठून राहिलेली गोष्ट ऋचा नागर हिच्याशी भेटल्यानंतर बोलत असताना दोघींच्या विचारांमधला सारखेपणा आम्हांला जाणवला आणि तिथूनच या पुस्तकाच्या निर्मितीसाठी प्रयत्न सुरू झाले."

या पुस्तकाची सुरुवात ऋचा सिंह व ऋचा नागर यांच्यापासून झालेली असली, तरी मूळ उद्देश ग्रामीण स्त्रियांचे जीवन, एनजीओकरणाशी संबंधित व महिला संघटनेत काम करत असताना येणाऱ्या अडचणी यांच्याशी संबंधित असल्यामुळे लेखिकांची निवड करत असताना ज्या ग्रामीण भागात राहतात व ज्यांना अन्याय-अत्याचाराची जाण आहे; ज्या परखडपणे मत मांडू, बोलू शकतात अशा लेखिकांचा समावेश त्या-त्या ठिकाणची एक प्रतिनिधी म्हणून केला आहे. १९९७-९९मध्ये उत्तर प्रदेशामधील

'बाहुला-बाहुलीच्या' विवाहानंतर दिल्या व घेतल्या जाणाऱ्या वस्तू यांच्या रितीरिवाजाच्या पद्धतीवर बाहेरच्या स्त्रियांनी येऊन संकलन व संशोधन केले; तेव्हा सीतापूरमधील महिला संघटनेला वाटले की, याचा आपणास काहीच फायदा नाही व इथे आपण वापरले जातो. त्या वेळी त्यांनी एकत्र येऊन दैनंदिनीलेखनास सुरुवात केली.

समूहरूपाने दैनंदिनी-लेखनास ज्या वेळी सुरुवात झाली, त्या वेळी त्यांच्यासमोर प्रश्न होता की, आपण तर कधीच दैनंदिनीलेखन केले नाही. तर दैनंदिनी लिहायची कशी? प्रत्येक जण कोणी चटईवर तर कोणी झाडाखाली, तर कोणी छतावर, कठड्यावर, कोनाड्यात, भिंतीला टेकून आपल्या जीवनात घडून गेलेल्या घटना लिहिण्यात मग्न झाल्या. हे दैनंदिनीलेखन एक तास चालले. नंतर सर्वांनी एकत्र येऊन समूहवाचन केले. त्या वेळी जाणवले की, आपण इतके दिवस एकत्र असूनही एकमेकींना ओळखतो असे म्हणत असताना एकमेकींच्या जीवनातील वेगळेपणाची आपणाला तसूभरही कल्पना नव्हती. एकमेकींच्या जीवनातील वैयक्तिक अनुभव सांगताना व ऐकताना प्रत्येकीलाला एक वेगळाच आनंद प्राप्त होत होता व प्रत्येक जण एकमेकींच्या अधिक जवळ येत होती. त्यात एक प्रसंग असा घडला की, ज्यामुळे त्यांच्या संबंधांमध्ये अधिक घनिष्ठता आली, तो प्रसंग म्हणजे चांदनीने लिहिलेली दैनंदिनी तिच्या पतीने वाचली. त्यात किशोरअवस्थेत असताना तिच्या यौनिकतेसंबंधी घडलेली घटना तिने विस्तृत रूपाने सांगितलेली होती. हे वाचल्यानंतर चांदनीचा नवरा मरण्याची धमकी देऊन घर सोडून जातो, तेव्हा त्याच गावामध्ये राहणारी राधा चांदनीच्या नवऱ्याला समजावून सांगून घरी घेऊन येते. परंतु हा सर्व प्रकार ज्या वेळी राधाच्या नवऱ्याला कळतो, तेव्हा तो तिची दैनंदिनी वाचण्याचा हट्ट धरतो. मनात नसताना राधाला आपला वैयक्तिक अनुभव त्याला सांगावा लागतो. समाज, घरपरिवारातील लोकांपासून लपतछपत लिहिलेली दैनंदिनी मनातील दुःख, वेदना, सल तर व्यक्त करतेच, शिवाय लेखिकांनी अनेक अडचणींना तोंड देत कशा पद्धतीने जीवनयात्रा केली हेही स्पष्ट करते. एक खंत मात्र आपणाला जाणवते. ती म्हणजे जरी यांनी स्पष्टपणे आपले जीवन सांगितले असले, तरी त्यांना कुठेतरी समाजासमोर येण्याची भीती वाटते; म्हणूनच त्यांना टोपणनावाने लेखन करावे लागले असेल.

लहानपणीच्या काही आठवणी

प्रत्येकीनी आपले लहानपण कसे गेले, आपण कसे जगलो, वाढलो हे आठवून पाहिले. तेव्हा गरिमा सांगते, ''सगळे जण म्हणतात की, एकदा लागलेली चोरीची सवय, खोटे बोलण्याची सवय जात नाही. परंतु माझ्याबाबत मात्र नेमके यापेक्षा उलटे झालेले दिसते.'' घरी खाण्यासाठी अन्न नसल्यामुळे गरिमा गावातील एका कार्यक्रमाला आपल्या भावंडांसह जेवण करायला जाते. परंतु ज्या वेळी तिला आईची आठवण होते,

तेव्हा ताटातील दोन पुऱ्या ती फ्रॉकमध्ये लपवते व घरी घेऊन जाते. ही लहानपणी गरज म्हणून केलेली चोरी ती कधीही विसरू शकली नाही. तिची चोरी जरी पकडली गेली नाही, तरी आयुष्यात आजपर्यंत तिने पुन्हा कधीही चोरी केलेली नाही. लहानपणीच्या आठवणी सांगण्यासाठी ज्या वेळी लेखिका आठवायला लागतात, तेव्हा त्यांना लहानपणीच्या नटखट खोड्या न आठवता आपण केलेले कष्ट, समाजाकडून त्यांना दिली गेलेली अपमानास्पद वागणूक, घरच्या दारिद्र्यामुळे आईला घ्यावे लागलेले कष्ट व गरिबीमुळे मुलांना आपण चांगले कपडे व अन्न देऊ शकत नाही म्हणून त्यांना होणारे दु:ख, तर मुलगी मोठी झाल्यानंतर आपल्या कामात मदत करेल म्हणून पाहिले जाणे, मुलगी म्हणून दिली गेलेली अपमानास्पद वागणूक, कुठल्याही संकटाचे किंवा घटनेचे खापर तिच्या माथी फोडून मोकळे झालेले दिसतात; हेच आठवते.

संध्या ज्या वेळी तिच्या जन्माबद्दल सांगते; तेव्हा तिला आठवते की, तिचे सुरुवातीचे नाव 'आभा'. परंतु तिच्या जन्मानंतर काही दिवसांनी ज्या वेळी तिच्या बाबांचा खून केला जातो, त्या वेळी सर्व दोष संध्याच्या पायगुणावर ढकलून अपशकुनी म्हणून, तिच्यामुळे सगळीकडे अंधार झाला असे म्हणून तिचे 'आभा' हे नाव बदलून 'संध्या' असे ठेवण्यात येते. तिचा काहीही दोष नसताना तिच्या नावात केलेला हा बदल तिला आयुष्यभर कुठेतरी बोचताना दिसतो.

भूक ही मुलांसाठी सगळ्यांना सारखीच असते. परंतु भूक मिटवण्यासाठी प्रत्येकाला कशा पद्धतीने मार्ग अवलंबावे लागतात हे या लेखिकांच्या लहानपणीच्या आठवणी ऐकताना समजते. राधा सांगते, माझ्या आईला माझे पोट भरण्यासाठी मला झाडाच्या फांदीवर झोपवून शेतात पीक काढून नेल्यानंतर काढणीच्या वेळी कुठेतरी सांडलेले धान्य एकत्र करून आणावे लागे. तर गरिमाची आई कितीतरी मुश्किलीने मुलांसाठी वर्षाअखेरपर्यंत धान्य साठवून ठेवते. परंतु तिथेही कशी विटंबना होते की, जुनी डाळ ज्या वेळी शिजवण्यासाठी ठेवली जाते, तेव्हा त्यात झालेले किडे पूर्ण पातेलेभर होतात. त्यामुळे उपाशी पोटी राहावे लागते.

याचप्रमाणे भूक मिटवण्यासाठी जिथे एका ब्राह्मण मुलीला श्राद्धाचे जेवण आमंत्रण म्हणून मिळते, तिथेच एका दलित मुलीला श्राद्धाचे जेवण करण्यासाठी आलेल्या सवर्ण लोकांच्या उष्ट्या पत्रावळ्यांभोवती फिरून अन्न मिळते.

यात जातिभेदाची बंधने किती काटेकोर होती व त्या परिस्थितींना तोंड देत या लेखिकांनी कशा पद्धतीने जीवनाचा प्रवास केला, लहानपणी करावा लागलेला संघर्ष इथेच न संपता पुढेही कशा पद्धतीने चालू होता हे त्यांच्या पुढील प्रकरणांतून दिसून येते. माहेरपासून सासरपर्यंतचा प्रवास.

हा प्रवास कशा पद्धतीने अविस्मरणीय आहे हे सांगताना मधुलिका सांगते,

"माहेरी घरच्यांना आम्ही एक मोठे संकट वाटत असल्यामुळे त्यांनी मागचापुढचा विचार न करता येईल त्या वराशी पटकन आमचे लग्न लावून दिले. आमच्या मनाचा, भावनांचा कुठेही विचार केला गेला नाही. माझे वडील शिक्षक असूनही त्यांनी माझे लग्न माझ्यापेक्षा १०-१२ वर्षांनी मोठ्या मुलाशी केले. एवढेच नाही; तर त्याला मटका, दारू हे व्यसन तर होतेच." शिवाय शेतीवर काम न करता दिवसभर तो घरीच बसून असतो. त्यामुळे सगळे काम मधुलिकाला करावे लागते; तरीही तिला सासरच्या लोकांची बोलणी, मार खावाच लागतो.

पल्लवी ज्या वेळी लग्नानंतरच्या पहिल्या रात्रीबद्दल सांगते, तेव्हा तिला आठवते की, तिच्या सासूने तिला एका खोलीत नेले. खरे तर ती खोलीच नव्हती, मुळात अंधारकोठडी होती; जेथे जनावरांचा चारा व स्वयंपाकासाठी लागणारे इंधन साठवलेले होते. ते पाहून पल्लवीला पहिला प्रश्न पडला होता की, आपण इथे कोठे बसणार? त्या वेळी जनावराच्या चाऱ्यावर ती बसते व तिथेच झोपी जाते. थोड्या वेळाने तिचा पती तेथे येतो व पहिला प्रश्न विचारतो, 'तुझे नाव काय?' दुसरा प्रश्न 'जहागंजला जमलेले तुझे लग्न का मोडले?' यानंतर काही एक न विचारता त्याचे कर्तव्य तो पूर्ण करतो. या सर्व गोष्टी अशाच रोज घडणार हे कळल्यानंतर पल्लवीला फार वाईट वाटते.

राधाला ज्या वेळी तिचा पती बेदम मारतो, त्या वेळी तिच्या मनात विचार येतो की, जेथे प्रेम नाही, आपुलकी नाही तो संसार कसला? आपण आत्महत्या करावी. परंतु आजीआजोबा यांना ती आठवते. आजीने किती मार खाल्ला, किती छळ सहन केला; तरी काही बोलली नाही. आपणही सहन केले पाहिजे आणि ती सर्व सहन करत राहिली.

या लेखिका तारुण्याच्या सुरुवातीपासून आत्तापर्यंत एक मोठे ओझे वागवत आहेत. ते म्हणजे घराण्याची, नातेवाइकांची इज्जत सांभाळणे. त्याला कुठलाही तडा जाता कामा नये, याची काळजी घेणे. या घराण्याच्या इज्जतीच्या नावाने जाती, कुल यांना जोडून येणारी मानमर्यादा यांची परिभाषा लादली जाते. त्यात कधी नको तिथे जबरदस्तीने लग्न लावून दिले जाते, तर कधी चारित्र्यावर संशय घेतला जातो.

हे विडंबन असले; तरी इज्जत, घराणे हे याच्यावरच टिकून असते. हीच पुरुषांची मर्दानगीची परिभाषा असते. या ओझ्याला आपण सर्व जण इतक्या मेहनतीने आणि इमानदारीने सांभाळत असतो. या मर्दानगीच्या परंपरागत ओझ्याला खांद्यावर घेऊन हे जग कधीतरी पल्लवीला तिचे लग्न मोडण्याची कारणे विचारते, तर कधी चांदनीला आणि तिच्या लहान मुलीला मिटवून टाकण्याचा प्रयत्न करते.

समाज आणि संस्कृती यांच्या जोखडात बांधलेल्या लेखिकांना अनेक अडचणींना सामोरे जावे लागते. ज्या वेळी पल्लवी पहिल्या वेळी बाळंत होते, तेव्हा ती लग्नानंतर दहाव्याच महिन्यात बाळंतीण झालेली असते. तिला मदत करण्यासाठी घरी

कोणी नसते. त्या वेळी शेजारी तिची मदत न करता निकष लावत बसतात की, हे मूल लग्नाअगोदरचे की लग्नानंतरचे? सकाळी बाळंत झालेली पल्लवी, तिची नाळ धनकुन जातीची स्त्रीच कापणार म्हणून दुपारी दोन वाजेपर्यंत तशीच ठेवली जाते; अछूत म्हणून जातीच्या बंधनामुळे तिची मदत कोणीच केलेली दिसत नाही.

अशा पद्धतीने घरामधील हिंसक वागणुकीपासून जातिगत भेदभाव, गरिबी, श्रीमंती यांनी निर्माण केलेल्या मोठ्या दरीत सर्व जण फसलेले आहेत. ज्या वेळी सरकारी कायदे गरीब व दलित यांना सामाजिक, आर्थिक रूपाने वारंवार अशक्य बनवत राहतात आणि ज्या वेळी अशा परिस्थितीत मटका, दारू ही पौरुषत्वाची चिन्हे म्हणून समोर येतात; तेव्हा अशा परिस्थितीत राधा, मधुलिका आणि चांदनी यांसारख्या बायकांनी आशेचा किरण कोठे शोधावा? प्रत्येक पावलागणिक घराच्या चार भिंतींपासून मानवी मनाच्या मानसिकतेपर्यंत करावा लागणारा संघर्ष फारच कठीण असतो.

प्रत्येक वेळी मनाशी करावे लागणारे युद्ध

ज्या वेळी घरामध्ये नोकरी करण्याच्या व पैसे कमावण्याच्या गोष्टी निघत, त्या वेळी घराण्याची अब्रू व इज्जत यांचा विचार पुढे येत असे. घरात उपाशी राहायचे; परंतु बाहेर काम करायला जायचे नाही. ही प्रवृत्ती मुळे धरून होती. त्या वेळी पल्लवीला पडलेला प्रश्न म्हणजे ''मी नोकरीचा विषय काढला की सासू व पती म्हणतात की, आमची इज्जत जाईल. परंतु कित्येक दिवसांपासून माझा मुलगा माझ्या आईकडे राहतो आहे व त्याच्या शिक्षणाचा, राहण्याचा, खाण्याचा सर्व खर्च माझी आई करत आहे. तेव्हा यांच्या इज्जतीला धक्का बसत नाही. खोट्या प्रतिष्ठेसाठी हे सर्व कशासाठी करायचे?''

राधा ज्या वेळी स्वत: अनुभव सांगते, त्या वेळी तिला आठवते, तिच्या घरी सक्त पडदा होता. तिला बाहेरच्या स्त्रीशी बोलू दिले जात नसे. मग पुरुषांची गोष्ट तर फारच निराळी. याचे कारण म्हणजे तिच्या सासूला भीती वाटत होती की, ज्या वेळी हिला घरची परिस्थिती दुसऱ्यांकडून कळेल, तेव्हा ती घर सोडून माहेरी निघून जाईल. अशा परिस्थितीत राधाला नोकरी करण्यासाठी घरच्यांची परवानगी मिळणे फारच कठीण होते. तरीही हिंमत न सोडता, परिस्थितीला सामोरे जात या लेखिकांनी कामाला सुरुवात केली व नंतर पैशाच्या लालचीने असेल, घरच्यांचा विरोधही कमी होत गेला. या लेखिकांच्या बाबतीत त्यांच्या कार्याच्या सुरुवातीच्या काळातल्या सहकार्याच्या बाबत फारच मोठी तफावत दिसते. ती म्हणजे ज्या ठिकाणी पल्लवी, राधा आणि मधुलिका यांना विरोध सहन करावा लागला; तिथेच संध्या, गरिमा आणि शिखा यांना त्यांच्या पतीकडून नोकरी करण्यासाठी पुरेपूर सहकार्य मिळाले.

काम करत असताना जातिभेदांच्या बंधनांमुळे येणाऱ्या अडचणींबद्दल बोलत असताना चांदनी सांगते की, ती अंगणवाडी चालवत होती. त्या वेळी सर्व लहान मुलांना एकत्र आणण्यासाठी तिला त्यांच्या घरी जावे लागे. एकदा चांभार व पारशी जातींच्या लोकांच्या घरी ती गेली हे सासूला कळल्यानंतर सासूने सरळ चांदनीला सांगितले की, आपल्या धर्मात असे लोकांकडे जाणे बसत नाही. तेव्हा तू ती नोकरी सोड किंवा प्रौढ शिक्षण साक्षरता वर्ग चालव.

नोकरी करत असताना येणाऱ्या अडचणी व जातिधर्म यांच्या संस्कारांमुळे मनामध्ये वारंवार होणारी घालमेल वर्णन करत असताना या लेखिका सांगतात, एक वेळ भंगी स्वयंपाक करत असलेला पाहून आम्हांला ते फार खटकले. परंतु नोकरीच्या ठिकाणी काही बोलता येत नाही म्हणून आम्ही गप्प बसलो.

काम करत असताना जातीमुळे मिळालेली अपमानास्पद वागणूक आठवल्यानंतर मधुलिकाला शहारल्यासारखे होते. कारण तिची काहीही चूक नसताना तिला ते सहन करावे लागलेले असते. मधुलिका एकदा एका गावामध्ये कामासंबंधी गेलेली असते. तेथे एका ब्राह्मण स्त्रीशी तिची ओळख होते. ती आग्रह करून मधुलिकाला चहासाठी घरी घेऊन जाते. मधुलिकाला समजत नाही की, आपण हिला आपली जात कशा पद्धतीने सांगायची? ती शांत बसते व चहा पिऊन झाल्यानंतर लहानपणापासून झालेल्या संस्काराप्रमाणे कपबशी धुते, तेव्हा हे तिचे वर्तन त्या ब्राह्मण स्त्रीच्या लक्षात येते व ती फटकन म्हणते, समोरच्या व्यक्तीच्या लक्षात येत नाही म्हणून जात लपवून ठेवू नये. पटकन स्वत:ची जात सांगावी. परत अशी चूक करू नकोस. हा झालेला अपमान मधुलिकाला सहन होत नाही व ती ठरवून टाकते की, यापुढे ती कोणाकडे पाणीही पिणार नाही; ज्यामुळे तिला अपमानित व्हावे लागेल.

जातीमुळे आलेला याच्याविरुद्ध अनुभव सांगत असताना संध्या सांगते, कमालपूर गावातील एका अनुसूचित जमातीच्या घरी ज्या वेळी संध्या जेवण करते, त्या वेळी अनुसूचितजातीय स्त्री गदगद होऊन अतिशय आदरपूर्वक म्हणते, 'तुम्ही आमच्या घरी जेवण केल्यामुळे आम्हांला फार आनंद झाला.' या दोन लेखिकांचा अनुभव ऐकल्यानंतर त्यांच्या अनुभवांतील तफावत आपणाला जाणवते व जातीमुळे समाजात निर्माण झालेली दरी किती खोल होती, हेही लक्षात येते. या दोघींच्या अनुभवांवरून एकीला काम करत असताना प्रशंसा, प्रेम, इज्जत व प्रेरणा मिळते; तिथेच दुसरीला नियम तोडल्यामुळे तिरस्कार सहन करावा लागतो.

या लेखिकांच्या मनांमध्ये वारंवार येणारा प्रश्न म्हणजे समाजामध्ये जातीची बंधने इतकी का पाळली जातात? त्या वेळी राधा व मधुलिका स्वत:च विचार करतात की, आपण समाजाबद्दल बोलतो. परंतु इतकी वर्षे आपण या संघटनेत काम करत असून

आपण बदलू शकलोय का स्वत:ला? त्या वेळी गरिमा प्रामाणिकपणे मान्य करते की, आपल्यापेक्षा कनिष्ठजातीय घरांमध्ये जेवण करण्यासाठी मला काहीच अडचण नाही. परंतु का कुणास ठाऊक, मनाला ते पटत नाही. बाहुलाबाहुलीच्या कार्यक्रमाची घटना सांगताना ती म्हणते, त्या दिवशी मधुलिकाने फार प्रेमाने सगळ्यांसाठी घुगऱ्या करून आणल्या. परंतु तिच्या घुगऱ्या खाण्याची हिंमत मी मनातून करू शकले नाही; म्हणजे इतके दिवस संघटनेत काम करून, सोबत राहूनही मी माझ्या मनाला बदलवू शकले नाही; तेव्हा समाजाबद्दल आपण बोलू शकत नाही.

या सर्व घटनेचा विचार केल्यानंतर जाणवते की, सहजासहजी लहानपणी झालेल्या संस्कारांपासून आपण पटकन परावृत्त होऊ शकत नाही. ही जातीची बंधने तर किती कडक व कठीण असतात. यांना हळूहळू मुरड घालावी लागेल. ती एकदम तुटणार नाहीत हे ओळखून कामास लागल्या. धर्माने निर्माण केलेली स्पृश्य-अस्पृश्यतेची दरी मिटविण्याचा प्रयत्न करण्यास प्रेरित झाल्या.

ज्या वेळी जाती, धर्म, रितीरिवाज यांच्यावर चर्चा होते; तेव्हा गरिमा म्हणते, 'मला चांभारापेक्षाही मुस्लीमजातीय लोकांच्या वर्तनाचा आणि राहणीमानाचा अतिशय राग येतो. जातीमुळे, धर्मामुळे अनेक वेळा बोलणी खाल्लेली राधाही म्हणते की, मला मुस्लीम जातीचा राग येतो. कारण ते लोक स्वच्छ राहत नाहीत.

स्वत: कनिष्ठजातीय असलो, तरी आपल्यापेक्षा कनिष्ठ लोकांना अस्पृश्य म्हणून हिणवून वागवण्याची सवय सर्वांना असते, हे यांतून दिसते व प्रत्येक व्यक्तीला स्वत:च्या जातीबद्दल असलेला स्वाभिमानही दिसून येतो.

जुने टाकून नव्याचा शोध

संध्या सांगते, ज्या वेळी संघटनेत काम करायला सुरुवात केली, तेव्हा आईने वारंवार शिकवलेले गप्प राहा हे विसरून मनामध्ये असलेले स्पष्ट बोलण्याची संधी मिळाली आणि एक नवीन विश्व खुले झाले; तर मधुलिका म्हणते, ''सुरुवातीपासून केलेले संस्कार हे करू नको-हे करावे, हे चांगले-हे वाईट हे विसरून मी ठामपणे बोलायला लागले.''

ज्या वेळी 'बाहुलीच्या' परंपरेवर काम करायला सुरवात केली, तेव्हा सर्वांना प्रसिद्धी मिळाली. सर्व जण एका प्रकाशझोतात आले. लोक ओळखायला लागले; परंतु याचदरम्यान पल्लवीसोबत एक घटना घडली. एक दिवस घरी जाण्यासाठी तिला उशीर झाला व त्या वेळी तिला बस, ऑटो काही मिळत नव्हते; तेव्हा तिने एका टेम्पोला हात दाखवून लिफ्ट मागितली. चालकाने तिला लिफ्ट तर दिली. परंतु पल्लवीची छेड काढण्याचा प्रयत्न केला. तेव्हा तिने त्याची मानगूट पकडली व गाव येईपर्यंत सोडलीच

नाही. तो दिवस तिने निभावून नेला. तिने ही घटना कोणाला सांगितली नाही. परंतु टेम्पोवाल्याने मीठमिरची लावून गावामध्ये ही घटना सांगितली, तेव्हा पल्लवीला अनेक प्रश्न विचारले गेले व संघटनेच्या सर्व महिलांनी मिळून त्याला चांगलाच धडा शिकवला. जाताना-येताना होणारा त्रास वाचवण्यासाठी संघटनेने सर्वांसाठी सायकल उपलब्ध केली. परंतु सायकलवरून कामाला जाण्यासाठी घरच्यांची परवानगी मिळणे कठीण होते. पल्लवीच्या घटनेमुळे व समजावून सांगितल्यानंतर घरच्यांनी परवानगी तर दिली. परंतु काही अटीही टाकल्या की, चौकातून जात असताना सायकलवर बसायचे नाही, डोक्यावरचा पदर ढळू द्यायचा नाही. परंतु हळूहळू सर्व बंधने शिथिल होऊन डोक्यावरचा पदर केव्हा खांद्यावर आला हे त्यांना कळलेच नाही व कळले तरी खांद्यावरचा पदर त्यांनी परत डोक्यावर घेण्याचा प्रयत्न केला नाही. हा त्यांच्या वर्तनात झालेला बदल त्यांच्यामध्ये आलेला आत्मविश्वास सांगताना दिसतो.

संघटनेमुळे झालेला स्वत:मधला बदल सांगताना गरिमा म्हणते, ''मला माहेरी सर्व जण मुकी म्हणत; परंतु ज्या वेळी मी कामाला सुरुवात केली, तेव्हा सुरुवातीला काही दिवस मी मान खाली घालून समोरच्या व्यक्तीबरोबर बोलत असे. समोरची व्यक्ती मग ती स्त्री असो वा पुरुष... पण हे फार काळ चालले नाही. ज्या वेळी माझ्या लक्षात आले की, आपण समाजासाठी चांगले काम करत आहोत, त्या वेळी माझ्यातला आत्मविश्वास जागृत झाला आणि मी मनमोकळी बोलायला लागले. हा बदल माझ्यात केव्हा झाला हे मला मात्र कळलं नाही.''

एनजीओकरणाचे कार्य व संगतिन संघटनेची स्वप्ने

एनजीओकरणाचे जग हे वेगळे होते. तिथे एकीकडे समता-समानता म्हणून आपण सगळे बोलतो. परंतु दुसरीकडे खऱ्यापासून आपण हटू शकत नाही की, एनजीओकरणाचा एक भाग बनत असताना स्वत:च्या राहण्यातून आणि आचरणातून गावातील संस्कृती विलग होत जाताना दिसते. त्यांच्यात व आपल्यात फार मोठी दरी निर्माण झालेली दिसते. ही दरी आज 'संगतिन'सारख्या संस्थेला पुढे जाण्यासाठी आड येताना दिसते. 'संगतिन' संस्थेला पुढे जाण्यासाठी आर्थिक साधनांची गरज आहे, त्या वेळी त्यांचे कार्य कसे आहे याकडे फार लक्ष दिले जात नाही; तर क्षेत्रीय आणि राष्ट्रीय एनजीओ नेटवर्क्समधील मोठ्यामोठ्या लोकांशी यांची ओळख आणि त्यांचे वजन किती आहे याला महत्त्व दिले आहे.

एनजीओच्या या साच्याशी विरोधाभास आणि दुहेरी वर्तनाशी 'संगतिन' संघटनेला आलेला अनुभव फारच पीडाजनक होता असे दिसते. एनजीओकरणाच्या जगात हजारो महिला लिंगभेदाच्या मुद्द्यावर एकत्र येतील, जातिभेदाच्या मुद्द्यावर एकत्र येतील. परंतु वर्गभेदाच्या प्रश्नावर एनजीओ अशा पद्धतीने समाजासमोर येते की, प्रश्न

काही रूप घेण्याअगोदरच संपुष्टात येतात. परंतु 'संगतिन'ने वर्गभेदाचा मुद्दा मांडताना फक्त पगार आणि असमानता नसून आम्हांला कोणत्या कामाबद्दल किती मान, इज्जत मिळते व केव्हा ती परत घेतली जाते, याचा वर्गव्यवस्थेशी असलेला संबंध सांगण्याचा प्रयत्न 'संगतिन' करते, असे म्हटले.

एनजीओकरणासंबंधी एक घटना सांगताना या लेखिका म्हणतात, दोन वर्षांपूर्वीची घटना आहे. एनजीओकरणाच्या सदस्यांनी स्त्रियांच्या अन्यायावर चर्चासत्र भरवले, चर्चा केली. त्यात हजारो दलित व शोषित स्त्रियांना बोलवले गेले व काही स्त्रियांनी एवढ्या लोकांच्या समोर त्यांच्यावर झालेल्या बलात्कार, अत्याचार, अन्याय यांची कहाणी ऐकवली; तेव्हा 'संगतिन संघटनेला' वाटले की, या स्त्रियांवर झालेल्या अन्यायाविरुद्ध काहीतरी पावले उचलली जातील; परंतु काही दिवसांनंतर ज्या वेळी त्या स्त्रिया या लेखिकांना भेटल्या, त्या वेळी त्यांच्या चेहऱ्यावरची नाराजी पाहून फार वाईट वाटले व एनजीओकरणाच्या लोकांनी यांचा उपयोग प्रचारमाध्यमाप्रमाणे केल्यामुळे तर आणखीन दु:ख झाले.

त्याचबरोबर संघटनेने देशीविदेशी लोकांना ज्या वेळी इथल्या गरिबीचे प्रदर्शन करताना पाहिले, तेव्हाही त्यांना फार वाईट वाटले. त्या सांगतात, ''त्यांना इथल्या गरीब, अन्नाविना मरणाऱ्या स्त्रिया, मुले दिसतात; तेव्हा ते त्यांची गरिबी, भूक मिटवण्याचा प्रयत्न न करता त्यांचे चित्र कार्डवर छापून प्रदर्शन करून पैसा कमावतात.'' हे कुठेतरी थांबले पाहिजे, असे या लेखिकांना वाटते. या प्रश्नाकडे एनजीओ जगताचे लक्ष कसे नाही, याचे आश्चर्यही त्या व्यक्त करतात.

म्हणूनच संगतिनचे वेगळेपण त्या सिद्ध करतात. यांचे सुरुवातीपासून एकच स्वप्न होते की, महिलांच्या शरीरावर होणारे हिंसात्मक अत्याचार व त्याच्याशी निगडित समस्या यांचा विचार ग्रामीण समाजाच्या लोकांबरोबर बोलून ही समस्या सोडवायची. कार्यशाळेच्या माध्यमातून समाजासमोर प्रकट करून ती सामूहिक रूपाने सोडवण्याचा प्रयत्न केला.

समारोप

हे पुस्तक एक प्रेरणा आहे, अशा स्त्रियांसाठी; ज्या स्त्रिया अशा कित्येक परिस्थितींमधून गेल्या असतील. त्यांना हे पुस्तक वाचतेवेळी वाटेल की, हे सर्व तर आपल्यासोबतही झाले. हे सर्व मीपण अनुभवले. एका स्त्रीच्या बोलण्यामुळे कित्येक स्त्रियांची दु:खे समोर येण्याचे हे पुस्तक एक साधन ठरले. उर्वशी बुटालिया म्हणतात, 'एक वेळ स्त्रिया बोलायला लागल्या की कितीही त्यांना थांबवण्याचा प्रयत्न केला; तरी त्या थांबत नाहीत, तसेच हे पुस्तक कित्येक दिवस मनामध्ये साठून राहिलेले सत्य

सांगण्यासाठी समोर आले, तेव्हा कित्येक समस्यांना सामोरे जाऊन या लेखिका लेखन करतात. त्याचबरोबर समाजातील इतर महिलांना मार्गदर्शन, दिशा दाखवण्याचे कामही त्या करतात.

रोजच्या जीवनातील या साध्या अनुभवांना सामूहिक रूप देऊन ते लिहिल्यामुळे चिंतन व सर्वांना सामावून सांगण्याच्या प्रक्रियेने समाजाच्या अनेक पदरांना समजून घेण्याची एक नवी दृष्टी त्यांनी दिली. समाजातील कठीण प्रश्नांकडे अधिक जवळून पाहण्याचा हा प्रयत्न दिसतो.

या सर्वांपाठीमागे त्यांची एकच इच्छा दिसते की, ज्या उघडलेल्या गोष्टी आहेत त्या स्पष्टपणे सर्वांसमोर याव्यात व सर्वांना सामाजिक, शारीरिक आणि मानसिक शोषणाच्या विरुद्ध लढण्यासाठी पर्याप्त जागा मिळावी; कित्येक दिवसांपासून दबून राहिलेल्या आवाजाला गाण्यासाठी, ओरडण्यासाठी एक वाट्टेल तसा स्वर मिळावा. हा एकमेव उद्देश या पुस्तकाच्या निर्मितीच्या पाठीमागे या सर्व लेखिकांचा दिसतो.

१३ वेश्यांच्या प्रश्नांची दाहकता आणि 'स्पर्श मानव्याचा'

१९७५ हे वर्ष आंतरराष्ट्रीय स्त्री-वर्ष, आणि दशकानंतर स्त्रीमुक्तीसंदर्भातील प्रश्न आणि चळवळी यांची चर्चा वेगवेगळ्या माध्यमांतून झाली आहे. इतर माध्यमांप्रमाणेच ही चर्चा साहित्याच्या अनेक प्रकारांमधूनदेखील होताना दिसून येते. मराठी साहित्याचा विचार केला, तर स्त्रीप्रश्नविषयक मांडणी आत्मचरित्रे किंवा आत्मकथने, कथा, कविता इत्यादी वाङ्मयप्रकारांतूनही झालेली आहे.

मराठीतील आत्मकथनाचा विचार केला, तर सन २०००नंतर आत्मकथन लेखनाला उतरती कळा आलेली दिसून येईल. एका अर्थाने इ. स. २०००पूर्वी ज्या प्रकारे आत्मकथने प्रकाशित व्हायची, ती संख्या आणि गुणवत्ता आज जरी दिसत नसली, तरी 'आत्मकथन' हा वाङ्मयप्रकार लुप्त झालेला नाही. आजदेखील ज्यांच्याकडे सांगण्यासारखे वेगळे काहीतरी असते, त्या स्त्रिया आत्मचरित्राच्या वाटेने जाताना आणि अनुभवकथन करत आत्मशोधही घेताना दिसत आहेत. अशांपैकीच एक आत्मकथन आहे विजया लवाटे यांचे 'स्पर्श मानव्याचा.'

प्रस्तुत आत्मकथनात लेखिकेने स्वत:च्या अनुभवाला केंद्रस्थानी ठेवून वेश्यांच्या जीवनावर आणि त्याभोवतीच्या परिस्थितीवर दृष्टिक्षेप टाकला आहे. त्यामुळे लेखिकेच्या वैयक्तिक अनुभवाला आणि दृष्टीकोनाला वास्तविकतेचा आधार प्राप्त झाला आहे.

ज्या काळात लेखिकेने वेश्यांच्या प्रश्नांवर काम करण्याचे आव्हान स्वीकारले, त्या काळात महाराष्ट्रात खूपच कमी लोकांनी ते स्वीकारलेले दिसून येते. पण समकालीन परिस्थिती पाहता, एनजीओंच्या माध्यमातून अनेक जण वेश्यांच्या प्रश्नावरून पैसे कमावताना दिसत आहेत; तर दलाल दलाली करताना, पोलीस 'भाड' खाताना, संशोधक एम. फिल. आणि पी. एच. डी. मिळवताना, तर पत्रकार लेख लिहून पैसे

आणि प्रसिद्धी मिळवताना दिसत आहेत. पण या प्रश्नाची उकल करत प्रश्न सोडवण्याची तसदी घेताना खूप कमी लोक दिसत आहेत.

पण या आत्मकथनातून लेखिका सेवाभावी दृष्टीतून एका विशिष्ट ध्येयाने प्रेरित होऊन म. फुले, सावित्रीबाई फुले, म. गांधी, मदर तेरेसा आणि बाबा आमटे यांच्याप्रमाणे समाजसेवेचे कार्य स्वार्थाच्या पलीकडे घेऊन जाताना दिसतात. समाजव्यवस्थेने नाकारलेल्या या पीडित व प्रतिष्ठाहीन महिला, त्यांची मुले व कुटुंब यांविषयी विजयाताईंच्या मनात अपार करुणा होती. त्या करुणेला त्यांनी प्रत्यक्ष सेवेची जोड दिली. 'वेश्यावस्ती' ते 'मानव्य' असा त्यांच्या समाजकार्याचा प्रवास आहे.

या आत्मकथनाच्या 'वेश्यावस्ती ते मानव्य' या पहिल्या प्रकरणात लेखिकेने स्वत:च्या कुटुंबातील पारंपरिक नीतिनियमांचे पालन कसे काटेकोरपणाने केले जात होते, ते सांगितले आहे. पण या परंपरेला पुढील पिढ्यांनी दिलेल्या आव्हानांचादेखील उल्लेख त्यांनी केला आहे.

विजयाताईंच्या जन्मापासून (१ फेब्रुवारी १९३०) मृत्यूपर्यंत (११ फेब्रुवारी २००५) म्हणजे जवळपास ७५ वर्षांच्या कालखंडाची अनुभवांवर आणि कार्यावर आधारित मांडणी यात केली आहे. या आत्मकथनात मांडण्यात आलेला कालखंड हा स्वातंत्र्यपूर्व आणि स्वातंत्र्योत्तर आहे, हे वरील तारखांवरून सिद्धच होते. प्रस्तुत आत्मकथनाच्या या प्रकरणातून परंपरा आणि आधुनिकता यांमधील संबंध विकासाच्या पातळीवर कशा स्वरूपाचे होते-ते दिसून येण्यास मदत होते. तसेच या कुटुंबाने स्वातंत्र्यचळवळीत आणि समाजसेवेत प्रत्यक्ष-अप्रत्यक्षपणे दिलेल्या योगदानातून तत्कालीन राजकीय परिस्थिती समोर येते.

विजयाताईंच्या आयुष्यातील पहिली काही वर्षे सामान्य व्यक्तीसारखीच गेली. १९५४च्या स्त्री मासिकातील जाहिरातीवरून १८ फेब्रुवारी १९५४ या दिवशी त्यांचा विवाह झाला. तेथून लेखिकेच्या जीवनात एका वेगळ्या कालखंडाला सुरुवात झाली. त्यात सुरुवातीला कौटुंबिक कलहाचा आणि ताणतणावाचा सामना करावा लागला. दरम्यानच्या काळात १९५८मध्ये 'कुटुंब नियोजनाचे' प्रशिक्षण घेतल्यानंतर छोट्यामोठ्या नोकऱ्या केल्या. पण १९६३च्या जुलै महिन्यात पुणे महानगरपालिकेच्या कुटुंब नियोजन केंद्रातील कामापासून त्याच विभागातील गुप्तरोग विभागातील कामाकडे गेल्यामुळे त्यातून खासगी आणि सार्वजनिक जीवनात एक महत्त्वाचा टप्पा निर्माण करता आला, असे लेखिकेला वाटते.

सहानुभूतीला पारख्या झालेल्या वेश्यांना मार्गदर्शन करताना लेखिकेने जी सहानुभूती दाखवली, त्यामुळे त्यातील काहींना त्या मोठ्या बहिणीप्रमाणे; तर काहींना त्या आईसारख्याच आहेत, असे वाटू लागले. या क्षेत्रात काम करताना लेखिकेला

अनेक हृदयस्पर्शी अनुभव आले. त्यांत चांगल्या आणि वाईट अशा दोन्हींचा समावेश आहे.

वेश्यावस्तीतले एक वैशिष्ट्य सांगताना विजयाताई म्हणतात, 'या वेश्यावस्तीत खराखुरा सर्वधर्मसमभाव असतो. या वस्तीत सर्व धर्मांच्या स्त्रिया गुण्यागोविंदाने एकत्र राहतात. यांपैकी बहुसंख्य मागासवर्गीय, दलित असतात. उच्चजातीय स्त्रिया फारच कमी असतात. बहुसंख्य स्त्रिया दुष्काळी भागातल्या मराठवाडा, सोलापूर अशा ठिकाणच्या असतात. भारतातल्या विविध राज्यांमधून आलेल्या स्त्रिया या वस्तीत आहेतच; पण नेपाळसारख्या शेजारी राष्ट्रातून आलेल्या स्त्रियादेखील या वस्तीत असतात. मात्र या ठिकाणी आल्यावर त्या आपली जात, आपला धर्म, आपला देश, आपले राज्य, गाव, घरदार, नातेवाईक, इतकेच नव्हे; तर आपले स्वत:चे खरे नावदेखील बदलत असतात. इथे त्या केवळ अगतिक असतात. त्यांचा मूळ स्वभावधर्म बाजूला जातो आणि त्यांना चिकटतो वेश्याधर्म.

अशा स्त्रियांसाठी आणि त्यांच्या मुलामुलींसाठी विजयाताईंनी आपले कार्यक्षेत्र निवडून या कामासाठी आपल्याला काय-काय करता येईल याचा विचार केला. असा विचार करताना वेश्यांना आरोग्यशिक्षण देता येईल का, त्यांना बचतीची सवय लावता येईल का, पोलीस आणि गुंड यांच्यापासून संरक्षण देता येईल का, त्यांच्या व्यवसायाची जागा स्वच्छ ठेवता येईल का, त्यांना हवेशीर जागा मिळेल का, एकापेक्षा जास्त मुले होऊ नयेत यासाठी त्यांना मानसिकदृष्ट्या तयार करता येईल का, त्यांच्या मुलांना त्यांच्या व्यवसायापासून दूर ठेवता येईल का, असे कितीतरी प्रश्न पडले होते.

अशा प्रश्नांपैकीच एक महत्त्वाचा प्रश्न म्हणजे एखादी स्त्री वेश्या का होते, या प्रश्नाची कारणमीमांसा करण्यासाठी लेखिकेने त्या वेश्यांशी जवळीक साधून, चर्चा करून शोध घेतला. त्यांनी सांगितलेली कारणे थोडक्यात मांडायची; तर जबरदस्तीने, नाइलाजाने, परिस्थितीच्या रेट्याने स्त्रिया वेश्याव्यवसाय स्वीकारत असतात. त्यातही मुख्य कारण म्हणजे दारिद्र्य. स्वत:ची, कुटुंबाची उपासमार टाळण्यासाठी काही स्त्रिया स्वत: होऊन देहविक्रयाचा मार्ग स्वीकारतात; तर काहींना घरचे लोक-अगदी जन्मदाता बाप, भाऊ, नवरासुद्धा या व्यवसायाला लावतात. समाजकंटकांच्या किंवा घरच्यांच्या वासनेला बळी पडलेल्या स्त्रियांकडे बघण्याच्या समाजाच्या दृष्टीकोनामुळेही कित्येक जणींना या व्यवसायात शिरण्यावाचून पर्याय नसतो. गुंडांच्या वासनेला बळी पडलेल्या स्त्रीला आपला समाज दोषी धरतो. गुंड सहज सुटून जातो. बऱ्याचदा सन्मानाने समाजात वावरतो. पण त्याच्या वासनेला बळी पडलेली स्त्री नाकारली-ठोकरली जाते. एखाद्या कुमारिकेला किंवा विधवेला मातृत्व आले, तर समाजात तिला काहीच किंमत उरत नाही. अगदी तिचे जन्मदाते आईवडीलही तिला बाहेरचा रस्ता दाखवतात. आत्महत्या

किंवा देहविक्रय यांपैकी एक पर्याय तिला निवडावा लागतो. आवडत नाही म्हणून, मूल होत नाही म्हणून किंवा अन्य काही कारणांमुळे नवऱ्याने टाकून दिलेल्या स्त्रियांचीही हीच अवस्था होते. कोणत्याही कारणाने असहाय अशी स्त्री एखाद्या दलालाच्या तावडीत सापडली की मग तिची खैर नसते. दलाल अशा सावजांना आपल्या जाळ्यात पकडायला टपून बसलेलेच असतात. गोडगोड बोलून, नोकरीधंदा मिळवून द्यायचे आमिष दाखवून दलाल अशा स्त्रीला शहरात आणतात आणि एखाद्या 'घरवालीला' विकून टाकतात. असे दलाल स्वत: चांगले पैसे कमावतात, पण अशा असहाय स्त्रियांना मात्र खाईत लोटतात.

काही जण अंधश्रद्धांमुळे वेश्याव्यवसायात शिरतात. आईवडील मुलींना देवाला वाहण्याचे नवस बोलतात. अशा देवाला वाहिलेल्या मुलींना 'देवदासी' म्हणतात. त्यांचे देवाशी लग्न लावतात. मग त्यांना माणसाशी विवाह करता येत नाही. पण पुरुष अशा देवदासींना आपल्या 'भोगदासी' करून टाकतात. देवाशी विवाह झालेला असल्याने या स्त्रिया पुन्हा विवाह करायला धजावत नाहीत. त्यांच्या पैशावर त्यांचे कुटुंबीय जगतात.

विजयाताई म्हणतात, 'मी वेश्यावस्तीत कार्य केलेले असल्याने उच्चभ्रू, श्रीमंत कुटुंबांतल्या 'देहविक्रय' करणाऱ्या स्त्रियांची मला माहिती नाही. 'कॉलगर्ल' मला माहिती नाही. पण वेश्यावस्तीतल्या जवळजवळ साठ टक्के स्त्रिया परित्यक्ता असतात; तर उरलेल्या चाळीस टक्के देवदासी, फसलेल्या कुमारिका आणि विधवा, कुटुंबीयांनीच व्यवसायाला लावलेल्या, दलालांना विकलेल्या मुली असतात. (पृ. क्र. २७)

वरील विश्लेषणात्मक कारणमीमांसेतून लेखिकेने जात, वर्ग, पुरुषसत्ता आणि अविकसितता या बाबी स्त्रियांना वेश्या होण्यास भाग पाडतात हे दाखवून दिले आहे. म्हणून प्रस्तुत आत्मकथन हे समाजशास्त्र व स्त्रीअभ्यास या दोन्हींसाठी महत्त्वाचा दस्तऐवज आहे.

सध्या कृषी क्षेत्रातील हलाखी, जातीयवाद तसेच एकूण विकासाच्या प्रक्रियेतील लिंगभाव असमतोल, प्रादेशिक असमतोल यांमुळे अनेक गावे विस्थापित झाली आहेत. कुठे रोजगार संपलेले आहेत, तर कुठे बेरोजगारीमुळे हताशपणा आलेला आहे. सर्व स्तरांवर माणसे असहाय आहेत, निराधार आहेत, हे लक्षात घेतले पाहिजे. अशा परिस्थितीत स्त्रियांना इतर सर्व मार्ग बंद झालेले असतात, पण वेश्याव्यवसायाचे दरवाजे मात्र सदैव स्वागत करायला तयारच असतात; म्हणून वेश्याव्यवसायातील स्त्रिया आपणहून या नरकात आहेत. याचा सोईस्कर अर्थ (त्या संमतीने किंवा स्वेच्छेने शरीर विकत आहेत असा) जर कोणी काढला, तर ती मोठीच फसवणूक ठरेल असे मला वाटते.

शासन, प्रशासन आणि सामाजिक शास्त्रांमधून वेश्याव्यवसायाला 'कायदेशीर'

मान्यता मिळाली पाहिजे की तो बंद झाला पाहिजे यावरून सध्या वादविवाद चालू आहेत. डान्स बार, मसाज पार्लर्सवरील वादविवादाचे स्वरूपदेखील काही प्रमाणात असेच आहे. प्रस्तुत आत्मकथनातून लेखिकेने वेश्याव्यवसायावर कायद्याने बंदी घालण्यास प्रामुख्याने दोन कारणांनी विरोध केला आहे. त्या म्हणतात, 'स्त्रिया नाइलाजाने, काही संकटांमुळे चरितार्थाचा मार्ग म्हणून देहविक्रय करतात. पण पुरुषांनाही या स्त्रियांची गरज खूप आहे. म्हणजेच या पुरुषांच्या वासना अशा स्त्रियांमुळे शमल्या नसत्या; तर समाजात केवढा अनाचार माजला असता, गुंडगिरी बोकाळली असती. कदाचित रस्त्यावरून चालणे स्त्रियांना अशक्य झाले असते; म्हणजे या स्त्रियांचा आणि त्यांच्या व्यवसायाचा समाजाला केवढा आधार आहे. वेश्याव्यवसाय बंद करावा असे खूप जण म्हणतात, पण त्यांनी कधी त्यामागच्या धोक्याचा विचार केला आहे का? हा व्यवसाय चांगला आहे असे मला मुळीच म्हणायचे नाही. पण त्यावर कायद्याने बंदी घातली तरी तो चोरून चालूच राहणार. कारण समाजाला त्याची गरज आहे. (पृ. क्र. ७५) (येथे मला दुर्गा भागवत विरुद्ध राजा ढाले आणि नामदेव ढसाळ यांच्यातील वादविवाद आठवतो.)

दुसऱ्याच्या अब्रूचे मोल देऊन आपल्या बायकामुली सुरक्षित ठेवण्याचा स्वार्थी विचार तर यामागे आहेच; पण दुसऱ्यांच्या बायकामुलींचा आपण उपभोग घेतला तरी चालते असा सोईस्कर, लबाड समजही त्यात आहे. पण अनेक अहवालांतून दिसत आहे की, एका बाजूला शरीरविक्रयाच्या व्यापारात ढकलल्या गेलेल्या स्त्रियांची संख्या वाढत आहे आणि दुसरीकडे मध्यमवर्गीय आणि उच्चवर्गीय कुटुंबांतील स्त्रियांवर होणाऱ्या बलात्कारांचे प्रमाणही वाढले आहे. या बलात्कारांत कुटुंबांच्या अंतर्गत होणाऱ्या बलात्कारांचे प्रमाणही वाढले आहे; म्हणून लेखिकेच्या वैचारिक स्वातंत्र्याचा आदर आणि त्यांच्या कार्याची कदर करूनदेखील मी स्वत: त्यांच्या या विचारांशी सहमत नाही.

दलित स्त्रीवादी समाजशास्त्रीयदृष्ट्या वेश्यांचा प्रश्न समजून घ्यायचा असेल, तर या प्रश्नाचा सखोलपणे विचार करणे आवश्यक आहे. त्यासाठी आपल्या डोक्यातील काही भ्रम आणि काही संकल्पना दूर करून सामाजिक न्यायाच्या आधारावर या प्रश्नाकडे पाहायला हवे. पण लेखिका एका प्रश्नाला उत्तर देताना म्हणते, 'या स्त्रियांना सन्मानाने जगू द्यायला समाज कुठे तयार असतो? त्यांच्यावर बसलेला 'वेश्या' हा शिक्का त्या मरेपर्यंत पुसला जात नाही. मग दुसरा व्यवसाय कसा करता येणार? त्यामुळे वेश्याव्यवसाय बंद झाला पाहिजे असे म्हणण्यात काहीही अर्थ नाही, असे वाटते.'

लेखिकेने आपला मुद्दा ठासून सांगण्याचा प्रयत्न केल्याचे दिसते. पण या प्रश्नाची सोडवणूक करताना इतर कोणत्याही प्रश्नामागे असतात; तशीच राजकीय, सामाजिक,

आर्थिक कारणे याही प्रश्नामागे आहेत हे समजून घ्यावे लागेल. तसेच या प्रश्नाला चिकटलेला नैतिकतेचा भ्रम डोक्यातून काढावा लागेल. कारण वेश्याव्यवसाय हा नीतीअनीतीचा किंवा कायदेशीरबेकायदेशीर अशा प्रकारचा प्रश्न नाहीच. तो विशिष्ट राजकीय मनोभूमिकेतून आखल्या गेलेल्या कारस्थानांचा, समाजाच्या विषम आणि शोषणावर आधारित मूल्यसंकल्पनांचा, संपूर्ण जीवनव्यवहार नियंत्रित करणाऱ्या आर्थिक धोरणांचा परिपाक आहे असे मला वाटते.

एकदा का या प्रश्नाकडे अशा दलित स्त्रीवादी दृष्टीतून पाहण्याचा प्रयत्न केला, तर मग या व्यवसायाबद्दल असलेले भ्रम, आक्षेप, परकेपणा तर नाहीसा होतोच; पण अनेकदा दृष्टिभ्रमातून या व्यवसायाचे केले जाणारे समर्थन, त्याची अपरिहार्यता मांडण्याचा खटाटोप, त्याला संस्थात्मक दर्जा देण्याचे प्रयत्न यांसारख्या तथाकथित तार्किक, पण खरे तर ज्याला तर्कशुद्ध म्हणता येईल अशा प्रतिक्रियाही पूर्णत: निराधार होऊन जातात.

समाजात काही जण पुरोगामित्वाचा बुरखा पांघरून म्हणताना दिसत आहेत की, जशी तुमची बुद्धी विकता, श्रम विकता; तशाच या स्त्रिया त्यांचे शरीर विकतात असा युक्तिवाद करताना दिसताहेत. हाच तर्क पुढे लढवत मग शरीराचा व्यापारच कायदेशीर करून टाका अशी अमानुष मागणी पुढे रेटली जाते. जगाच्या आरंभापासून हा व्यवसाय आहे व तो राहणारच तर मग त्याचे अस्तित्व मान्यच का करू नये, असे दुसऱ्या बाजूने 'नीतिबाज' लोक साळसूदपणे विचारताना दिसतात.

तसेच काही जण म्हणतात, ''गरिबी गरिबी का म्हणतात, मग ज्या मोलमजुरी करून अतिशय गरिबीत वेश्याव्यवसायाचा रस्ता न स्वीकारता जगतात, त्यांचं काय? सर्वच गरीब स्त्रिया काय हा व्यवसाय करून जगतात? आणि ज्यांच्याकडे पुष्कळ पैसा आहे त्या नाहीत का वेश्या होत? असेही प्रश्न उपस्थित केले जातात.''

वरवर हे प्रश्न बिनतोड आहेत, पण त्यांची उत्तरे आपल्या समाजव्यवहारांवर प्रकाश टाकणारी आहेत. वेश्याव्यवसायात असलेल्या स्त्रियांची वर्गवारी केली, त्यांची या व्यवसायात येण्याची कारणे पाहिली आणि त्यांच्या जीवनातील शोकांतिका पाहिली, तर या प्रश्नांची उत्तरे सहज मिळू शकतात.

भूमिकांमध्ये फरक असूनदेखील विजयाताईंनी वेश्यांचा प्रश्न ज्या पद्धतीने हाताळला, कष्ट केले त्याला तोड नाही. देहविक्रय करून जगण्याची पाळी ज्या बायकांवर येते, त्यांच्या भीषण व कमालीच्या अवहेलनेच्या जीवनाकडे पाहिल्यावर विजयाताईंना घृणा वाटली नाही. उलट त्यांचे विशाल अंत:करण द्रवले; वेश्यांचे शारीरिक व मानसिक हाल, विटंबना, दारिद्र्य, त्यांना पछाडणारे किळसवाणे गुप्तरोग आणि धंदा करण्याचे वय संपल्यावर 'कुत्रा हाल खात नाही' अशी होणारी त्यांची परवड

हे सारे पाहून विजयाताईंना वाईट वाटलेच. त्याचबरोबर हे दु:ख कमी करण्याकरिता विशेषत: गुप्तरोगापासून वेश्यांना वाचवण्यासाठी जे करणे शक्य आहे ते करण्याचा निर्धार विजयाताईंनी केला.

विजयाताईंनी वेश्यांच्या मुलांचे हाल पाहून त्यांच्यासाठी शाळा काढली. वसतिगृह काढले. स्वत: स्वयंपाक करून या मुलामुलींना जेवण दिले. पण दुर्दैव हे की, वेश्यांच्या मुलांच्यासाठी वसतिगृह काढू इच्छिणाऱ्या एका धनदांडग्या संस्थेच्या आक्रमक कार्यकर्त्यांनी केडगाव येथील विजयाताईंच्या 'सर्वेषां सेवा संघा'च्या वसतिगृहावर हल्ला करून मोडतोड केली आणि तेथील मुलामुलींना त्यांच्या वसतिगृहातून पळवून नेले. ही अतिशय लाजिरवाणी घटना विजयाताईंच्या वसतिगृहाबाबत झाली होती. या वसतिगृहावरील हल्ल्यानंतर ती संस्थाही काही दिवसांनी संपुष्टात आली. त्यानंतर वेश्यांच्या मुलामुलींसाठी लोहगावजवळील 'नीहार'मध्ये वसतिगृह चालू केले. काम करताना विजयाताईंनी अनेक अडचणींना तोंड देत, ते काम वाढवले.

विजयाताईंचे लक्ष त्यानंतर एड्सग्रस्तांच्या प्रश्नांकडे गेले. या प्रश्नांचा अभ्यास करून एड्सग्रस्तांच्या मुलामुलींसाठी 'मानव्य' ही संस्था स्थापन करून बालवाडीला व पाळणाघराला 'गोकुळ' हे नाव द्यावयाचे त्यांनी ठरवले. संस्थेच्या काम करण्याच्या जागा बदलत अखेर विश्वस्तांनी भूगाव येथे जमीन विकत घेतली आणि नोव्हेंबर २०००मध्ये 'मानव्य' 'गोकुळ' या जागेत गेले. 'मानव्य'मधील विजयाताईंचे अनुभव प्रेरणादायी आहेत. विजयाताईंच्या कामाचे महत्त्व समाजाला उमजले आणि विजयाताईंच्या प्रदीर्घ तपश्चर्येचे असामान्यत्व जाणकारांच्या लक्षात आले.

विजयाताई म्हणतात, ''समाजात दातृत्वाचा गुण भरपूर आहे. पण त्या गुणाला वाट करून देण्यासाठी लोकांना योग्य जागा सापडणे आवश्यक असते. माझ्या सर्व संस्थांच्या कामाची माहिती मी नि:संकोचपणे लोकांना देत राहिले, म्हणून तर मदतीचे हात आमच्या समोर आले. अजूनही येतात.'' (पृ. क्र. १००-१०१)

वेश्यांचे आरोग्य, कुटुंबनियोजन, त्यांच्या मुलामुलींचे शिक्षण व सुसंस्कार यांसाठी शाळा, 'वंचित विकास'चे कार्य आणि नंतर एड्सग्रस्त मुलामुलींसाठी 'मानव्य' ही संस्था इत्यादींची उभारणी अशी विजयाताईंच्या कार्याची प्रचंड व्याप्ती आहे.

त्यांच्या या कार्याचा परिचय 'स्पर्श मानव्याचा' या आत्मकथनातून होतो. समकालीन समाजव्यवस्थेचे एक भयंकर चित्रण त्यातून प्रकट होत असल्याने तो एक भयंकर, काळाकुट्ट असा सामाजिक दस्तऐवज आहे. स्वभाव शांत व सोशिक असलेल्या विजयाताईंचा हा आत्मप्रवास धगधगता असून तो वाचकांना अंतर्मुख करणारा आहे.

गरज आहे हा प्रश्न आपणदेखील समजून घेऊन काम करण्याची. त्यासाठी समाजातील सर्वांना एकत्र घेऊन विचारपूर्वक अशा प्रश्नांच्या निर्मितीलाच आळा घालून प्रतिबंधात्मक प्रयत्न करण्याची.

विजयाताईंचे हे आत्मकथन वाचून ग. प्र. प्रधान म्हणतात, ''विजयाताईंची ही आत्मकथा वाचल्यावर माझी लेखणी अडखळली, हे मला प्रांजळपणे सांगितले पाहिजे.'' या पुस्तकाचे प्रास्ताविक म्हणून चार शब्द लिहिण्याचा नैतिक अधिकार मला आहे का? असा प्रश्न मी स्वत:ला विचारला आणि अर्थातच असा अधिकार मला नाही हे मी स्वत:शी कबूल केले. बाबा आमटे यांनाच तो अधिकार आहे. विजयाताईंनी सामाजिक काम करताना जे अग्निदिव्य केले, तसे मी काहीच केलेले नाही. त्यांच्या सामाजिक कामातल्या अनुभवांचे जे कथन त्यांनी केले आहे, ते वाचताना माझे सार्वजनिक कार्य म्हणजे मखमलीवरची वाटचाल होती, असेच मला तीव्रतेने वाटले.'' (पृ. क्र. १५५)

(प्रस्तुत लेख 'स्त्री' या विजय लेले यांनी संपादित केलेल्या अपूर्व प्रकाशनाच्या वर्ष ७९, अंक - ८९६ या अंकात प्रकाशित करण्यात आला होता.)

संदर्भसूची

१) कीर धनंजय, 'डॉ. बाबासाहेब आंबेडकर,' चतुर्थ आवृत्ती, २००६, पॉप्युलर प्रकाशन, मुंबई.

२) कीर धनंजय, आणि मालशे, स.गं. 'महात्मा फुले : समग्र वाङ्मय,' पाचवी आवृत्ती. २००५, मुंबई : साहित्य संस्कृती मंडळ महाराष्ट्र राज्य.

३) कार्लाव्हो सिसिलिया, सतीश काळसेकर (संपा.), 'आयदान : सांस्कृतिक ठेवा', (२००७), लोकवाङ्मयगृह, मुंबई-२५.

४) कसबे रावसाहेब, 'आंबेडकर आणि मार्क्स,' द्वितीयावृत्ती, २००६, सुगावा प्रकाशन. पुणे.

५) कसबे रावसाहेब, 'आंबेडकरवाद,' १९७८, बुद्धिष्ट पब्लिशिंग हाऊस, नागपूर.

६) कहाते अतुल आणि गोडबोले अच्युत, 'गुलाम : स्पार्टाकस ते ओबामा,' २०१३, मनोविकास प्रकाशन, पुणे.

७) ठोसर संगीता आणि इतर, 'खैरलांजी निर्णयानंतर दलित हत्या, स्त्री हत्या मारेकरी कोण?' २००८, पुणे : क्रांतिसिंह नाना पाटील अकादमी.

८) गीताली वि. म. (संपा.), 'स्त्रीप्रश्न सोडवताना', (२००९), दिलीपराज प्रकाशन प्रा. लि. पुणे ३०.

९) ढेरे अरुणा (संपा.), 'स्त्री-लिखित मराठी कादंबरी (१९५० ते २०१०)', (२०१३), पद्मगंधा प्रकाशन, पुणे-३०.

१०) सिंग ऋचा, ऋचा नागर, 'संगतिन यात्रा : सात जिंदगीयों में लिप्त नारी विमर्श', (२००४), संगतिन प्रकाशन, सीतापूर (उत्तर प्रदेश).

११) सिंह राजवीर, 'दलित समाज : दशा और दिशा,' २००७, दिल्ली : सलमान ऑफसेट प्रेस.

१२) गुरु गोपाल, 'अवमानता के आयाम,' २००५, वाणी प्रकाशन प्रा. लि. नई दिल्ली.

१३) दुबे, अभय कुमार (संपा.), 'आधुनिकता के आइने में दलित,' वाणी प्रकाशन प्रा. लि. नई दिल्ली.

१४) लिंबाळे शरणकुमार, (संपा.), 'प्रज्ञासूर्य,' १९९१, प्रचार प्रकाशन, कोल्हापूर.

१५) लिंबाळे शरणकुमार (संपा.), 'भारतीय दलित साहित्य', साहित्य अकादमी, दिल्ली, (२०१३), क्रांतिज्योती सावित्रीबाई फुले स्त्रीअभ्यास केंद्र, सावित्रीबाई फुले पुणे विद्यापीठ.

१६) सुमन मंजू (संपा.), 'दलित महिलाएँ,' २००४, सम्यक प्रकाशन, नई दिल्ली.

१७) सपकाळ अनिल, 'समीक्षा : पहिली खेप', (२००८), प्रतिमा प्रकाशन, पुणे-३०.

१८) भागवत विद्युत, 'स्त्रीवादी सामाजिक विचार : सहा महत्त्वाच्या विचारवंत स्त्रियांचा परिचय,' २००८, पुणे : डायमंड पब्लिकेशन्स.

१९) भागवत विद्युत, 'स्त्रीप्रश्ना'ची वाटचाल, २००४, प्रतिमा प्रकाशन, पुणे.

२०) भागवत वंदना आणि इतर (संपा.), 'संदर्भासहीत स्त्रीवाद : स्त्रीवादाचे समकालीन चर्चाविश्व', (२०१४), शब्द प्रकाशन, मुंबई-१.

२१) भागवत विद्युत, 'स्त्रीवादी सामाजिक विचार', (२००८), डायमंड पब्लिकेशन्स, पुणे.

२२) भागवत विद्युत, शर्मिला रेगे, वंदना पलसाने, 'स्त्री जीवनाची गुंतागुंत', १९९४, विकास अध्ययन केंद्र, मुंबई.

२३) भागवत विद्युत, शर्मिला रेगे, 'भारतातील समकालीन कळीचे प्रश्न : स्त्रीवादी चर्चाविश्वाचा आढावा', डिसेंबर २०००, सावित्रीबाई फुले स्त्रीअभ्यास केंद्र, सावित्रीबाई फुले पुणे विद्यापीठ.
२४) भागवत शोभा, 'दलित पुरुषांच्या आत्मचरित्रातील स्त्रीप्रतिमा', प्रकल्प प्रमुख डॉ. फ्रान्सिस मारिया यासस, (१९८७), स्त्रीवाणी प्रकाशन, पुणे.
२५) भोळे भास्कर, 'जोतीरावांची समता संकल्पना,' सहावी आवृत्ती, २०१२, लोकवाङ्मयगृह, मुंबई.
२६) भोसले नारायण, 'महाराष्ट्रातील स्त्रीविषयक सुधारणावादाचे सत्ताकारण' (१८४८- १९५६), (२००८), द ताईची प्रकाशन, पुणे.
२७) बापट राम, डॉ. अशोक चौसाळकर, 'राज्यसंस्था, भांडवलशाही आणि पर्यावरणवाद', लोकवाङ्मयगृह, मुंबई-२५.
२८) आठवले इंदिरा, 'डॉ.आ.ह.साळुंखे यांचे साहित्य', प्रकाशक अर्जुन देसाई एक्सप्रेस पब्लिशिंग हाऊस, कोल्हापूर.
२९) ऑम्व्हेट गेल, 'जोतिबा फुले आणि स्त्रीमुक्तीचा विचार,' सहावी आवृत्ती, २००९, लोकवाङ्मयगृह, मुंबई.
३०) देहाडराय स्वाती आणि तांबे अनघा (संपा.), 'भारतातील स्त्रिया : एक ओळख,' पुणे.
३१) दुबे अभयकुमार. 'आधुनिकता के आईने में दलित,' तिसरा संस्करण, २००५, वाणी प्रकाशन प्रा.लि., दिल्ली.
३२) थोरात सुखदेव आणि नेगी प्रशांत, 'महाराष्ट्रातील सामाजिक भेदभाव, नागरी हक्कभंग आणि अत्याचार,' द्वितीय आवृत्ती, २०१२, पुणे : सुगावा प्रकाशन.
३३) निर्मला साठे, वंदना कुलकर्णी, 'दलित स्त्री-अस्मितेचा आविष्कार व दिशा', आलोचना, पुणे.
३४) मिरजकर त्र्यंबकेश्वर, 'स्त्री-पुरुष तुलना व मांग-महारांच्या दुःखाविषयी निबंध,' २०११, नाग-नालंदा प्रकाशन, इस्लामपूर.
३५) लोंढे बबन, सुधाकर गायकवाड (संपा.), 'आंबेडकरी विचारधारा' (अस्मितादर्शमधील निवडक वैचारिक लेखन), (२०१०), ग्रंथाली, मुंबई-१६.
३६) डांगळे अर्जुन (संपा.), 'दलित साहित्य : एक अभ्यास', सुगावा प्रकाशन, पुणे.
३७) शहा घनश्याम, अनुवादक सुनंदा कोगेकर, 'दलितांची अस्मिता आणि राजकारण,' २००१, डायमंड पब्लिकेशन्स, पुणे.
३८) रावत ज्ञानेंद्र (संपा.), 'दलित महिलाएँ,' २००४, सम्यक प्रकाशन, नई दिल्ली.
३९) रेगे शर्मिला, 'स्त्रीवाद : जागतिक / स्थानिक द्वैताच्या पलीकडे,' २०१०, क्रांतिज्योती सावित्रीबाई फुले स्त्रीअभ्यास केंद्र, पुणे विद्यापीठ, पुणे.
४०) रेगे शर्मिला आणि सोनाळकर वंदना, 'पुरुषसत्ता आणि स्त्रीमुक्ती,' १९९९, क्रांतिसिंह नाना पाटील अकादमी प्रकाशन, पुणे.
४१) रेगे शर्मिला, 'प्रेमाचा अधिकार आणि हिंसेचा प्रश्न', सत्यशोधक विद्यार्थी संघटना प्रकाशन.
४२) मील स्टुअर्ट, 'स्त्री और पराधीनता,' २००८, संवाद प्रकाशन, अनु. युगांक धीर मेरठ.
४३) मंजु सुमन, संपा. 'दलित महिलाएँ,' २००४, सम्यक प्रकाशन, नई दिल्ली.
४४) पाटील शरद, 'अब्राह्मणी साहित्याचे सौंदर्यशास्त्र', (१९८८), सुगावा प्रकाशन, पुणे.

४५) प्रवीण चौहाण (स्वैर अनु.), 'पितृसत्ता समजून घेताना', (२०१०), प्रकाशक-क्रांतिज्योती सावित्रीबाई फुले स्त्रीअभ्यास केंद्र, सावित्रीबाई फुले पुणे विद्यापीठ, पुणे.
४६) पवार ऊर्मिला आणि मून मीनाक्षी, 'आम्ही ही इतिहास घडवला : आंबेडकरी चळवळीत स्त्रियांचा सहभाग,' द्वितीय आवृत्ती, २०००, दिग्नाग प्रकाशन, पुणे.
४७) पवार ऊर्मिला, मीनाक्षी मून, 'आम्हीही इतिहास घडविला' (आंबेडकरी चळवळीतील स्त्रियांचे योगदान), १९८९, स्त्री उवाच प्रकाशन.
४८) परदेशी प्रतिमा, '१९७५नंतरची स्त्रीमुक्ती चळवळ आणि अब्राह्मणी स्त्रीवाद,' २००१, मार्च २००१, साधना साप्ताहिक, पृ. क्र. २५-२९.
४९) परदेशी प्रतिमा, 'जात आणि स्त्रीशोषण : हिंदू कोड बिल ते ऑनर किलिंग', प्रकाशक कॉ. किशोर ढमाले, दिग्नाग प्रकाशन, पुणे-११.
५०) परदेशी प्रतिमा, 'डॉ. बाबासाहेब आंबेडकर आणि स्त्रीमुक्ती', (१९९६), सावित्रीबाई फुले प्रकाशन, पुणे.
५१) नरे-पवार संध्या, 'तिची भाकरी कोणी चोरली ? : बहुजन स्त्रीचं वर्तमान', (२०१२), प्रकाशक - य. दि. फडके प्रगत संशोधन केंद्र/मनोविकास प्रकाशन.
५२) मून मीनाक्षी, 'फुले-आंबेडकरी स्त्री चळवळ', (२०१४ पा. आ.), समता प्रकाशन, लष्करीबाग, नागपूर - १७.
53) Chakravarti Uma, 'Gendering Caste : Through the Feminist Lenes,' 2003, Popular Prakashan. New Delhi.
54) Thorat Sukhdev, 'Dalits in India : Search for Common Destiny.' 2009, Sage Publications, New Delhi.
55) Chakaravarti Uma, 'Conceptualizing Brahminical Patriarchy in Early India', 1993, Economic and Political Weekly 28 (14) : 579-85.
56) Teltumbade Anand, 'Khairlanji and its Aftermath exploring some myths', 2007, Economic and Political Weekly 51 (18) : 1019.
57) Abraham Joshil K. and Judith Misrahi Barak, Dalit literatures in India,' (edi) Routledge Publications.

लेखक-परिचय

प्रा. संजयकुमार कांबळे

प्रा. संजयकुमार कांबळे हे सावित्रीबाई फुले पुणे विद्यापीठ, पुणे येथील क्रांतिज्योती सावित्रीबाई फुले स्त्रीअभ्यास केंद्रात साहाय्यक प्राध्यापक आहेत. त्यांनी समाजशास्त्र या विषयात एम.ए., एम.फिल. केले. ते समाजशास्त्रात आणि स्त्रीअभ्यासात NET-JRF झाले आहेत.

त्यांच्या *एम. फिल.*चा विषय ''*डॉ. जी. एस. घुर्ये* आणि *डॉ. बी. आर. आंबेडकर यांचे* जातिविषयक विचार : एक तुलनात्मक अभ्यास'' हा होता. 'जात आणि जनगणना : भारतातील प्रमुख प्रवाही समाजशास्त्र - चिकित्सक पुनरावलोकन' ही पुस्तके क्रांतिज्योती सावित्रीबाई फुले स्त्री अभ्यास केंद्राने प्रकाशित केली. त्यासाठी त्यांना नवाजबाई रतन टाटा ट्रस्टची फेलोशिप मिळाली. 'चला, ओळख करून घेऊ या लिंगगुणोत्तराची!' या पुस्तिकेचे सहलेखन त्यांनी केले आहे.

देशभरातील अग्रगण्य विद्यापीठांतील राष्ट्रीय-आंतरराष्ट्रीय चर्चासत्रांतून आणि कार्यशाळांतून ४५ शोधनिबंधांचे वाचन, अनेक चर्चासत्रांत सक्रिय सहभाग यांचेबरोबरच विविध नियतकालिकांतून त्यांचे जवळपास ३० शोधनिबंध प्रसिद्ध झाले आहेत.

जात, वर्ग, लिंगभाव, हिंसाचार, दारिद्र्य, सामाजिक परिवर्तनाच्या चळवळी आणि आंदोलने, जागतिकीकरण यांच्या अभ्यासावर त्यांचा विशेष भर आहे

www.ingramcontent.com/pod-product-compliance
Ingram Content Group UK Ltd.
Pitfield, Milton Keynes, MK11 3LW, UK
UKHW021239031026
15588UKWH00001B/172

9 788184 836905